அலெக்சாந்தர் குப்ரின்

செம்மணி வளையல்

குறுநாவல்களும்
சிறுகதைகளும்

MALAR BOOKS

MALAR BOOKS

♦ செம்மணி வளையல் ♦ ஆசிரியர்: அலெக்சாந்தர் குப்ரின் ♦ பக்கங்கள்: 336 ♦ வெளியீடு: மலர் புக்ஸ், எண்.47 B1 பிளாட், முதல் மாடி, தாமோதர் பிளாட் ஐஸ்வர்யா அபார்ட்மெண்ட், ஓம் பராசக்தி தெரு, வ.உ.சி.நகர், பம்மல், சென்னை - 600075. ♦ பேச: 9382853646, 8825767500 ♦ மின்னஞ்சல் : parisalbooks2021@gmail.com ♦ புத்தகம் & அட்டை வடிவமைப்பு : யுனிக் மீடியா - 9444888197 ♦ அச்சாக்கம்: தி பிரிண்ட் பார்க், சென்னை - 600117.

♦ Semmani Valaiyal ♦ Author: Alexander Kuprin ♦ Pages: 336 ♦ Publisher: Malar Books, No.47 B1 Flat, First Floor, Dhamodar Flat Aiswarya Apartment, Om Parasakthi Street, VOC Nagar, Pammal, Chennai - 600075. ♦ Cell No: 9382853646, 8825767500 ♦ E-mail : parisalbooks2021@gmail.com ♦ Book & Cover Design: Unique Media - 9444888197 ♦ Printer: The Print Park, Chennai - 600117.

Price: **Rs.370**

ISBN: 978-93-91947-69-9

பொருளடக்கம்

ஆசிரியரைப் பற்றி	7
மலோஹ்	9
ஒலேஸ்யா	112
காம்பிரீனுஸ்	211
எமரால்டு	247
செம்மணி வளையல்	268

ஆசிரியரைப் பற்றி...

அலெக்சாந்தர் இவானவிச் குப்ரின் 1870இல், நரோவ் சாத் என்ற சிறிய மாவட்ட நகரத்தில் பிறந்தார். பணிவுநய மிக்க அலுவலரான அவருடைய தந்தை, அவர் ஒரு வயதுப் பையனாக இருந்த போதே காலமானார். வெகு விரைவில் குடும்பம் மாஸ்கோவுக்கு இடம் பெயர்ந்தது. குப்ரினுடைய ஏழாவது வயதில், அவரை அநாதைகள் பள்ளிக்கு அனுப்ப வேண்டிய கட்டாயத்திற்கு அவரது தாய் ஆளானாள்; மூன்று ஆண்டுகளுக்குப் பிறகு அவர் இராணுவப் பள்ளியில் சேர்ந்தார்.

1889இல் பதினெட்டு வயதடைந்திருந்த குப்ரின், அப்போது ஓர் இராணுவப் பயிற்சி இளைஞன், 'கடைசி அரங்கேற்றம்' என்ற சிறுகதை ஒன்றைப் பத்திரிகையில் வெளியிட்டார், அதையடுத்து, கைது செய்யப்பட்டார். ஏனெனில் பயிற்சி இளைஞர்கள் அச்சிடுவதற்காக எதையும் எழுதுவதற்கு அநுமதிக்கப்படவில்லை. 1893இல், ஜெனரல் ஸ்டாஃப் அகாதமியில் சேரும் முயற்சியில் தோல்வியுற்ற பிறகு. இராணுவப் பயிற்சியைக் கைவிட்டு விட்டு "சுதந்திரமனித" னாக மாறினார்.

பைசாக் கூட இல்லாதபடி கீவ் வந்தடைந்தார். அங்கே ஆண்டுகள் "வேலையின்மை, சுற்றித்திரிதல், மோசமான ஏழ்மை" எனச் சென்றன. தனது 'சுய சரிதை'யில் கூறுகிறார்: "பணமில்லாமல், உறவினர்களோ அறிமுகமானவர்களோ இல்லாமல் நானாகவே இந்த விநோத நகரத்தைக் கண்டு பிடித்தேன். எல்லாவற்றிலும் மிக மோசமானது, எந்த விதமான சிறப்புப் பயிற்சியையோ, வாழ்க்கையின் உண்மையான அறிவினையோ நான் பெற்றிருக்கவில்லை."

அவர் சிறுகதைகளும் அவர் கவிதையும் எழுதினார், அவை தினசரிகளிலும், சஞ்சிகைகளிலும் அவை வெளியிடப்பட்டன, திருபராக, எழுத்தராக, பண்ணை மேலாளாக, நகர்புறக் குழுவில் நடிகராக, நில அளவையராசு, மூட்டை தூக்கு பவராக வேலை செய்தார்.

அவரது முக்கியப் படைப்பாகிய 'மலோஹ்' 1896இல் வெளியிடப்பட்டது.

ஓராண்டுக்குப் பிறகு அவருடைய சிறுகதைத் தொகுதி ஒன்று வெளிவந்தது.

அப்போதுதான் அவர் மக்ஸீம் கோர்க்கியைச் சந்தித்தார். பல முற்போக்கு ருஷ்ய எழுத்தாளர்கள் தங்களுடைய படைப்புகளை வெளியிட்ட 'ஸ்னானியே' (அறிவு) இலக்கியத் தொகுப்புகளுக்கு எழுதும்படி கோர்க்கி அவரை அழைத்தார். கோர்க்கிக்கு அர்ப்பணம் செய்யப்பட்ட 'மற்போர்' என்ற கதை வெளிவந்த பிறகு, குப்ரின் அவருக்கு எழுதினார்: "எனது

கதையில் துணிச்சலும் தூண்டுதலும் இருப்பதற்காக, மொத்தத்தில் நான் உங்களுக்குக் கடமைப்பட்டிருக்கிறேன். உங்களிடமிருந்து நான் எவ்வளவு கற்றுக்கொண்டிருக்கிறேன் என்பதை நீங்கள் அறிந்தால் மட்டுமே, அதற்காக நான் எவ்வளவு கடமைப்பட்டிருக்கிறேன் என்பது தெரியும்."

முதலாவது ருஷ்யப் புரட்சிக்கு (1905) முந்திய ஆண்டுகளில், புகழ்மிக்க ஓர் எழுத்தாளராக குப்ரின் வளர்ந்து கொண்டு வந்தார். அவரது இலக்கியப் பணி, அவரது மனிதாபிமான உணர்வுகள், அவரது வளர்ச்சி பெற்ற கலைத்திறமை ஆகியன, அவருக்கு முற்போக்கு விமரிசகர்களிடமிருந்து உயர்ந்த பாராட்டைப் பெற்றுத் தந்தன.

ஆனால் புரட்சிக்கு எதிரான ஆண்டுகளில், 1905ஆம் ஆண்டைய தோல்விக்குப் பிறகு ஏற்பட்ட நிலைமையில். கோர்க்கியிடமிருந்து குப்ரின் விலகிப் போய், இலக்கியத்தின் ஜனநாயக மரபுகளுக்கு அவப்பெயர் ஏற்படுத்த முயன்ற, கலை கலைக்காகவே என்று வாதிட்ட தரங்கெட்ட எழுத்தாளர்களிடம் இணைந்து கொண்டார்.

மாபெரும் அக்டோபர் சோஷலிசப் புரட்சியின்பால் குப்ரினுடைய தாக்கம் பரிவுமிக்கதாகவே இருந்தது, ஆனால் அதனுடைய முக்கியத்துவத்தை அவர் கிரகித்துக் கொள்ளவில்லை. மக்களுடைய இயக்கத்தில் ஆதாரமாகக் காணப்பட்டதைக் கண்டு அஞ்சினார், புதிய சோவியத் ருஷ்யாவில் ஓர் எழுத்தாளராகத் தன்னால் பணியாற்ற முடியுமா என்று சந்தேகப்பட்டார்.

1920 முதல் 1937 வரை அவர் பாரீஸில் வசித்தார். வெளிநாட்டில் இருந்த போது 'சாரணன்' என்ற சுயசரிதை நாவலின் ஓரிரு அத்தியாயங்களைத் தவிர வேறு எதையும் அவர் எழுதவில்லை. அந்த ஆண்டுகள் முழுக்கத் தான் செய்துவிட்டிருந்த தவறினை அவர் புரிந்து கொண்டிருந்தார், தனது நாட்டிற்குத் திரும்பச் செல்ல வேண்டும் என்று ஏங்கினார். "எனது இதயம் வலிக்கிறது, எனது பிறந்த நாட்டிற்காக அது ஏங்குகிறது. தணியாதபடி ருஷ்யாவில் மட்டுமே அதற்காக நான் வேலை செய்ய முடியும்..." என்றார்.

தனது நாட்டிற்கு 1937இல் குப்ரின் திரும்ப வந்தார். "நான் மகிழ்ச்சியாக இருக்கிறேன்," என்று சொன்னார், "என்னைச் சுற்றியுள்ளவர்கள் எல்லாரும் எனது சொந்த ருஷ்ய மொழி பேசுவதைக் கேட்க... கடந்த ஆண்டுகளில்... ஓர் அருமையான பணியினைச் செய்து கொண்டிருக்கக் கூடிய—ஒரு புதிய வாழ்க்கையைக் கட்டிக் கொண்டிருக்கிற, ருஷ்ய மக்களுக்கு நான் செய்த பெரும் தவறை உணர்ந்து கொண்டேன், பெரிதும் வேதனைப்பட்டேன்." சோவியத் மக்களைப் பற்றி, அவர்களுடைய படைப் பாற்றல் முயற்சியைப் பற்றி எழுத அவர் திட்டமிட்டிருந்தார், ஆனால் அவ்வாறு செய்ய இயலாதபடி நோய் அவரைத் தடுத்தது. 1938இல் அவர் காலமானார்.

மலோஹ்*

1

ஆலைச் சங்கினின்றும் வந்த நீண்ட ஒலியானது புதிய வேலை நாளை அறிவித்தது. நிலத்திற்கு மேலாகப் பரப்பியபடி வந்த, ஆழ்ந்த, கரகரப்பான ஒலியானது பூமியின் அடிவயிற்றிலிருந்து வருவது போலக் காணப்பட்டது. மழை கால ஆகஸ்டு மாத நாளின் கருமை தோய்ந்த விடியலானது துயரார்ந்த நிலையையும், தீக்குறியையும் தோய்த்துக் கொண்டது போல எழுந்தது.

பொறியியலாளர் பப்ரோவ் தேநீர் அருந்தும் அடையாளம் காணப்பட்டது. கடந்த சில நாட்களாக அவர் முன்னிலும் அதிகமாகத் தூக்கமின்மையால் துயரப்பட்டுக் கொண்டிருந்தார். தலைக்கனத்துடன் அவர் படுக்கைக்குச் சென்றாலும், ஒவ்வொரு கணத்தையும் ஒரு குலுக்களுடன் தொடங்கினாலும், அமைதியற்ற தூக்கத்திற்கு அவரால் எப்படியோ தூங்கிப் போக முடிந்தது; ஆனால் விடியலுக்கு நீண்ட நேரத்திற்கு முன்பே நொறுக்குறுமாறும், எரிச்ச லடையுமாறும் அவர் எழுந்தார்.

இது ஐயத்திற்கிடமின்றி மனம், உடல் இவற்றின் முயற்சிக் கடுமையினாலும், மெய்யுறுதிப் பாட்டுடன் போராடு வதற்காகச் சமீபத்தில் அவர் தொடங்கியிருந்த மார்பியா ஊசிகளைப் போட்டுக் கொள்ளும் பழைய பழக்கத்தினாலுமே ஆகும்.

இப்போது அவர் சன்னலின் முன் அமர்ந்து, தேநீரை அருந்திக் கொண்டிருந்தார். அது உயிர்ப்பற்றதாகவும் சுவையற்றதாகவும் இருந்தது. பலகணிச் சட்டங்களுக்குக் கீழாக மழைத்துளிகள் தாறுமாறாக விழுந்து அமைதியைக் குலைத்தபடி குட்டைகளில் சலசலப்பொலியை ஏற்படுத்தின. சன்னல் வழியாகச் சதுரமான ஒரு சின்னக் குட்டையையும், அதைச் சுற்றிலுமிருந்த கிளைகளும் கொம்புகளும் தாறுமாறாகச் செறிந்த அலரிச்செடிகளின் அடிமரங்களையும், செம்பழுப்பு நிறமான இலைகளையும் அவரால் காண முடிந்தது. குட்டைக்கு மேலாகக் காற்று வீச்சு சிறிய அலைகளைப் பரப்பியது, அதே வேளை அலரிச்செடிகளின் இலைகள் சலசலப்பை ஏற்படுத்தியபடி இருந்தன. வாடிய புற்கள் மழையில் அடிபட்டு

---

*மலோஹ் – பண்டைய ஃபினீகியாவில், சூரியன், தீ, போர் இவற்றின் கடவுள். குழந்தைகளை நெருப்பிலிட்டு இக்கடவுளுக்குப் பலி கொடுத்தார்கள். மலோஹுக்கும் பலி யிடுவதற்குப் புதியபுதிய மனிதர்கள் தேவைப்பட்டார்கள் என்பதை இச்சொல்குறியீடாகக் கொண்டிருக்கிறது. (ப-ர்.)

செம்மணி வளையல்

ஊக்கமிழந்தபடி தரை நோக்கிக் கவிழ்ந்திருந்தன. பக்கத்து கிராமம், கருமையான, ஒழுங்கில்லாமல் ஓரப்பகுதி வெட்டுண்டு தொடுவானத்தை நோக்கி நீண்டு கிடந்த காடு, கருப்பு மற்றும் மஞ்சள் நிறம் பூசப்பட்டது போன்ற நிலம் ஆகியன பழுப்பு நிறம் போன்றும், பனியில் தெளிவற்றது போன்றும் காணப்பட்டன.

மெழுகுத்துணி மழை அங்கியால் மூடிமறைத்தபடி பப்ரோவ் வெளியே சென்ற போது மணி ஏழு. நரம்புக் கோளாறுடைய பலரைப் போல, காலையில் மகிழ்ச்சியின் மையை உணர்ந்தார்: அவரது உடலில் தளர்ச்சி காணப்பட்டது, யாரோ வலுவாக அழுத்திக் கொண்டிருந்தது போல அவரது கண்கள் மந்தமாக வலித்தன, அவரது வாய் கசப்பது போல இருந்தது. ஆனால் மற்ற எதைக் காட்டிலும் அதிகம் வேதனை தந்தது தனக்குத்தானே சமீப காலத்தில் அவர் கண்டுகொண்ட முரண்பாடேயாகும். வாழ்க்கையை மிகச் சாதாரணமாகவும், மகிழ்ச்சியானதாகவும், நடைமுறை நோக்கிலும் பார்த்த அவருடைய சகாக்கள், இந்தளவுக்கு ரகசிய வேதனையை அவருக்கு ஏற்படுத்தியது எது என்று பெரும்பாலும் நகைத்திருக்கக் கூடும்; எந்த வகையிலும் அவர்கள் அவரை அறிந்து கொண்டிருக்க முடியாது. ஆலையில் வேலை மீதான அவருடைய பெரு வெறுப்பு, பேரச்சத்தால் படிப்படியாகக் கூடிவந்த உணர்வு, கடந்து சென்ற ஒவ்வொரு நாளிலும் உயர்ந்துகொண்டே சென்றது.

அவருடைய மூளையின் வீச்சு, அவருடைய பழக்கங்கள் மற்றும் சுவைகள் இவற்றைப் பார்க்கின்ற போது, வாழ்க்கைத் தொழில் நடவடிக்கைகள், அல்லது பண்ணை வேலை இவற்றை விட, எழுத்து வேலைக்குத் தன்னைத்தானே ஈடுபடுத்திக் கொள்வதே அவருக்குச் சிறந்ததாக இருக்கமுடியும். பொறியியல் அவருக்கு நிறைவைத் தரவில்லை. கல்லூரியில் மூன்றாம் ஆண்டு படித்த போது அதை விட்டு அவர் வெளியேறியிருக்க வேண்டும், ஆனால் தனது தாயாரின் வற்புறுத்தலுக்காகப் படித்தார்.

எதார்த்தத்தின் செப்பமற்ற பாதிப்பின் கீழ் அவருடைய சுவை நலமிக்க, பெரும்பாலும் பெண்மை வகைந்த இயல்பு கொடுமையாக பாதிக்கப்பட்டது. இந்த வகையில் உயிரோடு தோலுரிக்கப்படும் ஒருவனுடன் தன்னையே அவர் ஒப்பிட்டுக் கொண்டார். சில நேரங்களில் அற்ப விஷயங்கள் மற்றவர்களால் கவனிக்கப் படாதது அவருக்கு ஆழ்ந்த, நீடித்த அலைக்கழிப்பை ஏற்படுத்தியது.

தோற்றத்தில் எளிமையானவராகவும், தற்பெருமையற்றவராகவும் பப்ரோவ் இருந்தார்... குள்ளமாக இருந்தார், ஒரு வகையில்

மெலிந்திருந்தார். ஆனால் வலிமை பொருந்தியவாறு, திடீர் எழுச்சிமிக்க சக்தியோடு சுவாசித்தார். அவரது முகத்தின் குறிப்பிடத்தக்க அமிசமாக இருந்தது உயரமான வெண்ணிற நெற்றியாகும். அவருடைய விரிந்த கண்மணிகள் அந்தளவுக்குப் பெரிதாக இருந்தன அச்சாம்பல் நிறக் கண்கள் கருப்பாகக் காணப்பட்டன. அவரது மயிரடர்ந்த ஒழுங்கற்ற புருவங்கள் மூக்குத் தண்டில் இணைந்திருந்தன, கண்கள் நிலைத்த நோக்கை, ஒருவகையில் கடு நோன்பாளருக்குரிய வெளிப்பாட்டைக் காட்டின. அவரது உதடுகள் மெல்லியதாகவும், உணர்ச்சி கொண்டதாகவும் இருந்தன. ஆனால் கொடுமையானதாக இல்லை, அவரது வாயின் வலது மூலையானது இடது பக்கத்தைக் காட்டிலும் சிறிது செவ்வொழுங்கு இல்லாமல் இருந்தது; அவரது அழகான மீசையும் தாடியும் ஓர் இளைஞனுடைய தைப் போன்று சிறிதாகவும், போதாததாகவும் இருந்தன. அவரது தெளிவான முகத்தின் கவர்ச்சியானது நடைமுறையில் அவரது முறுவலிப்பிலேயே இருந்தது. அவர் முறுவலித்த போது ஆர்வமும் கனிவும் மிக்கத் தோற்றம் அவரது கண்ணில் ஏற்படும், அவரது முழு முகமுமே கவர்ச்சிமிக்கதாக மாறும்.

அரை மைல் நடைக்குப் பிறகு பப்ரோவ் ஒரு மேட்டில் ஏறினார். ஆலையின் விரிந்த காட்சியானது, இருபது சதுர மைல்களை உள்ளடக்கியது, அதற்குக் கீழே பரவிக் கிடந்தது. அது சிவப்புச் செங்கலால் ஆன அசலான நகரம், உயரமாகச் சிலிர்த்தெழுந்த, புகைக்கறி படிந்த புகைப்போக்கிகளுடனும், கந்தகம் மற்றும் உருக்கி வார்க்கப்பட்ட இரும்பின் விரும்பத்தகாத வாடையுடனும், முடிவே காணாத காதைச் செவிடாக்கும் பேரொலிகளும் கொண்டது. அந்த இடத்தை ஊதுலை உலைக்களத்தின் நான்கு வல்லமைமிக்க புகைப்போக்கிக் கூம்புகள் ஆக்கிரமித்துக் கொண்டிருந்தன. அவற்றிற்கு அருகில், வெப்ப மூட்டப்பட்ட காற்றை விநியோகிப்பதற்காக எட்டு வெப்ப ஊதுலை உலைக்கள் அடுப்புகளும், வட்டமாகக் குவிந்த கூரைகளுடன் எட்டு பெரிய இரும்பு கோபுரங்களும் உயர்ந்து நின்றன. ஊதுலை உலைக்களங்களைச் சுற்றிப் பரந்து கிடந்த பிற அமைப்புகளாவது: பழுது நீக்கு மனைகள், ஒரு வார்ப்புரு மையம், ஒரு சலவைத் துறை, ஒரு வாகனக் கொட்டம், ஒரு தண்டவாளத் தயாரிப்பு ஆலை, திறந்த அடுப்பு உலைக்களம் மற்றும் தேனிரும்பாக்கும் உலைக்களங்கள் இதுபோல.

ஆலைப் பரப்பெல்லை மூன்று மிகப் பெரிய இயற்கையான படிவரிசைகளால் சரிந்திருந்தது. சிறிய ரயில் என்ஜின்கள் எல்லாத் திசைகளிலும் ஓடின. கீழ்மட்ட அளவில் பார்வைக்கு வருகின்ற போது, அவை மேல் நோக்கி கிறீச்சென்ற ஒலியெழுப்பிக் கொண்டு விரைந்தன. ஓரிரு நொடிகளுக்குச் சுரங்கப் பாதைகளில் காணாமற் போய்விடும், திரும்பவும்

வெண்ணிற நீராவியால் சூழப்பட்டபடி விரைந்து வெளியேறும், பாலங்களின் மேலே சலசலப்பொலியை ஏற்படுத்தி, இறுதியாகக் காற்றின் வழியே பறந்து கொண்டிருப்பது போல, உலோகத் தாதுவையோ, கல்கரியையோ ஊதுலை உலைக்களத்தின் புகைப்போக்கிக் கூம்பு ஒன்றிற்குள்ளாகக் காலி செய்வதற்காகக் கற்சாய்கால்களின் நெடுகிலும் விரைந்து ஓடின.

அதற்கும் அப்பால். அந்த இயற்கையான படிவரிசைகளைத் தாண்டி, ஐந்து மற்றும் ஆறாவது ஊதுலை உலைக்களங்களின் கட்டுமானப்பணி நடைபெறும் இடத்தில் ஒழுங்கற்ற நிலை மேலோங்கியிருப்பதைப் பார்க்கையில் மனம் சஞ்சலமுறலாம். கணக்கிட முடியாதபடி பல்வேறு அளவுகளிலும், வண்ணங்களிலுமான கற்கள் மற்றும் செங்கற்களின் உடைக்கப்பட்ட குவியல்கள், மணற் குவியல்களின் பிரமிடுகள், தளவரிசைக் கற்களின் மேடுகள். இரும்புத் தகடுகள் மற்றும் மரத்துண்டு அடுக்குகள் இவற்றின் மீது அச்சமூட்டுகிற கிளர்ச்சி ஏற்பட்டது போல அது இருந்தது. ஒவ்வொன்றும் ஒழுங்கோ, காரணமோ இன்றி, நான் தோன்றித்தனமாகக் குவிக்கப்பட்டது போலக் காணப்பட்டது. நூற்றுக்கணக்கான வண்டிகளும், ஆயிரக்கணக்கான ஆட்களும், சிதைவுற்ற எறும்புப் புற்றில் உள்ள எறும்புகளைப் போல ஆரவாரம் செய்து கொண்டிருந்தனர். வெண்ணிற, உறைப்பான சுண்ணாம்புத் தூசி காற்றிலே மூடுபனி போலத் தொங்கியது.

அதற்கும் மேலே அப்பால், தொடுவானத்தை ஒட்டி, ஒரு நீண்ட சரக்கு இரயில் வண்டிக்கு அருகில் குழுமியபடி வேலையாட்கள், பாரத்தை இறக்கிக் கொண்டிருந்தார்கள். வண்டிகளினின்றும் நழுவிய செங்கல்கள் கீழே பலகைகளில் தொடர்ச்சியான நீரோடை போல ஓடின, இரும்புத் தகடுகள் பெருத்த ஓசையுடன் கீழே விழுந்தன, மெல்லிய பலகைகள் ஆடியபடியே காற்றின் ஊடாகப் பறந்தன. காலி வண்டிகள் இரயிலை நோக்கி அப்பால் நகர்ந்த போது, உயரமாகச் சரக்கேற்றப்பட்ட வண்டிகள் கட்டுத்தளையுடன் வந்தன. ஆயிரக்கணக்கான ஒலிகள் நீளசையுடன் விரைந்து பேசும் கூக்குரல்களோடு ஒன்றிணைந்தன: கற்கொத்தர்களுடைய கொத்துளிகளின் தெளிவான ஒலிகள், அப்பால் கொதிகலன் தறையுமிடத்தில் ஆணி தறைபவர்கள் ஓங்கியறையும் ஒலிகளும், நீராவிச் சம்மட்டிகளின் பலத்த மோதல் ஒலிகளும், நீராவிக் குழாய்களின் சக்தி மிக்க 'உஸ்' என்ற சீட்டி ஒலிகளும், சில நேரங்களில் குரலடங்கி வருவதும். எங்கோ பூமிக்கடியில் வெடிப்பது பூமியை அதிரச்செய்வதும் கேட்டது.

அது கவனத்தை முற்றாகக் கவரும், நடுக்கத்தைத் தோற்றுவிக்கும் காட்சியாக இருந்தது. இங்கே மிகப் பெரிய பன்முகப்பட்ட, துல்லியமான எந்திரம் போல மனித உழைப்பு முழு வீச்சில் இருந்தது. ஆயிரக்கணக்கான

மக்கள்–பொறியியலாளர்கள், கல் கொத்தர்கள், மெக்கானிக்குகள், தச்சர்கள், ஃபிட்டர்கள், மண் தோண்டுபவர்கள், சில்லரை மர வேலை செய்பவர்கள், கருமான்கள் – தங்களுடைய வலிமையையும் நலத்தையும், தங்களுடைய கூரறிவையும் சக்தியையும் கொடுப்பதற்காக, தப்பிப் பிழைக்கும் போராட்டத்தின் உறுதியான சட்டத்திற்குக் கீழ்ப்படிந்து, தொழில் முன்னேற்றத்தில் வெறுமனே மேலும் ஓர் எட்டு வைப்பதற்காக, பூமியின் பல்வேறு மூலைகளினின்றும் ஒரு மித்து வந்திருந்தனர்.

அன்றைய நாளைக் குறிப்பாகத் துயரமிகுந்ததாக பப்ரோவ் உணர்ந்தார். ஓர் ஆண்டில் மூன்று அல்லது நான்கு முறை ஒரு விநோதமான மனச்சோர்வில் மூழ்கிப் போவார் அதே நேரம் எரிச்சலூட்டும் மனநிலையையும் அடைவார். வழக்கமாக அது மேக மூட்டமான இலையுதிர் காலத்துக் காலையிலோ, மாலையிலோ, குளிர்காலத்தின் உருகு நிலையின் போதோ ஏற்பட்டது. ஒவ்வொன்றும் சோர்வானதாகவும், ஒளி மங்கியதாகவும் காணப்படும், மக்களுடைய முகங்கள் நிறமற்றவை போல, அருவருப்பாக அல்லது நோயுற்றது போலக் காணப்படும். அவர்களுடைய வார்த்தைகள், எங்கோ தொலைவினின்றும் வந்தது போல ஒலிக்கும், அது அலுப்பைத் தவிர மற்றெதையும் ஏற்படுத்தாது. அன்று தண்டவாளத் தயாரிப்பாலையைச் சுற்றி வருகையில், வெளிறிய, நிலக்கரி படிந்த, நெருப்பில் காய்ந்த தொழிலாளர் களின் முகங்களைப் பார்த்த போது அவர் குறிப்பாக எரிச்சலுற்றார். அவர்கள் பாடுபடுவதை அவர் கவனிக்கையில், இரும்புப் பாளங்களின் அனல் பறக்கும் வெப்பக் காற்று அவர்களது உடல்களைச் சுட்டுப் பொசுக்க, அகன்ற கதவு வழியாக இலையுதிர் காலத்தின் துளைக்கின்ற காற்று வீச, அவர்களது உடல் சார்ந்த துயரங்களின் ஊடாகத் தானும் போய்க் கொண்டிருப்பது போல அவர் உணர்ந்தார். மணமகன் போன்ற தனது தோற்றத்திற்காக, தனது அருமையான பட்டுத் துணிக்காக, ஆண்டுக்கு மூவாயிரம் ரூபிள் உள்ள தனது சம்பளத்திற்காக அவர் வெட்கப்பட்டார்...

2

உற்றுக் கவனித்தபடி பற்றவைப்பு உலைக்களம் அருகே அவர் நின்றார். ஒவ்வொரு நிமிடமும் அதனது மிகப் பெரிய கொழுந்து விட்டெரியும் வாயானது, ஒன்றன் பின் ஒன்றாக, கடு வெப்பமான உலைக்களத்திலிருந்து அப்போதுதான் வந்திருந்த வெப்பமான எஃகுத் துண்டுகளின் முந்நூற்று இருபது கிலோவை விழுங்குவதற்காக அகலத்திறந்திருந்தது. கால் மணி நேரம் கழித்து டஜன் கணக்கான பயங்கரமான ஓசையுடன் கடந்து சென்று, அந்த ஆலையின் தொலை தூரத்துக் கோடியில் நீண்ட, வாளங்களின் வடிவத்தில் அவை குவித்து வைக்கப்பட்டன.

பின்னிருந்து ஒருவன் பப்ரோவின் தோளைத் தொட்டான். நச்சரிப்புடன் அவர் சுழன்று திரும்பிய போது, அவரது சகாக்களில் ஒருவரான சிவிஜேவ்ஸ்கியைப் பார்த்தார்.

எப்போதுமே இலேசாக வளைந்த உருவத்துடன், கூனிச்செல்வது அல்லது வளைந்திருப்பது போன்ற தோற்றத்துடன், நிலைபேறுடைய நமட்டுச் சிரிப்புடனும், தனது குளிர்ந்த, ஈரமான கைகளைத் தொடர்ந்து தேய்த்துக் கொண்டும் இருக்கும் இந்த மனிதன் பால் பப்ரோவ் ஆழ்ந்த வெறுப்புக் கொண்டிருந்தார். அவனைப் பற்றி ஒருவித உவப்பான, ஒருவிதக் கொஞ்சுதலானதும், கெடு நோக்கானதுமான எண்ணம் இருந்தது. ஆலையின் வதந்தியை மற்ற எவரையும் விட எப்போதுமே முன்னதாக அவன் அறிந்திருந்தான், அதனால் யார் பெரிதும் நிலைகுலைந்து போவார்களோ அவர்களிடம் தனிச்சிறப்பான சுவையுடன் தெரிவித்தான்; பேசுகின்ற போது பரபரப்படைவான், ஒவ்வொரு நொடியும் பக்கவாட்டை, தோள்களை, கைகளைப் பிடித்து கொண்டிருப்பான், யாரிடத்தில் பேசுகிறானோ அவருடைய சட்டைப் பொத்தான்களையும் பிடித்துக் கொள்வான்.

“ரொம்பக் காலமா நான் உங்களைப் பார்க்கலியே, நண்பரே,” என்று நமட்டுச் சிரிப்புடன் பப்ரோவின் கையைப் பற்றி இழுத்தான். “சும்மா உட்கார்ந்து புத்தகங்கள் படிக்கிறீங்கன்னு நினைக்கிறேன்?”

அவனது கையை உதறியபடி “காலை வணக்கம்” என்று விருப்பமில்லாதபடி பப்ரோவ் பதிலளித்தார். “என் உடம்புக்கு ஏதோ அவ்வளவு நல்லாயில்லே இப்போ.”

“ஸினேன்கோ வீட்டில் ஒருத்தரும் உங்களைப் பார்க்கல,” சிவிஜேவ்ஸ்கி தனிக்குறிப்புடன் தொடர்ந்தான். நீங்க ஏன் அங்கே போறதில்லே? அன்றைக்கு இயக்குநர் அங்கே தான் இருந்தார்; நீங்க எங்கேன்னு அவர் கேட்டார். பேச்சு ஊதுலை உலைக்களத்தைப் பற்றித் திரும்பியது, உங்களைப் பத்தி ரொம்ப உயர்வா அவர் பேசினார்.”

“எவ்வளவு ரொம்பப் புகழ்ச்சி,” பப்ரோவ் கிண்டலுடன் பேசி, இரைஞ்சினார்.

“இல்லே. நான் சுண்டிப்பான முறையில் பேசிக்கிட்டிருக்கிறேன்... இயக்குநர் குழு உங்களை மிகவும் பொருத்தமா. விரும்பினா இன்னும் அதிகம் செல்லக் கூடிய என்ஜினியர் என்று மதிப்பதாக அவர் சொன்னார். அவரது கருத்துப்படி, ஆலையை வடிவமைக்கும்படி நாம் பிரெஞ்சுக்காரர்களைக் கேட்டிருக்கக் கூடாது. ஏன்னா நம்ம நாட்டிலேயே உங்களைப் போல அநுபவசாலிகளை நாம பெற்றிருக்கோம்.

"இப்போது அவன் ஏதோ ஆபாசமானதைச் சொல்லப் போகிறான்", என்று பப்ரோவ் நினைத்தார்.

"ஒன்னு மட்டும் பரிதாபமானது, அதாவது நீங்க ஒரு மர்மமான ஆசாமி என்பது போல சமூகத்திலிருந்து விலகி அப்பால் இருப்பதாக அவர் கூறினார். உங்களை என்ன செய்யுறது அல்லது உங்களிடம் எப்படிப் பேசுகிறது என்பது யாருக்கும் தெரியல. ஓ, அப்படித்தான்! மிகப் பெரிய செய்தியை உங்களிடம் சொல்ல மறந்து போய் நான் இப்போ எதையெதையோ, சொல்லிக் கொண்டிக்கேன்... நாளைப் பன்னிரெண்டு மணி ரயிலுக்கு எல்லாரும் ரயில் நிலையத் தில் இருக்கணும்னு இயக்குநர் விரும்புறார்."

"திரும்பவும் யாரையாவது சந்திக்கப் போறோமா, நாம?"

"சரியாச் சொன்னீங்க, யாருன்னு சொல்லுங்க?"

சிவிஜேவ்ஸ்கியின் முகம் சூழ்ச்சியும் பெருமிதமும் கொண்டதாக மாறியது. தனது கைகளை உரசிக் கொண்டான், மிகுந்த மகிழ்ச்சியுடன் காணப்பட்டான். ஏனெனில் ஆர்வமூட்டும் செய்தி ஒன்றை அவன் சொல்லவிருந்தான். "உண்மையாகவே எனக்குத் தெரியாது..." என்றார் பப்ரோவ் . "மேலும், ஊகிக்கிறதில் நான் ஒன்றும் திறமை சாலி அல்ல."

"ஓ, தயவுசெய்து முயற்சி செய்யுங்க... குறஞ்சது மேலெழுந்தவாரியா யார் பேரையாவது சொல்லுங்க..."

பப்ரோவ் எதுவும் சொல்லவில்லை, நீராவி வடிகுழாய் வேலை செய்வதைப் பார்ப்பது போல பாவனை செய்தார். இதைக் கவனித்த சிவிஜேவ்ஸ்கி, இன்னும் அதிகப் பரபரப்புற்றான்.

"உங்களால் சொல்லமுடியாது, யாராலும் முடியாது... நல்லது, இதற்கு மேலும் உங்களை நான் ஏங்க வைக்கப்போவதில்லை. அவர்கள் கிவஷ்னினை நேரடியாக எதிர்பார்த்துக் கொண்டிருக்கிறார்கள்."

ஒளிவுமறைவற்ற இழிவான குரலில் பெயரை அவன் உச்சரித்தது பப்ரோவுக்கு வெறுப்பை ஏற்படுத்துவது போல ஒலித்தது.

"இந்த மாதிரி குறிப்பிடத்தக்கவாறு அதில் என்ன முக்கியத்துவம் இருக்கிறது?" என்று சாதாரணமாகக் கேட்டார்.

"என்ன, ஐயா, 'அதில் என்ன முக்கியத்துவம்'னு சொல்றீங்க? இருங்க, ஸார். ஏன், இயக்குநர் குழுவில் விரும்பியபடி அவர் செய்கிறார், மேலும் ஒவ்வொருவரும் குறிகாரனிடம் கேட்பது போலக் கேட்கிறார்கள். இந்த முறை கட்டுமான வேலையை விரைவுபடுத்துவதைக் குழு அவரிடம் ஒப்படைத்திருக்கிறது – அதுதான், அவரும் அதில் தன்னை ஒப்படைத்துக்

கொண்டிருக்கிறார். பாருங்க, அவர் வருகிறபோது இங்கு நரகம் எழுந்து நிற்கும். கடந்த ஆண்டு அவர் ஆலையைப் பார்வையிட்டார் – அதாவது நீங்க வருவதற்கு முன்னே, இல்லையா? நல்லது, இயக்குநரும் நான்கு என்ஜினியர்களும் வேலையிலிருந்து நீக்கப்பட்டாங்க. எவ்வளவு சீக்கிரம் நீங்க ஊதுலை வேலையை* முடிப்பீங்க?"

"முடிந்தளவுக்கு நன்றாக."

"ரொம்ப அருமை. அந்த மாதிரியான நிலையில் நாம கொண்டாட முடியும், கிவஷ்னின் இங்கே வருகிறபோது அடிக்கல் நாட்டலாம். நீங்க அவரை எப்போதாவது சந்தித்து இருக்கிறீர்களா?"

"இல்லை, ஒருபோதும் கிடையாது. உண்மையில், பெயரைத்தான் நான் கேட்டிருக்கிறேன்..."

"எனக்கு அந்த மகிழ்ச்சி கிட்டியிருக்கிறது. அவரைப்போல வேறொரு மனிதரை உங்களால சந்திக்கவே முடியாது, நான் சொல்றேன் உங்களுக்கு. பீட்டர்ஸ்பர்க்கில் உள்ள எல்லாருக்கும் அவரைத் தெரியும். ஆரம்பத்தில், தன்னுடைய வயித்துக்கு நேராகக் கையைச் சேர்க்க முடியாத அளவுக்கு அவர் தடியா இருந்தார். நீங்க என்னை நம்பலே? என் வார்த்தைகளை. அவருக்குன்னு ஒரு விஷேசமான மூடுவண்டி இருந்தது. அதுலே வலது பக்கத்திலே கீல் முழுக்கத் திறக்கிறது மாதிரி உண்டு. மேலும் அவர் ஊசிக் கோபுரம் மாதிரி வளந்தவருங்கூட, செம்பட்டை முடியும், மலர்ச்சியான குரலும். ஆனா அவர் என்ன மாதிரி புத்திசாலி நாய் தெரியுமா! கடவுளே! எல்லாக் கூட்டுப் பங்கு கழகத்திலேயும் அவர் குழுவிலே இருக்கிறார்... ஓராண்டிலே ஏழு கூட்டங்களில் கலந்துகொள்வதற்காக அவர் இரண்டு லட்ச ரூபிள் வாங்குறார்! பேரவைக் கூட்டத்திலே வேறு ஏதாவது வைக்கப்படும்போது, அவரைப் போல பாதியளவு சிறப்பாச் செய்ய ஆளுயில்லே. பங்குதாரர்கள் வெள்ளையைக் கருப்பா ஆக்குறது மாதிரி அவரால் அருமையா ஆண்டு அறிக்கை கொடுக்கமுடியும், அத்தோடு பங்குதாரர்களே குழுவுக்கு நன்றி சொல்லும்படி ஆயிடும். இதிலே அதிசயமானது என்னன்னா, தான் எதைப் பத்திப் பேசிக்கிட்டிருக்கோம் என்பதே ஒருபோதும் அவருக்குத் தெரியாது, ஏராளமா வாக்குறுதி தந்து தன் கருத்தைச் சொல்வார். நாளைக்கு அவர் பேசுறதை நீங்க கேட்கிறபோது, தன் வாழ்க்கை முழுக்க ஊதுலை உலைக்களத்தைப்

---

*உலோகத்தாதுவை உருக்குவதற்கு முன்பு ஊதுலை உலைக்களத்தைச் சூடாக்கும் அளவு கிட்டத்தட்ட 1600°C சில நேரங்களில் இது பல மாதங்களுக்குக் கூட நீடிக்கும்.

(ஆ-ர்.)

பற்றி ஆரவாரம் செய்யுறதைத் தவிர வேறு எதையும் அவர் செய்யலைன்னு நீங்க பெரும்பாலும் நினைக்கலாம். எனக்கு சமஸ்கிருதம் எந்தளவுக்குத் தெரியுமோ, அந்தளவுக்கு அவற்றைப் பத்தி அவருக்குத் தெரியும்."

"த–ர–ல–ல்–லா!" வேண்டுமென்றே கவனக்குறைவான முறையில் ராகமில்லாதபடி பப்ரோவ் பாடினார்.

"உங்களுக்கு ஓர் உதாரணம் சொல்றேன்... பீட்டர்ஸ் பர்க்கில் அவர் எப்படி வரவேற்றார் என்பது உங்களுக்குத் தெரியுமா? குளியல் தொட்டியில் அவர் அமர்ந்திருக்கிறார், தண்ணீருக்கு மேலே சற்று உயரத்திலே அவரது சிவப்புத் தலை பளபளத்துக் கொண்டிருக்கு, அதே வேளை சில பிரிவி கவுன்சிலர்கள் அல்லது மற்றவர்கள் அவருக்கு முன்னால் நிக்கிறாங்க, மரியாதையா தலை குனிஞ்சு, அறிக்கை கொடுத்தாங்க... அவர் பயங்கரமான தீனிக்காரர்... அவருக்குச் சிறந்த உணவு வகைகள் எல்லாமே தெரிந்திருந்தன. அனைத்து ரெஸ்டாரெண்டுகளிலும் மிக உற்சாகமாக வரவேற்கப்பட்டார். மூன்று ஆண்டுகளுக்கு முன்னாலே மிகவும் வேடிக்கையான நிகழ்ச்சி ஒன்று நடந்தது..."

பப்ரோவ் நடப்பதற்குத் தயாரானத்தைப் பார்க்க, சிவி ஜேவ்ஸ்கி அவரது பொத்தானை பற்றிப் பிடித்துக் கொண்டான்.

"போக வேண்டாம்..." கெஞ்சுவது போல அவன் முணுமுணுத்தான். "அது மிக வேடிக்கையானது... அதைச் சுருக்கமாச் சொல்லிருவேன்... அது இப்படித்தான் நடந்தது. மூன்று ஆண்டுகளுக்கு முன்னே, இலையுதிர் காலத்திலே, ஓர் ஏழை இளைஞன் பீட்டர்ஸ்பர்க்கிற்கு வந்தான். எழுத்தரோ என்னவோவாக இருந்தான் இந்நேரத்திலே அவன் பெயரை என்னால் நினைவுபடுத்த முடியலே. பிரச்சினைக்குரிய பரம்பரைச் சொத்தைக் கைப்பத்துறதுக்கு அவன் முயற்சி செய்து கொண்டிருந்தான், ஒவ்வொரு நாள் காலையிலும், பல்வேறு அலுவலகங்களுக்கிடையே தனது சுற்றை முடித்து விட்டு, ஒரு பெஞ்சில் உட்கார்ந்து கால் மணி நேரம் ஓய்வு எடுக்கிறதுக்காக கோடைப் பூங்காவிற்குள் நுழைவான்... சரி, அப்புறம். இதேமாதிரி அவன் நான்கைந்து நாட்களுக்குச் செய்தான். ஒவ்வொரு நாளும் வழக்கத்திற்கு மாறா பெருத்த, செம்பட்டைத் தலைமயிர் கொண்ட ஒரு பெரிய மனிதன் பூங்காவில் சுற்றித்திரிவதைப் பார்த்தான்... அவுங்க பேசத் தொடங்கினாங்க. சிவப்புத் தலையன், கிவஷ்னினாக மாறியவன், அந்த இளைஞனைப் பற்றிய எல்லாவற்றையும் தெரிந்துகொண்டு அவனுக்காகப் பரிதாபப்பட்டான்... ஆனா அவனிடத்தில் தன்னுடைய பேரை அவன் சொல்லலே. சரி. அப்புறம். ஒரு நாள் சிவப்புத்தலையன் இளைஞனிடம் சொன்னான்: 'ஒரு குறிப்பிட்ட பெண்ணைத்

திருமணம் செய்யவும், பிறகு அவளிடமிருந்து பிரிஞ்சு போகவும், அப்புறம் அவளைப் பார்க்கவே மாட்டாய் என்பதற்கும் நீங்க சம்மதிக்கிறீங்களா?' அந்த நேரத்தில் இளைஞன் பட்டினி கிடந்துவந்தான். 'நான் சம்மதிக்கிறேன்' என்றான். எனக்கு எவ்வளவு கிடைக்கும் என்பதை மட்டுமே அது பொருத்திருக்கு, மேலும் நான் பணத்தை முதல்லே விரும்புறேன்.' அந்த இளைஞன் நேத்துப் பிறந்தவன் இல்லைங்கிறதை நீங்க கவனிக்கணும். சரி, அப்புறம்... அதை ஓர் ஒப்பந்தமா செய்துகிட்டாங்க. ஒரு வாரத்துக்குப் பிறகு, அந்த இளைஞனுக்கு மாலை நேரச் சட்டை போட்டு கிராமப்புறத்திலிருந்த ஒரு சர்ச்சுக்குக் காலைக் கருக்கலில் கூட்டிப் போனான். அங்கே கும்பல் எதுவும் இல்லே; மணப்பெண் காத்துக்கிட்டு இருந்தா. கவனமா மூடிமறைக்கப்பட்டபடி, ஆனா அவள் அழகும் நல்ல இளமையும் வாய்ந்தவ என்பதை நீங்க பார்க்கமுடியும். சடங்கு ஆரம்பமானது. தன்னுடைய மணப்பெண் ஒருவகையில் சோர்வா இருப்பதை அந்த இளைஞன் கவனித்தான். ஆகவே முணுமுணுத்தபடி அவளிடம் பேசினான்: 'உங்களுடைய விருப்பத்திற்கு மாறா நீங்கள் இங்கே வந்திருப்பது போலத் தெரிகிறது.' அவள் பதில் பேசினாள்: 'நீங்களும் அப்படித்தான் என்பது தெரிகிறது.' அந்த வகையில் அது பற்றி எல்லாவற்றையும் அவங்க கண்டுபிடிச்சாங்க அந்தப் பெண்ணுடைய சொந்தத் தாயார் அவளைத் திருமணத்திற்குக் கட்டாயப்படுத்தியது போலத் தோன்றியது. பாருங்க, தன் மகளை கிவஷ்னினுக்கு ஒரேயடியாகக் கொடுக்கிறதுக்கு அவளுடைய மனசாட்சி இடந்தரலே... சரி, அப்புறம்.. சற்று நேரத்துக்கு அதுபோல அவர்கள் பேசினார்கள்... அதன்பிறகு அந்த இளைஞன் அவளிடம் சொன்னான்: 'நாம ஒரு தந்திரம் செய்வோமா, சரியா? நாம இரண்டு பேருமே கொஞ்ச வயசுக்காரங்க, நமக்காக இன்னும் அதிர்ஷ்டம் காத்துக்கிட்டு இருக்கலாம், ஆக கிவஷ்னினை நிற்கவைத்து விட்டு நாம போகலாம்.' அந்தப் பெண்ணோ உறுதியான எண்ணமும், நல்ல புத்தியும் படைத்தவ. 'அப்ப சரி,' என்றாள், 'நாம அதைச் செய்வோம். திருமணம் முடிந்து எல்லாரும் சர்ச்சுக்கு வெளியே வந்து கொண்டிருந்தபோது, கிவஷ்னின் மகிழ்ச்சியில் திளைத்துப் போனான். தனக்குப் பணத்தை முன்னதாகவே தரும்படி இப்போது இளைஞன் ஏற்பாடு செய்தான். அது ஏராளமான பணம், ஏன்னா இதுமாதிரி விஷயத்துக்கு கிவஷ்னின் நிறையப் பணம் கொடுப்பார். புது மணத் தம்பதிகளை நோக்கி கிவஷ்னின் நடந்துபோய், தன்னால முடிஞ்ச அளவுக் கேலி செய்து அவுங்களை வாழ்த்தினான். அவன் சொன்னதை அவுங்க கேட்டு நன்றி சொன்னாங்க, பிறகு அவுங்களுடைய புரவலரைக் கூப்பிட்டாங்க, திடீரென்று குதித்தோடி வண்டிக்குள் சென்றார்கள். 'என்ன இது, இப்போ? எங்கே நீங்க போறீங்க?' 'ஏன், எங்களுடைய திருமண முதல் மாதத்தைக் கொண்டாடுவதற்காக நாங்க

ரயில் நிலையத்துக்குப் போய்க் கொண்டிருக்கோம். ஓட்டு, வண்டிக்காரரே!' கிவஷ்னினை நடுவில் விட்டுவிட்டு அவுங்க புறப்பட்டாங்க. மற்றொரு சந்தர்ப்பத்திலே, என்ன? பிறகு இன்னும் ஒரு... என்ன, நீங்க ஏற்கெனவே புறப்பட்டு விட்டீர்களா, அந்திரேய் இல்யீச்?" மிகவும் தீர்மானமான முறையில் பப்ரோவ் தனது தொப்பி விளிம்பைக் கீழ்நோக்கிச் சாய்த்தபடி வைத்துக் கொண்டும், தனது மேலங்கியின் பொத்தான்களை மாட்டிக் கொண்டும் இருக்கவே, சிவி ஜேவ்ஸ்கி தனது வம்பளப்பை நிறுத்தினான்.

"மன்னிக்கணும், எனக்கு நேரமில்லே," என்று சோர்வோடு பப்ரோவ் பதிலளித்தார். "உங்க கதையைப் பொருத்தவரை, இதை ஏற்கெனவே கேட்டோ, எங்கேயோ படித்தோ இருப்பதாக நினைக்கிறேன்.. போயிட்டு வாறேன்."

தனது அரைகுறை நடத்தையால் சங்கடப்பட்டுப் போன சிவிஜேவ்ஸ்கிக்குத் தனது முதுகைக் காட்டியபடி, தொழிற் கூடத்தை விட்டு விரைவாக நடந்து சென்றார் பப்ரோவ்.

3

ஆலையிலிருந்து திரும்பி வந்த பப்ரோவ் அவசர அவசரமாக உணவை முடித்துக் கொண்டு முன் தாழ்வாரத்தை நோக்கி நடந்தார். கருஞ்சிவப்புக் குதிரை ஃபேர்வேயிக்கு சேணம் பூட்டும்படி சொல்லப்பட்ட அவருடைய வண்டியோட்டி மித்ரோஃபான், ஆங்கிலச் சேணவாரை இறுக்கிக் கொண்டிருந்தான். ஃபேர்வே தனது வயிற்றை உப்ப வைத்துக் கொண்டு, கழுத்தைப் பலமுறை விரைவாகத் திருகிக்கொண்டு மித்ரோஃபானுடைய சட்டைக் கையில் உரசும். பின்னர் மித்ரோஃபான் அதைப் பார்த்துக் கோபத்தோடு செயற்கையாகக் குரலைக் கனமாக்கிக் கொண்டு கத்துவான்: "அசையாம இரு, பிச்சைக்காரப்பயலே!" பிறகு பலமாக மூச்சுத்திணறியபடி தொடர்ந்தான்: "சும்மா அவனைப் பாரேன், மிருகமே."

ஃபேர்வே – வலிமை வாய்ந்த மார்பும் நீண்ட உடலும். ஒல்லியான, ஒருவகையில் கொண்ட, நடுத்தர உயரம் வளைந்த பிட்டத்தையும் வாய்ந்த பொலிகுதிரை, பொறுப்புமிக்க குளம்புகளுடனும் காற்குழைச்சுகளுடனும், மயிரடர்ந்த தனது வலிமைமிக்க கால்களால் எடுப்பான முறையில் நின்றது. வளைந்து காணப்பட்ட பக்கத் தோற்றத்தையும், நன்கு துருத்திக் கொண்டிருந்த குரல்வளை கொண்ட நீண்ட கழுத்தையும் கலைவல்லுநர் ஒருவர் அங்கீகரிக்காமல் இருக்கக்கூடும். ஆனால், எந்த டோன் குதி ரையையும் வேறுபடுத்தும் இந்தக் கூறுகள். ஜெர்மானிய நாய்களுடைய

வளைந்த கால்களையும், செட்டர் நாய்களின் நீண்ட காதுகளையும் போல, ஃபேர்வேயிக்கு அழகு கூட்டியிருப்பதாக பப்ரோவ் நினைத்தார். மேலும் ஆலையில் வேறு எந்தக் குதிரையாலும் ஃபேர்வேயை விஞ்ச முடியாது.

எந்த ஒரு நல்ல ருஷ்ய குதிரை வண்டிக்காரனைப் போலவே, குதிரைகளை முனைப்போடு கவனிப்பது தனது கடமை என்றும், தானும் சரி வேறு எந்த விலங்காயினும் சரி எந்தவித இரக்கத்தையும் அநுமதிக்கக் கூடாது என்றும் மித்ரோஃபான் கருதினான். மேலும் அதனை 'குற்றவாளி' 'அழுக்குப் பிண்டம்', 'கொலைகாரன்' இன்னும் வேசிமகன்' என்ற பெயர்களில் அழைத்தான். எனினும், அவனது உள்ளத்தில், ஃபேர்வேயின் மீது மிகுந்த அன்பு கொண்டிருந்தான். அவனுடைய பாசமானது, பப்ரோவின் உபயோகத்திலுள்ள ஆலையின் மற்ற இரு குதிரைகளான ஸ்வாலோவையும், கருங்கடல்காரனையும் விட ஃபேர்வேயை நன்கு பார்த்துக்கொள்வதிலும், அதிக ஓட்ஸ் தருவதிலும் தெரிந்தது.

"அதற்குத் தண்ணீர் காட்டினாயா. மித்ரோஃபான்?" என்றார் பப்ரோவ்.

மித்ரோஃபான் உடனடியாகப் பதில் பேசவில்லை. ஒரு நல்ல வண்டியோட்டி என்ற முறையில் உரையாடுவதில் அவன் ஆழ்ந்த சிந்தனையும், தன் மதிப்பு வாய்ந்தவனாகவும் இருந்தான்.

"ஆமாம், அந்திரேய் இல்யீச், தண்ணீர் காட்டினேன். அலைக்கழிக்காதே, சனியனே!'' குதிரையைப் பார்த்துக் கோபமாகக் கத்தினான். "அலட்றதுக்கு உனக்குச் சொல்லித் தாரேன். வெறுமனே சேணத்துக்காக நமைச்சல் காட்டுது. ஐயா, அது அந்த ஆர்வத்தில் இருக்கு."

ஃபேர்வேயிடம் நடந்து போய் கடிவாளத்தைத் தனது இடது கையில் பப்ரோவ் எடுத்தாரோ இல்லையோ, பெரும்பாலும் நாள்தோறும் நடக்கும் அதே நிகழ்ச்சி நடந்தது. நெருங்கி வந்து கொண்டிருந்த பப்ரோவை கோபத்தோடு ஒரு கண் பக்கப் பார்வை பார்த்துக் கொண்டிருந்த ஃபேர்வே, உரசித்தேய்க்கவும், சிலிர்க்கவும் தொடங்கியது, தனது பின்னங்கால்களால் களிமண்ணை வாரி இறைக்கவும் செய்தது. அங்கவடியில் தனது காலை நுழைக்க முயற்சித்தபடி, ஒற்றைக் காலில் பப்ரோவ் அதற்குப் பக்கத்தில் குதித்தார்.

"கடிவாளம் மாட்டு, மித்ரோஃபான்!" கடைசியாக அங்கவடியைப் பிடித்தபோது அவர் இரைந்தார்; அடுத்த கணம் அவர் சேணத்தின் மீது தாவியமர்ந்தார்.

தன் மீது சவாரி செய்பவனின் குதி முள்களை உணர்ந்தபடி, ஃபேர்வே

உடனே கீழ்ப்படிந்தது; கனைத்துக் கொண்டும், தலையை ஆட்டிக் கொண்டும் அது பல முறை தனது அடியை மாற்றியது, வெளிவாசலிலிருந்து துள்ளுகின்ற பாய்ச்சலில் ஓடத் தொடங்கியது...

வெகு சீக்கிரத்திலேயே துடிப்பான சவாரியில், காதுகளைத் துளைத்த குளிர்காற்றின் ஊதல் ஒலியும், இலையுதிர் காலத்தின் நறுமணமும், இலேசாக ஈரம் படிந்த தரையும், வேதனை தணித்து பப்ரோவினுடைய செறிவற்ற நரம்புகளைக் கிளறியது. மேலும் ஸினேன்கோவிடம் செல்லும் ஒவ்வொரு முறையும் அவர் மகிழ்ச்சியையும், கிளர்ச்சியூட்டும் செருக்கையும் உணர்ந்தார்.

ஸினேன்கோ குடும்பமானது அப்பா, அம்மா மற்றும் ஐந்து மகள்களையும் கொண்டதாக இருந்தது. ஆலையின் பண்ட சாலைக்கு அப்பா பொறுப்பாக இருந்தார். சோம்பேறித்தனமாகவும், பார்வைக்கு நல்லியல்பு கொண்டவரைப் போலத் தோற்றமளித்த அவர், உண்மையில் மிகவும் முனைப்பும், நயவஞ்சகமும் கொண்டவர். ஒருவருக்கும் தெரியாமல் உண்மையை மூடிமறைத்து, தங்களுடைய மேலதிகாரிகளை ஏற்றுக்கொள்வது போல நயமின்றி பாராட்டவும், தங்களது சகாக்களுக்கு எதிராக நாணமற்றுச் சொல்லவும், தங்களுக்குக் கீழ்ப்பட்டவர்களை அசுரத்தனமான சர்வாதிகார முறையில் நடத்தவும் கூடியவர்களில் ஒருவராக அவர் இருந்தார். மிக அற்பமானவற்றிற்கு விவாதிக்கும் அவர் முரட்டுத்தனமாகக் கத்துவார், எவருடைய மறுப்பையும் செவிமடுக்க மறுத்துவிடுவார்; நல்ல உணவை விரும்பினார், ராகமில்லாதபடி ஒரே மாதிரியாகப் பாடும் உக்ரேனிய குழுப்பாட்டின் மீது அவர் விருப்பமாக இருந்தார். மழுப்பல் நடவடிக்கைகளும், சிறிய பழுப்பு நிறக் கண்களும் கொண்ட, மெலிந்த, நோய்பிடித்த தனது. மனைவியால் கவனக் குறைவாக நடத்தப்பட்டார். அவளது கண்கள் மூக்கை ஒட்டி நெருக்கமாக அமைந்திருந்தன.

மகள்களுடைய பெயர்கள் மாக்கா, பேத்தா, ஷூரா, நீனா மற்றும் காஸ்யா என்பனவாகும்.

ஒவ்வொரு மகளும் குடும்பத்தில் ஒரு பொறுப்பு கொடுக்கப்பட்டிருந்தார்கள். மாக்கா, பக்கப் பார்வையில் ஒரு மீன் போன்ற பெண்ணாகிய அவள், ஒரு தேவதைக்குரிய மனநிலையைப் பெற்றிருந்தாள். “நமது மாக்கா தன்னடக்கமே உருவானவள்,” என்று, உலாவரும் போதோ, மாலை நேர விருந்தின் போதோ அவளது பெற்றோர்கள், சொல்வார்கள், தனது இளைய தங்கைகளின் மீது உள்ள அக்கறையால் அவள் தன்னைத்தானே சிறப்பற்றவளாக்கிக் கொண்டாள் (ஏற்கெனவே அவள் முப்பதைத் தாண்டி விட்டிருந்தாள்).

பேத்தா புத்திசாலியாகக் கருதப்பட்டாள், மூக்குக் கண்ணாடி அணிந்திருந்தாள், பெண்களுக்கான பயிற்சிகளில் சேரவேண்டும் என்று அவள் ஒருமுறை விரும்பியதாகவும் அவர்கள் கூறினார்கள். அவள் தன் தலையை, இழுவைக் குதிரையைப் போல ஒரு பக்கம் சாய்த்து வைத்துக் கொண்டாள், நீரில் அமிழ்த்துவது போன்ற நடை பாணியுடன் நடந்தாள். ஒவ்வொரு புதிய பார்வையாளரிடமும் ஆண்களைவிடப் பெண்கள் சிறந்தவர்கள், மிகவும் நேர்மையானவர்கள் என்று முனைந்து கூறுவாள். அல்லது சூதுவாதற்ற விளையாட்டுத்தனத்துடன் பேசுவாள்: "நீங்க எவ்வளவு கூர்மதி படைச்சவர்... இப்போ எனது குணத்தை உங்களாலே ஊகிக்க முடியலியா?" உரையாடல் தரமான குடும்பப் பிரச்சினைகள் குறித்துத் திரும்பியபோது, "யார் பெரியவர்: லெர்மந்தோவா பூஷ்கினா?" அல்லது "இயற்கை மக்களை அன்புள்ளவர்களாக்குதா?" போர்க் களத்துக் களிறு போல பேத்தா முன்னுக்குத் தள்ளப்படுவாள்.

மூன்றாவது மகள், ஷூரா, திருமணமாகாத ஆண்களிடம் மாறிமாறி சீட்டு விளையாடுவதைத் தனது சிறப்பாகக் கொண்டிருந்தாள். தனது கூட்டாளி திருமணம் செய்துகொள்ளப் போகிறான் என்பதை அறிந்த உடனேயே, தனது ஏமாற்றத்தையும் சஞ்சலத்தையும் குறைத்துக்கொண்டு, புதிய ஆளைப் பொறுக்கிக் கொள்வாள். விளையாட்டு நிச்சயமாக இனிமையான சின்னஞ்சிறு கேலிகளாலும், கவர்ச்சியூட்டும் போக்கித்தனத்தாலும் இணைந்து செல்லும். அவளுடைய கூட்டாளி 'அற்பம்' என்று அழைக்கப்பட்டு சீட்டுகளால் தட்டப்பட்டான்.

நீனா குடும்பத்தின் செல்லப்பிள்ளையாகக் கருதப்பட்டாள் செல்லங்கொடுத்துக் கெட்டவள், ஆனால் அருமையான குழந்தை தடித்த உருவங்களுடனும், ஒருவிதமான முரடு தட்டிய அருவருப்பான முகங்களுடன்கூடிய தனது சகோதரிகளுக்கு மத்தியில் அவள் கருத்தைக் கவரு முறையில் நின்றாள். காணரிய, எளிதில் முரிவது போன்ற சிறிய உருவம், பகட்டான கைகள், அழகிய, ஈர்த்துப் பற்றும் மச்சங்களுடன் கூடிய கருமை வாய்ந்த முகம், சிறிய இளஞ்சிவப்பு நிறக் காதுகள், அளவுமீறி வளர்ந்த, இலேசாகச் சுருண்ட முடி கொண்ட நீனாவினுடைய தோற்றம் பற்றி, ஒருவேளை திருமதி ஸினேன்கோ மட்டுமே விளக்கிச் சொல்லியிருக்க முடியும். அவளது பெற்றோர் அவளிடத்தில் மிகப்பெரும் நம்பிக்கை கொண்டிருந்தார்கள், ஆகவே ஒவ்வொன்றிலும் அவளை ஈடுபடுத்தினார்கள்; அவளது விருப்பத்திற்கேற்ற இனிப்புகளைச் சாப்பிடவும், கவர்ச்சியூட்டுவது போல கரகரத்த ஒலியுடன் பேசவும், தனது மற்ற சகோதரிகளைக் காட்டிலும் நன்கு உடையணியவும் அவள் சுதந்திரம் அளிக்கப்பட்டிருந்தாள்.

இளையவள், காஸ்யா, பதினான்கு வயதே ஆனவள், ஆனால் அசாதாரணமான இந்தக் குழந்தை ஏற்கெனவே தனது தாயை விட உயரமான தலையையும் தோள்களையும் பெற்றிருந்தாள், தன்னுடைய சக்தி மிக்க தோற்ற வகையில் தனது மூத்த சகோதரிகளை விஞ்சி நின்றாள். அவளது உருவமானது, நகரத்திலிருந்து ஆலை தொலைவில் இருந்த காரணத்தால், பெண் சிநேகிதிகளே இல்லாது முழுமையாக மறுக்கப்பட்டிருந்த, ஆலையிலிருந்த இளைஞர்களின் கண்களால் கவரப்பட்டிருந்தது. பிஞ்சில் பூத்த ஒரு பெண்ணுடைய சூதுவாதற்ற வெட்கங்கெட்ட தன்மையால் அவர்களது உறுத்த பார்வைகளை காஸ்யா பெற்றாள்.

குடும்பக் கவர்ச்சிகளின் இந்தப் பங்கீடு ஆலையில் உள்ளவர்களுக்கு மிக நன்றாகத் தெரியும், ஒரு குறும்பன் ஒருமுறை சொன்னான், ஒரே நேரத்தில் ஸினேன்கோவின் ஐந்து பெண்களையும் ஒருவன் திருமணம் செய்தாக வேண்டும். அல்லது யாரையுமே இல்லை. என்ஜினியர்களும், தங்களுடைய செயல்முறை பயிற்சியை ஆலையில் செய்து கொண்டிருந்த மாணவர்களும் ஸினேன்கோவின் வீட்டை ஓர் ஓட்டல் போலப் பார்த்தார்கள், காலை முதல் இரவு வரை அதை மொய்த்தார்கள்; பெருமளவு சாப்பிட்டார்கள், அதிகமாகவே குடித்தார்கள், ஆனால் திருமண வலையை வியக்கத்தக்க சாமர்த்தியத்தோடு தவிர்த்தார்கள்.

ஸினேன்கோ குடும்பத்தினர் ஒரு வகையில் பப்ரோவை வெறுத்தார்கள். ஒவ்வொன்றையும் சலிப்பு மற்றும் மகிழ்ச்சி என்ற அலுத்துப்போன குறுகலான சீரொழுங்கிற்குள்ளாக கொண்டுவர முயன்ற திருமதி ஸினேன்கோ, பப்ரோவின் நடத்தையினால், தனது பண்பற்ற சுவையால் அதிர்ச்சியுற்றாள். நல்ல மனநிலையில் இருக்கும்போது அவர் வெடித்த கிண்டலான கேலிப் பேச்சு எல்லாக் கண்களையும் அகலத் திறக்க வைத்தது; பல மாலை நேரங்களில் இறுதியாக அவர், களைப்பினாலும் எரிச்சலினாலும் வாயை மூடிக்கொண்ட போது, ரகசியமானவராகவும், கர்வமானவராகவும், ஏளனம் செய்பவராகவும் கருதப்பட்டார்; மேலும் – எல்லாவற்றிலும் மிக மோசமானது ‘பத்திரிகைகளுக்குக் கதைகள் எழுதுபவராகவும், அவற்றிற்கான பாத்திரங்களைப் பொறுக்குபவராகவும்” அவர் சந்தேகிக்கப்பட்டார்.

மேசைக்கு முன்னர் இருக்கும்போது இந்த வெறுமையான எதிர்ப்பைத் தெரிவிக்க கவனக்குறைவாக இருப்பது அல்லது திருமதி ஸினேன்கோ வியந்து குலுக்குவது இவற்றை பப்ரோவ் அறிந்திருந்தார், ஆனால் இன்னமும் தொடர்ந்து அந்த வீட்டிற்குப் போய் வந்தார். நீனாவைக் காதலித்தாரா என்பதை அவரால் சொல்லமுடியாது. சந்தர்ப்பவசமாக வீட்டை விட்டு மூன்று அல்லது நான்கு நாட்களுக்கு வெளியே தங்க நேர்ந்தபோது இனிமையும்,

செம்மணி வளையல்

அலைக்கழிக்கும் துயரமும் அவர் நெஞ்சை வருத்த அவளை நினைத்துப் பார்ப்பார். அவளது ஒடுங்கிய, அழகிய உருவத்தை, அவை முறுவலிக்கையில் நிழல் படிந்த களைப்புற்ற அவளது கண்களையும், ஏதோ காரணமாக இளம் பாப்ளார் மொட்டுகளின் வாசனையை அவருக்கு நினைவூட்டிய அவளது உடலின் நறுமணத்தையும் அவர் கற்பனை செய்து பார்த்தார்.

ஆனால் ஸினேன்கோக்களுடன் தொடர்ச்சியாக மூன்று மாலை நேரங்களில் அவர் இருக்க நேரிட்டபோது மட்டுமே, அவர்களுடைய குழுவால், எப்போதுமே ஒரே மாதிரியாகவும். ஒரே சூழ்நிலையிலும் இருந்த அவர்களுடைய பேச்சால், பொதுப்படையானதும், செயற்கையான அவர்களது முகபாவங்களாலும் சலிப்படைந்தார். சிறப்பில்லாத, விளையாட்டுத்தனமான உறவுகள் அந்த ஐந்து 'இளம் பெண்களுக்கும்', அவர்களை 'காதல் முற்றுகையிட்ட' (ஸினேன் கோக்களால் பயன்படுத்தப்பட்ட வார்த்தைகள்) 'காதலர்களுக்கும்' இடையே ஏற்பட்டிருந்தன. இரு தரப்பினருமே முரண்பாடான முகாம்களை உருவாக்க பாவனை செய்தார்கள். அவ்வப்பொழுது காதலர்களில் ஒருவன் தன்னுடைய இளம் பெண்ணிடமிருந்து கேலிக்காக எதையாவது திருடினான், அதைத் திரும்பத் தரப்போவதில்லை என்று அவளுக்கு உறுதி கூறினான்; இளம் பெண்கள் பிணங்கவும், தங்களுக்குள் கிசுகிசுக்கவும் செய்தார்கள், கேலி செய்தவனை 'அற்பம்' என்று அழைத்து எரிச்சலூட்டுவது போல உரக்கச் சிரித்தார்கள். இதுபோன்ற விஷயம் நாள்தோறும் நடந்தது, முதல் நாள் செய்தது போல முற்றிலும் அதே வார்த்தைகளும், சைகைகளுமே பயன்படுத்தப்பட்டன. ஸினேன்கோக்களின் வீட்டிலிருந்து தலை வலியோடும், அவர்களது பகட்டு நடையால் ஏற்பட்ட நரம்புத்தளர்ச்சியோடும் பப்ரோவ் திரும்புவார்.

இம்மாதிரியாக நீனாவுக்கான ஆர்வநாட்டம், எப்போதுமே வெதுவெதுப்பான அவளது கைகளைப் படபடப்புடன் பற்றுதல், அந்தக் குடும்பத்தின் சலிப்பூட்டுகிற, பாதிக்கப்பட்ட நடத்தைகளின் மீது வெறுப்பை பப்ரோவின் உள்ளத்திலே மாறிமாறி ஏற்படுத்தியது. தனது அருவருப்பான பசப்பு ஏய்ப்பு மற்றும் ஆன்மீக வெறுமை இவற்றால் தங்களது திருமண வாழ்க்கையை அவள் நரகமாக்கி விடுவாள் என்பதையும், உள்ளபடியே அவளும் அவரும் மாறுபட்ட மொழிகளில் சிந்தித்தார்கள் பேசினார்கள் என்பதையும் அவர் உணர்ந்திருந்தாலும், அவளைத் திருமணம் செய்ய முற்றிலும் தயாராக இருந்த கணங்கள் ஏற்படவே செய்தன. ஆனால் அவர் தன் மனத்தைத் தயார் செய்துகொள்ள முடியாது, மௌனமாக இருந்தார்.

இப்போது, ஷெபெதோவ்காவுக்கு அவர் சவாரி செய்கையில், இந்த விஷயத்திற்கோ, அந்த விவகாரத்திற்கோ அவர்கள் என்ன சொல்லப்

போகிறார்கள், அவர்களுடைய முகபாவங்கள் எப்படி இருக்கப் போகின்றன என்பதைக்கூட அவர் முன் கூட்டியே அறிந்திருந்தார். தாழ்வாரத்தில் இருந்து குதிரை மீது தான் வருவதைப் பார்த்ததும். எப்போதுமே "அருமையான இளைஞர்களுக்காகக்' காத்துக்கொண்டிருந்த, அந்த இளம் பெண்கள், யார் வந்து கொண்டிருப்பது என்பதைப் பற்றி நீண்ட சர்ச்சையில் இறங்கி விடுவார்கள் என்பது அவருக்குத் தெரியும். அவர் நெருங்கி வரும் போது, சரியாக ஊகித்த இளம் பெண் துள்ளிக் குதித்து. தனது கைகளைத் தட்டி, நாக்கால் ஒலியெழுப்பி. துடுக்கோடு வியந்து பேசுவாள், "சரி. இப்போது? நான் சரியாக ஊகித்தேன். இல்லையா?" பிறகு அவள் ஆன்னா அஃபனாசியெவ்னாவிடம் ஓடுவாள், "பப்ரோவ் வருகிறார். அம்மா, முதலில் நான்தான் சரியாகச் சொன்னேன்!" மேலும், சோம்பேறித்தனமாகத் தேநீர் கிண்ணங்களைக் காயவைத்துக் கொண்டிருந்த அவள் தாயோ, நீனாவிடம் கூறுவாள் – நீனாவைத் தவிர வேறு யாரிடமும் இல்லை— ஏதோ வேடிக்கையானதும், எதிர்பாராததுமான ஒன்றை அவளிடம் கூறுவது போலக் கூறுவாள்: "பாரு, நீனா, பப்ரோவ் வருகிறார்." இறுதியில் பப்ரோவ் உள்ளே நுழைவதை எல்லாருமே வியப்போடு பார்த்தபடி இருப்பார்கள்.

4

வழிநெடுகிலும் சீறிக்கொண்டும், ஆர்ப்பரித்துக் கொண்டும், கடிவாளவாரில் இழுபட்டபடி ஃபேர்வே சென்றது. ஷெபெதோவ்கா எஸ்டேட் பார்வைக்குத் தெரிந்தது. அதனுடைய வெண்ணிறச் சுவர்களும், சிவப்புக் கூரையும் கடலிச்செடிகள் மற்றும் வேல மரங்களின் அடர்த்தியான பசுமைக்கூடாக இடர்ப்பாட்டோடு தெரிந்தது. கீழே. மலையின் அருகில் பசுமை நிறக்கரைகளை ஏற்படுத்தியபடி சிறு குட்டை ஒன்று தெரிந்தது.

வீட்டின் படிகளின் மீது ஒரு பெண் நின்றுகொண்டிருந்தாள். பிரகாசமான மஞ்சள் நிறச் சட்டை அணிந்திருந்த நீனாவை பப்ரோவ் அடையாளம் கண்டு கொண்டார். இந்தச் சட்டை அவளது கருமைநிறத்தை மிகவும் அழகானதாகக் காட்டியது. உடனடியாகக் குதிரையின் கடிவாளத்தைப் பிடித்து இழுத்து நிமிர்ந்து உட்கார்ந்து, தனது கால்களைப் பின்னுக்கு இழுத்து, அங்கவடிகளின் உள்ளாகத் திணித்தார்.

"திரும்பவும் உங்களது செல்வத்தின் மீது பயணமா. என்ன? அந்தக் குரூபமான விலங்கை வெறுமனே பார்க்கக்கூட என்னால் முடியவில்லை!" என்று நீனா செல்லங்கொடுத்துக் கெடுக்கப்பட்ட குழந்தையின் மூர்க்கத்தனமான குரலில் கத்தினாள். அவர் மிகவும் வாஞ்சையோடு இருக்கின்ற அவரது குதிரையைப் பற்றி அவரிடம் கேலி செய்கின்ற

25

பழக்கத்தை நீண்டகாலமாகவே அவள் கொண்டிருக்கிறாள். பொதுவாக, யாரேனும் எப்போதுமே ஸினேன்கோவினுடைய வீட்டில் கேலிக்கு ஆளாகி வந்திருக்கிறார்கள்.

தன்னை நோக்கி ஓடி வந்த ஆலைக் குதிரைக்காரனிடம் கடிவாளவாரை வீசியெறிந்து, வியர்த்துப் போயிருந்த குதிரையினுடைய வலுவான கழுத்தில் தட்டிக்கொடுத்தார் பப்ரோவ். பிறகு நீனாவுக்குப் பின்னே வரவேற்பு அறைக்குள்ளாக நுழைந்தார். சமவார் அருகே தனிமையில் அமர்ந்திருந்த ஆன்னா அஃபனாசியெவ்னா, பப்ரோவினுடைய வருகையால் பெரிதும் வியப்புற்றது போல பாசாங்கு செய்தாள்.

“ஓ! அப்படியா? அந்திரேய் இல்யிச்!” என்று சலிப்பூட்டுகிற சந்தத்தில் அவள் இரைந்தாள். “கடைசியாக இங்கே நீங்கள் வந்துவிட்டீர்கள்!”

அவன் வாழ்த்துகையில் அவள் தனது கையை அவனது உதடுகளுக்கு நேராகத் திணித்து, பலமான மூக்கொலியாலே கேட்டாள்: “தேநீர்? பால்? ஆப்பிள்கள்? உங்களுக்கு என்ன வேண்டும்?”

“Merci, ஆன்னா அஃபனாசியெவ்னா.”

“Merci oui, ou merci non?”*

இது போன்ற பிரெஞ்சு சொற்றொடர்கள் ஸினேன்கோ குடும்பத்தில் வழங்குவது சாதாரணம். பப்ரோவ் எதையுமே விரும்பவில்லை.

“பிறகு, தாழ்வாரத்திற்குப் போங்கள்,” திருமதி ஸினேன்கோ பெருந்தன்மையோடு அவரை அநுமதித்தாள். “இளைஞர்கள் பறிமுதல் ஆட்டமோ ஏதோ அங்கே விளையாடிக் கொண்டிருக்கிறார்கள்.”

அவர் தாழ்வாரத்தில் தோன்றியபோது, நான்கு இளம் பெண்களும் ஒருமித்தபடி, சரியாக ஒரே தொனியில் நாண் ஒலி போன்ற ஓசையில், அவர்களுடைய தாயாரைப் போலவே வியந்து கூறினார்கள்: “ஓ! அப்படியா? அந்தி ரேய் இல்யீச்! இங்கே உங்களைப் பார்த்து எத்தனையோ காலமாச்சு! என்ன வேண்டும் உங்களுக்கு? தேநீரா, ஆப்பிள்களா? பாலா? ஒன்றுமில்லையா? அப்படி நினைக்க மாட்டீங்க? ஏதாவது கொஞ்சம் சாப்பிடுங்க? நல்லது, இங்கே உட்கார்ந்து எங்களோடு சேர்ந்துக்கங்க.”

“நூறு ரூபிள்கள் அனுப்பப்பட்ட பெண்”, “கருத்துரைகள்” மற்றும் மழலைச்சொல் காஸ்யா அழைத்த “பந்து விளையாடுதல்” ஆகியவற்றை

---

* உங்கள் நன்றிக்கு என்ன அருத்தம் – ஆமாவா இல்லையா? (பிரெஞ்சு)

அவர்கள் ஆடினார்கள். தங்களது நெஞ்சுகளை நிமிர்த்திக் கொண்டும், ஒரு கால் முன்னுக்கும், ஒரு கை தங்களுடைய கோட்டுப் பைகளுக்குள்ளுமாக நாடகபாணி போக்கினைச் செய்துகொண்டிருந்த மூன்று மாணவர்கள் விருந்தினர்களாக இருந்தனர்; மில்லர், தனது நல்ல தோற்றத்தாலும், அறிவு மழுக்கத்தாலும், வியப்புக்குரிய வீறார்ந்த குரலாலும் தன்னை வேறுபடுத்திக் கொண்ட டெக்னீஷியன்; கடைசியாகச் சாம்பல் நிற உடை அணிந்த மிகுதிபேசாத இளைஞனை யாருமே கண்டுகொள்ளவில்லை.

விளையாட்டு நன்றாகச் செல்லவில்லை. ஆண்கள் தங்களுடைய பறிமுதலை ஆதரவு காட்டுகிற முறையில் சலிப்போடு செய்தார்கள், இளம் பெண்களோ, தங்களுக்குள்ளாகக் கிசுகிசுத்துக் கொண்டும், செயற்கையாகச் சிரித்துக் கொண்டும் ஆண்களை விளையாடவிட மறுத்தார்கள்.

மாலைக் கருக்கல் படிந்து கொண்டிருந்தது. பக்கத்து கிராமத்தின் வீட்டுக் கூரைகளுக்குப் பின்னே பெரிய சிவப்பு நிலா தொங்கிக் கொண்டிருந்தது.

"உள்ளே வந்துருங்க, குழந்தைகளே!" என்று ஆன்னா அஃபனாசியெவ்னா சாப்பாடு அறையிலிருந்து கத்தினாள். "நமக்காக மில்லரை ஒரு பாட்டுப்பாடச் சொல்லுங்க."

கண நேரத்திற்குப் பிறகு இளம் பெண்களின் குரல்கள் அறைகளின் ஊடாக ஒலித்தன.

"நமக்கு நேரம் மிக அருமையாகப் போனது," அவர்களுடைய தாயைச் சுற்றி நின்று அவர்கள் கலகலத்தார்கள். "மிக அதிகமாகவே நாம் சிரித்து விட்டோம்..."

நீனாவும் பப்ரோவும் தாழ்வாரத்திலேயே தங்கிவிட்டார்கள். கைப்பிடிக் கிராதியில் உட்கார்ந்து, தனது இடது கையால் கம்பியைத் தழுவியபடி, தன்னை மறந்த நிலையில் எடுப்பான தோற்றத்தோடு நீனா அதன் மீது சாய்ந்து கொண்டிருந்தாள். அவளது காலடியில், தாழ்வான தோட்டத்து பெஞ்சின் மீது பப்ரோவ் அமர்ந்தார்; அவளுடைய முகத்தை அவர் உற்றுப்பார்த்த போது, அவளது தொண்டையிலும், முகவாய்க் கட்டையிலும் புலன்களுக்கு இனிய கூறுகளைக் கண்டார்.

"வாங்க, ஆர்வமூட்டக் கூடிய விஷயம் எதாவது சொல்லுங்க, அந்திரேய் இல்யீச்," என்று பொறுமையில்லாதபடி அவள் கட்டளையிட்டாள்.

"உங்களுக்கு என்ன சொல்றதுன்னு எனக்கு உண்மையாகவே தெரியலெ," என்று பதிலளித்தார் பப்ரோவ். "உத்தரவுக்காகப் பேசுவது என்பது அளவுமீறிய

சிரமமானது. ஆக, பல்வேறு தலைப்புகளில் பேசுவதற்கான தொகுப்பு எதுவும் இருக்கோன்னு நான் ஆச்சரியப் படுறேன்..."

"சீ! சீ! என்ன உங்களோட ஒரே தொல்லை," என்றாள்." சொல்லுங்க, எப்போதும் நல்ல ஆர்வத்தோடு தானே இருக்கீங்க?"

"மௌனமாக இருப்பதற்கு ஏன் இவ்வளவு பயப்படுறேன்று நீங்க எனக்குச் சொல்லுங்கோ. பேச்சுக் குறைஞ்ச அந்தக் கணத்திலேயே நீங்க சங்கடப்பட ஆரம்பிக்கிறீங்க... அமைதியாப் பேசுறது அவ்வளவு மட்டமானதா என்ன?"

"இன்றைக்கு ராத்திரி நாம மௌனமாக இருப்போம்..." என்று நீனா கேலிசெய்வது போலப் பாடினாள்.

"ஆமா. அப்படியே இருப்போம். பாருங்களேன்: வானம் தெளிவா இருக்கு, நிலா சிவப்பா பெரிசா இருக்கு. இங்கே எவ்வளவு அமைதி நிலவுது... இதை விட நமக்கு வேறென்ன வேணும்?.."

"அந்த மந்தமான அற்ப வானில், இந்த மந்தமான அற்ப நிலவே," என்று நீனா ஒப்புவித்தாள். "அதோட, ஸீனா மாகொவாவை பிரத்தபோபவுக்கு மணம் பேசி முடித்ததை நீங்க கேள்விப்பட்டீங்களா? இருந்திருந்தும் அவரைப் போய் கல்யாணம் செய்யப் போறா! அந்த பிரத்தபோபவை என்னால ஏத்துக்க முடியாது." தனது தோள்களைக் குலுக்கிக் கொண்டாள். "ஸீனா அவரை மூனு முறை மறுத்தா, ஆனா இன்னமும் அவர் விடுவதா இல்லே. நாலாவது முறையா மணம் பேசினார். சரி, அவர் தனக்குத்தானே குறைபடப் போறாரு. அவரை அவள் மரியாதை செய்யலாம், ஆனா அவரை நிச்சயமா ஒருபோதும் காதலிக்கமாட்டா!"

பப்ரோவை வெறுப்போடு எழவைப்பதற்கு இந்த வார்த்தைகள் போதுமானதாக இருந்தன. ஸினேன்கோக்களுடைய வெறுமையான, சிற்றூர் சொற்றொகுதியின், "அவள் அவனைக் காதலிக்கிறாள், ஆனா அவனை மதிப்பதில்லை" அல்லது "அவள் அவனை மதிக்கிறாள் ஆனா அவனைக் காதலிப்பதில்லை" போன்ற சொல்லமைப்புகளால் அவர் எப்போதுமே எரிச்சல்பட்டிருக்கிறார். அவர்களுடைய மனங்களில் இந்த வார்த்தைகள் ஆணுக்கும் பெண்ணுக்கும் உள்ள மறைபுதிரான உறவுமுறைகளை விவரித்தன. அதேபோல, எந்த மனிதனாக இருந்தாலும், அவனுடைய ஒழுக்கம், புத்திசாலித்தனம், உடலமைப்பின் தனித்தன்மைகள் இவற்றின் முழு அளவையும் உள்ளடக்க அவர்களிடம் "கருத்த தலைமுடி" மற்றும் "சுமாரான தலைமுடி" என்ற இரண்டு சொல்லமைப்புகள் இருந்தன.

தனது கோபத்தைக் கிளற வேண்டும் என்ற வெறுமையான அவாவினால்

உந்தப்பட்ட பப்ரோவ், “இந்த பிரத்தபோபவ் என்ன மாதிரியான ஆள்?” என்று கேட்டார்.

“பிரத்தபோபவ்?” நீனா கணநேரத்திற்குச் சிந்தித்தாள். “அவர்... வந்து... ஒரு வகையில் உயரமானவர்... பழுப்பு நிற முடியுடன்!”

“அவ்வளவு தானா?”

“வேறென்ன உங்களுக்கு வேண்டும்? ஓ. ஆமாம், அவர் ஒரு தீர்வையாளர்...”

“எல்லாமே அவ்வளவுதானா? ஆனா அவருக்குப் பழுப்பு நிற முடி, அவர் ஒரு தீர்வையாளர் இதைத் தவிர்த்து வேறு நல்ல மாதிரியாக ஒரு மனிதனை விவரிக்க உண்மையாகவே உங்களால் முடியாதா, நீனா கிரிகோரியெவ்னா? எத்தனை விதமான ஆர்வ மூட்டக்கூடிய, இயல்பாகவே திறமை பெற்ற, புத்திசாலிகளை நாம் வாழ்க்கையில் சந்திக்கிறோம் என்பதைச் சற்று நினைத்துப் பாருங்கள். ‘பழுப்பு நிற முடி கொண்ட தீர்வைக்காரர்கள்’ என்பதைத் தவிர அவர்களிடம் வேறு எதுவுமே இல்லையா? குடியானவக் குழந்தைகள் எவ்வளவு ஆர்வத்தோடு வாழ்க்கையைக் கவனிக்கிறாங்க என்பதையும், அவர்களுடைய தீர்ப்பு எவ்வளவு பொருத்தமாக இருக்கிறது என்பதையும் பாருங்கள். ஆனா நீங்களோ துடிதுடிப்பும் சாதுர்யமும் கொண்ட பெண், எதிலேயும் எந்த அக்கறையும் காட்டுறதில்லே. ஏன்னா டஜன் கணக்கான வரவேற்பு சொற்றொடர்களை நீங்க கைவசம் வச்சிருக்கீங்க. யாராவது பேசுறபோது நிலவைக் குறிப்பிட்டா நீங்க நிச்சயமா ‘இந்த மந்தமான நிலவும் போல’ என்று கூறுவீங்க என்பது எனக்குத் தெரியும். ஏதாவது வழமையற்ற நிகழ்ச்சி பற்றி நான் உங்களுக்குச் சொன்னா, ‘புதுமையான கட்டுக்கதை, ஆனா கிரகிக்கச் சிரமமானது’ என்று உங்களுடைய விமர்சனம் இருக்கும் என்பது எனக்கு முன்கூட்டியே தெரியும். அது எப்போதுமே இப்படித்தான், எப்போதுமே தான்... கடவுளுக்காக என்னை நம்புங்க; எல்லாமே மூலப்படிவமும் துல்லியமும் கொண்டவை...”

“என்னிடத்தில் உரை நிகழ்த்த வேணாம்னு உங்களைக் கெஞ்சிக் கேட்டுக்கிறேன்!” என்று நீனா எதிர்த்துப் பேசினாள்.

அவர் அமைதியாகிப் போனார், வாயில் கசப்பது போல உணர்ந்தார். முழுமையாக ஐந்து நிமிடங்களுக்கு எதுவும் பேசாமலும், நகராமலும் அவர்கள் இருவரும் உட்கார்ந்தனர். திடீரென்று வரவேற்பு அறையிலிருந்து பலமான யாழ்நரம்போசை கேட்டது. சற்று கரகரத்த குரலில் மில்லர் பாடத் தொடங்கியிருப்பதை அவர்கள் கேட்டார்கள், அது மிகவும் அழுத்தமானதாக இருந்தது.

நடனம் ஓசையுடனும் வெறியுடனும் நடந்தபோது
பெருமையின் மூர்க்கமான நடையில்
நான் உன்னை – ரகசியங்களில் சோகமான, பார்த்தேன்.
உன் அழகிய முகத்திலிருந்து எட்டிப் பார்த்தேன்.

பப்ரோவினுடைய கோபம் சீக்கிரமே தணிந்து போயிற்று,

நீனாவைப் புண்படுத்தி விட்டதற்காக அவர் வருத்தப்பட்டார். "அவளுடைய புத்தம் புதிய, சூதுவாதற்ற மனத்திலிருந்து உண்மையான துணிச்சலை எதிர்பார்க்கும்படி என்னைச் செய்தது எது?" என்று நினைத்தார். "ஏன், அவள் ஒரு சிறு பறவை போல: அவள் தலைக்குள்ளாக எது முதலில் வருகிறதோ அதை அவள் கலகலக்கிறாள்; அவளுடைய கலகலப்பொலி பெண்களின் விடுதலை பற்றியும் நித்ஸ்ஷே பற்றியும் அல்லது தரங்கெட்டவர்கள் பற்றியும் பேசும் பேச்சைவிட சிறந்ததில்லை என்று யாருக்குத் தெரியும்?

"என் மீது கோபப்பட வேண்டாம், நீனா கிரிகோரி யெவ்னா," என்று வாய்க்குள்ளாகக் கூறினார். "என் நாக்கை நான் கட்டுப்படுத்தாது விட்டுவிட்டேன், முட்டாள் விஷயங்களை ஏராளமாகச் சொல்லிவிட்டேன்."

நீனா பதிலேதும் பேசவில்லை, ஆனால் கிளம்பிக் கொண்டிருந்த நிலவைப் பார்த்துக் கொண்டிருந்தாள். அந்த இருட்டில் அவளுடைய கை தொங்கிக் கிடக்க, விரல்களோடு விரலைப் பாசத்தோடு பிணைத்துக் கொண்டிருந்தார்.

"தயவு செய்து... நீனா கிரிகோரியெவ்னா..." அவர் கிசுகிசுத்தார்.

அவள் திடீரென்று அவர் பக்கம் திரும்பி விரைவான, பதற்றத்துடன் கூடிய கை குலுக்களுடன் உள்ளுணர்ச்சியை வெளிக் காட்டினாள்:

"உங்களுக்குக் கோபம் எவ்வளவு மோசமாக வருகிறது!'' மன்னிக்கின்ற முறையிலும் இடித்துரைக்கிற முறையிலும் அவள் வியந்து பேசினாள். "நான் உங்களிடம் கோபப்பட முடியாது என்பதைத் தெரிந்துகொண்டு, என்னை எப்போதுமே நீங்க புண்படுத்துறீங்க!...

திடீரென்று நடுங்கத் தொடங்கிய அவரது கையை அப்பால் தள்ளி விட்டு, அவரிடமிருந்து அநேகமாக விடுபடுவது போல, தாழ்வாரத்தைத் தாண்டி ஓடி வீட்டிற்குள் சென்றாள்.

மில்லர் காம உணர்வோடும், மனச்சோர்வுடனும் பாடினான்:

...தெரியாத தரிசனங்களில் நான் மிதந்தேன்...
உன்னை என் காதல் பெருமைப் படுத்துகிறதா அறியேன்
உன்னைக் காதலிக்கவே எனக்குத் தோன்றுகிறது.
"உன்னைக் காதலிக்கவே எனக்குத் தோன்றுகிறது.''

ஆழ்ந்து மூச்சை இழுத்துக் கொண்டும், துடித்துக் கொண்டிருந்த தனது இதயத்திற்கு மேலாகக் கையை வைத்து அழுத்தியபடியும், உணர்ச்சிவயப்பட்ட கிசுகிசுப்பில் பப்ரோவ் திரும்பச் சொன்னார்.

"ஏன், பிறகு, என்னருகில் எளிதில் உணரக்கூடிய ஆனால் ஆழமான மகிழ்ச்சி இருக்க, தெரியாத சுனவுகளின் பயனற்றவற்றில் என்னை நானே ஆற்றல் இழக்கச் செய்து கொள்கிறேன்?" என்று நினைத்து நெகிழ்ந்தார். "மிகுந்த பரிவும், மிகுந்த அழகும், மிகுந்த மென்மையும், அக்கறையும் கொண்ட ஒரு பெண்ணிடமிருந்து, ஒரு மனைவியிடமிருந்து வேறு என்ன நான் விரும்புகிறேன்? உணர்ச்சிவயப்பட்ட அற்பச் சிதைவுகளாகிய நாம் வாழ்க்கையின் மகிழ்ச்சிகளை உள்ளபடியே எடுத்துக்கொள்ள முடியாது. ஆனால், ஒவ்வொரு உணர்ச்சியையும், ஒவ்வொரு நோக்கத்தையும் கிண்டிக் கிளற வேண்டும் என்ற நம்முடைய மனநிறைவடையாத வேட்கையால், அது நம்முடையதாம், வேறு எவருடையதுமா என்றில்லாமல், அவற்றை நச்சுப்படுத்த முடியும்... இந்த மௌனமான இரவு, நான் காதலிக்கும் பெண் ணினுடைய அணிமை, அவளது இனிமையான, பேதைமைப் பேச்சு, கோபத்தின் கண நேர மின்னல், பிறகு திடீரென்ற அரவணைப்பு சொர்க்கங்கள்! வாழ்வைப் பயனுள்ளதாக்க இதனால் முடியாமலா போகும்?"

வரவேற்பு அறைக்குள்ளாக அவர் நுழைந்தபோது, மகிழ்ச்சியோடும், பெரும்பாலும் வெற்றிப் பெருமிதம் கொண்டவர் போலும் காணப்பட்டார். அவருடைய கண்கள் நீனாவினுடையதைச் சந்தித்தன, அவளுடைய கருத்தூன்றிய பார்வையிலே, தனது சிந்தனைகளுக்குப் பரிவு மிக்க விடைகளைப் படித்தார். "இவளே எனது மனைவியாக வேண்டும்." அமைதியான மகிழ்வுடன் தனக்குத்தானே சொல்லிக் கொண்டார் பப்ரோவ்.

அவர்கள் கிவஷ்னினைப் பற்றிப் பேசிக் கொண்டிருந்தார்கள். நம்பிக்கை தரும் தனது குரல் ஓசையால் அறையை நிறைத்தபடி, ஆன்னா அஃபனாசியெவ்னா, மறுநாள் தானும் ரயில் நிலையத்திற்குத் தனது "சிறுமிகளைக்" கூட்டிக் கொண்டு போகப் போவதாகத் தெரிவித்தாள்.

"வசீலி தெரேந்தியெவிச் நம்மைப் பார்க்க வேண்டும் என்று பெரிதும் விரும்பக் கூடும். எப்படியோ லீஸா பெலா கோன்ஸ்கயா – என் பெரியம்மா கணவனுடைய தம்பி மகள் – ஒரு மாதத்துக்கு முந்தியே அவர் வருவதைப் பற்றி எனக்கு எழுதியிருந்தாள்..."

"பெலா கோன்ஸ்கயாவின் அண்ணனுக்குத் தானே இளவரசி முகாவெத்ஸ்கயாவைத் திருமணம் செய்தார்கள் இல்லையா?" இந்த வாக்கியமானது திருவாளர் ஸினேன்கோவிற்கு எல்லாக் காலத்திற்கும் பயன்படுமாறு கற்பிக்கப்பட்டிருந்தது.

"ஆமாம்," ஏற்றுக்கொள்ளும் முறையில் ஆன்னா அஃபனாசியெவ்னா தலையசைத்தாள். "உனக்குத் தெரிந்த அவளுடைய பாட்டி ஸித்ரெமவுகவ்கள் வகையிலும் கூட அவள் தூரத்து உறவுக்காரி. நல்லது. ஒரு விருந்தில் தான் வசீலி தெரேந்தியெவிச்சை சந்தித்ததாக அவள் எழுதியிருந்தாள். எப்போதாவது ஆலைக்குப் போகும்படி நேர்ந்தா நம்மை வந்து பார்க்கும்படி அவரிடம் கூறியிருக்கிறாள்."

"அவரை நம்மால முறையா வரவேற்க முடியுமா, ஆன்னா?'' கவலையோடு ஸினேன்கோ கேட்டார்.

"வேடிக்கையாப் பேசுறாயே! நம்மால முடிந்ததை சிறப்பா செய்வோம். ஆனா, ஆண்டு வருமானம் முந்நூறாயிரம் ரூபிள் உள்ள ஒருத்தரைத் திருப்திப்படுத்த முடியும்னு நாம எதிர்பார்க்கக் கூடாது."

"அம்மாடியோ! முந்நூறாயிரமா!'' உறுமினார் ஸினேன் கோ. "அதைப் பற்றி நினைச்சாலே உடம்பு புல்லரிக்குது."

"முந்நூறாயிரம்!" நீனா பெருமூச்சு விட்டபடி கூறினாள்.

"முந்நூறாயிரம்!' என்று மற்ற இளம் பெண்கள் பேருவகை கொண்டபடி கூறினார்கள்.

"ஆமா, ஒரு கோபெக் இல்லாம, எல்லாத்தையும் அவர் செலவழிக்கிறார்," என்றாள் ஆன்னா அஃபனாசியெவ்னா. பிறகு, தன் மகள்களுடைய வெளியிடப்படாத சிந்தனைகளுக்கு பதில் பேசுறது மாதிரி, அவள் மேலும் தொடர்ந்தாள்: "அவர் கல்யாணமானவர். அவர் கல்யாணம் தோல்வியாப் போச்சுன்னு சொல்வாங்க. அவர் மனைவிக்கு அழகில்லை. குறிப்பிட்டுச் சொல்வது மாதிரி இல்லே. மேலும், நீங்க என்ன சொன்னாலும் சரி, ஒரு மனைவி தன் கணவனோட தொழில் நடவடிக்கைகளுக்கு எழுச்சியூட்டணும்."

"முந்நூறாயிரம்!'' என்று சன்னிப்பிதற்றல் போல நீனா திரும்பவும் கூறினாள். "அந்தப் பணத்தைக் கொண்டு என்னவெல்லாம் செய்யலாம்!"

நீனாவினுடைய எழிலார்ந்த கூந்தலுக்குள்ளாக ஆன்னா அஃபனாசியெவ்னா தனது கையை நுழைத்தாள்.

"அவரைப் போல ஒருத்தரை நீ கணவனாக அடையுறதிலே தவறில்லை, என் மகளே, இல்லையா?"

மற்றொரு மனிதனுக்குச் சொந்தமான முந்நூறாயிரம் ரூபிள்கள் வருமானம் அந்தக் கூட்டம் முழுமைக்கும் அதிர்ச்சியூட்டியது போலக்

காணப்பட்டது. லட்சாதிபதிகளின் வாழ்க்கை, அவர்களுடைய நம்பமுடியாத சிற்றுண்டிகள், அவர்களுடைய எடுப்பான குதிரைகள், அவர்கள் நடத்தும் நடன விருந்துகள், கேட்டறியாத அவர்களது வரம்புமீறிய செலவு இவை பற்றிச் சொல்லப்பட்ட கதைகளை மின்னுகின்ற கண்களுடனும், சிவந்த முகங்களுடனும் பேசினார்கள் கேட்டார்கள்.

பப்ரோவினுடைய இதயம் உணர்ச்சியற்று, சுரித்தது. மெதுவாகத் தனது தொப்பியை எடுத்துக்கொண்டு முன் தாழ்வாரத்தை நோக்கி மறைவாக நடந்து சென்றார். எனினும், எந்த வகையிலும் அவரது புறப்பாட்டை யாரும் கவனிக்கவில்லை.

துள்ளு நடையில் குதிரையைச் செலுத்தியபடி வீடு திரும்புகையில், ஏறத்தாழ மன உலைவோடு, “முந்நூறாயிரம்!” என்று நீனா கிசுகிசுத்தபோது பார்த்த அவளது கிளர்ச்சியற்ற கனவுக் கண்களை நினைவு கூர்ந்தார். அன்று காலை தன்னிடம் கூறுமாறு சிவிஜேவ்ஸ்கி வற்புறுத்திய கதையை திடீரென்று நினைத்துப் பார்த்தார்.

“அவள்... தன்னைத்தானே விற்க முடியும்!” என்று கிசுகிசுத்தார், பற்களை நெறித்துக் கொண்டு ஃபேர்வேயின் முதுகின் மீது தனது சாட்டையை கோபமாக அடித்தார்.

5

தனது வீடுவரை குதிரையில் வந்த போது, சன்னல்களில் வெளிச்சத்தைப் பார்த்தார் பப்ரோவ். “நான் வெளியே போயிருந்த நேரத்தில் டாக்டர் வந்திருக்க வேண்டும், இப்போது பெரும்பாலும் அவர் எனக்காக எதிர்பார்த்துக்கொண்டு என்னுடைய சோஃபாவில் சோம்பிக் கிடக்க வேண்டும்.” என்று நினைத்து, தனது நுரை தள்ளிய குதிரையைப் பிடித்து இழுத்தார். அப்போதைக்கு, எந்தவிதமான எரிச்சலும் இல்லாமல் உடன் இருக்கக்கூடிய ஒரே மனிதராக டாக்டர் கோல்ட்பெர்க் இருந்தார்.

இளகிய மனம் படைத்த கணிவுமிக்க யூதரை, அவரது பல்துறை சார்ந்த அறிவுக்காக, இளமையுடன் கூடிய சுறு சுறுப்புக்காக, பண்புக் கூறுகளோடு விவாதம் செய்யும் அவரது நல்லியல்புக்காக அவரை உண்மையோடு விரும்பினார். பப்ரோவ் என்ன தலைப்பில் பேசுகிறார் என்பதில்லாமல், டாக்டர் கோல்ட்பெர்க் தனது கருத்தை சமமான ஆர்வத்தோடும், மாறுதல் உறாத ஆர்வமுனைப்போடும் விவாதம் செய்வார். மேலும் இதுவரை அவர்களுடைய சலிப்பூட்டுகிற விவாதங்களில் சண்டையைத் தவிர வேறு எதையும் அவர்கள் செய்ததில்லை, தோல்வியைத் தழுவிக் கொண்ட அவர்

கள், அநேகமாக நாள்தோறும் சந்தித்துக் கொண்டார்கள்.

உண்மையிலேயே டாக்டர் சோஃபாவின் மீது படுத்துக் கொண்டிருந்தார், அவருடைய கால்கள் அதன் பின்புறத்திலிருந்தன. தனது கிட்டப் பார்வை காரணமாகதான். படித்துக் கொண்டிருந்த புத்தகத்தை மிக அண்மையில் வைத்திருந்தார். மேலெழுந்த வாரியாக அதை மெலியுஸ் எழுதிய 'உலோகத்தொழில் கையேடு' என்பதைக் கண்டு கொண்டு முறுவலித்தார் பப்ரோவ். எதைப் படித்தாலும், எப்போதுமே இடையிலிருந்து தொடங்கி சமமான ஈடுபாட்டோடு படிக்கக் கூடிய டாக்டரின் பழக்கத்தை அவர் நன்கு அறிந்திருந்தார்.

"பாருங்க, நீங்க வெளியே போயிருந்தப்ப நான் கொஞ்சம் தேநீர் பருகினேன்." என்ற டாக்டர், தனது புத்தகத்தை எறிந்துவிட்டு, தனது கண்ணாடிகளுக்கு மேலாக பப்ரோவைப் பார்த்துக் கொண்டிருந்தார். "நல்லது, என்னுடைய எசமானர் அந்திரேய் இல்யீச் நெடுகிலும் எப்படித் தாவிக்கொண்டு வந்தார்? ஐயோ, முகத்திலே எவ்வளவு கோபம்! என்ன இது? மகிழ்ச்சியற்ற துயரத்தோட புதிய சாயல் தெரியுதே?"

"வாழ்க்கை மிகவும் சலிப்பாக இருக்கு. டாக்டர்," என்று பப்ரோவ் சோர்வோடு பேசினார்.

"ஏன், என் நண்பரே?"

"அது அப்படி.... வந்து... வெறுமனே அப்படித்தான். சரி. டாக்டர், உங்க மருத்துவமனை எப்படியிருக்கு?"

"எங்கள் மருத்துவமனை பரவாயில்லை... நல்லாத்தான் இருக்கு. இன்றைக்கு மிகவும் ஆர்வமூட்டக் கூடிய அறுவைசிகிச்சை ஒன்று செய்தேன். உண்மையாகவே, அது சிரிக்கிறது போலவும், நெஞ்சைத் தொடுறது மாதிரியும் இருந்தது. இன்றைக்கு காலையில் ஒரு மசால்ஸ்க் கல் தச்சன் என்னிடம் வந்தான். இந்த மசால்ஸ்க் இளைஞர்கள் எல்லாருமே, ஒரு வித்தியாசமில்லாதபடி உரமிக்கவங்க. 'உனக்கு என்ன வேணும்?' என்று அவனைக் கேட்டேன். 'பாருங்க, டாக்டர், குழு முழுமைக்கும் நான் ரொட்டி வெட்டிக்கிட்டு இருந்தேன், எனது விரலைக் கொஞ்சம் நறுக்கிக்கிட்டேன், ரத்தம் வருவதைத் தடுக்க முடியாது.' அவனது கையை நான் சோதித்துப் பார்த்தேன்; அது வெறுமனே ஒரு கீறல் தான், கவலைப்படுறதுக்கு எதுவுமில்லை, ஆனா கொஞ்சம் சீழ்க்கட்டியிருந்தது. என் உதவியாளிடம் அதுக்குக் கட்டுப் போடச் சொன்னேன். ஆனால் அந்த இளைஞன் போகல. 'சரி, வேறு என்ன உனக்கு வேணும்? உன் கைக்கு கட்டுப் போட்டாச்சு, நீ இப்பப் போகமுடியும்.' 'அது சரி,' என்றான் அவன், 'நன்றி. ஒன்று மட்டும், பாரு, என் தலை வெடிக்கிறது.

ஆகவே அதுக்கும் ஏதாவது கொஞ்சம் மருந்து எனக்குக் கொடுப்பான்னு நெனச்சேன்.' 'உன் தலைக்கு என்ன ஆச்சு? அதுலே அடிபட்டுப் போச்சா?' அவன் மகிழ்ச்சியோட குதித்து சிரிக்கத் தொடங்கினான். 'இல்லைன்னு சொல்ல முடியாது,' என்றான். 'அன்றைக்கு நாங்க உடைக்கப் போனோம், மீட்பர் நாளன்றுதான். அதாவது மூனு நாளைக்கு முன்னாலே – வாளி அளவுக்கு நிறைய ஒயின் குடிச்சோம். சரி, நாங்க எங்களுக்குள்ளேயே முட்டாளாக்கத் தொடங்கினோம்... பிறகு, பாரு, ஒரு சண்டையிலே எப்படி, தெரியுதா? அரிவாளால் என் தலையிலே நல்ல வெட்டுக் கிடச்சது. முதல்லே அது அவ்வளவு மோசமா இல்லே... அது புண்படுத்தலே, ஆனா இப்போ என் தலை இரண்டா வெடிக்குது.' அவனுடைய தலையை சோதிச்சுப் பார்த்தேன், வெளிப்படையாகவே நடுங்கிப் போனேன். ஐயையோ! அவனது மண்டை ஓடு பிளந்திருந்தது, ஐந்து கோபெக் நாணயத்தோட அளவிலே அதிலே ஓர் ஓட்டை இருந்தது, எலும்புத் துணுக்குகள் அவனுடைய மூளையிலே குத்தியிருந்தன... இப்போது அவன் நினைவில்லாமல் மருத்துவமனையில் இருக்கிறான். அவர்கள் அற்புதமான ஆட்கள் என்று நான் கட்டாயம் சொல்லியாகணும். குழந்தைகளும் வீரர்களும் ஒன்றானது போல, பொறுமையான ருஷ்ய மூஞ்சியால மட்டுந்தான் தனது மண்டை ஓட்டை அதுபோல 'ரிப்பேர்' பார்க்க நிற்க முடியும்னு என்னால நிச்சயமாச் சொல்ல முடியும். வேறு யாரா இருந்தாலும் அந்த இடத்திலேயே ஆவியை விட்டிருப்பானுங்க. அத்தோட, அதன் பிறகு என்ன எளிமையான கிண்டல்! 'ஒரு சண்டையிலே இது எப்படி ஏற்பட்டிருக்கும் என்று உனக்குத் தெரியுமா? என்றான். இது சைத்தானுக்கு மட்டும்தான் தெரியும்!"

தனது உயர்ந்த காலணிகளுக்கு மேலாக சவுக்கை விளாசிய படியும், டாக்டர் சொல்வதை அக்கறையில்லாது கேட்டபடியும் பப்ரோவ் அறையில் நடைபோட்டுக் கொண்டிருந்தார். ஸினேன்கோவின் வீட்டில் அவரது ஆன்மாவில் தங்கிவிட்ட அந்தக் கசப்புணர்வை அவரால் இன்னமும் களைந்தெறிய முடியவில்லை.

கண நேரம் டாக்டர் பேச்சை நிறுத்தினார், பிறகு பப்ரோவ் பேசுவதற்கு விரும்பவில்லை என்பதை அறிந்து, பரிவோடு கூறினார்: "நான் உங்களுக்கு என்ன சொல்றேன்னா, அந்திரேய் இல்யீச். கொஞ்சம் தூங்க முயற்சி செய்யுங்க, ராத்திரிக்கு ஒன்னு அல்லது இரண்டு கரண்டி புரோமைடு சாப்பிடுங்க. உங்களுடைய தற்போதைய மனநிலையில் அது நல்லா இருக்கும் – குறைந்தது உங்களுக்குத் தொந்தரவு எதுவும் செய்யாது..."

அதே அறையில் இருவரும் படுத்திருந்தார்கள். படுக்கையில் பப்ரோவும், சோஃபாவில் டாக்டரும் படுத்திருந்தனர். ஆனால் யாராலும் தூங்க

முடியவில்லை. நீண்ட நேரமாக பப்ரோவ் படுக்கையில் புரண்டபடியும், பெருமூச்சு விட்டபடியும் இருப்பதைக் கேட்ட கோல்ட்பெர்க், கடைசியில் பேசினார்:

“என்ன இது, நண்பரே? உங்களுக்கு என்ன கோளாறு? உங்க மனசிலே என்ன இருக்குன்னு என்னிடத்திலே வெளிப்படையாச் சொல்ல மாட்டீங்களா? நீங்கள் எனக்குச் சொல் வீர்களேயானால் உங்களுக்கு நன்றாக இருக்கும். சோம் பேறித்தனமான ஆர்வத்தோட கேள்விகள் கேட்பதற்கு நான் ஒன்றும் அந்நிய ஆள் இல்லை.”

இந்த எளிமையான வார்த்தைகள் பப்ரோவை நெகிழச் செய்தன. அவரும் டாக்டரும் நட்பு முறையில் இருந்தாலும், அவர்களில் எவரும் ஒரு வார்த்தை கூட இது பற்றிச் சொல்லிக் கொண்டதில்லை: இருவருமே மட்டுமீறிய கூருணர்வுடையவர்களாகவும், பரஸ்பரம் குற்றத்தை ஒப்புக் கொள்ளும் தடுமாற்றத்தால் கூச்சமுடையவர்களாகவும் இருந்தனர். இருளின் உதவியாலும், பப்ரோவுக்கான தனது இரக்கத்தாலும் மனந்திறந்து டாக்டர்தான் முதலில் பேசினார்.

“ஒவ்வொன்னுமே என்னைக் கனமா அழுத்துது, வெறுப்புக் கொள்ளச் செய்யுது, ஓசிப் ஓசிபவிச்.” என்றார் பப்ரோவ் மெதுவாக. “எல்லாத்துக்கும் முதல்லே. நான் வெறுப்படைந்ததுக்குக் காரணம், மொத்த விவகாரத்தையும் நான் வெறுக்குற போது, ஆலையில் நான் வேலை செய்யுறதும் அதுக்காக நிறையப் பணம் வாங்குறதுமே ஆகும்! என்னை நான் நேர்மையானவனாகவே நினைக்கிறேன். ஆகவேதான் எனக்கு நானே துணிச்சலா கேட்டேன்: ‘நீ என்ன செய்கிறாய்? உன் வேலையால யாருக்கு ஆதாயம்?’ நான் விஷயங்களைத் தெளிவாகப் பார்க்க ஆரம்பிச்ச போது, என் முயற்சியினால் ஒரு நூறு பிரெஞ்சு பங்குதாரர்களும், ஒரு டஜன் ருஷ்ய தந்திரசாலிகளும் லட்சக் கணக்கில் லாபம் அடைகின்றனர் என்ற முடிவுக்கு வந்திருக்கிறேன். இதைச் செய்யுறதுக்காக என் வாழ்க்கையிலே சிறந்த பாதியை நான் வேலையில் செலவிடுறதிலே வேறு எந்தக் குறிக்கோளோ அறிவோ இல்லை!..”

“ஆனா இது வெறுமனே கேலிக்குரியது. அந்திரேய் இல்யீச்.” இருட்டில் பப்ரோவ் பக்கமாகத் திரும்பி டாக்டர் கூறினார். “சில முதலாளிகள் மனிதாபிமானம் நிறைஞ்சவுங்களா வரனும்ணு நீங்க விரும்புறீங்க. என் நண்பரே. இந்த உலகம் வந்த நாள் தொடங்கி, வயிற்றோட சட்டத் திற்கு உட்பட்டுத்தான் விஷயங்கள் நடந்து வருது. வேறு மாதிரியா அது இருந்ததுமில்லை, இருக்கப் போறமில்லே. ஆனா இதிலே விஷயம் என்னவென்றால் பணப் பைகளுக்கு நீங்க சாபம் கொடுக்கலே. ஏனென்றால் நீங்க அவற்றுக்கு மேலா இருக்கீங்க. முக்கியமான கட்டுரைகளிலே அவர்கள்

குறிப்பிடுவது மாதிரி 'வெற்றியூர்தி'யிலே முன்னோக்கிப் போகிற நீங்க, மனிதத் தகுதி வாய்ந்த புல உணர்வில் திருப்தியடையலியா? நாசமாப் போக! கப்பல் கம்பெனியின் பங்கு நிறைய ஆதாயப் பங்கை கொண்டு வருது, ஆனா, மனித இனத்தினுடைய புரவலர் ஃபுல்டன் என்று கருதுவதை அது தடுக்குதா?"

"என் அருமை டாக்டர்!" நச்சரிப்புமிக்க முகச் சுளிப்பை பப்ரோவ் காட்டினார். "இன்றைக்கு நீங்க ஸினேன்கோ வீட்டிற்குப் போகல. போனீங்களா, ஆனா எப்படியோ அவர்களுடைய வாழ்க்கைத் தத்துவத்தை குரல் கொடுக்குறீங்க. அதிர்ஷ்டவசமா, உங்களது கருத்தை மறுக்குறதுக்கான விவாதத்தை நான் தேடப் போவதில்லே. ஏனென்றால், உங்களுக்கு மிக விருப்பமான உங்க கொள்கையை வச்சே நான் ஜெயிக்கப் போறேன்."

"என்ன கொள்கை பற்றிச் சொல்றீங்க?.. ஒரு நிமிடம்... எந்தக் கொள்கையையும் நினைவுலே வச்சுக்கிற முடியாதுன்னு நான் பயப்படுறேன்... உண்மையாகவே என்னால முடியாது, என் நண்பரே... அது என் மனசிலேயிருந்து நழுவிப் போயிருச்சு..."

"ஓ, இது நழுவிப் போயிருச்சா? ஆனா, எங்களுடைய கண்டுபிடிப்புகளால் என்ஜினியர்களும், கண்டு பிடிப்பாளர்களுமாகிய நாங்களும் சுர வேகத்தில் சமூகத்தின் இதயத்துடிப்பை அதிகரிக்கச் செய்யுறோம்னு, பிறகு இங்கே சோஃபாவிலே உட்கார்ந்து நுரை தள்ளக் கத்தியது யாரு? ஓகோ, நான் வாழ்க்கையை, உயிர்வாயு ஜாடிக்குள்ளே அடைக்கப்பட்ட விலங்கின் நிலமையோடு ஒப்பிட்டது யாரு? நான் சரியா நினைவு வச்சிருக்கேன், என்னை நம்புங்க, இருபதாம் நூற்றாண்டினுடைய குழந்தைகள் பட்டியல் எத்தனை பயங் கரமானது – நரம்புத்தளர்ச்சி உடையவங்க, பைத்தியங்க. அதிகம் வேலை செய்தவங்க, தற்கொலை செய்து கொள்பவர்கள் – மனித இனத்தின் அதே புரவலர்களுடைய முகத்திலே நீங்க சுழற்றி வீசினீங்க. தந்தி, தொலைபேசி, மணிக்கு எண்பது மைல் வேகத்திலே போற இரயில்கள், தொலை வைக் குறைச்சிருக்குன்னு நீங்க சொன்னீங்க–உண்மையிலே நடந்திருக்கு... நேரம் அவ்வளவு மதிப்புள்ளதா மாறியிருக்கிறதா சொன்னீங்க, பகலை இரண்டு மடங்கு அதிகமாக்க சீக்கிரமே இரவையும் பகலாக்கப் போறதாச் சொன்னீங்க. மாதக் கணக்கில் முடியக் கூடிய பேச்சு வார்த்தைகள் இப்ப ஐந்து நிமிடங்களில் முடிந்து போகுது. ஆனா இந்த பயங்கரமான வேகங் கூட நமக்குப் போதுமானதா இல்லே... ரொம்ப சீக்கிரமே ஆயிரக்கணக்கான மைல்களுக்கு அப்பால உள்ள ஆட்களை நாம் கம்பி மூலமாப் பார்க்க முடியும்!... அது நிற்க, ஐம்பது ஆண்டுகளுக்கு முன்னாலே தான். கிராமப் புறத்தில் இருந்து மாநில மையத்துக்கு நம்ம மூதாதையர்கள் புறப்பட வேண்டி

இருந்த போதெல்லாம், சர்ச்சில் பிரார்த்தனை செய்துவிட்டு, தங்களுடைய துருவப் பயணத்துக்குப் போதுமான நேரத்தை ஒதுக்கிக் கொண்டு புறப்பட்டாங்க... ராட்சச எந்திரங்களின் உறுமுகின்ற, சலசலப் பொலியிலே திகைத்துப் போய், வெறி கொண்ட ஓட்டத்திலே குழம்பிப் போய், எரிச்சலுற்ற நரம்புகள், ஏறுமாறான சுவைகள், ஆயிரக்கணக்கான புதிய வியாதிகள் உடன் பயங்கரமான வேகத்திலே நாம் போய்க் கொண்டிருக்கிறோம்... உங்களுக்கு நினைவிருக்கிறதா, டாக்டர்? நீங்க தான், பயன்மிகு முன்னேற்றத்தின் காவலர், இவை எல்லா வற்றையும் சொன்னீங்க!"

எதிர்ப்பதற்காகப் பயனற்ற முயற்சிகளை மேற்கொள்ள முயன்று கொண்டிருந்த டாக்டர், பப்ரோவின் கணநேர இடை நிறுத்தத்தால் பயனடைந்தார்.

"ஆமாம், ஆமாம், என் நண்பரே, இவை எல்லாவற்றையும் நான் சொன்னேன்," என்று கூறி, சிறிது சந்தேகத்துடன் நிறுத்தினார் டாக்டர். "அதை நான் திரும்பவும் சொல்வேன். ஆனா பிறகு, சொல்லப் போனா நமக்கு நாமே கட்டாயம் சுவீகரித்துக் கொள்ளணும். எப்படியெல்லாம் நாம வாழப் போறோம்? ஒவ்வொரு தொழிலிலும் இந்த மாதிரி தந்திரமான சில விஷயங்கள் இருக்கின்றன. உதாரணமா, டாக்டர்களாகிய எங்களை எடுத்துக் கொள்ளுங்க... எல்லாமே புத்தகங்களில் இருப்பது போலத் தெளிவாக இருக்கும்னு நீங்க நினைக்கிறீங்களா? ஏன், அறுவை சிகிச்சைக்குப் பிறகு எந்த வகையிலும் எதுவுமே இல்லை என்பதிலே நாங்க உறுதியா இருக்கோம். புதிய மருந்து களையும், முறைகளையும் பற்றி நாங்க சிந்திக்கிறோம். ஆனா, உயிர் வாழற ஆயிரம் பேருக்கிடையே, ரத்த அமைப்பிலே, இதயம் வேலை செய்யுறதிலே, மரபிலே எந்த இரண்டு பேரும் ஒன்னு போல இருப்பதில்லே என்பதை நாங்க முழுசா மறந்து போய் விடுகிறோம். உண்மையான தெரப்யுடிக்கிலிருந்து நாங்க அப்பால் போயிட்டோம்–விலங்கு வைத்தியர்களின் மருந்துக்கும் அரை குறை வைத்தியர்களுக்கும். கொகெய்ன், அட்ரோபைன், ஃபினாசிடின் போன்ற எல்லா வகையாலும் மருந்துக் கடைகள் நிரம்பி வழிகின்றன; ஆனா, ஒரு நோயாளிக்கு ஒரு கிளாஸ் சுத்தமான தண்ணீர் கொடுத்து. அது சக்திமிக்க மருந்து என்றும், அவனுடைய நோயை அது குணப்படுத்தும் என்று உறுதி சொல்லவும் நாங்க மறந்து போயிட்டோம். ஆனாலும், நூற்றுக்குத் தொண்ணூறு கேஸ்களில், எங்களுடைய தொழில் முறையில் எது உதவுகிறது என்றால். எங்களுடைய தொழில் ரீதியான புனிதமான சுய உறுதியின் பேரில் உண்டாகும் நம்பிக்கைதான். நீங்க நம்ப முடியுமா? ஓர் அருமையான மருத்துவர், அதோட புத்திசாலித்தனமும் நாணயமுட கொண்டவர், ஒரு சமயம் என்னிடம் உண்மையைச் சொன்னார்.

அதாவது வேடர்கள் நாங்கள் செய்வதை விடப் பகுத்தறிவோடு தங்களுடைய நோய் பிடித்த நாய்களை குணப்படுத்துவதாகச் சொன்னார். அவர்களுடைய ஒரே மருந்து கந்தகம்–அது அதிகமான தீங்கு செய்யாது, சில நேரங்களில் நல்லா உதவும்... இது அருமையாக இல்லையா, என் நண்பரே? ஆனா நாங்களும் கூட எங்களால் என்ன முடியுமோ அதைச் செய்யுறோம்... இது தான் ஒரே வழி, ஏனென்றால் இந்த வாழ்க்கையிலே நாம எல்லாருமே கட்டாயம் சமரசம் செய்துகொள்ளணும்... சில நேரங்களில், குறிகாரனைப் போல, கஷ்டப்படுகிற சக நண்பர் ஒருத்தரை உங்களாலே குணப்படுத்த முடியும். அந்தளவுக்காவது கடவுளுக்கு நன்றி சொல்லணும்."

"ஆம், சமரசம்–சமரசம்தான்," என்று பப்ரோவ் சோர்வோடு பேசினார், "ஆனா இன்றைக்கு நீங்க மசால்ஸ்க்கல் தச்சனுடைய மண்டையோட்டிலிருந்து சிராய்களை எடுத்துட்டீங்க. இல்லையா?.."

"ஐயோ. என் நண்பரே, சரி செய்யப்பட்ட மண்டையோடு என்ன பெரிய வித்தியாசத்தை ஏற்படுத்தி விடப்போகிறது? எத்தனை வயிறை உங்களால் நிரப்ப முடியுது. எத்தனை பேருக்கு வேலை கொடுக்க முடியுது என்பதை நினைத்துப் பாருங்க. இலவாய்ஸ்கியின் 'வரலாற்றில்' கூறப்பட்டது 'ஜார் பரீஸ், மக்களுடைய செல்வாக்கைப் பெற வேண்டும் என்ற வேட்கையினாலே பஞ்ச காலத்திலே கூட பொதுக் கட்டிடங்கள் கட்டும் பணியை மேற்கொண்டதாக' அல்லது அது போல ஒன்னு... இப்ப உங்களுக்கு மிகப் பெரிய அளவிலே எது முடியுமோ அதுக்குப் பயன்பட முயற்சி செய்யுங்க..."

டாக்டருடைய கடைசி வார்த்தைகள் பப்ரோவை குலுக்கியது போலக் காணப்பட்டது, படுக்கையிலிருந்து விரைவாக எழுந்து உட்கார்ந்து தன்னுடைய வெறுங்காலை மேலே தூக்கினார்.

"பயனா?!" என்று சீற்றத்தோடு கத்தினார். "பயனைப் பற்றி என்னிடத்தில் நீங்க பேசிக்கொண்டிருக்கீங்களா? அந்தப் பிரச்சினையில், எது நல்லது அல்லது கெட்டது என்பதைப் பற்றி நீங்க உண்மையிலே தொகுத்துப் பார்க்க விரும்பினா, உங்களுக்குச் சில புள்ளி விவரங்களைச் சொல்ல என்னை அநுமதிங்க." ஒரு மேடையிலிருந்து பேசுவது போல. கூர்மையான, அளவான தொனியில் பேசத்தொடங்கினார்: "ஒரு சுரங்கம் அல்லது உலோக வேலை அல்லது ஒரு பெரிய தொழிற்சாலை இங்கு வேலை பார்ப்பது தொழிலாளியினுடைய வாழ்க்கையில் சுமாராக கால் பகுதியைக் குறைத்து விடும் என்பது நீண்ட காலமாகவே தெரியும். விபத்துகளைப் பற்றியோ, முதுகெலும்பை முறிக்கும் வேலையைப் பற்றியோ எதுவும் சொல்ல வேண்டியதில்லை. கேப்புண் அல்லது குடி இவற்றால் அல்லது

கட்டுக் குடியிருப்பிலோ, மண்குடிசைகளிலோ அந்தத் திகைக்க வைக்கிற நிலைமையில் எந்தளவுக்குத் தொழிலாளர்கள் கஷ்டப்படுகிறார்கள் என்பது ஒரு மருத்துவர் என்ற முறையிலே எனக்குத் தெரிந்ததை விட உங்களுக்குத் தெரியும்... பொறுங்க, டாக்டர் – நீங்க மறுப்பு சொல்றதுக்கு முன்னே, நாற்பது அல்லது நாற்பத்தைந்தைக் கடந்த தொழிலாளிங்க எத்தனை பேரை நீங்க தொழிற்சாலையிலே பார்த்திருக்கீங்க என்பதை நினைத்துப் பாருங்க. நான் யாரையும் சந்தித்ததில்லை. இதனுடைய அர்த்தம் என்னவென்றால் ஒரு தொழிலாளி தன்னுடைய முதலாளிக்கு ஓராண்டில் தன்னுடைய வாழ்க்கையின் மூன்று மாதங்களையும், மாதத்தில் ஒரு வாரத்தையும், சுருக்கமாச் சொன்னா ஒரு நாளைக்கு ஆறு மணி நேரத்தையும் கொடுக்கிறான்... இப்போ மேலும் இதைக் கேளுங்க... நம்முடைய ஆறு ஊதுலை உலைக்களங்களுக்கும் சுமார் முப்பதனாயிரம் ஆட்கள் தேவைப்படு வாங்க – ஜார் பரீஸ் இவ்வளவு பெரிய எண்ணை ஒருபோதும் கனவு கண்டிருக்க மாட்டார் என்று நினைக்கிறேன்! முப்பதனாயிரம் ஆட்கள் சுட்டுப் பொசுங்குறாங்க, சொல்லப் போனா. முற்றிலுமாக ஒவ்வொரு நாளும் அவர்களுடைய சொந்த வாழ்க்கையில் பதினெட்டாயிரம் மணி நேரத்தைக் கொடுக்கிறாங்க, அதாவது ஏழாயிரத்து ஐநூறு நாட்கள், அல்லது – எத்தனை ஆண்டுகளை அத்தோடு கூட்ட வேண்டும்?"

"சுமாராக இருபது ஆண்டுகள்," என்று சற்று இடை ஓய்வுக்குப் பிறகு டாக்டர் சொல்லிக் கொடுத்தார்.

"ஒரு நாளைக்குச் சுமாராக இருபது ஆண்டுகள்" என்று கத்தினார் பப்ரோவ். "இரண்டு நாள் வேலை ஒரு மனிதனைச் சாப்பிட்டு விடும். நாசமாப் போக! ஏதோ கடவுளர்களுக்காக மனிதர்களை பலி கொடுத்ததாக பைபிளில் வரும் அஸ்ஸிரியர்களையோ, மயாபிட்டீர்களையோ உங்களுக்கு நினைவிருக்கா? ஆனா, உண்மையிலேயே, அந்த நாணமில்லாத பெரிய மனிதர்களை, மலோஹையும், தகானையும்,* நான் குறிப்பிட்ட ஆட்கள் போல வெட்கித் தலைகுனியச் செய்து மானங் கெட இழிவு படுத்தணும்..."

இந்தக் குறிப்பிட்ட கணக்கீடு பப்ரோவுக்கு அப்போதைக்குத் தோன்றியது தான் (எளிதாகப் பிறர் கருத்துக்குத் தன்னை மாற்றிக் கொள்ளும் தன்மையுடைய பல ஆட்களைப் போன்ற அவர், சூடான விவாதத்தின் போது மட்டுமே புதிய கருத்துகளைக் கண்டு பிடித்தார்). எனினும், அவரும் கோல்ட்பெர்கும் வழக்கமில்லாத புள்ளிவிவரங்களால் திகைத்துப் போனார்கள்.

---

* பிலிஸ்திமியர்களிடையே செல்வத்தின் கடவுளாகத் தாகன் கருதப்படுகிறார். [ப – ர்.]

“நாசமாப் போக, நீங்க என்னைப் புலம்ப வைக்கிறீங்க,” என்றார் டாக்டர். “இந்த எண்ணிக்கைகள் வேண்டுமானால் துல்லியமற்றதாக இருக்கலாம்...”

“மேலும் உங்களுக்கு ஏதாவது தெரியுமா,” என்று முன்னிலும் அதிகமான உணர்ச்சித் துடிதுடிப்போடு பப்ரோவ் தொடர்ந்தார். “அதாவது உங்களுடைய வெறுக்கத்தக்க தேரின் ஒவ்வொரு அடி முன்னேற்றமும் மனித உயிர்களில் உள்ள விலையை பயங்கரமான துல்லியத்தோடு கணக்கிட உதவும் மற்றொரு கணக்கீட்டு அட்டவணைப் பற்றி உங்களுக்குத் தெரியுமா? ஓர் அருமையான விஷயம் உங்களுடைய நாகரிகம், அதனுடைய பயன்கள் எண் இலக்கிகங்கள், எஃகு எந்திரங்களே அலகுகள், பயனற்றவை மனித உயிர்கள்!”

“ஆனா இங்கே பாருங்க, என் நண்பரே.” என்ற டாக்டர் பப்ரோவினுடைய மூர்க்கத்தனத்தால் திடுக்குற்றுப் போனார். “பிறகு, பண்டைக் கால உழைப்பு முறைக்கே போய் விடுவது நல்லது என்று நீங்க கருதுறீங்களா? ஏன் எல்லா இருண்ட பக்கங்களை மட்டுமே எதுக்காகப் பாக்குறீங்க? மொத்தத்திலே, உங்களுடைய புள்ளி விவரங்களுக்கு மாறா, தொழிலாளர்களுக்காக ஒரு பள்ளிக்கூடம், ஒரு சர்ச், ஒரு நல்ல மருத்துவமனை, குறைந்த வட்டிக்குக் கடன் கொடுக்கிற சங்கம் ஆகியவற்றை ஆலையே ஏற்பாடு செய்திருக்கிறது...”

பப்ரோவ் படுக்கையினின்றும் குதித்து எழுந்து வெறுங்காலோடு ஓடத் தொடங்கினார்.

“உங்களுடைய அந்த மருத்துவமனையும், பள்ளிக்கூட மும், ஒரு சாதனமே அல்ல! உங்களைப் போன்ற சமூகவியலாளர்களுக்கு அது வாயிரைதானே தவிர, அதுக்கு மேலே ஒன்னுமே இல்லை. பொதுமக்களுடைய கருத்துக்கான சலுகைகள்!.. நீங்க விரும்பினா, என்னால சொல்ல முடியும், அவை எல்லாவற்றையும் பற்றி உண்மையில் நாம என்ன நினைக்கிறோம்... இதுக்கு இறுதிக்கட்டம் எதுன்னு நீங்க நினைக்கிறீங்க?”

“இறுதிக்கட்டமா? இதிலே பந்தயத்திலே குதிரைகள் சம்பந்தப்பட்டது மாதிரி எதுவுமே இல்லையே?”

“அதுவேதான். இறுதிக்கட்டம் என்பது வெற்றி தோல்வியை நிர்ணயிக்கிற இலக்குக்கு முன்னாலேயே பீறித்தெறிக்கும் கடைசி எழுநூறு அடி; குதிரை உச்ச அளவு வேகத்திலே செல்கிறது–அது அபரீதமான முயற்சி, அந்த அளவை குதிரை அடையணும் என்பதற்காக அதற்கு ரத்தம் வடிகிற அளவுக்கு விளாசுகிறார்கள். பிறகு, அந்த எல்லையை அது கடந்த பிறகு, எவரும் கவனிக்காத காரணத்தாலே அது இறந்து கூடப் போகலாம். நாமும் கூட அது போலத்தான் இருக்கிறோம். குதிரையிடமிருந்து கடைசி சக்தியை வெளியேற்ற

அதை நாம கசக்கிப் பிழிந்த பிறகு, முதுகு ஒடிந்து, கால்கள் நொறுங்கித் தூளாகிக் கீழே விழுகிறது, நாசமாப்போக அது, எதுக்குமே பயன்படாது போகும்! உங்களுடைய பள்ளிக்கூடங்களும், மருத்துவமனைகளும், இறுதிக் கட்டத்திற்குப் பிறகு தன்னுடைய கடைசி மூச்சை விட்ட குதிரைக்குக் கொடுக்கப்படும் கொழுத்த தீனி என்பது போலத் தான் பொருள்படும்... டாக்டர், நீங்க எப்போதாவது உருக்குதலையோ, உருட்டுதலையோ கவனித்திருக்கிறீர்களா? நீங்க கவனிச்சிருந்தால், வலிமை வாய்ந்த நரம்புகளும், உருக்குத் தசைகளும், சர்க்கஸ்காரனுடைய விரைவூக்கமும் பயங்கரமான அளவிலே தேவைப்படுவதை நீங்க கவனித்திருக்க வேண்டும்... வேலையில் இருக்கிற ஒவ்வொருவரும் ஒரே நாளில் பல முறை சாவிலிருந்து தப்பிக்கிறதை நீங்க அறிந்திருக்க வேண்டும்... அவனுடைய அருமையான சுயகட்டுப்பாட்டுக்குத்தான் நன்றி சொல்லணும். அம்மாதிரியான வேலைக்கு ஒரு தொழிலாளி எவ்வளவு வாங்குறான் என்பதைத் தெரிந்து கொள்ள நீங்க விரும்புறீங்களா?"

"இருந்தாலும், அங்கே ஆலை இருக்கின்ற வரை, தொழிலாளிக்கு வேலை நிச்சயம்," என்று கோல்ட்பெர்க் பிடிவாதம் செய்தார்.

"குழந்தை உள்ளத்தோட இருக்காதீங்க, டாக்டர்!" சன்னல் சட்டத்தின் மீது உட்கார்ந்து கொண்டு பப்ரோவ் இரைந்தார். "இன்றைக்குத் தொழிலாளி மற்ற எதைக்காட்டிலும் பல்வேறு உள்கிளர்ச்சிகளின் சந்தைத் தேவையையும், நிலையான வேலையையும் சார்ந்திருக்கிறான். ஒவ்வொரு பெரிய நிறுவனமும் அது செயல்படுகையில் வெல்வேறு விதமான முதலாளியின் ஆட்கள் மூலமாக மூன்று அல்லது நான்கு முறை செல்கிறது. நம்ம கம்பெனி எப்படி வந்ததென்று உங்களுக்குத் தெரியுமா? இதற்கான பணம் தொழிலதிபர்களின் சிறு குழுவால் போடப்பட்டது. ஆரம்பத்தில் தொழில் மிகச் சிறிய அளவில்தான் திட்டமிடப்பட்டது. ஆனா, எது எது என்னன்று உரிமையாளர்கள் பார்ப்பதற்கு முன்னாலேயே மூலதனத்தை என்ஜினியர்கள், இயக்குநர்கள்,ஒப்பந்தக்காரர்கள் கொண்ட குழு ஒன்று வீணாகச் செலவு செய்து மிகப் பெரும் கட்டிடங்கள் உருவாக்கப்பட்டன... ஆனா அவற்றைப் பயனற்றதென ஒதுக்கித்தள்ளி விட்டு–வெடிகுண்டு வச்சு உடைச்சாங்க. அந்தத் தொழில் அமைப்பு ஒரு ரூபிளுக்கு பத்து கோபெக்குகள் வீதம் விற்கப்பட்ட போதுதான் அது உண்மையை வெளிப்படுத்தியது. அந்தக் கழுசடைகள் ஓர் ஏற்பாட்டின் பேரில் அதில் ஈடுபட்டிருந்தாங்க. ஏன்னா அவர்களுக்குத்தான் அந்த வலிமைவாய்ந்த, கூர்மதிபடைத்த நிறுவனம் பணம் கொடுத்தது. இப்பத் தொழில் மிகப் பெரிய அளவிலே உருவாக்கப்பட்டு வருகிறது, ஆனா, முதலாவது தோல்வி எண்ணூறு தொழிலாளர்களையும், அவர்களுடைய

செம்மணி வளையல்

இரண்டு மாதச் சம்பளத்தையும் எடுத்துக் கொண்டது என்பது எனக்கு மிக நல்லாவே தெரியும். இது தான் உங்களுக்கான உங்களது சுய வேலை வாய்ப்பு! பங்குகள் குறையும் போது உடனடியாகச் சம்பளங்களும் குறைகின்றன. பங்குத்தொகை எப்படி உயர்கிறது அல்லது வீழ்கிறது என்பது உங்களுக்குத் தெரியுமா? அதைச் செய்வதற்கு நீங்க பீட்டர்ஸ்பர்க்கிற்குச் செல்ல நேரிடும். அங்கு ஒரு தரகனுடைய காதில், முப்பது லட்சம் ரூபிள் மதிப்புள்ள பங்குத் தொகை யினை நீங்க வாங்க விரும்புவதாகச் சொல்ல வேண்டும். அத்தோடு அது உங்களுக்கும் அவனுக்கும் இடையிலான ரகசியம் என்றும், அதை அவன் வெளியிடாது வாயை மூடி இருந்தால் மட்டுமே அவனுக்கு அருமையான தரகு கொடுப்பதாகவும் சொல்ல வேண்டும். பிறகு அதே விஷயத்தை மேலும் சில தரகர்களிடம் கிசுகிசுக்க வேண்டும், பங்குத் தொகையானது உடனடியா பல டஜன் ரூபிள்களுக்கு வீழ்ச்சியடையும். கூடுதலான ரகசியம் விலை வீழ்ச்சியை விரைவு படுத்துவதோடு, நிச்சயப்படுத்தவும் செய்யும்... சுய வேலை வாய்ப்பு, உண்மையில்!.."

பலமான வேகத்தோடு பப்ரோவ் சன்னலைத் திடுமெனத் திறந்தார். குளிர்ந்த காற்று அறைக்குள்ளாக விரைந்து வந்தது.

"பாருங்க, இங்கே பாருங்க, டாக்டர்!" ஆலையைச் சுட்டிக் காட்டி, பப்ரோவ் கத்தினார்.

கோல்ட்பெர்க் தனது முழங்கைகளை ஊன்றி தானாகவே எழுந்து, வெளிப்புறத்தில் இரவின் இருளில் உற்றுப் பார்த்தார். தொலைவில் மிகப் பரவலாகக் காணப்பட்ட பரப்பானது, மேற்பரப்பு நீலநிறமும் பச்சைநிறக் கந்தகச் சுவாலைகளாலும் அவ்வப்பொழுது கொழுந்து விட்டு செந்தழலாக எரிகிற சுண்ணாம்புக் கற்குவியல்களாகக் காணப்பட்டன... அவை எரிந்து கொண்டிருந்த சுண்ணாம்புக் காளவாய்களாகும். மிகப் பெரிய புகைப் போக்கிகளுடைய ஒடுங்கிய உச்சிகளின் கருத்த உருவரைகளைக் காட்டியபடி, ஆலைக்கு மேலாக, செக்கச் சிவந்த சுவாலை அலைந்தது. அவற்றினுடைய கீழ்ப்பகுதியானது தரையினின்றும் உயர்ந்து கொண்டிருந்த பழுப்பு நிறமான பனிமூட்டத்தால் மங்கலாகத் தெரிந்தன. இடைவிடாத அந்த அடர்த்தியான புகையினுடைய ராட்சச அனற்கொழுந்து, அழுக்குப் படிந்த பழுப்புநிறமான பந்துகளைப் போன்றோ, துருப்போன்ற நிறத்தில் பதஞ்செய்யப்படாத பஞ்சு போல திட்டுகளையோ தோற்றுவித்தபடி கிழக்கு நோக்கி ஒழுங்கற்ற புகைச் சுருள் தடத்தை ஏற்படுத்திச் சென்றது. எரிந்து கொண்டிருந்த வளியின் பிரகாசமான கதிர் ஒளிக்கால்கள் உயரமாக, ஒடுங்கி இருந்த தீக்கொழுந்தை முறைப்படுத்தும் பொறிகளுக்கு மேலாக, ராட்சசத் தீவட்டிகள்

போலத் தோன்றுமாறு நடுங்கியபடி நடனமாடின. புகை மேகத்தில் சேர்ந்த வளிச் சுவாலைகள் ஆலைக்கு மேலாக விநோதமான அச் சுறுத்துகின்ற பிரதிபலிப்புகளை ஏற்படுத்தியது. அவ்வப்பொழுது, சமிஞ்ஞைச் சுத்தியலின் கூர்மையான ஓசையைத் தொடர்ந்து, ஊதுலை உலைக்களத்தின் மணியானது அடங்கிப் போகும், சுவாலைகளின் சுழற் காற்றும், புகைக் கறித் தடமும், தொலை தூரத்து இடி போல கர்ஜித்தபடி, ஊதுலையின் புழைவாயிலிருந்து வானத்தை நோக்கி வீசியெறியப்படும். பிறகு, எதிர்பாரா அதிர்ச்சி தரும் திடீர் நிகழ்வுடன், ஆலை முழுதுமே ஓரிரு நொடிகளுக்குப் பார்வைக்குப் பளிச்சிடும். தோளோடு தோள் சேர்ந்தது போல நின்ற வெப்ப ஊதுலையின் கருத்த வரிசையானது, கட்டுக்கதைகளில் வரும் இரும்புக் கோட்டையின் கோபுரங்கள் போலக் காணப்படும். எரிகின்ற கல்கரி அடுப்புகள், நீண்ட, ஒழுங்கான வரிசையில் காணப்பட்டது. அபூர்வமாக அவற்றில் ஒன்று மிகப் பெரிய சிவப்புக் கண்ணைப் போல கொழுந்து விட்டு எரியும். சிவக்கக் காய்ச்சிய இரும்பின் கண்ணைக் கூசச் செய்யும் ஒளியோடு மின் ஒளியும் தனது நீலநிற மங்கலான வெளிச்சத்தைச் சேர்த்துக் கொண்டது... அங்கே தொடர்ச்சியாக உலோக ஓசைகளும் இரைச்சல்களும் கேட்டன.

ஆலை விளக்குகளினுடைய வெளிச்சத்தில் பப்ரோவின் முகம் கொடிய, செம்பு போன்ற தோற்றத்தைக் காட்டியது. அவரது கண்கள் பிரகாசமான சிவப்பாக மின்னியது. வாரப்படாத தலைமுடி நெற்றிக்கு மேலாக விழுந்து கிடந்தது. அவரது குரல் குத்தித்துளைப்பதாகவும், கோபமானதாகவும் இருந்தது.

"அதோ அங்கு தான் இருக்கிறார் – மலோஹ். சூடான மனித ரத்தத்தை விரும்புகிறார்!" என்று இரைந்தார் பப்ரோவ் தன்னுடைய மெலிந்த கையை சன்னலுக்கு வெளியே சுட்டிக் காட்டினார். "நிச்சயந்தானா, இந்த முன்னேற்றம், எந்திர உழைப்பு, கலாசார முன்னேற்றம்... ஆனா, கடவுளுக்காக அதைப் பற்றி நினைத்துப் பாருங்க – இருபது ஆண்டுகள்! ஒரு நாளைக்கு மனித வாழ்க்கையின் இருபது ஆண்டுகள்!.. சில நேரங்களில் நான் ஒரு கொலைகாரனைப் போலவே நினைக்கிறேன், சத்தியமா!.."

"நல்ல கடவுள், இந்த மனிதன் பைத்தியம்," என்று நடுங்கியபடி டாக்டர் நினைத்தார். பப்ரோவின் வேதனை தணிக்க முற்படலானார்.

"சரி, சரி, அந்திரேய் இல்யீச், என் நண்பரே. முட்டாள் தனமான விஷயங்களுக்காக எதற்குக் கவலைப் படணும்! வெளியே பனிமூட்டமா இருக்கு, நீங்க சன்னலைத் திறந்து வச்சுறீக்கீங்க... படுக்கப் போங்க, கொஞ்சம் புரோமைடு சாப்பிடுங்க – இதோ."

“அவர் ஒரு வெறியர், உண்மையாகத்தான்,” என்று பரிவும் பயமும் கலந்த உணர்வோடு நினைத்தார்.

தனது இந்தத் திடீர் எழுச்சியால் களைப்புற்ற பப்ரோவ் ஓரளவுக்குத் தனது எதிர்ப்பை விட்டுவிட்டார். ஆனால், அவர் படுக்கைக்குச் சென்றபோது திடீரென்று இசிப்பு நோய்க் கோளாறால் தேம்பத் தொடங்கினார். நீண்ட நேரத்திற்கு அவர் அருகிலேயே டாக்டர் அமர்ந்திருந்தார், சிறு குழந்தையைப் போல அவர் தலையை நெருடினார், அவருக்குத் தோன்றிய பரிவுச் சொற்களைக் கொண்டு அவரைத் தேற்றினார்.

6

மறுநாள் இவான்கவோ ரயில் நிலையத்தில் மிகச் சிறப்பான முறையில் வசீலி தெரேந்தியெவிச் கிவஷ்னின் வரவேற்கப்பட்டார். பதினோரு மணி அளவில் ஆலையின் நிர்வாகம் முழுவதுமே அங்கே திரண்டிருந்தது. ஒவ்வொருவரும் இருப்புக் கொள்ளாதது போலக் காணப்பட்டார்கள். மேலாளர், செர்கேய் வலேரியானவிச் ஷெல்கோள்னிகவ், அடுத்தடுத்து கார நீரைப் பருகினார். ஒவ்வொரு கணமும் தனது கடிகாரத்தை வெளியே இழுத்தார்– மணி என்னவென்று மேலோட்டமாகப் பார்க்காமல் கூட எந்திரகதியில் அதைத் திரும்பவும் பைக்குள் போடுவதற்காக மட்டுமே எடுத்தார் – அவருடைய நிலை கொள்ளாத் தன்மையைத் தன்னை மறந்த போக்குகள் படம் பிடித்துக் காட்டின. அவருடைய முகம் – அருமையாக இருந்தது, நன்கு சீவப்பட்டிருந்தது, சமூகத்தில் ஒரு மனிதனுக்குரிய சுயநம்பிக்கை அவர் முகத்தில் காணப்பட்டது. – மாறாமல் அப்படியே இருந்தது. அவர் கட்டுமானப் பணியின் மேலாளர் என்பது பெயரளவில்தான் என்பது சிலருக்கு மட்டுமே தெரியும். உண்மையான மேலாளராக இருந்தவர் ஆண்டிரெயா, போலந்து மற்றும் சுவீடன் இணைந்த மரபில் வந்த பெல்ஜிய என்ஜினியர். ஆலையில் அவருடைய பணியை சமயக்கூட்டில் சேர்க்கப்படாத எவராலும் சொல்லமுடியாது. இரு மேலாளர்களது அலுவலகங்களும் ஒரு கதவின் மூலம் இணைக்கப்பட்டிருந்தன, தாளின் மூலையில் எங்காவது ஆண்டிரெயா இடுகிற பென்சில் அடையாளத்தைக் கலக்காமல் முக்கிய விஷயங்களில் ஷெல்கோவ்னிகவ் தானாகவே எந்த முடிவையும் எடுக்க முனைந்து செயல்படுவதில்லை. சில அவசரமான விவகாரங்களில், கலந்து பேசுவதற்கு வாய்ப்பில்லாத போது, கவலையுடன் காணப்படும் இவர், வழக்கீட்டு ஆலோசகரிடம் எதார்த்தமான தொனியில் கூறுவார்:

“மன்னிக்கணும்... ரொம்ம வருத்தப்படுகிறேன். ஆனா உங்களுக்காக ஒரு நொடி கூட என்னால ஒதுக்கமுடியாது... எனக்குத் தலைக்கு மேலே வேலை

இருக்கு... தயவு செய்து உங்க விவகாரத்தை திரு. ஆண்டிரெயாவிடம் சொல்லுங்க, அப்புறமா ஒரு விஷேடக் குறிப்பெழுதி எனக்கு அனுப்பி வைப்பாரு."

வாரியத்துக்காக ஆண்டிரெயா செய்த பணிகள் எண்ணிக்கையற்றவை. முதல் கம்பெனியைச் சீர்குலைக்கும் புத்திசாலித்தனமான மோசடித் திட்டத்தை உருவாக்கியவர் அவர்தான். அவரும்கூட கடைசி வரை உறுதியோடு ஆனால் மறைமுகமாகச் செயல்பட்டார். அவருடைய திட்டங்கள் திகைப்பூட்டும் எளிமையாலும் முரண்பாடின்மையாலும் வித்தியாசப்பட்டன. அவை சுரங்கத்தில் இறுதி வார்த்தைகளாகக் கருதப்பட்டன. எல்லா ஐரோப்பிய மொழிகளும் பேசினார். தன்னுடைய விஷேடமான ஆய்வுப் பொருளோடு, வேறு பிற விஷயங்களையும் நிறையத் தெரிந்திருந்தார் –இது என்ஜினியர்களுக்கு மத்தியில் அரிதாகக் காணப்படக் கூடிய ஒன்று.

இரயில் நிலையத்தில் குழுமியிருந்தவர்களிலேயே, எலும்புந் தோலுமான உடலும், மனிதக் குரங்கு போன்ற முகமும் கொண்ட ஆண்டிரெயா மட்டுமே தனது வழமையான எழுச்சியற்ற நிலையில் காணப்பட்டார். கடைசியாக வந்து சேர்ந்த அவர், பிளாட்பாரத்தில் மெதுவாக நடை போட்டுக் கொண்டிருந்தார். சாசுவதமான அவரது புகையிலையைச் சவைத்த போது, அகன்று புடைத்த காற்சட்டைப் பைகளுக்குள்ளாக முழங்கை வரை அவருடைய கைகள் சென்றிருந்தன. ஒரு விஞ்ஞானியின் சக்திவாய்ந்த மனத்தையும், சாதனையாளனின் வலிமையான மன உறுதியையும் அறிவிக்கும் அவருடைய சாம்பல் நிறக் கண்கள், களைத்து. வீங்கிப்புடைத்த கண்ணிமைகளுக்குக் கீழாக எப்போதும் போல வித்தியாசமாக உறுத்துப் பார்த்துக் கொண்டிருந்தன.

ஸினேன்கோ குடும்பத்தினருடைய வருகை யாருக்கும் வியப்பினைத் தரவில்லை. எப்படியோ, ஆலை வாழ்க்கையின் ஓர் அங்கமாகவே அவர்களை ஒவ்வொருவரும் கருதி வந்திருக்கின்றனர். குளுமையான, வெளிச்சமில்லாத ரயில் நிலையக் கூடத்திற்குள்ளாக இளம் பெண்கள் தங்களது வலிந்து வரவழைக்கப்பட்ட உற்சாகத்தையும், செயற்கையான சிரிப்பையும் சேர்த்துக் கொண்டிருந்தனர். காத்திருந்ததில் களைத்துப் போன இளம் என்ஜினியர்கள் அவர்களைச் சுற்றி வளைத்து நின்றனர். அந்த இளம் பெண்கள் உடனடியாகத் தங்களது வழமையான பாதுகாப்பு நிலையை எடுத்துக் கொண்டு தங்களுடைய கவர்ச்சிமிகு ஆனால் சலித்துப் போன சூதறியாப் பேச்சைத் தொடங்கினார்கள். ஆன்னா அஃபனாசியெவ்னா, ஓரளவு படபடப்புடன். பகட்டாரவாரம் செய்து கொண்டிருந்த தன் மகள்களுக்கு மத்தியிலே அமைதியின்றி அடைகாக்கும் கோழி போலக் காணப்பட்டாள்.

பப்ரோவ், களைப்புடனும் முதல் நாள் இரவு ஏற்பட்ட இசிவுக்குப் பிறகு ஓரளவு காய்ச்சலுடனும், கூடத்தின் மூலையில் தன்னந்தனிமையில் உட்கார்ந்து, அதிகமாகப் புகைத்துக் கொண்டிருந்தார். ஸினேன்கோ குடும்பம் உள்ளே வந்து, வட்டமான மேசையைச் சுற்றி அமர்ந்து கலகலப் பொலியுடன் உரத்துப் பேசியபோது, அவருக்கு இரண்டு வெறுமையான உணர்வுகள் ஏற்பட்டன. ஒரு புறம், அவர் வெட்கப்பட்டார் – மற்றவருடைய மனத்தைப் புண்படுத்தும் அவமானம் – இங்கு வந்ததன் மூலம் அந்தக் குடும்பம் காட்டிய புத்தி சாதுர்யமற்ற போக்கிற்காக வருத்தப்பட்டார். மறுபுறம், நீனாவைப் பார்ப்பதில் மகிழ்ச்சியடைந்தார் — செம்பவள நிறமான அவள் துடிதுடிப்புடன் சுற்றி வந்தாள், அவளுடைய கண்கள் பரவசத்தால் மின்னின; மிகவும் கவர்ச்சிகரமான உடையணிந்திருந்தாள், எப்போதும் தோன்றுவது போலவே, அவரது கற்பனையில் அவளை வரைந்திருந்ததற்கு மேலாக, அவள் அழகாகக் காணப்பட்டாள். அவருடைய பிணியுற்ற, அலைக்கழிக்கப்பட்ட ஆன்மாவானது திடீரென்று அடக்கமுடியாதபடி, பெண்ணினுடைய வழக்கமான, ஆறுதல் தரும் அரவணைப்புடன் கூடிய அன்புக்கும், இனிய காதலுக்கும் ஏங்க ஆரம்பித்தது.

ஒரு மாறுதலுக்காக அவர் நீனாவிடம் செல்ல விரும்பினார், ஆனால் அவளோ தன்னைச் சிரிக்கவைக்க ஒரு வரையொருவர் மேம்படப் போட்டியிட்டுக் கொண்டிருந்த இரு சுரங்க மாணவர்களிடம் வம்பளந்து கொண்டிருந்தாள். அவள் சிரித்தாள், முன்னைவிட மகிழ்ச்சியோடும், நடிப்புக் காதல் புரிவது போலும் காணப்பட்டாள்; அவளது சிறிய வெண்நிறப் பற்கள் மின்னின. எனினும் இரண்டு அல்லது மூன்று முறை அவளது பார்வை பப்ரோவைச் சந்தித்தது. அவளது புருவங்கள் மௌனமாக லேசாக உயர்ந்து, ஆனால் பகைமையற்ற விசாரணை செய்வது போல அவர் கற்பனை செய்தார்.

இரயில் முன்னைய நிலையத்திலிருந்து புறப்பட்டு விட்டதை அறிவிக்கும் மணி பிளாட்பாரத்தில் ஒலித்தது. என்ஜினியர்களுக்கு மத்தியில் ஒரு பரபரப்பு காணப்பட்டது. கேலியாக முறுவலித்தபடி, தான் இருந்த மூலையிலிருந்தே சுமார் இருபது இளைஞர்கள் ஒரேவிதமான கோழை எண்ணத்தில் பிடிபட்டிருப்பதைக் கவனித்தார் பப்ரோவ்; அவர்களுடைய முகங்கள் திடீரென்று உணர்ச்சியற்றும், கவலை தோய்ந்ததுமாக மாறின, அவர்களுடைய கைகள் கடைசி முறையாக அவர்களுடைய கோட் பொத்தான்களுக்கும், கழுத்து டைகளுக்கும். தொப்பிகளுக்கும் மேலாக ஓடின. மணியை நோக்கி அவர்களுடைய கண்கள் திரும்பின. விரைந்து அந்தக் கூடத்தில் யாருமே இல்லாது போயினர்.

பப்ரோவ் பிளாட்பாரத்திற்குச் சென்றார். தங்களை மகிழ்வித்துக் கொண்டிருந்த ஆட்களால் கைவிடப்பட்ட இளம் பெண்கள் கதவுக்கருகே ஆன்னா அஃபனாசியெவ்னாவைச் சுற்றிச் செய்வதறியாது குழுமியிருந்தார்கள். தன் மீது நிலைத்த பார்வையைச் செலுத்திக் கொண்டிருந்த பப்ரோவைப் பார்ப்பதற்காக நீனா திரும்பி, தன்னிடம் தனித்துப் பேச அவர் விரும்பினார் என்பது போல ஊகித்துக் கொண்டு, அவரை நோக்கி நடந்து சென்றாள்.

"வணக்கம். இன்றைக்கு ஏன் சோர்வாகக் காணப்படுறீங்க? உங்களுக்கு உடம்பு நல்லா இல்லையா?" அவரது கையை உறுதியாகப் பற்றியபடி, பரிவோடு பற்றி, முணைப்போடும், அரவணைப்பது போலும், அவரது கண்களைப் பார்த்துக் கொண்டு அவள் கேட்டாள். "போயிட்டு வருவதாகச் சொல்லாமக் கூட ஏன் நேற்று ராத்திரி அவ்வளவு சீக்கிரமாப் போயிட்டீங்க? கோபமாக இருந்தீங்களா?"

"ஆமா, இல்லை", என்று முறுவலிப்போடு பப்ரோவ் பதிலளித்தார். "இல்லை, ஏனென்றால் கோபப்படுறதுக்கு எனக்கு எந்த உரிமையும் இல்லை, எனக்கிருக்கா?"

"கோபப்படுவதற்கு யாருக்கும் உரிமை உண்டு என்பதாகவே நான் கருதுறேன். குறிப்பா தன்னுடைய கருத்தை உயர்வானது என்று ஒருத்தர் அறியும் போது. ஏன் 'ஆமாம்'?"

"ஏனென்றால்... பாருங்க நீனா கிரிகோரியெவ்னா," அலை போலப் பொங்கிய துணிச்சலை உணர்ந்தபடி பப்ரோவ் கூறினார். "நேற்று இரவு நீங்களும் நானும் தாழ்வாரத்திலே உட்கார்ந்து கொண்டிருந்த போது– நினைவிருக்கிறதா? ஓரிரு கணங்கள் எனக்கு அதிசயமானவையாக இருந்தன, உங்களுக்கு நன்றி. நீங்க விரும்பியிருந்தா, இந்த உலகத்திலேயே மகிழ்ச்சிமிக்க மனிதனாக நீங்க என்னை ஆக்க முடியும் என்பதை நான் உணர்ந்து கொண்டேன்– ஆனா எதற்காக நான் பயப்படவோ தயங்கவோ வேண்டும்?.. உங்களுக்கே தெரியும்–இல்லையா–நீங்க கட்டாயம் ஊகித்திருக்க வேண்டும். நீண்ட காலமாகவே நீங்க தெரிந்திருக்க வேண்டும். அதாவது நான்..."

அவரால் முடிக்க முடியவில்லை... அவரிடத்திலே பொங்கி எழுந்த துணிச்சல் திடீரென்று மறைந்து விட்டது.

"அதை நீங்க விரும்புறீங்க?.. நீங்க என்ன சொல்லப் போறீங்க?" பாசாங்கு செய்வது போல மாறுபட்ட தொனியில் நீனா கேட்டாள். ஆனால் அந்தக் குரல் அவளை மீறித் துடித்தது, தனது கண்ணைக் கீழே

தாழ்த்திக் கொண்டாள். காதல் ஒப்புதலை அவள் எதிர்பார்த்தாள், அது எப் போதுமே இளம் பெண்களுடைய உள்ளங்களை மிக வலிமையோடும். இனிமையோடும் ஆட்டுவிக்கிறது, தங்களுடைய உணர்வுகளைப் பங்கு போட்டுக் கொள்கிறார்களா இல்லையா என்பது முக்கியமல்ல. அவளது கன்னங்கள் இலேசாக வெளிறின.

"இப்போது இல்லை... வேறு ஒரு சமயத்தில்," பப்ரோவ் நாக்குழறினார். "நான் வேறு ஒரு நாளைக்கு உங்களிடம் சொல்றேன்... ஆனா இப்போதைக்கு வேண்டாம். அன்பு கூர்ந்து." அவர் கெஞ்சுவது போல மேலும் தொடர்ந்தார்.

"அப்ப சரி, ஆனா அதற்கு மாறா ஏன் நீங்க கோபமா இருந்தீங்க?"

"ஏனென்றால், அந்தச் சில கணங்களுக்குப் பிறகு, நான் உணவுக் கூடத்துக்கு நடந்து போனேன்–அதை நான் எப்படிச் சொல்வேன்?– மிகவும் பரிவுமிக்க மனநிலையில்... நான் உள்ளே போன போது..."

"கிவஷ்னினுடைய வருமானத்தைப் பற்றிய பேச்சால் நீங்க அதிர்ச்சி அடைந்திருப்பீங்க, இல்லையா?" மிகக் குறுகிய மனம் படைத்த பெண்களுக்குக் கூடச் சில வேளைகளில் ஏற்படும் இயல்பான அகத்தூண்டுதலின் நுண்ணறிவுடன் நீனா நினைவுபடுத்தினாள். "நான் சொல்வது சரியா?" அவரை நேர்மையாகப் பார்த்தாள், திரும்பவும் ஒரு முறை அவரை தனது ஆழ்ந்த, அரவணப்பு நோக்கினால் சுற்றி வளைத்தாள். "வெளிப்படையாகப் பேசுங்கள். உங்கள் நண்பனிடமிருந்து நீங்க எதையும் மறைக்கக் கூடாது."

மூன்று அல்லது நான்கு மாதங்களுக்கு முன்னால், மற்ற சிலரோடு படகுச் சவாரி செய்து கொண்டிருந்த வேளையில், வெதுவெதுப்பான கோடைக்கால இரவின் அழகால் கிளர்ச்சியும். மென்மை உணர்ச்சியும் பெற்ற நீனா தனது நட்பை அந்நேரம் முழுக்க பப்ரோவுக்கு வழங்கியிருந்தாள். அவரும் அதை மிகவும் பெருந்தன்மையோடு ஏற்றுக் கொண்டிருந்தார். அவரைத் தனது நண்பர் என்று அவள் அழைத்தது போல, ஒரு வாரம் முழுக்க அவளைத் தனது நண்பன் என்று அழைத்தார். தனது வழமையான சோர்வோடு, மெது வாகவும் குறிப்பிடும்படியாகவும் 'எனது நண்பரே' என்று அவள் அழைத்த போதெல்லாம், அந்த இரு சிறு சொற்களும் அவரது இதயத்திற்குள்ளாகச் சென்றன. இப்போது அவர் அந்தக் கேலியை நினைவு கூர்ந்து, பெருமூச்சுடன் பதிலளித்தார்:

"நல்லது, 'என் நண்பரே', அது சுலபமானதாக இல்லாவிட்டாலும் அந்த முழு உண்மையையும் நான் உங்களுக்குக் கூறுவேன். நீங்கள் எப்போதுமே என்னைத் துயரமிகுந்த உணர்வோடு கவர்றீங்க. நாம் பேசிய அந்த கணங்களில், ஒரு வார்த்தையிலோ, ஓர் அசைவிலோ, ஒரு பார்வையிலோ

நீங்கள் என்னை மிகுந்த மகிழ்ச்சியடைய வைக்கிறீங்க!.. ஓ! அந்த உணர்வை என்னால எங்ஙனம் வார்த்தைகளில் வடிக்க முடியும்?.. நீங்கள் அதை எப்போதாவது கவனித்திருக்கிறீர்களா?"

"ஆமாம்." என்று பெரும்பாலும் கிசுகிசுப்பது போல அவள் பதிலளித்தாள், குறும்புத்தனமாக இமைகள் துடி துடிக்கத் தனது கண்களைத் தாழ்த்தினாள்.

"ஆனால் பிறகு... பிறகு திடீரென்று நிலையான சொற்றொடர்களுடனும், பாதிக்கப்பட்ட நடத்தையுடனும் மாகாணத்தின் இளம் பெண்ணாகி விடுவீர்கள்... நான் வெளிப்படையாகப் பேசுவதற்கு என்மீது கோபப்பட வேண்டாம். அது அந்தளவுக்கு மோசமாக என்னை வேதனைப்படுத்தி இராவிட்டால், நான் பேசியிருக்கவே மாட்டேன்..."

"அதையும் நான் கவனித்தேன்..."

"பார்த்தீங்களா?.. உணர்ச்சி ஏற்கும் பாங்குடைய இளகிய இதயம் உங்களுக்கு உண்டென்பதில் நான் எப்போதுமே உறுதியாக இருந்திருக்கிறேன். ஆனா இந்தக் கணத்தில் நீங்கள் இருப்பது போல எப்போதும் இருப்பதற்கு நீங்கள் ஏன் விரும்புவதில்லே?"

அவள் திரும்பவும் அவரை நோக்கித் திரும்பி, அவருடைய கையைத் தொடுவது போல, தனது கையை அசைத்தாள். பிளாட்பாரத்தின் காலியாகக் கிடந்த மூலையில் மேலுங் கீழுமாக நடந்து கொண்டிருந்தார்கள்.

"நீங்க என்னைப் புரிஞ்சுக்கிற ஒருபோதும் முயற்சிக்கவே இல்லை, அந்திரேய் இல்யீச்," இடித்துரைப்பது போல அவள் கூறினாள். "எளிதில் கோபப் படுறவராயும். பொறுமையில்லாதவராயும் இருக்கீங்க. என்னிடத்தில் சிறப்பாகக் காணப்படுவதை எல்லாம் நீங்க மிகைப்படுத்துறீங்க, ஆனா, பிறகு, நான் இருக்கக் கூடிய சூழ்நிலையைத் தெரிஞ்சும், நான் இப்படி இருக்கிறதுக்காக நீங்க மன்னிக்கிறதில்லே. உண்மையில் வேறு எப்படியும் என்னால இருக்க முடியாது. நான் அப்படி இருந்தா – அது கேலிக் கூத்தாயிரும். அது எங்க குடும்பத்திலேயும் பூசலை ஏற்படுத்தும். உண்மையைச் சொல்றதுக்கு நான் கொஞ்சமும் ஆற்றலில்லாதவள், சண்டை போடுறதுக்கும், தனித்துப் போறதுக்கும் முடியாத அளவுக்கு மிகவும் அற்பமானவள்... ஒவ்வொருத்தரும் போற பக்கமே நான் போறேன், ஒவ்வொருத்தரும் செய்யுறது மாதிரியே விஷயங்களைப் பார்க்கிறேன், மதிப்பிடுகிறேன். நான் பொதுவானவள் என்பது எனக்குத் தெரியாதுன்னு கற்பனை செய்யாதிங்க... ஆனா நான் மற்ற வங்களோட இருக்கும் போது, நான் பொதுவானவள் என்று என்னால் உணர முடியலே. ஆனால் உங்களோட... கூட இருக்கும் போது என் தராதர உணர்வையே இழந்து விடுகிறேன், ஏனென்றால்..." அவள் தடுமாறினாள்.

"ஒ. பரவாயில்லை... ஏனென்றால் நீங்க முற்றிலும் வித்தியாசமா இருக்கீங்க, ஏனென்றால் என் வாழ்க்கையிலே உங்களைப் போல யாரையுமே நான் சந்தித்ததில்லை."

தான் உண்மையாகப் பேசிக் கொண்டிருப்பதாக அவள் நினைத்தாள். இலையுதிர் காலக் காற்றின் எழுச்சியூட்டும் புத்துணர்வு, ரயில் நிலையத்தின் ஆரவாரம், அவளது சொந்த அழகைப் பற்றிய சிந்தனை, பப்ரோவினுடைய காதல் பார்வை தன் மீது நிலையாகப் பதிந்திருப்பதை உணர்ந்தது ஆகியன, அவளைக் கிளர்ச்சியூட்டி, எல்லா இசிப்பு நோயாளிகளையும் போல, உள்ளுயிர்ப்புடனும் கவர்ச்சியுடனும், முற்றிலும் அறியாதபடி, பொய் பேச வைத்தது. ஆன்மீக பலம் தேவைப்பட்ட ஓர் இளம் பெண்ணின் தனது புதிய பாத்திரத்தில் தானாகவே பெருமைப்பட்டு, பப்ரோவுக்கு ஏற்றுக்கொள்ளத்தக்கதைச் சொல்ல விரும்பினாள்.

"ஒரு காதல் விளையாட்டுக்காரி போல நீங்கள் என்னைப் பாத்தது எனக்குத் தெரியும்... தயவு செய்து அதை மறுக்காதீர்கள்... அப்படி நினைப்பதற்கான ஏதுவை உங்களுக்குத் தந்தது நானே என்பதை ஒப்புக் கொள்கிறேன்... உதாரணமாக, நான் அடிக்கடி மில்லரோடு பேசவும், அவனுடைய கிண்டல்களுக்குச் சிரிக்கவும் செய்தேன். ஆனா அந்த எண்ணெய் படிந்த அழகுக் குழந்தையை நான் எங்ஙனம் வெறுத்தொதுக்கினேன் என்பதை மட்டுமே நீங்க அறிந்திருந்தால்! அல்லது அந்த இரண்டு மாணவர்களை எடுத்துக் கொள்ளுங்களேன்... ஓர் அழகான ஆள் ஏற்றுக் கொள்ள முடியாதவன், ஏனென்றால் அவன் எப்போதுமே எந்தக் காரணமும் இல்லாமல் தன்னைப் பற்றியே பாராட்டிக் கொண்டிருக்கிறான்... என்ன நம்புங்க, இது வித்தியாசமாகத் தோன்றினாலும், சாதாரணமாக இருக்கக் கூடிய ஆட்கள் தான் குறிப்பாக எப்போதுமே என்னைக் கவர்கிறார்கள்."

இந்தக் கவர்ச்சியான வாக்கியத்தைத் தனது மிகப் பரிவு மிக்க மொழியில் கூறிய போது, பப்ரோவ் துயரமிக்க பெருமூச்சு விட்டார். அந்தோ! இந்தக் கொடுமையான ஆறுதலை அவர் பல முறை பெண்களிடமிருந்து கேட்டிருக்கிறார், ஆறுதலை பெண்கள் ஒருபோதும் தங்களுடைய அருவருப்பான ஆர்வலர்களுக்கு மறுத்ததில்லை.

"ஆக என்றைக்காவது நானும் கூட உங்களுக்குக் கவர்ச்சியூட்டக் கூடும் என்று நம்பலாமா?" கிண்டல் தொனிக்க அவர் கேட்டார், எனினும் அது சகப்பான சுய இகழ்ச்சியைத் தெளிவாகக் காட்டியது.

தன்னுடைய கண்மூடித்தனமான பிசகைச் சரி செய்வதற்கு நீனா பதற்றமுற்றாள்.

"என்ன ஆள் நீங்க. உங்களோடு நிச்சயமாக என்னால் பேச முடியாது... உபசார வார்த்தைகளுக்காகத் துருவித் தேடுறீங்களா, ஐயா? உங்களுக்கு வெட்கமாக இல்லை!.."

பண்பற்ற தனது போக்கிற்காக அவள் ஓரளவு சங்கடப்பட்டாள், விஷயத்தை மாற்றுவதற்காக விளையாட்டுத்தனமான இறுமாப்பு தொனிக்கக் கேட்டாள்:

"நல்லது. இப்போது, வித்தியாசமான சந்தர்ப்பங்களில் நீங்க என்னிடத்திலே என்ன சொல்ல இருந்தீங்க? தயவு செய்து எனக்கு உடனே பதில் சொல்லுங்க!."

"எனக்குத் தெரியாது... எனக்கு நினைவில்லை. பப்ரோவ் தடுமாறினார். அவரது ஆர்வமுனைப்பு எழுச்சியடங்கியது.

"அப்படியானால் நான் உங்களுக்கு நினைவுபடுத்துறேன், எனது ரகசியம் காக்கும் நண்பரே. நேற்று இரவைப் பற்றி நீங்க பேசத் தொடங்கினீங்க. ஏதோ அற்புதமான கணங்களைப் பற்றிச் சொன்னீங்க, பிறகு நீண்ட காலத்திற்கு முன்பே அதை நான் கவனித்திருக்க வேண்டும் என்றீர்கள்... ஆனா எதைப் பற்றி கவனிக்க? நீங்க முடிக்கவில்லை. ஆகவே தயவு செய்து இப்ப அதைச் சொல்லுங்க. உங்களிடம் கேட்டுக்கிறேன், கேட்கிறீங்களா?.."

தனது கண்களில் முறுவலிப்பு மினுமினுக்க அவரைப் பார்த்துக் கொண்டிருந்தாள் – மறைமுகமான முறுவலிப்பாகவும், ஊக்கமும், பரிவும் காட்டுவதாக இருந்தது... அந்த இனிமையான ஒரு கணத்தில் அவருடைய இதயம் அப்படியே அவரது நெஞ்சில் நின்று விட்டது, தன்னுடைய முன்னைய துணிவின் புதிய உற்சாகத்தை உணர்ந்தார். "அவளுக்குத் தெரியும், நான் பேசட்டும் என விரும்புகிறாள்." தனக்குத்தானே வலிமையூட்டிக் கொண்டபடி சிந்தித்தார்.

பிளாட்பாரத்தினுடைய கடைசி விளிம்பில் அவர்கள் நின்றார்கள், அங்கே அவர்கள் தனிமையில் இருந்தார்கள். இருவருமே உணர்ச்சிவயப்பட்டிருந்தனர். அவரது பதிலை எதிர்பார்த்தபடி, தான் ஆரம்பித்து வைத்திருந்த இனிய உணர்ச்சி மிக்க விளையாட்டில் மகிழ்ந்தபடி நீனா இருந்தாள், அதே வேளை கலவரத்தோடு பலமாக மூச்சு விட்டுக் கொண்டு பப்ரோவ் வார்த்தைகளைத் தேடிக் கொண்டிருந்தார். ஆனால் அந்நேரம் பார்த்து, அடையாள ஓசையின் கூர்மையான இரைச்சலைத் தொடர்ந்து, பிளாட்பாரத்தில் ஒரே ஆரவாரம் எழுந்தது.

"நான் காத்துக் கொண்டிருக்கிறேன்... உங்களுக்குக் கேட்கிறதா?"

பப்ரோவிடமிருந்து அப்பால் நடந்தபடி நீனா கிசுகிசுத்தாள். “நீங்கள் நினைப்பதைக் காட்டிலும் அது எனக்கு முக்கியமானது...”

ஒரு வளைவுக்கு அப்பால், கரும் புகையினால் சூழப்பட்டு, ஒரு துரித ரயில் பார்வைக்குப் பட்டது. சில நிமிடங்களுக்கும் பிறகு, தண்டவாள இணைப்புகளிலே கடகட ஒலி எழுத்தது, மெல்லத் தணிய பிளாட்பாரத்தில் அது நின்றது... புத்தம் புதிதாக அடிக்கப்பட்ட பச்சை வர்ணம் மினு மினுக்கும் ஒரு நீண்ட பெட்டியானது அதனது கடைசி முனையில் சேர்க்கப்பட்டிருந்தது, அதை நோக்கிக் கூட்டம் ஓடியது அந்தப் பெட்டியின் கதவைத் திறப்பதற்காக நடத்து நர்கள் பணிவோடு விரைந்தார்கள்; அதே கணம் ஓர் ஏணியானது விரித்துப் போடப்பட்டது. ஓடி வந்ததனாலும், உணர்ச்சி வயப்பட்டதனாலும் முகஞ்சிவந்து போன நிலைய அதிகாரி. தன் முகத்தில் நடுக்குற்ற தோற்றம் தெரிய, அந்தப் பெட்டியின் இணைப்பைக் கழற்றி விடுமாறு வேலையாட்களை அவசரப்படுத்திக் கொண்டிருந்தார். ‘எக்ஸ்’ ரயில்வேயின் முக்கியப் பங்குதாரர்களில் கிவஷ்னினும் ஒருவர், அதனுடையை கிளைப் பாதைகளில் பெரிய ரயில்வே அதிகாரிகளைக் காட்டிலும் பகட்டாரவாரத்துடன் சில சமயங்களில் பயணம் செய்தார்.

பெட்டிக்குள்ளாக நான்கு பேர் மட்டுமே சென்றார்கள் ஷெல்கோவ்னிகவ், ஆண்டிரெயா மற்றும் செல்வாக்குள்ள இரு பெல்ஜிய என்ஜினியர்கள். கிவஷ்னின் ஒரு கை நாற்காலியில் உட்கார்ந்து கொண்டிருந்தார், அவருடைய பருத்த கால்கள் தனியாகக் கிடந்தன, தொந்தியோ முன்னுக்குத் தள்ளிக் கொண்டிருந்தது. வட்டமான தொப்பி அணிந்திருந்தார், அதற்குக் கீழாக அவருடைய செந்தீ வண்ணமான தலைமுடி மின்னிக் கொண்டிருந்தது; அவருடைய முகம், ஒரு நடிகருடையதைப் போன்று மழிக்கப் பட்டிருந்தது; தொங்கிய கன்னச் சதைகளும், மும்மடியாக்கம் கொண்ட தாடையும், தவிட்டு நிறத்தாலான பெரிய புள்ளிகளும், தூக்கக் கலக்கமும், சஞ்சலமும் கொண்டதாகக் காணப்பட்டது; அவருடைய உதடுகள் ஆணவம் பிடித்தது போல வெடுவெடுப்பான முகச்சுளிப்புடன் காணப்பட்டது.

மிகுந்த சிரமத்துடன் என்ஜினியர்களுக்கு வாழ்த்துத் தெரிவிப்பதற்காக எழுந்தார்.

“வணக்கம், திருவாளர்களே,” கிசுகிசுப்பான ஆழ்ந்த குரலில் கூறினார். மரியாதையோடு அவர்கள் மாறிமாறித் தொட வேண்டும் என்பதற்காகத் தனது பெரிய உருண்டு திரண்ட கையை நீட்டினார். “ஆலை எப்படி இருக்கிறது?”

அலுவலக முறையிலாக தெளிவு சுழிவற்ற முறையில் ஷெல்கோவ்னிகவ்

அறிக்கை தரத் தொடங்கினார். ஆலையில் எல்லாம் நன்றாக இருப்பதாக அவர் கூறினார். உலைக் களத்தைத் துவக்கி வைக்கவும், புதிய கட்டிடங்களுக்கான அடிக்கல் நாட்டவும், வசீலி தெரேந்தியெவிச்சுக்காக அவர்கள் காத்துக் கொண்டிருந்தார்கள்... பொருத்தமான கூலிகளில் தொழிலாளர்களும், ஃபோர்மேன்களும் அமர்த்தப்பட்டிருந்தார்கள். தேவைக்கான உத்தரவுகள் வந்து குவியத் தொடங்கியது, கட்டிட வேலையை முடிந்தளவுக்கு விரைவாகத் தொடங்க நிர்வாகத்தை ஊக்கப்படுத்தியது.

கிவஷ்னின் செவிமடுத்தார், அவரது முகம் சன்னலுக்கு அப்பால் திரும்பியது, பெட்டியைச் சுற்றி நெருக்கிக் கொண்டிருந்த கும்பலைக் கவனமில்லாதபடி பார்த்தார். வெறுப்புற்ற களைப்பைத் தவிர அவர் முகம் மற்ற எதையும் காட்ட வில்லை.

திடீரென்று "இதோ... வந்து.... அங்கே பாருங்க... யார் அந்தப் பெண்? என்று கேட்பதற்காக மேலாளரை அவர் இடைமறித்தார்.

ஷெல்கோவ்னிகள் சன்னலுக்கு வெளியே பார்வையைச் செலுத்தினார்.

"அதோ... தொப்பியில் மஞ்சள் நிறச் சிறகுடன் இருக்கும் பெண்," என்று கிவஷ்னின் பொறுமையில்லாதபடி சுட்டிக் காட்டினார்.

"ஓ, அதுவா?" ஆர்வத்தோடு காணப்பட்டபடி மேலாளர் கிவஷ்னினின் காதுக்குக் குனிந்து பிரெஞ்சு மொழியில் புதிர் போடுவது போலக் கிசுகிசுத்தார்: "நம் பண்ட சாலை மேலாளருடைய மகள். அவர் பெயர் ஸினேன்கோ."

கிவஷ்னின் பலமாகத் தலையசைத்தார். ஷெல்கோவ்னிகவ் தனது அறிக்கையைத் தொடர்ந்தார், ஆனால் அவருடைய தலைவர் திரும்பவும் அவரை இடைமறித்தார்.

"ஸினேன்கோ... ஸினேன்கோ..." என்று சிந்தனைவயப்பட்டபடி கூறிய அவர், சன்னலுக்கு வெளியே பார்க்கத் தொடங்கினார். "அது எந்த ஸினேன்கோ?.. இந்தப்பெயரை நான் எங்கே கேட்டிருக்கிறேன்?.. ஸினேன்கோ?"

"நம் பண்ட சாலை மேலாளர் அவர்," என்று மரியாதையோடு, உணர்ச்சி வேகமற்று மறுபடியும் சொன்னார். ஷெல்கோவ்னிகள்.

"ஓ, ஆமாம், இப்ப எனக்கு நினைவு வந்திருச்சு!" என்று உடன் ஊகித்துக்கொண்டார் கிவஷ்னின். "அவரைப் பற்றி உளக்கு பீட்டர்ஸ்பர்க்கில் சொன்னாங்க.. சரி, மேலே சொல்லுங்க, தயவு செய்து."

தன்னுடைய தவறிழைக்காத பெண்மை உள்ளுணர் வினால், சற்று

முன்னர் கிவஷ்னின் தன்னை உற்றுப்பார்த்துக் கொண்டிருந்ததையும், தன்னைப் பற்றிப் பேசியதையும் உணர்ந்தாள் நீனா. இலேசாக அப்பால் திரும்பினாள். ஆனால் இன்னமும் கிவஷ்னின் அவளது ரோஜா நிற. நடிப்புக் காதல் புரிகின்ற மகிழ்ச்சியுடன் தனது அழகிய மச்சங்களையும் காட்டிக் கொண்டிருந்த முகத்தைப் பார்க்க முடிந்தது.

கடைசியாக அறிக்கை முடிந்தது, அந்தப் பெட்டியின் கடைசியில் கண்ணாடியால் தடுக்கப்பட்ட வசதிமிக்க பந்தலுக்குள்ளாக கிவஷ்னின் நுழைந்தார்.

ஒரு நல்ல காமிராவை மறக்காமல் பேண வேண்டியது எவ்வளவு பயனுள்ளது என்ற சிந்தனை பப்ரோவின் மனத்தில் கன நேரம் எழுந்தது. கண்ணாடிச் சுவருக்குப் பின்னே ஏதோ காரணத்தால் தயங்கி நின்ற கிவஷ்னினின் பருத்த உருவம், பெட்டியின் நுழை வாயிலைச் சுற்றி நின்று கொண்டிருந்த கும்பலுக்கு மேலாகத் தெரிந்தது, அவருடைய கால்கள் அகன்று நின்றன, அவரது முகம் சோர்வாகக் காணப்பட்டது, அவரது முழுத்தோற்றம் கலைநயமற்று ஒப்பனை செய்யப்பட்ட ஜப்பானிய பொம்மையைப் போல காட்சி தந்தது. அந்தப் பெரிய மனிதனுடைய செயல்பட முடியா நிலை, அவரைச் சந்திக்க வந்திருந்தவர்களை வெளிப்படையாகவே மலைக்கச் செய்தது: கிவஷ்னினை அளவுமீறிய குழைவுடன் பார்க்கையில், வருவிக்கப்பட்ட முறுவலிப்புகள் அவர்களுடைய உதடுகளிலே அச்சத்தால் ஒடுங்கிப் போயின. கதவின் இருமருங்கிலும், வண்டி நடத்துநர்கள் போர்வீரனைப் போன்ற தோற்றத்துடன் விறைத்து நின்றார்கள். தற்செயலாக நீனாவைப் பார்க்கையில், மற்றவர்களுடைய முகங்களில் கண்ட அதே முறுவலிப்பு அவளுடைய முகத்தில் ஒரு காட்டுமிராண்டியின் அதே அச்சம் தன் அன்புக்குப் பாத்திரமானவளிடம் இருப்பதை வேதனையோடு பப்ரோவ் கவனித்தார்.

“ஆண்டு வருமானம் மூன்று லட்சம் ரூபிள் என்பதில் அக்கறையற்ற, மரியாதைக்குரிய வியப்பைத் தவிர இதில் உண்மையாகவே வேறொன்றும் இல்லையா?” என்று நினைத்தார் பப்ரோவ். “அப்படியானால், இந்த ஆட்கள் எல்லாம், தங்களை அதுபோல ஏறிட்டுப் பார்க்காத ஒரு மனிதனுக்கு முன்னால் தங்களது வால்களை ஆட்டும்படி செய்வது எது? ஒருவேளை, அடிமைத்தனத்தின் கருதுதற்கியலாத உளச் சார்பான சட்டத்தைத் தவிர இங்கே என்ன வேலை செய்கிறது?”

அப்படிச் சற்று நேரம் நின்ற கிவஷ்னின் புறப்பட முடிவு செய்தார், தனது தொந்தி முன் செல்ல, ரயில் ஊழியர்களின் கவனமாக பக்கத்துணையுடன், படிகளில் இறங்கினார்.

தான் கடந்து செல்வதற்கு விரைவாக வழிவிட்ட கூட்டத்தினரின் மரியாதையான வணக்கத்திற்கு, திரும்பச் செய்வது போல அக்கறையில்லாதபடி தலையசைத்தார், தனது தடித்த கீழ் உதட்டைப் பிதுக்கி மூக்கால் பேசுவது போல, “திருவாளர்களே, நீங்கள் நாளை வந்தால் போதும், போகலாம்,” கிவஷ்னின் பேசினார்.

வெளிக்கதவை அடைவதற்கு முன்னர், தனது மேலாளரைத் தலையசைத்துக் கூப்பிட்டார்.

“நீங்க அவரை எனக்கு அறிமுகம் செய்து வைய்யுங்கள், செர்கேய் வலேரியானவிச்,” என்று அடித் தொண்டையில் கூறினார்.

“அதாவது ஸினேன்கோவையா?” என்று பணிவோடு ஷெல்கோவ்னிகள் கேட்டார்.

“வேறு யாரை, சனியன்!” கிவஷ்னின் கத்தினார், திடீரென்று எரிச்சலடைந்தார். “வேண்டாம், இங்கில்லை.” விரைந்து போக விருந்த மேலாளரின் சட்டைக் கையைப் பற்றிப் பிடித்தார். “அதை ஆலையில் செய்யுங்கள்...” என்றார்.

7

கிவஷ்னினின் வருகையை அடுத்த நான்கு நாட்களில் அடிக்கல் நாட்டுதலும், புதிய ஊதுலை உலைக்களத்தை ஆரம்பித்து வைப்பதும் நடக்க விருந்தன. மிகவும் ஆடம்பரமான முறையில் அந்த இரு நிகழ்ச்சிகளையும் கொண்டாடத் திட்டமிடப்பட்டது, குருத்தகோரி, வரோனினோ மற்றும் லிவோவோ போன்ற அண்மைய நகரங்களில் இருந்த இரும்பு மற்றும் எஃகு ஆலைகளுக்கு அச்சிட்ட அழைப்பிதழ்கள் அனுப்பப்பட்டன.

இயக்குநர் குழுவைச் சேர்ந்த வேறு இரண்டு உறுப்பினர்கள், நான்கு பெல்ஜிய என்ஜினியர்கள், சில பெரும் பங்குதாரர்கள் கிவஷ்னினை அடுத்து பீட்டர்ஸ்பர்க்கிலிருந்து வந்து சேர்ந்தார்கள். விழா விருந்துக்காக இரண்டாயிரம் ரூபிள்களை நிர்வாகம் ஒதுக்கியிருக்கிறது என்ற வதந்தி ஆலை ஊழியர்களிடையே பரவியிருந்தது, ஆனால் இத்தகைய வதந்திகளை உறுதி செய்வது போல இதுவரை எதுவுமே நடக்கவில்லை, ஒயின் மற்றும் உணவுப் பொருள் வாங்குவது தொடர்பான மொத்தச் சுமையையும் ஒப்பந்தக் காரர்களே ஏற்றுக் கொள்ள வேண்டியிருந்தது.

அதிருஷ்டவசமாக விழா நடைபெற்ற நாள் அருமையாக இருந்தது– பிரகாசமான துலக்கமான இலையுதிர் காலத்தின் தொடக்க நாட்களில் ஒன்று

போல இருந்தது. வானம் ஒரே நீல நிறமாகக் காணப்பட்டது. குளிர்ந்த காற்றோ நேர்த்தியானதாய், போதை மிக்க ஒயினைப் போல இருந்தது. புதிய காற்றழுத்து எந்திரம், மற்றும் பெஸ்ஸமர் முறை இரும்பு தயாரிக்கும் கட்டிடப் பகுதிக்கு அடிக்கல் நாட்டுவதற்காகத் தோண்டப்பட்டிருந்த சதுரமான குழிகளைச் சுற்றி 'ப' வடிவத்தில் தொழிலாளர்கள் நெருக்கமாகச் சூழ்ந்து நின்றார்கள். இந்த உயிருள்ள சுவருக்கு மத்தியில், குழியின் விளிம்பை ஒட்டி, சாதாரணமான, வர்ணம் பூசப்படாத மேசை ஒன்று வெள்ளைத் துணியால் மூடப்பட்டுக் கிடந்தது, அதன் மீது சிலுவையும், வேத நூலும் நீர்த்தெளிப்பானுக்கும் புனித நீர்க் கொண்டிருக்கும் அருகே வைக்கப்பட்டிருந்தன. பாதிரியார், தங்கச் சரிகையினால் சிலுவை அடையாளம் பின்னப்பட்டிருந்த, வழிபாட்டின் போது அணியும் பச்சைநிற ஆடையுடுத்தி, அதற்குச் சற்று தள்ளி, தோத்திரப் பாடல்களைப் பாடுவதற்குத் தாங்களாகவே முன் வந்த பதினைந்து தொழிலாளர்களுக்கு முன்பாக நின்று கொண்டிருந்தார். 'ப' வடிவத்தின் திறந்த பகுதியில் என்ஜினியர்களும், ஒப்பந்தக்காரர்களும், தலைமை ஃபோர்மேன்களும், எழுத்தர்களும் – பல்வகை நிறமுடைய இருநூறு வகையான ஆட்கள் நின்று கொண்டிருந்தார்கள். கரை மீது ஒரு புகைப்படக்காரரர் தனது தலைக்கும் காமிராவுக்கும் மேலாகக் கருப்புத் துணியைப் போர்த்தியபடி சுறுசுறுப்பாகச் செயல்பட்டுக் கொண்டிருந்தார்.

பத்து நிமிடங்களுக்குப் பிறகு எடுப்பான சாம்பல் நிறத்திலான மூன்று குதிரைத் தொகுதி வண்டியில் கிவஷ்னின் வந்து சேர்ந்தார். அந்த வண்டியில் அவர் மட்டுமே தனியாக இருந்தார். ஏனெனில் அவருக்கு அருகே இருந்து யாரும் நெரிபட முடியாது. அவரைத் தொடர்ந்து ஐந்தாறு வண்டிகள் வந்தன. இயல்புணர்ச்சியால் தொழிலாளர்கள் உடனடியாக அவரை 'எசமானர்' எனக் கண்டு கொண்டு, ஒருவர் போல எல்லாரும் தங்களது தொப்பிகளை எடுத்தார்கள். கிவஷ்னின் அவர்களை கம்பீரமாகக் கடந்து சென்று, பாதிரியாரை நோக்கித் தலையாட்டினார்.

அங்கு நிலவிய சந்தடியற்ற நிலை, மூக்கினால் கரகரப்பான ஓசை எழும்ப, "கடவுள் என்றென்றைக்கும் ஆசிர் வதிக்கப் படுவாராக," என்று பண்ணிசைக்கத் தொடங்கிய பாதிரியாரது குரலால் குலைந்தது.

திடீர் ஏற்பாட்டு இசைக்குழு போதிய அளவு ஒத்திசைப்பது போல 'ஆமென்' என்று கூறியது.

தொழிலாளர்கள் –ஏறத்தாழ மூவாயிரம் பேர் கிவஷ்னினுக்கு வணக்கம் தெரிவித்த அதே நேரத்தில் தாங்களாகவே – சிலுவை வைத்துக் கொண்டு, குனிந்த தங்களது தலைகளை நிமிர்த்திய போது, முன் விழுந்த தலை

முடியைப் பின்னுக்குத் தள்ளிவிட்டுக் கொண்டார்கள்... பப்ரோவ் அவர்களை நெருக்கமாகப் பார்க்க ஆரம்பித்தார். முதல் இரண்டு வரிசைகளிலே கற்கொத்தர்கள் நின்றார்கள், அவர்கள் எல்லாருமே வெள்ளை முன்றானை அணிந்திருந்தனர். அநேகமாக எல்லாருமே வெளிறிய தலை முடியுடனும், செம்பட்டைத் தாடியுடனும் இருந்தனர். அவர்களுக்குப் பின்னால் உருக்குபவர்களும், கொல்லுலைக்காரர்களும், பிரெஞ்சு மற்றும் பிரிட்டீஷ் தொழிலாளர்கள் அணிந்து கொள்ளக் கூடிய ஒப்பனை பாணியில் அகன்ற, கருப்பு நிறச் சட்டைகளோடு இருந்தார்கள், கழுவிப் போக்க முடியாதபடி இரும்புத் தூசியினால் அவர்களது முகங்கள் அழுக்கடைந்து காணப்பட்டன; அவர்களுக்கு மத்தியில் கொக்கிபோல வளைந்த மூக்குகளைக் கொண்ட வெளிநாட்டு தொழிலாளர்களின் முகங்கள் காணப்பட்டன; அதற்கும் அப்பால் தள்ளி, உருக்குபவர்களுக்கும் கொல்லுலைக் காரர்களுக்கும் பின்னால், சுண்ணாம்புச் சூளைத் தொழிலாளர்களைக் காண முடிந்தது; அழுத்தமாகப் படிந்த சுண்ணாம்புத் தூசியாலும், கொழுந்து விட்டெரிவது போல ரத்தச் சிவப்பான கண்களையும் கொண்டே அவர்களை அடையாளம் காண முடிந்தது...

எப்பொழுதெல்லாம் பாடகர் குழு ஒரு மித்த குரலில் "உன் அடியார்களைப் பெருந்துன்பத்தினின்றும் காத்தருள்வாய், ஓ, மாதாவே!" என்று பண்ணிசைத்ததோ அப்பொழுதெல்லாம் மூவாயிரம் ஆட்களும் சோம்பல் இல்லாது எந்திரகதியில் விரைவாகத் தலை தாழ்த்தி தாங்களாகவே சிலுவையிட்டுக் கொண்டார்கள். அந்தப் பெரும் கூட்டு வழிபாட்டில் ஏதோ பேராற்றலும், வலிமையும் இருப்பதையும். அதே நேரம் குழந்தைத்தனமாகக் காணப்பட்டதையும் பப்ரோவ் கவனித்தார். மறு நாள் தங்களுடைய கடுமையான பன்னிரெண்டு மணி நேர உழைப்புக்குத் தொழிலாளர்கள் தயாராகிவிடுவார்கள். அவர்களில் எவர் ஏற்கெனவே தங்களது உயிரைத் தர– உயரமான சாரக் கட்டிலிருந்து கீழே விழ, உருக்கிய உலோகத்தில் கருக்கி எடுக்கப்பட, உடைந்த கல் அல்லது செங்கல் குவியல்களுக்கிடையே புதையுண்டு போக– தண்டனை விதிக்கப்பட்டிருக்கிறார்கள் என்பது யாருக்குத் தெரியும்? பாடகர் குழு மாதாவிடம் தனது அடியார்களைப் பெருந்துன்பத்தினின்றும் காப்பாற்றும்படி வேண்டிக் கொண்ட அதே வேளையில், உணர்வு கடந்து தலை தாழ்த்திய போதும், தங்களுடைய அழகிய தலைமுடிகளைப் பின்னுக்குத் தள்ளி விட்டுக் கொண்ட போதும், விதியினுடைய இந்த மாற்ற முடியா முடிவை அவர்கள் சிந்தித்துக் கொண்டிருந்தது என்பது சந்தர்ப்பவசமானது தானா?.. மன உறுதியும், எளிமையான இதயங்களும் கொண்ட இந்தப் பெரிய குழந்தைகள், தங்களுடைய வழமையான பொறுமை மற்றும் முனைப்பின்

அருஞ்செயலைச் செயல்படுத்துவதற்காகத் தங்களுடைய ஈரக்கசிவான, குளிர்ந்த மண்குடிசைகளினின்றும் நாள்தோறும் வெளியேறி வரக் கூடிய இந்தப் பணிவு மிக்க வீரர்கள், இந்தக் கன்னி மரியாளைத் தவிர வேறு யாரிடம் நம்பிக்கை வைக்க முடியும்?

இத்தகைய, அல்லது பெரும்பாலும் இதே போன்றே, பரந்த, களித்துவக் காட்சிகளின் பால் ஆர்வங் கொண்ட, பப்ரோவின் சிந்தனைகள் இருந்தன; பிரார்த்தனை செய்கின்ற பழக்கத்தை எப்போதோ அவர் விட்டுவிட்டிருந்தாலும், பாதிரியாருடைய தெளிவற்ற முணுமுணுப்பையும், அதைத் தொடர்ந்து ஒரே குரலில் பாடிய குழுவினருடைய குரலையும் கேட்ட போதெல்லாம், அவருடைய முதுகுத் தண்டிலே ஒருவிதமான நரம்புணர்வைப் பாதிக்கின்ற பரபரப்பு ஏற்பட்டது. அந்த எளிமையான உழைப்பாளிகளுடைய (தொலைதூரப் பிராந்தியங்களினின்றும் கடினமான, துன்ப நெருக்கடியான வேலைக்காகத் தங்களது வீடுகளை விட்டு எதற்காக வந்தார்கள் என்பதை கடவுள் அறிந்திருந்தார்) வழிபாட்டில் ஏதோ வலிமையும், பணிவும், சுய தியாகமும் இருந்தது...

வழிபாடு முடிந்தது. பொறுப்பில்லாதபடி கிவஷ்னின் ஒரு தங்க நாணயத்தைக் குழிக்குள்ளாக வீசினார், ஆனால் தான் வைத்திருந்த சிறிய மண்வெட்டியோடு குனிவதற்குச் சிரமப்பட்டார், ஆகவே ஷெல்கோவ்னிகள் அவருக்காகச் செய்தார். பிறகு கல் அஸ்திவாரங்களின் மீது எழுந்து நின்ற உயரமான கோபுரங்களைக் கொண்ட ஊதுலை உலைக்களங்களை நோக்கிக் குழு புறப்பட்டது.

புதிதாகச் சுட்டப்பட்ட ஐந்தாவது உலைக்களம் தொழில் நுணுக்க விளங்கா மொழியினைப் பயன்படுத்த "முழு வீச்சில்" போய்க் கொண்டிருந்தது. உலைக்களத்தின் ஒரு துவாரத்தின் வழியாக உருகிய உலோகக் கசடு, கந்தகச் சுவாலையின் கொதித்துக் குமுறுகின்ற வெப்பமான நீராவியை பூமிக்கு மேலாக முப்பது அங்குல உயரத்திற்குப் பீறிட்டு அடித்தது. உலைக்களத்தின் செங்குத்தான பரப்புக்கு நேராக வைக்கப்பட்டிருந்த அகப்பைக்குள்ளாக அது கீழே ஓடி விழுந்தது. அங்கே பார்லி சர்க்கரை போல அடர்ந்த பச்சைத் திரளாக இறுகியது. உலைக்களத்தின் உச்சியில் நின்று கொண்டிருந்த தொழிலாளர்கள், ஒவ்வொரு நிமிடத்திலும் தள்ளுவண்டிகளில் அங்கு வந்து சேர்ந்த உலோகத் தாதுவையும் நிலக்கரியையும் அதற்குள்ளாகப் போட்டுக் கொண்டிருந்தார்கள்.

கிழவருக்கே உரிய நடுங்கிய பாவனையுடன், உலைக் களத்தின் எல்லாப் பக்கங்களிலும் பாதிரியார் புனித நீரால் தெளித்தார். உலைக்களத்தின் பொறுப்பாளராகிய ஃபோர்மேன், வலிமைமிக்க கருத்த முகங்கொண்ட

வயதான மனிதன், தனக்குத் தானே சிலுவை வைத்துக் கொண்டு, தனது உள்ளங்கைகளில் துப்பிக் கொண்டான். அவனுடைய நான்கு உதவியாளர்களும் இதையே செய்தார்கள். பிறகு அவர்கள் ஒரு நீண்ட எஃகு கடப்பாரையைத் தூக்கி, நீண்ட நேரம் முன்னும் பின்னுமாக ஆட்டினார்கள். ஒரு நீண்ட மூச்சு வாங்கிக் கொண்டு, உலைக்களத்தின் கடைசிப் பகுதியை இடித்துக் கெட்டிப் படுத்தினார்கள். களிமண் வாயடைப்புக் குமிழியில் பட்டு கடப்பாரை ஒலியெழுப்பியது. படபடப்பை எதிர்நோக்கிய பார்வையாளர்கள் தங்கள் கண்களை மூடிக் கொண்டார்கள். அவர்களில் சிலர் பின்னுக்கு நகர்ந்தார்கள். ஐந்து ஆட்களும் இரண்டாவது, மூன்றாவது, நான்காவது முறையாக அடித்தார்கள்... திடீரென்று கண்ணைக் கூசச் செய்யும் உருக்கிய உலோகம் கடப்பாரை அடிபட்ட இடத்திலிருந்து பீறிட்டுக் கிளம்பியது. பிறகு ஃபோர்மேன் கடப்பாரையைச் சுழற்றித் துளையை அகலப் படுத்தினான், மணல் ஆழ்வடுக்குள்ளாக, மஞ்சள் காவி நிறமான தேனிரும்பு மெதுவாக வெளியேறி ஓடியது; துளைக்கு வெளியே பெரிய, மின்னுகின்ற நட்சத்திரக் கொத்துகள், காற்றில் படபடவென்று வெடித்தபடியும், கசிந்தோடியபடியும், பறந்து வந்து கொண்டிருந்தன. மெதுவான வேகத்தில் சென்ற அந்த உலோகமானது தாங்க முடியாத வெப்பத்தை வெளிவிட்டது, இதற்குப் பழகியிராத பார்வையாளர்கள் தங்களது கைகளால் முகங்களை மூடிப்பாதுகாத்தபடி, இன்னும் தொலைவிற்கு நகர்ந்து சென்று கொண்டிருந்தார்கள்.

ஊதுலை உலைக்களங்களினின்றும் என்ஜினியர்கள் காற்றழுத்த எந்திரப் பகுதிக்குச் சென்றனர். பார்வையிட வந்திருக்கும் பங்குதாரர்கள், மிகப் பெரிய ஆலை விரைந்தோடிச் செயலாற்றுவதை முழு அளவில் பார்க்குமாறு கிவஷ் னின் பார்த்துக் கொண்டார். இந்தப் பெரிய மனிதர்கள் புதிய மனப்பதிவுகளின் நிறைவின் மகிழ்ச்சியில் திளைத்துப் போவார்கள் என்பதையும், பின்னர் அவர்கள் பேரவையில் அதிசயங்களை அறிக்கை கொடுப்பார்கள் என்பதையும் அவர் மிகவும் துல்லியமான கணிப்புடன் கணக்கிட்டிருந்தார். தொழில் பிரமுகர்களின் மனப்போக்கை மிக நன்றாக அறிந்த நிலையில், புதிய இருப்பு அறிவிக்கப்படும் என்பதை நம்பிக்கையோடு எதிர்பார்த்தார், அது அவருக்குச் சொந்த முறையில் பெருத்த லாபத்தைத் தரும், இதை இது வரை பேரவை நிராகரித்து வந்தது.

தங்களுடைய தலைகள் வலிக்கவும், கால்கள் நடுங்கவும் கூடிய அளவுக்குப் பங்குதாரர்கள் உணர்ச்சியில் ஆழ்ந்து போவார்கள்... காற்றழுத்த எந்திரப் பகுதியில், முகம் வெளிறிப் போகின்றபடி உணர்ச்சிவயப்பட்டு, தங்களைக் கடந்து – ஒரு வித கர்ஜனையுடன், கற்சுவரால் ஆன கட்டிடத்தை அலைக்கின்ற

மாதிரி, நான்கு செங்குத்தான பதினைந்தடி நீளமுள்ள பிஸ்டன்களில் குழாய்களுக்கு அழுத்திய காற்றொலியைக் கேட்டார்கள். சுமார் பத்தடி சுற்றளவுள்ள மிகப் பெரிய இந்த இரும்புக் குழாய்கள், வெப்ப ஊதுலை அடுப்புகளின் வழியாகச் சென்றன, அங்கே அது ஆயிரம் டிகிரிகளுக்கு வெப்பப் படுத்தப்பட்டு, அங்கிருந்து ஊதுலை உலைக்களத்திற்குள்ளாகச் சென்று, உலோகத் தாதுவையும், நிலக்கரியையும் தன்னுடைய வெப்பத்தால் உருக்கியது. காற்றழுத்தப் பகுதியின் பொறுப்பில் இருந்த என்ஜினியர் விளக்கம் தந்து கொண்டிருந்தார். ஒருவர் மாற்றி ஒரு பங்குதாரது காதாகக் குனிந்து, அவருடைய நுரையீரல்கள் புண்ணாகும் அளவுக்குத் தன்னை வருத்திக் கொண்டு, தனது குரலின் உச்சத்தில் கத்தினார். ஆனால் எந்திரத்தினுடைய பயங்கரமான இரைச்சல் அவருடைய வார்த்தைகளை விழுங்கியது. மௌனமாக, விடா முயற்சியோடு அவர் வெறுமனே தனது உதடுகளை அசைத்துக் கொண்டிருப்பது போலக் காணப்பட்டது.

பிறகு ஷெல்கோவ்னிகவ் பார்வையாளர்களை உலைக்களத்தை வெப்பமூட்டும் பட்டறைக்கு, அதிக நீளமான, அதனது கடைசி ஓரம் ஒரு சிறு ஓட்டையைப் போலக் காணப்படுமாறு உள்ள உயரமான ஒரு கட்டிடத்திற்கு, அழைத்துச் சென்றார். அந்தப் பட்டறைச் சுவரின் ஓர் ஓரம் நெடுகிலும் இருபது ஊதுலை உலைக்களங்களுக்கான கல்லாலான பிளாட்பாரம், சக்கரம் இல்லாத இரயில் பெட்டிகளைப் போன்ற வடிவத்தில் அமைக்கப்பட்டிருந்தது. அந்த உலைக் களங்களில் உருக்கிய இரும்பு உலோகத் தாதுவுடன் சேர்க்கப்பட்டு, எஃகாக மாற்றப்பட்டது; அது கீழ் நோக்கிச் சென்ற குழாய்களில் ஓடி உயரமான இரும்பு அச்சுகளை நிறைத்தது, அவை ஒரு வகையில் அடியற்றும் மேலே கைப்பிடிகளைக் கொண்டும் காணப்பட்டன – அங்கே இறுகிய தேனிரும்புக்கட்டி ஒவ்வொன்றும் சுமார் இருநூற்றி ஐம்பது கிலோ நிறையுடன் இருந்தது. பட்டறையின் மறுபக்கச் சுவர் நெடுகிலும் போடப்பட்டிருந்த தண்டவாளங்கள் வழியாக, நீராவி எடுத்துச் செல்லும் குழாய்கள் மேலும் கீழுமாக, விறைப்பான பாரந்தூக்கிகளுடன், சீறிக் கொண்டும், 'உஸ்' ஒலி எழுப்பிக் கொண்டும், சலசலத்தபடியும், கீழ்ப்படிதலுள்ள விரை திறமுடைய விலங்குகளைப் போல போய் வந்து கொண்டிருந்தன. பாரந்தூக்கிகளில் ஒன்று, கைப்பிடியால் அச்சு ஒன்றைப் பற்றித் தூக்கும், அதனின்றும் மினுமினுக்கின்ற சிவப்பு எஃகு பாளம் நழுவி வெளியேறும். ஆனால் அந்தப் பாளம் தரையை அடையும் முன்னரே, அசாதாரணமான சுறுசுறுப்புடன் கூடிய தொழிலாளி அதைச்சுற்றி மணிக்கட்டு அளவு பருமனுள்ள சங்கிலியை அதனோடு முடிச்சுப் போடுவான். மற்றொரு பாரந்தூக்கி சங்கிலிகளுக்குக் கொக்கி மாட்டி, பாளத்தை அப்பால் அலைத்து, மூன்றாவது பாரந்தூக்கியோடு தொடர்பு கொண்ட பிளாட்பாரத்தின் மீது கீழே போடும்.

மூன்றாவது பாரந்தூக்கி பாரத்தை, கொக்கிக்கிப் பதிலாக இடுக்குப் பொறி இணைக்கப்பட்ட, நான்காவது பாரந்தூக்கி உள்ள பட்டறையின் தொலைதூர மூலைக்கு இழுத்துச் செல்லும். அது தட்டுவண்டியிலிருந்து, தரைக்குக் கீழாகக் கட்டப்பட்டுள்ள காற்று ஊதுலைக்குள்ளாக அப்பாளங்களைக் கீழிறக்கும். கடைசியாக, ஐந்தாவது பாரந்தூக்கி வெப்பத்துடன் மினுமினுக்கும் அவற்றை உலைக்களங்களுக்கு வெளியே இழுத்து, பயங்கரமான வேகத்தில், படுக்கையாக உள்ள அச்சின் மீது சுழன்று கொண்டிருக்கும் கூரிய பற்களுக்குக் கீழே அவற்றை ஒவ்வொன்றாக வைக்கும். வெண்ணெய்க் கட்டி பிளப்பது போல, ஒரு பெரிய எஃகுத் தண்டு ஐந்து நொடிகளில் இரண்டாக்கப்படும். ஒவ்வொரு துண்டும் பிறகு நீராவிச் சுத்தியலின் இருபத்தி ஐயாயிரம் பவுண்டு அழுத்தத்திற்குள்ளாகச் செல்லும், அது அதனை மெழுகு போலச் சுலபமாக கூரைவேயப் பயன்படும் துண்டுகளாக்கும். தொழிலாளர்கள் உடனடியாக அதனைப் பற்றி, தள்ளுவண்டிகளில் ஏற்றி அவற்றை ஓட்டத்தில் அப்பால் தள்ளிவிடுவார்கள், அப்பக்கத்தில் வருகின்ற எல்லார் மீதும் சிவப்பாகப் பழுத்த இரும்பானது வெப்ப அலைகளை வீசும்.

தண்டவாளம் தயாரிக்கும் பகுதியைத் தனது பார்வையாளர்களுக்குக் காட்ட ஷெல்கோல்னிகள் சென்றார். பழுக்கக் காய்ந்த உலோகத்தின் பெரிய பாளமானது, எந்திரத் தொடர்களைக் கடந்து, தங்களது உச்சிப் பகுதிகளை மட்டுமே காட்டியபடி தரையின் மீது உருண்டு கொண்டிருந்த பல்வேறு உருளைகளுக்கு மேலாக மாறிமாறிச் சென்றன. எதிரெதிர் திசைகளில் சுற்றிக் கொண்டிருந்த இரு எஃகு சிலிண்டர்களுக்கு இடையே நெருக்கப்பட்டு, நடுங்கிக் கொண்டிருந்த உருளைகள் மீது அவை சென்றன. அதற்கும் அப்பால் தள்ளி இருந்த எந்திரத்தின் சிலிண்டர்களுக்கு இடையே மிகக் குறுகிய இடைவெளியே இருந்தது. ஒவ்வொரு எந்திரத்தையும் கடந்து சென்றபோது. பாளமானது மெல்லியதாகவும், நீளமானதாகவும் மாறியது; தண்டவாளப் பகுதியில் மேலுங்கீழுமாக பல முறை ஓடிய பிறகு, எழுபது அடி நீளமுள்ள பழுக்கக் காய்ந்த தண்டவாளத்தினுடைய வடிவத்தை அது அடையும். பதினைந்து எந்திரங்களின் பன்முகப்பட்ட இயக்கங்களைக் கட்டுப்படுத்தும் பொறுப்பில் நியமிக்கப்பட்ட ஓரே ஆள், நீராவி என்ஜினுக்கு மேலாக, கப்பலுடைய பாலம் போல அல்லாத, ஓர் உயரமான பிளாட்பாரத்தின் மீது நின்றான். அவன் ஒரு கைப்பிடியை இழுக்க, எல்லா சிலிண்டர்களும், உருளைகளும் ஒரு பக்கமாகத் திரும்பத் தொடங்கும், பிறகு அவன் அதைப் பின்னுக்குத் தள்ள அவை மற்றொரு புறத்தில் திரும்பும். தண்டவாளமானது அதனுடைய முழு நீளத்திற்கு நீண்டபோது, ஒரு வட்டமான ரம்பம், காதைச் செவிடாக்குகிற இரைச்சலுடன், பத்தாயிரக்கணக்கான தங்க ஒளிக் கீற்றுகளை ஏற்படுத்தியபடி அதை மூன்று பகுதிகளாக வெட்டும்.

இப்போது குழு சரக்குப் பெட்டி மற்றும் வாகனங்களின் சக்கரங்களைச் செய்து முடிக்கும் கடைசல் பட்டறைக்குச் சென்றது. ஒரு தடித்த எஃகு சுழல்தண்டிலிருந்து கீழ் நோக்கி வந்து கொண்டிருந்த, பொருள்களைக் கடத்தும் தோல்பட்டைவார்கள், அந்தக் கூரையின் கீழாக அவ்வளவு நீளத்திற்கும், மிகவும் வித்தியாசமான அளவுகளும் வடிவங்களும் கொண்ட, இருநூறு அல்லது முந்நூறு எந்திரங்கள் வழியாக ஓடிக் கொண்டிருந்தது. பல தோல்பட்டைவார்கள் எல்லாப் பக்கங்களிலும் குறுக்கு மறுக்காகச் சென்றது கடுஞ்சிக்கல் வாய்ந்த அதிர்வுறு பின்னல் வேலை போலக் காணப்பட்டது. சில எந்திரங்களின் சக்கரங்கள் ஒரு நொடிக்கு இருபது சுற்றுகள் சுற்றின. அதே வேளை மற்றவை மிகவும் மெதுவாகத் திரும்பிக் கொண்டிருந்ததை இடர்ப்பாட்டுடன் காணமுடியும். எஃகு, இரும்பு மற்றும் செம்பு இவற்றின் துகள்கள் ஒரு மெல்லிய நீண்ட சுருள் வட்டமாய் தரை மீது கனமாகப் படிந்தன. துளையிடும் எந்திரங்கள் தாங்கமுடியாத அளவுக்குக் கிறீச்சொலி செய்து காற்றை நிறைத்தன. திருகாணி தயாரிக்கும் எந்திரம் பார்வையாளர்களுக்குக் காட்டப்பட்டது. இரண்டு பெரிய எஃகுப் பற்கள் மெதுவாக அரைத்துக் கொண்டிருந்தன. இரண்டு வேலையாட்கள் நீண்ட, பழுக்கக் காய்ந்த கம்பியின் ஒரு முனையை எந்திரத்திற்குள்ளாக முனைப்போடு செலுத்திக் கொண்டிருந்தார்கள். அது கம்பியின் நுனியை ஒழுங்காக வெட்டி முற்றிலும் தயாரான திருகாணிகளை வெளியே தள்ளியது.

அவர்கள் கடைசல் பட்டறையை விட்டுப் புறப்பட்டபோது, பங்குதாரரர்களுக்காக மட்டுமே தனது விளக்கத்தைத் தந்து கொண்டிருந்த ஷெல்கோவ்னிகவ், ஆலைக்குப் பெருமை சேர்க்கும் தொள்ளாயிரம் குதிரை சக்தி ‘கம்பவுண்டை’ அவர்கள் பார்வையிட வேண்டும் என்று ஆலோசனை கூறினார். இதற்குள்ளாக பீட்டர்ஸ்பர்க்கிலிருந்து வந்திருந்த பிரபுக்கள் தாங்கள் ஏற்கெனவே என்ன பார்த்தார்களோ, கேட்டார்களோ அவற்றால் போதுமான அளவுக்கு உணர்ச்சியில் ஆழ்ந்தும் களைப்புற்றும் போய்விட்டனர். ஒவ்வொரு புதிய மனப்பதிவுகளும், அவர்களுக்கு ஆர்வத்தை மூட்டாது மேலும் சோர்வினையே தந்தது. தண்டவாள ஆலைப் பகுதியினின்றும் வந்த வெப்பத்தால் அவர்களுடைய முகங்கள் சிவந்துவிட்டன, அவர்களுடைய கைகளும், துணிகளும் புகைபடர்ந்து போய்விட்டன. ஆகவே, அவர்கள் மேலாளருடைய அழைப்பைத் தயக்கம் காட்டுவது போன்ற பாவனையுடன் ஏற்றுக்கொண்டார்கள், ஏனெனில் அவர்களை அனுப்பிவைத்தவர்களுடைய கௌரவத்தை அவர்கள் காப்பாற்ற வேண்டி இருந்தது. தொள்ளாயிரம் குதிரை சக்தி கொண்ட ‘கம்பவுண்ட்’ நிறுவப்பட்டிருந்த ஒரு தனிக் கட்டிடமானது மிகச் சுத்தமாகவும், நல்ல தோற்றத்துடனும், பிரகாசமான சன்னல்களையும்,

உட்பதித்து ஒப்பனை செய்யப்பட்ட தரையுடனும் காணப்பட்டது. எந்திரம் பெரிய அளவுடையதாக இருந்தும் ஓசை எதுவும் செய்யவில்லை... சுமார் முப்பது அடி நீளமுள்ள இரு பிஸ்டன்கள் மரத்தால் உறையிலிடப்பட்ட அவற்றினுடைய சிலிண்டர்களுக்குள்ளாக இணக்கமாகவும் விறைப்புடனும் மேலும் கீழும் போய் வந்தன. இருபது அடி சுற்றளவுள்ள ஒரு சக்கரம், பன்னிரெண்டு கயிறுகள் அதற்குமேல் நழுவியபடி செல்ல, ஓசையின்றி விரைந்து சுற்றிக் கொண்டிருந்தது. அதனது வீசிச் செல்கிற இயக்கம் வெப்பமான, வறண்ட காற்றை சக்திமிக்க, முறையான வெப்ப அலைகள் உள்ள எந்திர அறைக்குள்ளாகச் செலுத்தியது. காற்றழுத்து எந்திரங்கள், தண்டவாளம் தயாரிக்கும் ஆலைகள் மற்றும் கடைசல் பகுதியிலுள்ள எந்திரங்கள் ஆகியவற்றிற்கு அந்த எந்திரம் மின் சக்தி வழங்கியது.

'கம்பவுண்டை' பார்த்த பிறகு, பங்குதாரர்கள் தங்களுடைய செல்தடம் முடிவுக்கு வந்து விட்டதென உறுதியாக நம்பினார்கள்; ஆனால் களைப்படையாத ஷெல் கோவ்னிகவ் பணிவோடு மற்றொரு கோரிக்கையை முன்வைத்தார்:

"இப்போது, கனவான்களே, ஆலையினுடைய இதயத்தை, அதனுடைய உயிர் மையத்தை நான் உங்களுக்குக் காட்டப்போகிறேன்."

நீராவிக் கொதிகலன் பகுதிக்கு அவர்களை அழைத்துச் செல்வதற்கு பதிலாக இழுத்துச் சென்றார். ஆனால் "ஆலையினுடைய இதயத்தை" – ஒவ்வொன்றும் முப்பத்தி ஐந்து அடி நீளமும், பத்தடி உயரமும் கொண்ட பன்னிரெண்டு நீள் உருளை வடிவான கொதிகலன்களை எல்லாரும் பார்த்த பிறகு, களைப்புற்ற பங்குதாரர்களைக் கவர்ந்திழுக்க அது தவறிவிட்டது. அவர்களுக்காக எதிர்நோக்கி இருந்த விருந்தைச் சுற்றி அவர்களது சிந்தனைகள் எப்போதோ வட்டமிடத் தொடங்கியிருந்தன, அதற்குமேல் அவர்கள் கேள்விகள் கேட்கவில்லை, ஆனால் வேண்டா வெறுப்போடு ஷெல்கோவ்னிகவ் என்ன விளக்கம் தந்தாலும் அதற்குத் தலையாட்டினார்கள். பார்த்து முடித்தபோது அவர்கள் நிம்மதிப் பெருமூச்சு விட்டார்கள், அவரோடு தங்களது கைகளைக் குலுக்கிக் கொண்டார்கள்.

இப்போது கொதிகலன்களின் அருகே பப்ரோவ் மட்டிலுமே தனிமையில் விடப்பட்டிருந்தார் உலைக்களங்கள் இருந்த ஆழமான, அரையிருட்டுக் கற்சுரங்கக் குழியின் விளிம்பில் நின்றுகொண்டு, இடுப்புக்குக் கீழே ஆடையற்ற ஆறு ஆட்களுடைய கடினமான உழைப்பை நீண்ட நேரமாகப் பார்த்துக் கொண்டிருந்தார். உலைக்களங்கள் அணைந்து போகாதபடி இரவு பகல் எந்நேரமும் நிலக்கரி கொண்டு உலையூட்ட வேண்டியது அவர்களுடைய

கடமை. அவ்வப்பொழுது வட்டமான இரும்புக் கதவுகள் பெருத்த ஓசையுடன் திறந்தன, உலைக்களங்களுக்குள்ளாக மின்னுகின்ற வெண்ணிறச் சுவாலைகள் கர்ஜனை செய்வதையும், சீறி எழுவதையும் பப்ரோவ் காணமுடிந்தது. அடிக்கடி அந்தத் தொழிலாளர்களின், நெருப்பினாலும் நிலக்கரிக்கரியினால் தங்களது தோல் கருத்துப் போனதாலும் வாடிவ தங்கிப்போன, அரைகுறை ஆடையணிந்த உருவங்கள் கீழே குனிந்தபோது, தசைகளும் பின்பக்க முதுகெலும்புகளும் வெளித் தெரிந்தன. அவர்களுடைய மெலிந்த, சோர்வுறாத கைகள் அடிக்கடி கரிவாரி நிறைய நிலக்கரியை வாரி எடுத்து, கொழுந்து விட்டெரியும் புழைவாய்க்குள்ளாக துடிப்போடும், செயல்திறனோடும் செலுத்திக் கொண்டிருந்தன. மேலே நின்றுகொண்டிருந்த மற்ற இரு தொழிலாளிகள், கொதிகலன் மனையைச் சுற்றிக் குவிந்திருந்த பெரும் நிலக்கரிக் குவியல்களிலிருந்து புத்தம்புது நிலக்கரியை சுரிவாரியினால் தள்ளி விடுவதில் முனைப்போடு இருந்தார்கள். உலையூட்டிகளினுடைய முடிவில்லாத வேலையில் ஏதோ கிளர்ச்சியற்றும், மனிதத்தன்மையற்றும் இருப்பதாக பப்ரோவ் நினைத்தார். அந்த வாய்பிளந்த இரைப்பைகளோடு அவர்களது வாழ்க்கையை ஏதோ ஓர் அதீத சக்தி பிணைத்திருப்பது போலக் காணப்பட்டது, அவர்கள் கட்டாயம், பயங்கரமான சாவின் அபராதத்தின் கீழ், திருப்தியடையாத, பெருந்தீனி விரும்பும் விலங்கிற்கு சோர்வில்லாதபடி தீனி போட்டார்கள்...

'என்ன, உங்களது மலோஹைச் செழிப்படையச் செய்யும் அவர்களை நீங்கள் கவனித்துக் கொண்டிருக்கிறீர்களா?" என்று மகிழ்ச்சிமிக்க, நகைச்சுவையுடன் கூடிய ஒரு குரல் பப்ரோவுக்குப் பின்னிருந்து பேசியது.

பப்ரோவ் திடுக்குற்றுக் குழிக்குள்ளாக விழவிருந்தார். டாக்டருடைய கிண்டலான பேச்சு அவரது சொந்தச் சிந்தனைகளோடு எதிர்பாராதபடி நிகழ்வுப் பொருத்தமாக இருந்ததனால் அவர் தடுமாற்றமடைந்தார். அவரது மனம் அமைதியடைந்த பிறகு நீண்ட நேரம் வரை அவரால் அந்த விநோதமான நிகழ்வுப் பொருத்தத்தை எண்ணி வியப்படையாமல் இருக்க முடியவில்லை. தான் ஒன்றைப் படித்துக் கொண்டோ சிந்தித்துக் கொண்டோ இருக்கின்ற நேரத்தில், அதைப் பற்றித் தனக்கு அருகிலுள்ளவர் திடீரென்று கூறுவதைக் கேட்பதில் அவர் எப்போதுமே ஆர்வமுடையவராகவும், திகைப்படைபவராகவும் இருந்தார்.

"நான் உங்களைப் பயமுறுத்திவிட்டேனா, நண்பரே? என்ற டாக்டர், பப்ரோவை மிக நெருக்கமாக உற்றுப் பார்த்துக் கொண்டிருந்தார். "வருத்தப்படுகிறேன்."

"ஆமாம், ஓரளவுக்கு... நீங்க மிகவும் அமைதியா வந்நீங்க... அது மிகவும் வியப்பாக இருந்தது."

"அந்திரேய் இல்யீச், நீங்க உங்க உடம்பைப் பார்த்துக்கொள்வது நல்லது. அது நன்றாக இல்லை. என் யோசனையைக் கேளுங்க: விடுப்பு வாங்கிக் கொண்டு எங்காவது வெளிநாட்டுக்குப் போங்க... இங்கிருந்து எதற்காக உங்களையே வருத்திக்கிறீங்க? ஆறு மாத காலம் அல்லது அது போல சுலபமான வாழ்க்கையை அநுபவிங்க; நல்ல ஒயின் குடிங்க, நிறையச் சவாரி செய்யுங்க. ஏதோ காதல் முயற்சி செய்யுங்க..."

உலைக் குழியின் விளிம்பு வரை டாக்டர் நடந்து சென்று கீழே பார்த்தார்.

"ஒரு முறையான நரகம்!" என்று கத்தினார். "அந்தச் 'சின்ன சமவார்கள்' எவ்வளவு நிறை இருக்கும்? ஒவ்வொன்றும் நெருக்கி பதினைந்து டன்கள் இருக்கும் என்று நினைக்கிறேன்..."

"அதைவிடக் கொஞ்சம் மேலே இருக்கும். இருபத்தைந்து டன்களாவது இருக்கும்."

"ஐயோ... அவற்றில் ஒன்று திடீரென்று வெடிக்கும்... என்ன? அது பார்க்க அருமையாக இருக்கும், இல்லையா?"

"அது நிச்சயமாக, டாக்டர். இந்தக் கட்டிடங்கள் எல்லாமே பெரும்பாலும் தரையோடு தரையாக அழிந்துபோகும்..."

கோல்ட்பெர்க் தனது தலையை அலைத்து எடுப்பாகச் சீட்டியடித்தார்.

"ஆனா அத்தகைய ஒரு விஷயம் என்ன விளைவை ஏற்படுத்தும்?"

ஓ பல விளைவுகளை... ஆனா இது அடிக்கடி இப்ப நடக்கிறது: கொதிகலனில் மிகக் குறைவான நீர் எஞ்சியிருக்கிற போது, அதனது சுவர்கள் மேன்மேலும் சூடாகின்றன, அநேகமாகப் பழுக்கச் சிவக்கும் வரை. அம்மாதிரியான கணத்திலே நாம தண்ணீர் போகவிட்டால், உடனடியா ஏராளமான அளவு நீராவி உண்டாகும். அந்த அழுத்தத்தைச் சுவர்களால் தாக்குப் பிடிக்க முடியாது. கொதிகலன் வெடிச்சுப் போகும்."

"ஆக யாரோ இதை வேண்டுமென்றே செய்ய முடியும்?"

"நீங்க விரும்புற எந்த நேரத்திலும் அதை முயற்சி பண்ண விரும்புறீங்களா? கொதிகலன் உள்வாயில் தர அளவுக்குக் குறைவாகத் தண்ணீர் ஓடுறபோது, நீங்க செய்ய வேண்டியது, அந்தச் சிறிய வட்ட நெம்புகோலைத் திருக வேண்டியது தான்... அதற்கு வேண்டியது அவ்வளவே தான்."

பப்ரோவ் விளையாட்டுத்தனமாக நடந்து கொண்டிருந்தார், ஆனால் அவருடைய குரல் வித்தியாசமான முறையில் தொனித்தது, அதிலே கண்டிப்பு இருந்தது, அவரது கண்களில் மகிழ்ச்சியின்மை காணப்பட்டது. "நாசமாப் போக," டாக்டர் தனக்குத் தானே சொல்லிக் கொண்டார். "அவர் அருமையான ஆள்தான், ஆனால்... அதேபோல மனம் போனபடி போகக் கூடியவர்..."

"நீங்க ஏன் விருந்துக்குப் போகலை, அந்திரேய் இல்யீச்?" குழியிலிருந்து காலைத் திரும்ப எடுத்துக்கொண்டு, அவர் கேட்டார். "ஆய்வுக் கூடத்தை அவர்கள் என்ன மாதிரி மாரிக்காலத் தோட்டமாக மாற்றி இருக்காங்க என்பதையாவது நீங்க பார்க்க வேண்டும். விருந்துணவு — நீங்க அதிசயித்துப் போவீங்க."

"அது எல்லாம் நாசமாப் போக! அந்த என்ஜினியர்களுடைய விருந்துகளை என்னால பொறுத்துக்கொள்ள முடியாது," என்று பப்ரோவ் முகஞ்சுளித்தார். "தற்பெருமை பேசுறது, சுத்துறது, ஒவ்வொருத்தரையும் கெஞ்சிப் பசப்புறது, அத்தோட வித்தியாசமில்லாதபடி வாழ்த்திக்கொண்டு அருந்தும்போது பேச்சாளர்கள் தங்களுடைய ஒயினைத் தங்கள் மீதோ, பக்கத்திலுள்ளவர்கள் மீதோ சிந்துறது, ஒரே குமட்டல்!"

"ஆமா, நீங்க சொல்றது ரொம்பச் சரி." டாக்டர் சிரித்தார். "நான் தொடக்கத்தைப் பார்த்தேன். கிவஷ்னின் பகட்டாகக் காணப்பட்டார். 'கனவான்களே!' அவர் சொன்னார். 'என்ஜினியருடைய வாழ்க்கைத் தொழில் பெருமிதம் கொள்ளக் கூடியதும், முக்கியமானதுமாகும். ரயில்வேக்கள், ஊதுலை உலைக்களங்கள், சுரங்கங்கள் வழியாக நாட்டின் தொலை தூர மூலைகளுக்குக் கல்வியின் விதை, நாகரிகத்தின் மலர்கள் எடுத்துச் செல்லப்படுகிறது, மேலும்...." ஏதோ ஒருவகைப் பழங்களை அவர் குறிப்பிட்டார்... ஆனால் எது என்று எனக்கு நினைவில்லை. ஒரு பயங்கரமான சுரண்டல்காரன்!.. 'ஆகவே நாம் புது முனைப்புப் பெறுவோம்' என்றார். 'நமது நலம் பயக்கின்ற கலையின் புனிதப் பதாகையை உயரே தூக்குவோம்!..' பயங்கரமான கைதட்டல் எழுந்தது, உண்மைதான்."

சில அடி தூரம் அவர்கள் மௌனமாக நடந்தார்கள். திடீரென்று டாக்டருடைய முகத்திற்கு மேலாக ஒரு நிழல் படிந்தது.

"ஆம்! நலம் பயக்கும் கலை அது!" கோபமாகச் சொன்னார். "மேலும் வேலையாட்களுடைய இருப்பிடங்கள் சிராய்களினால் கட்டப்படுகின்றன. மக்களின் நோய்க்கு முடிவே இல்லை... ஈக்களைப் போல குழந்தைகள் சாகிறார்கள். அதைத்தான் அவர்கள் கல்வியின் விதைகள் என்று கூறுகிறார்கள்! இவான்கவோவில் டைபாயிடு காய்ச்சல் பர வலாக ஏற்பட்ட போது அவர்கள் பெரிதும் வியப்புற்றுப் போனார்கள்."

“ஆனா, டாக்டர்! இது போன்ற பிரச்சினைகள் ஏற்கெனவே இருக்கின்றன என்று சொல்ல வருகிறீர்களா? அவர்களுடைய இருப்பிடங்களில் அவர்கள் திணிக்கப்படுகின்ற முறை மிகக் கொடுமையானதாக இருக்கும்.” மூச்சு வாங்கிக் கொள்வதற்காக டாக்டர் நிறுத்தினார். “என்ன நினைக்கிறீங்க?” என்று கசப்போடு கேட்டார்.

“நேற்று இரண்டு ஆட்கள் கொண்டுவரப்பட்டார்கள். அவர்களில் ஒருவன் இன்று காலை இறந்து போனான். அடுத்தவன் இன்றைக்கு இரவு நிச்சயம் செத்துப் போவான், இது வரை அவன் சாகாதிருந்தால்... எங்களிடத்திலோ மருந்துகள், படுக்கைகள், கைதேர்ந்த நர்சுகள் எதுவும் இல்லை. சற்று பொறுங்கள், அதற்குரிய தண்டனையை அவர்கள் ஏற்பார்கள்!..” கண்ணுக்குத் தெரியாத யார் மீதோ தனது முட்டியை அலைத்தபடி கோபமாகச் சொன்னார் டாக்டர்.

8

பிறர் காரியங்களில் தலையிடக் கூடியவர்கள் தங்களது நாக்குகளை அலைக்கத் தொடங்கி இருந்தார்கள். கிவஷ்னினின் வருகைக்கு முன்னமேயே ஆலையைப் பற்றிய சுவையார்வத்தைக் கிளறி விடுகிற பல கதைகள் கிளம்பியிருந்தன. இப்போது ஸினேன்கோ குடும்பத்துடன் அவருடைய திடீர் நெருக்கத்திற்கான உண்மையான நோக்கத்தைப் பற்றி ஒருவரும் சந்தேகிக்கவில்லை. அதுபற்றிப் பெண்கள் ஐயப்பாடான முறுவலிப்புகளுடன் பேசினார்கள், ஆண்களும், வெளிப்படையாகவே, துணிச்சலான வெறுப்பு மனப்பான்மையுடன் தங்களுக்குள்ளாகவே பேசிக் கொண்டார்கள். ஆனால் எவருக்கும் உறுதியாக எதுவும் தெரியவில்லை. ஒவ்வொருவரும் விருவிருப்பான ஊழலை ஆர்வத்தோடு எதிர்நோக்கி இருந்தார்கள்.

வதந்தி முற்றிலும் ஆதாரமற்றுப் போய்விடவில்லை. ஸினேன்கோ குடும்பத்தாரை ஒரு முறை பார்த்து வந்ததிலிருந்து, தனது மாலை நேரங்களை அவர்களுடனே செல விடத் தொடங்கியிருந்தார். ஒவ்வொரு காலையிலும் சுமார் பதினோரு மணியளவில் அவருடைய அருமையான சாம்பல் நிற, மூன்று குதிரைகள் பூட்டிய வண்டியானது ஷெபெ தோவ்கா எஸ்டேட்டில் கடிவாளமிழுத்து நிறுத்தப்படும், வண்டியோட்டி வித்தியாசமில்லாதபடி அறிவிப்பான் “தன்னோடு காலை உணவு கொள்ளும்படி எனது எசமானர் வீட்டுத் தலைவியையும் இளம் பெண்களையும் கெஞ்சுகிறார்.” அந்தக் காலை உணவுகளுக்கு வேறு எவரும் அழைக்கப்படவில்லை. உணவு பிரெஞ்சுக்காரனால் தயாரிக்கப்பட்டது, தனது அடுத்தடுத்த பயணங்களின் போதும், வெளிநாட்டிற்குச் சென்ற போதும், எப்போதுமே அவனைத் தன்னுடன் அழைத்துச் சென்றார் கிவஷ்னின்.

தனது புதிய அறிமுகங்களின் பால், கிவஷ்னினுடைய அக்கறைகள் மிகவும் வித்தியாசமான இயல்புடையதாக இருந்தன. ஐந்து இளம் பெண்களிடமும் திருமணமாகாத மாமனைப் போலத் தன்னைக் கற்பித்துக் கொள்வார். மூன்று நாட்களில் அவர்களுடைய சுருக்கப் பெயர்களால் அவர்களை விளிக்கத் தொடங்கினார். அவற்றோடு அவர்களுடைய தந்தைவழிப் பெயரைச் சேர்த்துக் கொண்டார்; இளையவளாகிய காஸ்யாவைப் பொருத்த வரை, அடிக்கடி அவளுடைய கொழுத்த, குழிவிழும் கன்னத்தைப் பற்றிப் பிடித்து "பாப்பா" என்றும் "செல்லக்குட்டி" என்றும் கேலி பேசலானார். அதை அவள் எதிர்க்கவில்லை என்றாலும் அவளை முகம் சிவக்க வைத்தது.

விளையாட்டுத்தனமாகக் குறைபட்டுக் கொள்ளும் முறையில், தனது பெண்களை அவர் முழுமையாகச் செல்லங்கொடுத்துக் கெடுத்துவிடுவார் எனக் கூறி ஆன்னா அஃபனாசியெவ்னா அவரைக் குற்றங் கூறினாள். உண்மையில் அவர்களில் ஒருத்தி, தற்பொழுதைக்கான ஆசையை வெளியிட்டது தான் தாமதம், அது உடனே நிறைவேற்றி வைக்கப்பட்டது. மாக்கா முற்றிலும் அப்பாவித்தனமாக, தான் சைக்கிள் ஓட்டக்கற்றுக் கொள்ள விரும்புவதாகச் சொன்னபோது, அடுத்த நாளே ஓர் ஆள் ஹார்கோவிலிருந்து, முந்நூறு ரூபிளுக்கு குறைவில்லாத விலையில் ஓர் அருமையான சைக்கிள் கொண்டு வந்தான். ஏதோ ஒரு பிரச்சினை பற்றி பேத்தாவிடம் பந்தயம் கட்டிய அவர் பதினாறு கிலோகிராம் நிறை இனிப்புகளை இழந்தார், காஸ்யாவைப் பொருத்த மட்டில் மற்றொரு பந்தயத்தின் முடிவில், அவளுடைய பெயரைக் குறிக்க பவளம், செவ்வந்திக் கல், நீல மணி மற்றும் பழுப்பு நிற மணிக்கல் இவற்றால் ஆன எழுத்துகளைக் கொண்ட ஒரு ஜோடி உடை ஊக்கு வாங்கி வந்தார். ஒரு முறை நீனாவுக்குக் குதிரைச் சவாரி செய்ய விருப்பமிருப்பதாகக் கேள்விப்பட்டார். இரண்டு நாட்களுக்குப் பிறகு, ஓர் ஆங்கிலேயரால் பேணிவளர்க்கப்பட்ட, பெண் சவாரிக்காரர்களுக்கேற்ற, பெண் குதிரை ஒன்று அவளிடம் கொண்டு வரப்பட்டது. தங்களுடைய ஒவ்வொரு விருப்பத்தையும் ஊகித்து உடனடியாக நிறைவேற்றக் கூடிய இந்த அன்புமிக்க மாயதேவதையால் ஈர்த்துப் பற்றப்பட்டார்கள். இந்தத் தாராளத்தன்மையில் ஏதோ முறையற்றது இருந்தது என்ற வெறுமையான உணர்வு ஆன்னா அஃபனாசியெவ்னாவுக்கு ஏற்பட்டது, ஆனால் இதனைக் கூரிய நோக்கோடு சிவஷ்னினிடம் தெளிவுபடுத்திக் கொள்வதற்கு திணிவு, திறமை ஆகிய இரண்டுமே இல்லாதிருந்தாள் எப்பொழுதெல்லாம் அவள் கெஞ்சும் பான்மையில் அவரைக் கண்டனம் செய்தாளோ, அப்போது தனது கையை அலைத்து அந்த விஷயத்தைத் தவிர்த்து விடுவார். தனது கரகரத்த உறுதியான குரலில் சொல்வார்:

“அது எல்லாம் சரிதான், என் அன்பே... சில்லறை விஷயங்களுக்காகக் கவலைப் படுவதை நிறுத்துங்க.”

எனினும், அவளுடைய மகள்களில் எந்த ஒருத்தியிட மும் விருப்பச்சார்பைக் காட்டவில்லை, ஆனால் எல்லாரையும் ஒன்று போல மகிழ்விக்க முயன்றார். மேலும் முரட்டுத்தனமாக அவர்கள் எல்லாரிடமும் விளையாடச் செய்தார். அந்த வீட்டிற்கு முன்னர் வந்து கொண்டிருந்த இளைஞர்கள் உதவும் மனப்பான்மையோடு காணாமற் போய்விட்டார்கள். எனினும், சிவிஜேவ்ஸ்கி வழக்கமாக வருபவராக மாறியிருந்தான். ஆனால் முன்னதாக மொத்தத்தில் அவன் இரண்டு அல்லது மூன்று முறைகளுக்கு மேல் வந்ததில்லை. அவனை வரும்படி யாரும் அழைத்ததில்லை – ஏதோ விளங்காத அழைப்பின் பேரில் வருவது போல, தனது சொந்த விருப்பத்தின் பேரில் அவன் வந்தான். அத்துடன் உடனடியாக குடும்பத்தின் அனைவருக்கும் தவிர்க்க முடியாதவனாக மாறுவதில் வெற்றியும் அடைந்தான்.

எனினும், ஸினேன்கோ வீட்டிற்கு அவன் வருவதற்கு முன்னர் ஒரு சிறு நிகழ்ச்சி ஒன்று நடந்தது. சுமார் ஐந்து மாதங்களுக்கு முன்பு ஒரு நாள், தான் ஒரு லட்சாதிபதியாவதாகக் கனவு கண்டதாகவும், அந்நேரத்தில் தனக்கு நிச்சயம் நாற்பது வயதிருக்கும் என்றும் தனது சகாக்களிடத்தில் கூறினான்.

“ஆனால் எப்படி?” என்று அவனிடம் கேட்டார்கள்.

சிவிஜேவ்ஸ்கி அடங்கிய புன்னகை செய்து, தனது ஈரம் படிந்த கைகளைப் புதிரான முறையில் தேய்த்துக் கொண்டு பதிலளித்தான்: “எல்லாச் சாலைகளுமே ரோமை நோக்கிச் செல்கின்றன.”

ஷெபெதோவ்கா எஸ்டேட்டின் நிலைமைத் தனது எதிர் காலப்பணிக்கு மிகவும் சாதகமான முறையில் உருவாகிக்கொண்டு வருவதாக அவன் உள்ளுணர்வு சார்ந்த முறையில் உணர்ந்தான். எப்படியோ, எல்லா வலிமையும் வாய்ந்த தனது மேலதிகாரியின் பணியில் அவனால் இருக்க முடியும். ஆகவே, கிவஷ்னினுடைய முன்னிலைக்குத் தனது அடிமைத் தனமான அடங்கிய நகைப்புடன் தன்னைத்தானே முழுமையாகப் பிணித்துக் கொண்டான். அச்சந்தருகின்ற நாய்க்கு முன்னர் நிற்கும் குட்டி போல அவருக்கு முன்பாகச் சென்றான். கிவஷ்னினின் கண்ணிமைப்பில், எதைச் செய்வதற்கும், எந்த நிலையிலும் தயாராக இருப்பதை, அது எவ்வளவு அருவருப்பானதாக இருந்தாலும், அவனுடைய முகமும், அவனுடைய குரலும் சுட்டிக் காட்டின.

கிவஷ்னின் அதைப் பொருட்படுத்தவில்லை. தொழிற்சாலை இயக்குநர்களையும், மேலாளர்களையும், காரணம் சொல்வது பற்றிக் கவலைப்படாமல் வெளியேற்றுவதை வழக்கமாகக் கொண்டிருந்த அவர்,

சிவிஜேவ்ஸ்கியினுடைய முன்னிலையைப் பொறுத்துக் கொண்டார்... ஒரு முக்கியமான பணி அவசியம் உருவாகிக் கொண்டு வர வேண்டும், எதிர்கால லட்சாதிபதி தனது நேரத்தை ஆவலோடு அழைத்துக் கொண்டிருந்தான்.

வாய் வார்த்தை வழியாகவே வதந்தி பப்ரோவின் காதை எட்டியது. அவர் வியப்படையவில்லை. ஏனெனில் அவர் ஸினேன்கோ குடும்பத்தைப் பற்றித் துல்லியமான கருத்தை உறுதியாக உருவாக்கிக் கொண்டிருந்தார். அவரை அலைக்கழித்த ஒரே விஷயம், வதந்தியானது தனது இழிந்த வாலினால் நீனாவைப் புறக்கணிக்கவிருந்ததுவே ஆகும்... இரயில் நிலையப் பேச்சுக்குப் பிறகு அப்பெண் முன்னைக் காட்டிலும் அவருக்கு மிகவும் விருப்பமுள்ளவளாக மாறியிருந்தாள். அவரிடம் மட்டுமே அவள் தனது ஆன்மாவை, தனது ஊசலாட்டத்திலும், தளர்ச்சியிலும் இன்னும் அழகாக இருந்த ஆன்மாவை, நம்பிக்கையோடு வெளிக்காட்டியிருந்தாள். ஒவ்வொருவரும் அவளது செயற்கை அணிமணிகளையும் தோற்றத்தையும் மட்டுமே அறிவார்கள் என்று அவர் நினைத்தார். அவருடைய நம்புகின்ற சுவை நலமிக்க இயல்புக்கு– குற்றம் நாடும் அவநம்பிக்கையுடன், நிலையான வன்மமிக்க பெருமையுடன், அற்பத்தனமான, நாகரிகமற்ற தன்மையுடன் கூடிய பொறாமையானது அந்நியமானதாக இருந்தது.

பெண்ணினுடைய காதலின் ஆழமான அன்பை பப்ரோவ் இதுவரை அறிந்ததில்லை. அவர் மிகவும் வெட்கப்படுபவராக இருந்தார், அத்துடன். ஒருவகையில் தனக்கு எது சேர வேண்டுமோ அதை வாழ்க்கையிலிருந்து பெற்றுக்கொள்வதற்குத் தன்னம்பிக்கையற்றவராக இருந்தார். அவரது இதயம் புதிய, அழுத்தமான உணர்வினைச் சந்திப்பதற்காக மகிழ்ச்சியோடு விரைந்தது என்பதில் எந்த வியப்பும் இல்லை.

கடந்த சில நாட்கள் முழுக்கவே, ரயில் நிலையத்தில் அவர்கள் பேசிய பேச்சின் வசியத்திற்கு ஆளாகி இருந்தார். மிக நுண்ணிய விவரத்தோடு ஒவ்வொரு முறையும் நீனாவினுடைய வார்த்தைகளில் ஆழமான பொருளை உணர்ந்தபடி, அதைத் திரும்பத்திரும்ப நினைவுகூர்ந்தார். ஒவ்வொரு காலையிலும் வெறுமையான உணர்வுடன், தனது ஆன்மாவிற்குள் நுழைந்துவிட்ட ஏதோ ஒருவித பெரும் மகிழ்ச்சியுடன், ஒருவகை சுழிபேரின்பத்தின் நம்பிக்கைகளுடன், அவர் விழித்தெழுந்தார்.

ஸினேன்கோ வீட்டிற்கு அவர் தடுக்க முடியாதபடி இழுத்துச் செல்லப்பட்டார்; தனது மகிழ்ச்சியைத் திரும்பவும் ஒருமுறை உறுதிப்படுத்திக் கொள்ளவும், இப்போது வெட்கி ஒதுங்குகின்ற, இப்போது கபடமற்ற துணிவு கொண்டுள்ள நீனாவின் அந்த அரை ஒப்புதல் வாக்குமூலத்தைத் திரும்ப ஒருமுறை

கேட்கவும் அவர் விரும்பினார். ஆனால் கிவஷ்னினுடைய முன்னிலையால் கட்டுப்படுத்தப்பட்டார், எந்தச் சூழ்நிலைகளிலும், இவான்கவோவில் இரு வார காலத்திற்கு மேல் கிவஷ்னினால் தங்கமுடியாது என்று தனக்குத்தானே சொல்லி மனத்தை அமைதிப்படுத்திக்கொள்ள முயன்றார்.

கிவஷ்னின் புறப்படுவதற்கு முன்னால் எதிர்பாரா அதிருஷ்டத்தால் நீனாவை அவர் பார்த்தார். அது ஞாயிற்றுக் கிழமையன்று நடந்தது. ஊதுலை உலைக்களத்தில் துவக்க விழா நடந்த மூன்று நாட்களுக்குப் பிறகு. ஆலையிலிருந்து ரயில் நிலையத்திற்குச் செல்லக்கூடிய அடிபட்டுத்தேய்ந்த சாலையிலே ஃபேர்வேயின் மீது பப்ரோவ் சவாரி செய்து கொண்டுவந்தார். அப்போது சுமார் இரண்டு மணி. பகலானது குளுமையாகவும், மேகமற்றும் இருந்தது. துரித்த நடையில், தனது காதுகளை நிமிர்த்திக் கொண்டும், தனது மயிரடர்ந்த தலையை ஆட்டிக் கொண்டும் ஃபேர்வே போய்க் கொண்டிருந்தது. பண்ட சாலை ஒன்றுக்கு அருகே ஒரு வளைவில், சவாரி உடையில் பெண் ஒருத்தி பெரிய கருஞ்சிவப்புக் குதிரை ஒன்றிலும், அவளைத் தொடர்ந்து சிறிய வெள்ளைக் குதிரையில் ஒருவனும் இறக்கத்தில் வந்து கொண்டிருப்பதை பப்ரோவ் பார்த்தார். நீண்ட, கரும் பச்சை நிறத்திலான ஸ்கர்ட்டும், மஞ்சள் நிறக் கவசக் கையுறைகளும், குட்டையான, மெருகிடப்பட்ட தொப்பியும் அணிந்திருந்த நீனாவை சீக்கிரமாகவே அவர் அடையாளம் கண்டு கொண்டார். அவள் சேணத்தின் மீது உறுதியாகவும் எடுப்பாகவும் அமர்ந்திருந்தாள். ஒரு வளைவில் அவளைச் சுமந்து வருகையில் மெலிந்த இங்கிலிஷ் பெண் குதிரை தனது ஒல்லியான கால்களை உயரத்தூக்கி துள்ளு நடை போட்டது, கழுத்தை வில்லாய் வளைத்துக் கொண்டது. நீனாவினுடைய துணைவன், சிவிஜேவ்ஸ்கி பின்தங்கிப் போய்விட்டான், தனது முழங்கைகளை ஆட்டிபடியும் இங்குமங்கும் அலைத்தபடியும், தனது பாத நுனி விரலால் அங்கவடியைப் பற்றுவதற்கு முயற்சி செய்து கொண்டிருந்தான்.

பப்ரோவைப் பார்த்ததும், நீனா குதிரையைப் பாய்ச்சலில் ஓட்டினாள். எதிர்த்து வீசிய காற்று அவள் தனது தொப்பியை வலது கையால் பிடித்துக் கொண்டு குனிய வைத்தது. பப்ரோவுக்கு இணையாக வந்தபோது திடீரென்று கடிவாளத்தை இழுக்க, அது படபடக்கத் தொடங்கியது, அதனது அருமையான விரிந்த நாசி துவாரங்களை விரிவாக்கியது, கடிவாளவாரை நறநறவெனக் கடித்தது. சவாரியால் நீனாவின் முகம் சிவந்துபோய் இருந்தது. அவளுடைய தலைமுடியானது தொப்பிக்குக் கீழே நெற்றியின் மீது நீண்ட மெல்லிய சுருள்களாக வளைந்து கிடந்தது.

“இத்தகைய அழகை எங்கிருந்து பெற்றீர்கள்?”என்று கேட்டார் பப்ரோவ். இறுமாப்பு நடையில் சென்று கொண்டிருந்த ஃபேர்வேயை கட்டுப்படுத்துவதில்

ஓரளவு வெற்றி கண்டார். சேணத்தின் மீது குனிந்து நீனாவின் விரல் நுனிகளை வலிந்து பற்றினார்.

"இந்தப் பெண்குதிரை அருமையானது, இல்லையா? இது வெஷ்னினின் அன்பளிப்பு,"

"நானாக இருந்தால் இத்தகைய அன்பளிப்பை மறுத்திருப்பேன்," நீனாவினுடைய பொறுப்பற்ற பதிலால் கோபமுற்ற பப்ரோவ் முரட்டுத்தனமாகச் சொன்னார்.

நீனா நானமுற்றாள்.

"ஏன்?"

"ஏனென்றால்... உண்மையாக, கிவஷ்னின் உங்களுக்கு யாரு? உறவினரா? அல்லது உங்களுடைய மாப்பிள்ளையா..?"

"ஐயோ. மற்றவர்கள் விஷயத்தில் ஏன் இப்படி வெறுப்பா இருக்கீங்க!" நீனா குத்தலாகக் கூறினாள்.

ஆனால் அவரது முகத்தின் வாட்டமான தோற்றத்தைப் பார்த்ததும், உடனடியாக அவள் தணிந்து போனாள்.

"அவரால் சுலபமாகத் தரமுடியும் என்பது உங்களுக்கே தெரியுமே... அந்தளவுக்கு அவர் பணக்காரர்...."

அவர்களினின்றும் பத்துப் பன்னிரெண்டு எட்டுத் தொலைவில் சிவிஜேவ்ஸ்கி இப்போது இருந்தான். திடீரென்று பப்ரோவ் பக்கம் நீனா குனிந்து, தனது சாட்டை நுனியால் அவரது கையை மென்மையாகத் தொட்டு மூச்சு வாங்கியபடி, தனது குற்றத்தை ஒப்புக்கொள்ளும் சின்னஞ்சிறு சிறுமியைப் போல கூறினாள்:

"கோபப்படாதீர்கள்... இப்போது, தயவு செய்து, கோபப்படாதீர்கள்... அவரிடம் குதிரையைத் திருப்பிக் கொடுத்துவிடுகிறேன். நீங்க சிடுசிடுப்புக்காரர்! நீங்க சொன்னது எனக்கு எப்படி இருந்தது தெரியுமா?"

பப்ரோவினுடைய கண்கள் மகிழ்ச்சியுடன் மின்னின, தனது கைகளை அவர் நீனாவிடம் நீட்டாமலிருக்க முடியவில்லை. ஆனால் அவர் எதுவுமே சொல்லவில்லை, வெறுமனே ஒரு நீண்ட பெருமூச்சு விட்டார். குதிரையில் வந்து கொண்டிருந்த சிவிஜேவ்ஸ்கி தலைவணங்கி, கருத்தூன்றாதபடி குதிரை மீது அமர முயற்சித்துக் கொண்டிருந்தான்.

"நம்முடைய பிக்னிக் பற்றி உங்களுக்குத் தெரியும் என்று நான்

நினைக்கிறேன்?'' தொலைவிலிருந்து அவன் கத்தினான்.

"அது பற்றிக் கேள்விப்படவே இல்லை," என்று பதிலளித்தார் பப்ரோவ்.

"அதாவது வசீலி தெரேந்தியெவிச் ஏற்பாடு செய்யும் பிக்னிக்கைக் குறிப்பிடுகிறேன். பெஷினயா பால்காவுக்கு நாம் போகப் போகிறோம். தெரிகிறதா?"

"அது பற்றிக் கேள்விப்படவே இல்லை."

"உண்மைதான். தயவு செய்து வாருங்கள், அந்திரேய் இல்யீச்." என்றாள் நீனா. "வரும் புதன்கிழமை, ஐந்து மணிக்கு... இரயில் நிலையத்திலிருந்து நாம் புறப்படுவோம்..."

"பணம் செலுத்திச் செல்லும் பிக்னிக்கா?"

"அப்படித்தான் நினைக்கிறேன். ஆனால் எனக்கு உறுதியாகத் தெரியாது."

வினவுவது போல நீனா, சிவிஜேவ்ஸ்கியைப் பார்த்தாள்.

"சரிதான் – பணம் செலுத்திச் செல்லும் பிக்னிக்," என்று அவன் உறுதி செய்தான். "சில ஏற்பாடுகளைச் செய்யும்படி வசீலி தெரேந்தியெவிச் என்னைக் கேட்டுக் கொண்டிருக்கிறார். அது ஒரு மிகப்பெரிய விஷயமாகப் போகிறது. நான் உங்களுக்குச் சொல்கிறேன். கூடுதலான உள்வலி... ஆனா இதுவரை அது ரகசியமாக இருக்கிறது. நீங்க ஆச்சரியப்படுவீங்க..."

விளையாட்டுப் போல நீனாவால் இதை மேற்கொண்டு சொல்லாமல் இருக்கமுடியவில்லை. "இவை எல்லாவற்றையும் நான் தொடங்கிவைத்தேன். காட்டுப் பகுதிக்கு போய் வருவது மிகவும் வேடிக்கையாக இருக்கும் என்று அன்றைக்கு ஒரு நாள் நான் சொல்லிக் கொண்டிருந்தேன், மேலும் வசீலி தெரேந்தியெவிச்..."

"நான் வரவில்லை," என்று பப்ரோவ் நயமற்றவாறு கூறினார்.

"இல்லை, நீங்களும் வருவீர்கள்!" நீனாவின் கண்கள் மின்னின. "இப்போது புறப்படுங்கள், கனவான்களே!" என்று கத்தினாள், குதிரையைப் பாய்ச்சலில் விரட்டத் தொடங்கினாள். "நான் உங்களிடம் என்ன சொல்ல வந்தேன் என்பதைக் கேளுங்கள், அந்திரேய் இல்யீச்!''

சிவிஜேவ்ஸ்கி பின்னுக்கு விடப்பட்டான். நீனாவும் பப்ரோவும் அருகருகே போய்க் கொண்டிருந்தார்கள். நீனா புன்னகை செய்தபடி அவரது கண்களுக்குள்ளாக உற்றுப் பார்த்துக் கொண்டிருந்தாள், அவரோ கோபத்தோடு புருவங்களைச் சுழித்தார்.

செம்மணி வளையல்

"ஏன், குறிப்பா உங்களுக்காகத்தான் அந்தப் பிக்னிக் பற்றி நினைத்தேன், எனது அன்பில்லாத, சந்தேகிக்கும் நண்பரே," அவள் மிகுந்த பரிவோடு கூறினாள். "அன்றைக்கு ரயில் நிலையத்தில் நீங்க என்னிடம் சொல்லி முடிக்காமல் விட்டது என்ன என்பதை அறிந்துகொள்ள வற்புறுத்துவேன். பிக்னிக்கில் நமது வழியில் யாரும் குறுக்கிட மாட்டார்கள்."

திரும்பவும் பப்ரோவின் இதயத்தில் ஒரு திடீர் மாற்றமானது ஏற்பட்டது. பரிவுமிக்க உணர்ச்சிக் கண்ணீர் அவரது கண்களில் ஊற்றெடுப்பது போல உணர்ந்து, வெறியுணர்ச்சியோடு வியந்துரைத்தார்:

"ஓ, நீனா, உங்களை எப்படிக் காதலிக்கிறேன்!"

ஆனால் அவரது திடீர் ஒப்புதலை நீனா கேட்காதது போலவே காணப்பட்டது. கடிவாளங்களைப் பிடித்து இழுத்து, குதிரையை நடந்து போகுமாறு செய்தாள்.

"ஆக நீங்க வருவீங்க, இல்லையா?" எனக் கேட்டாள்.

"ஆமாம். எந்த வகையிலும்!"

"நீங்க வருவதைப் பார்க்கிறேன்... இப்ப எனது கூட்டாளிக்காக நாம காத்திருப்போம். போய் வருகிறேன். நான் வீட்டிற்குப் போயாக வேண்டும்..."

அவளிடமிருந்து அவர் விடை பெறுகையில், நீண்ட உறுதியான பிடிப்பினை பிரதிபலித்த அவளது கையின் வெது வெதுப்பினை அவளது கையுறை வழியாக உணர்ந்தார். அவளது கரு விழிகளில் காதல் நிறைந்து வழிந்தது.

9

மறு புதன்கிழமை நான்கு மணிக்கு பிக்னிக் செல்பவர்களால் ரயில் நிலையம் நிரம்பி வழிந்தது. ஒவ்வொருவரும் மகிழ்ச்சியையும், இயல் அமைதியையும் கண்டார்கள். வேறு யாரிடமும் எதிர்பார்க்கமுடியாத அளவுக்கு கிவஷ்னினின் வருகை மிகவும் மகிழ்ச்சியானதாகச் சென்று கொண்டிருந்தது. அவர் யார் மீதும் சீறிவிழவில்லை, பயங்கரச் சாபமிடவுமில்லை. வெகு விரைவில் எழுத்தர்களில் பெரும்பாலோர் கூடுதல் சம்பள உயர்வு பெறுவார்கள் என்று வதந்தி பரவியிருந்தது. மேலும், பிக்னிக் மிகவும் மகிழ்வூட்டுவதாக இருக்கும். செல்லவிருக்கின்ற இடமாகிய பெஷினயா பால்கா, குதிரையில் சென்றால் பத்து மைல்களுக்குக் குறைவாகவும், பாதையானது பெருமளவுக்குக் கண்ணைக் கவரும் காட்சிகளால் நிறைந்திருக்கும்... கடந்த கிழமையிலிருந்து காணப்பட்ட கோடைக்கால வெப்ப நிலையானது. பயணத்தை ஊக்குவிப்பதாக இருந்தது.

ஏறத்தாழ தொண்ணூறு விருந்தினர்கள் வந்திருந்தனர்; கிளர்ச்சியுற்ற குழுக்களாக பிளாட்பாரத்தின் மீது பேசிக்கொண்டும். உரக்கச் சிரித்துக் கொண்டும் இருந்தார்கள். ருஷ்ய உரையாடல்களோடு பிரெஞ்சு. ஜெர்மன் மற்றும் போலந்து சொற்றொடர்களைக் கேட்க முடிந்தது. கண நேரத்தில் ஃபிளாஸ் படம் எடுக்கும் நம்பிக்கையில் மூன்று பெல்ஜியர்கள் தங்களுடைய காமிராக்களைக் கொண்டு வந்திருந்தனர். பிக்னிக்கின் விவரங்கள் பற்றிய முழுமையான ரகசியம் பொதுவான ஆர்வத்தை ஏற்படுத்தியிருந்தது. புதிரான முறையில் முக்கியமான சில 'வியப்புகளை' சிவி ஜேவ்ஸ்கி வெளியிட்டான். ஆனால் மிகவும் குறிப்பாகச் சொல்ல மறுத்துவிட்டான்.

முதலாவது வியப்பு விஷேட ரயிலாகும். சரியாக ஐந்து மணிக்கு. அமெரிக்காவில் தயாரிக்கப்பட்ட பத்து சக்கரங்கள் கொண்ட ஒரு புதிய வாகனமானது தனது கொட்டகையை விட்டுப் புறப்பட்டது. வியப்பாலும் மகிழ்ச்சியாலும் ஏற்பட்ட தங்களுடைய சுத்தல்களைப் பெண்களால் நிறுத்த முடியவில்லை: அழகு ஒப்பனைக்குரிய கொடிச் சிலையுடனும் புத்தம் புது மலர்களுடனும் அலங்கரிக்கப்பட்ட ஒரு பெரிய என்ஜின் வந்தது. அஸ்டர் மலர்க் கொத்துகளாலும், தாலியா மலர்க் கொத்துகளாலும் இணைக்கப்பட்ட ஓக் இலைகளால் ஆன பச்சை மாலைகள், அதனுடைய எஃகு உடலை, புகைப் போக்கியிலிருந்து கீழே ஊதல் வரை படிப்படியாகக் கோத்துப் பின்னி, ஒட்டுநர் இருக்கைக்கு மேலாக ஓர் அழகு கொழிக்கும் சுவரை ஏற்படுத்தியிருந்தது. இலையுதிர் கால அஸ்தமனச் சூரியனுடைய பொன்னிறக் கதிர்களில் என்ஜினுடைய எஃகு மற்றும் செப்புப் பாகங்கள் இலைகளுக்கும் மலர்களுக்கும் ஊடாகப் பகட்டுடன் மினுமினுத்தன. இருநூறாவது மைலில் உள்ள நிலையத்திற்கு பிக்னிக் செல்பவர்களை எடுத்துச் செல்வதற்கான ஆறு முதல் வகுப்புப் பெட்டிகள் பிளாட்பாரம் நெடுகிலும் நீண்டு கிடந்தன, அங்கிருந்து சுமார் இருநூறு மீட்டர் தொலைவில்தான் பெஷினயா பால்கா இருந்தது.

"பெரியோர்களே, தாய்மார்களே, இந்தப் பிக்னிக்கான செலவு அனைத்தையும் தானே கொடுத்துவிடுவதாக உங்களிடம் சொல்லும்படி வசீலி தெரேந்தியெவிச் என்னிடம் கேட்டுக் கொண்டார்," என்று சிவிஜேவ்ஸ்கி ஒரு குழுவிடமிருந்து மற்றொன்றாகச் சென்று திரும்பத் திரும்பக் கூறினான். "பெரியோர்களே, வசீலி தெரேந்தியெவிச் எல்லாரிடம் சொல்லும்படி என்னிடம் கேட்டுக் கொண்டார்."

பெருந்திரளான கூட்டம் அவரைச் சுற்றிச் சூழ்ந்து நிற்க, அவர்களுக்கு மேற்கொண்டு விவரங்களைத் தெரிவித்தான்:

“இங்கே தனக்களிக்கப்பட்ட வரவேற்பில் வசீலி தெரேந்தியெவிச் பெரிதும் மகிழ்ந்து போய்விட்டார். அதைத் திரும்பச் செய்வதற்காக அவர் மகிழ்ச்சியடைகிறார். எல்லாச் செலவுகளையும் அவரே கொடுத்து விடுகிறார்...”

தனது எசமானனுடைய பெருந்தன்மையின் புகழ்ச்சியை அடக்க முடியாதவனாக, மேற்கொண்டு அழுத்தமாக அவன் பேசினான்:

“இந்தப் பிக்னிக்கிற்காக நாங்கள் மூவாயிரத்து ஐந்நூற்றுத் தொண்ணூறு ரூபிள்கள் செலவிட்டிருக்கிறோம்!”

“அதாவது பாதியை திரு. கிவஷ்னினுடன் பங்கு போட்டுக் கொண்டதாகச் சொல்கிறீர்களா?” என்று கிண்டலாக ஒரு குரல் பின்னிருந்து பேசியது. சிவிஜேவ்ஸ்கி விரைந்து சுற்றித் திரும்பி அந்த நச்சுக் கேள்வி யாரிடமிருந்து வந்தது என்பதைக் கண்டுபிடித்தான். அது அண்டிரெயா. வழக்கம் போல கிளர்ச்சியற்றபடி இவனைப் பார்த்துக் கொண்டிருந்தார், தனது கைகளைக் காற்சட்டை பைகளுக்குள்ளாக முழுமையாக விட்டபடி நின்றார்.

“உங்க மன்னிப்பைக் கேட்டுக்கொள்கிறேன்? நீங்க என்ன சொன்னீங்க, தயவு செய்து?” என்று கேட்டான் சிவிஜேவ்ஸ்கி. அவனது முகம் வேதனையால் சிவந்து போயிருந்தது.

“நீங்கதான் ஏதோ சொன்னீங்க ‘நாங்க மூவாயிரம் செலவழிச்சோம்’ என்று, அதனாலேதான் உங்களையும் திரு. கிவஷ்னினையும் சேர்த்துச் சொல்றீங்கன்னு நானே ஊகித்தேன் அப்படித்தான் என்றால், உங்களிடம் சொல்வது என்னுடைய ஏற்றுக்கொள்ள வேண்டிய கடமை, அதாவது. திரு.கிவஷ்னினிடமிருந்து வரும் பிக்னிக்கைப் பெற்றுக்கொள்ளும் அதே வேளை, திரு. சிலிஜேவ்ஸ்கியிடமிருந்து வரக்கூடியதை என்னால் மிக நன்றாக மறுக்க முடியும்..”

“ஓ, இல்லை, இல்லை..!) என்னைத் தவறாகப் புரிந்து கொண்டீர்கள்,” என்று திக்கினான் சிவிஜேவ்ஸ்கி. “இவை எல்லாவற்றையும் செய்தது வசீலி தெரேந்தியெலிச் தான். நான் வெறுமனே... அவருடைய கையாள்... ஓர் ஏஜண்ட் அது மாதிரி ஏதோ ஒன்று,” என்று வறட்டுப் புன்னகையுடன் கூறினான்.

ஸினேன்கோக்கள். கிவஷ்னினும் ஷெல்கோவ்னிகவும் உடன் வர, பெரும்பாலும் ஏக காலத்தில் ரயிலுக்கு வந்து சேர்ந்தார்கள். ஆனால் வண்டியிலிருந்து கிவஷ்னின் இறங்கினாரோ இல்லையோ உடனேயே யாருமே எதிர்பார்த்திருக்க முடியாத அந்த இன்பதுன்பக் கலவையான

நிகழ்ச்சி நடைபெற்றது. அதிகாலையிலிருந்தே, பிக்னிக் பற்றிய திட்டத்தைக் கேள்வியுற்ற, தொழிலாளர்களின் மனைவிகள், சகோதரிகள், தாய்மார்கள் ரயில் நிலையத்தில் கூட ஆரம்பித்திருந்தனர்; அவர்களில் பலர் குழந்தைகளையும் தங்களுடன் எடுத்து வந்திருந்தனர். சூரிய ஒளியில் காய்ந்த. அருவருப்பான தோற்றம் கொண்ட முகங்களுடன். மந்தமான உணர்ச்சியுடன் ரயில் நிலையப் படிக்கட்டுகள் அல்லது சுவர்களை ஒட்டி விழுந்த நிழலில் பல மணி நேரமாக உட்கார்ந்து கொண்டிருந்தார்கள். இரு நூறுக்கும் மேற்பட்டவர்கள் இருந்தார்கள். அவர்களுக்கு என்ன வேண்டும் என்று ரயில் நிலைய ஊழியர்கள் கேட்டபோது, "தடித்த, சிவப்புத் தலை முதலாளியை" கட்டாயம் பார்க்க வேண்டும் என்று கூறினார்கள். காவலாளி அவர்களை அப்பால் அனுப்ப முயன்றான், ஆனால் அவர்கள் எழுப்பிய கூக்குரலால் முயற்சியைக் கைவிட்டு, அவர்களை விட்டுவிட்டான்.

அங்கு வந்து நின்ற ஒவ்வொரு வண்டியுமே, பெண்களிடம் கணநேரக் கலவரத்தை ஏற்படுத்தியது. ஆனால் "தடித்த, சிவப்புத் தலை முதலாளி" இல்லையென்று தெரிந்ததும் பின்வாங்கினார்கள்.

வண்டிப் படியில் கிவஷ்னின் சிரமப்பட்டு காலை வைத்தார், வண்டியைப் பிடித்துக் கொண்டும், குப்குப் என்று புகைவிட்டுக் கொண்டும், சரிந்தவாறு இறங்கியதும் பெண்கள் அவரைச் சுற்றிச் சூழ்ந்து கொண்டு முழங்காலிட்டு நின்றார்கள். இளம், ஊக்கமிக்க குதிரைகள், கூட்டத்தின் இரைச்சலில் திடுக்கிட்டன. வண்டியோட்டியால் செய்ய முடிந்ததெல்லாம் கடிவாளத்தை பலமாகப் பிடித்து இழுத்து அவற்றை நிறுத்தியதுதான். முதலில் கிவஷ்னினுக்கு தலைகால் புரியவில்லை; பெண்கள் ஒருசேரக் கத்திக் கொண்டிருந்தார்கள், தங்கள் குழந்தைகளை முன்னுக்கு நீட்டிக் கொண்டிருந்தார்கள்; வெளிறிப் போன அவர்களுடைய முகங்களினின்றும் கண்ணீர் பெருக்கெடுத்து ஓடின...

பெண்களுடைய இந்த வட்டத்தை முரித்துக்கொள்வது தனக்கு மிகவும் சிரமமானது என்பதைக் கிவஷ்னின் கண்டு கொண்டார்.

"அமைதி, பெண்களே! புலம்பலை நிறுத்துங்கள்!" என்று முனங்கினார், அவர்களது குரல்களைத் தணிய வைத்தார். "இது சந்தையில்லை? என்னால் ஒன்றையும் கேட்க முடியவில்லை. என்ன விஷயம் என்று உங்களில் ஒருத்தி சொல்ல வேண்டும்."

ஆனால் ஒவ்வொரு பெண்ணுமே தான்தான் பேச வேண்டியவள் என்று நினைத்துக் கொண்டாள். கூச்சல் இன்னும் உரக்கக் கேட்டது, கண்ணீர் மிக அதிகமாக வழிந்தோடியது.

"தயவு செய்... எசமானே, எங்களைப் பார்... எங்களால் இதற்கு மேல் பொறுத்துக்கொள்ள முடியாது... அது எங்களை நலிவடையச் செய்துவிட்டது! நாங்கள் செத்துக் கொண்டிருக்கிறோம்... குழந்தைகளும் எல்லாரும் தான்... குளிர் எங்களை அப்படியே கொன்று குவிக்கிறது!"

"சரி, உங்களுக்கு என்ன வேண்டும்? எதனால் செத்துக் கொண்டு இருக்கிறீர்கள்?" என்று கிவஷ்னின் திரும்பவும் உரக்கக் கூச்சலிட்டார். "ஆனால் எல்லாரும் ஒரே நேரத்தில் சுத்தாதீர்கள்! நீ, பேசும்மா.'' உயரமான ஒரு பெண்ணை கிவஷ்னின் தனது விரலால் சுட்டிக் காட்டினார். வெளிறிய தோற்றங் கொண்ட முகமாக இருந்தாலும், அவள் அழகாக இருந்தாள். "மற்றவர்கள் பேசாது அமைதியாக இருங்கள்!"

பெரும்பாலான பெண்கள் கத்துவதை நிறுத்திவிட்டார்கள். ஆனால் தேம்புவதையும், மெல்லப் புலம்புவதையும் தொடர்ந்தார்கள், தங்களது அழுக்கடைந்த ஆடை நுனிகளால் கண்களையும், மூக்குகளையும் துடைத்துக் கொண்டார்கள்..

அப்படியிருந்தும், இருபது பேருக்குக் குறையாது ஒரே நேரத்தில் பேசிக் கொண்டிருந்தார்கள்.

"நாங்கள் குளிரினால் செத்துக் கொண்டிருக்கிறோம். முதலாளியே.. தயவு செய்து ஏதாவது செய். குளிருக்கு எங்களைக் கட்டுக்குடியிருப்புகளில் வைக்கிறார்கள், ஆனால் அங்கே எங்களால் எப்படி வசிக்கமுடியும்? அவற்றைக் கட்டுக்குடியிருப்புகள் என்று சொல்கிறார்கள், நிச்சயமாகத்தான். ஆனால் அது சுள்ளிகளைக் கொண்டு கட்டப்பட்டது. இப்போது கூட இரவு நேரத்தில் அங்கே பயங்கரமான குளிராக இருக்கிறது... பல்லைக் கடகடக்க வைக்கிறது... பனிக்காலத்தில் நாங்கள் என்ன செய்யப் போகிறோம்? குறைந்தது எங்கள் குழந்தைகள் மீதாவது கருணை காட்டு, எங்களைக் காப்பாத்து, அன்பான முதலாளியே.... குறைந்தது அடுப்புகளையாவது கட்டச் சொல்... எங்களது சாப்பாட்டைச் சமையல் செய்யுறதுக்கு இடமே கிடையாது... நாங்க வெளியேதான் சமையல் செய்து கொண்டிருக்கிறோம். ஆண்கள் பகல் பூரா நனைந்தும் நடுங்கிக் கொண்டும் வேலை செய்யுறாங்க... வீட்டுக்குத் திரும்புறபோது, அவுங்களது துணிகளை உலர்த்த முடியலே."

கிவஷ்னின் சுற்றிவளைக்கப்பட்டார். எந்தப் பக்கம் அவர் திரும்பினாலும், அவரது பாதையானது மெலிந்து நலிந்து போன, முழங்காலிட்டு இருந்த பெண்களால் மறிக்கப்பட்டது. வலிந்து அவர் தனது வழியைப் பார்த்துக் கொள்ள முயன்றபோது, அவரது காலைச் சுற்றி மொய்த்துக் கொள்ளவும்,

அவரது நீண்ட பழுப்பு நிறக் கோட்டைப் பிடிக்கவும் செய்தார்கள். தான் செய்வதறியாது இருப்பதை அறிந்த அவர், ஷெல்கோவ்னிகவைத் தலையை அசைத்து அழைத்தார். அந்த நெருக்கமான கும்பலின் ஊடாக அவர் போக முழங்கையால் வழி வகுத்துக்கொண்டு சென்றபோது, அவரிடத்திலே கோபமாக பிரெஞ்சு மொழியில் கேட்டார்:

"கேட்டீர்களா? இதன் அர்த்தம் என்ன?"

ஷெல்கோவ்னிகவ் திடுக்குற்றுப் போனார்.

"நிர்வாகக் குழுவுக்கு ஒன்றுக்கும் மேலாகவே எழுதிவிட்டேன்..." என்று முணுமுணுத்தார். "ஆள் பற்றாக்குறை இருந்தது... அது கோடைக் காலம்... புல் அறுவடை நடந்து கொண்டிருந்தது... விலைவாசிகளும் கூடுதலாக இருந்தன குழு அதை அங்கீகரிக்கவில்லை, அதை ஒன்றும் செய்ய முடியவில்லை..."

"ஆக, தொழிலாளர்களுடைய கட்டுக்குடியிருப்புகளைத் திரும்பக் கட்டும் வேலையை எப்போது செய்யப் போகிறீர்கள்?" என்று கிவஷ்னின் கண்டிப்பாகக் கேட்டார்.

"என்னால் உறுதியாகச் சொல்லமுடியாது... எப்படியோ அவர்கள் எல்லாரும் அதற்குள்ளாகப் போடப்பட்டாக வேண்டும்.. அலுவலக எழுத்தர்களுக்காக நாம் முதலில் விரைந்து குடியிருப்புகளைக் கட்டியாக வேண்டும்."

"உங்களுடைய நிர்வாகத்தின் கீழே இங்கே மட்டு மீறிய காரியங்கள் நடந்து கொண்டிருக்கின்றன," என்று கிவஷ்னின் முணுமுணுத்தார். அவர் பெண்கள் பக்கமாகத் திரும்பி உரத்த குரலில் பேசினார்: "கேளுங்கள், பெண்களே! உங்களுக்கு அடுப்புகள் கட்டும் வேலையை நாளைக்கே அவர்கள் தொடங்குவார்கள், உங்களது கட்டுக்குடியிருப்புகளுக்கு மரப்பலகைகளால் கூரை வேய்வார்கள். கேட்கிறீர்களா?"

"ஆமாம், முதலாளியே ... உனக்கு நன்றி... உண்மையிலே உன் பேச்சைக் கேட்டுட்டோம்," மகிழ்ச்சிமிக்க குரல்கள் சுத்தின. "மிக அருமையானது, முதலாளியே உத்தரவிட்ட பிறகு அதை நாங்க நம்பலாம்... ரொம்ப நன்றி... கட்டுமானப்பணி நடக்கிற இடத்திலே கிடக்கிற சிராய்களையும் பொறுக்கிக் கொள்ள தயவு செய்து எங்களுக்கு அநுமதி."

"சரி, சரி. நீங்க அப்படியே செய்யலாம்."

"ஏனென்றால் செர்கேசியக் காவல்காரர்கள் எல்லா இடங்களிலும் நிறுத்தப்பட்டிருக்கிறார்கள். நாங்க வரும்போது சவுக்குகளைக் காட்டி எங்களை பயமுறுத்துறாங்க..."

“பரவாயில்லை... நீங்க வந்து சிராய்களை எடுத்துப் போங்க, யாரும் உங்களைத் தொந்தரவு செய்ய மாட்டாங்க,” என்று திரும்பவும் உறுதி தரும் வகையில் கிவஷ்னின் பேசினார். “இப்போது, பெண்களே, நீங்க போய் உங்களது சமையல்களை கவனியுங்க! அதை வேகமாகச் செய்யுங்கள்!” என்று உற்சாகமூட்டும் வகையில் கத்தினார்.

“நாளைக்கு அந்தக் கட்டுக்குடியிருப்புகளுக்கு செங்கல் இரண்டு வண்டிகளில் வந்து சேரும்...” என்று தணிந்த குரலில் பேசினார் ஷெல்கோவ்னிகவிடம். “அது அவர்களை நீண்ட காலத்திற்கு வசதியாக வைத்திருக்கும். அதைப் பார்த்துக் கொண்டு அவர்கள் மகிழ்ச்சியாக இருக்கட்டும்.”

பெண்கள் முற்றிலும் மகிழ்ச்சியான மனநிலையில் பிரிந்து சென்றார்கள்.

“நினைவிலே வச்சுக்கங்க, அந்த அடுப்புகள் கட்டப்படவில்லையானால் எஞ்சினியர்களை வரச் சொல்லி எங்களை வெதுவெதுப்பாகும்படி கேட்போம்,” மற்ற பெண்களுக்காக யாரைப் பேசும்படி கிவஷ்னின் சொன்னாரோ, அந்தப் பெண் கத்தினாள்.

“ஆக நாங்க!” என்று தொடர்ந்தாள் மற்றொரு பெண் அடக்கமில்லாதபடி. “பிறகு முதலாளியே நம்மை வெதுவெதுப்பாக்குவாரு. பாருங்க எவ்வளவு தடிப்பாயும், மகிழ்ச்சியானவராயும் இருக்கிறார்... அடுப்புக்குப் பக்கத்தில் இருப்பதைவிட அவருடன் இருந்தா நமக்கு வெது வெதுப்பா இருக்கும்.”

இப்படி மகிழ்ச்சியாக முடிந்த இந்தச் சம்பவம் ஒவ்வொருவருடைய ஆர்வத்தையும் பெருக்கியது. ஆரம்பத்தில் மேலாளரைப் பார்த்து முகஞ்சுழித்த கிவஷ்னின் கூட, தங்களைப் பெண்கள் வெதுவெதுப்பாக்கும்படி சொன்னபோது சிரித்துவிட்டார். இணக்கத்தைக் காட்டும் வகையில் ஷெல் கோவ்னிகவினுடைய முழங்கையைப் பிடித்தார்.

“பாருங்க, என் நண்பரே,” என்று அவர் ஷெல்கோவ்னிகவிடம் பேசலானார். அவருடன் ரயில் நிலைய வாசற்படிகளில் அழுத்தமாக காலை வைத்தபடி ஏறினார். “அந்த சனங்களிடம் எப்படிப் பேசுறது என்பதை நீங்க அவசியம் தெரிந்து இருக்கணும். அவர்களுக்கு விருப்பப்பட்ட மாதிரி எதை வேணுமானாலும் வாக்குறுதி கொடுக்கலாம் – அலுமினிய வீடுகள், எட்டு மணி நேர வேலை, அல்லது ஒவ்வொரு காலையிலும் இறைச்சிக் கண்டம், ஆனால் அதை மிகுந்த உறுதியோட நீங்க செய்யணும். சீறி எழுகின்ற போராட்டத்தைக் கூட வெறும் வாக்குறுதிகளினாலேயே கால் மணி நேரத்தில் என்னால் அடக்கமுடியும் என்று நான் உறுதி சொல்கிறேன்...”

கிவஷ்னின் இரயில் வண்டியில் ஏறினார். வெறுமனே அடங்கிப் போன

பெண்களுடைய கலவரம் பற்றிய விவரங்களை நினைவு கூர்ந்தவராக மனம்விட்டுச் சிரித்தார். மூன்று நிமிடங்களுக்குப் பிறகு வண்டி புறப்பட்டது. குழுவானது வண்டிக்கு தீப்பந்தங்களோடு திரும்பி வருவதற்குத் திட்டமிடப்பட்டு இருந்ததனால் நேராக பெஷினயா பால்காவிற்கு ஓட்டும்படி வண்டியோட்டிகள் சொல்லப்பட்டிருந்தார்கள்.

நீனாவினுடைய நடத்தை பப்ரோவை தடுமாற வைத்தது. முதல் நாள் இரவே தன்னிடம் குடிபுகுந்துவிட்ட கிளர்ந்தெழுந்த பொறுமையின்மையோடு அவளது வருகைக்காக ரயில் நிலையத்தில் காத்திருந்தார். அவருடைய முன்னைய சந்தேகங்கள் மறைந்துவிட்டன; மகிழ்ச்சி சமீபித்து விட்டதாக அவர் நம்பினார், உலகம் இவ்வளவு அழகானதாகவும், மக்கள் இவ்வளவு அன்பானவர்களாகவும் அல்லது இவ்வளவு வசதியும் மகிழ்ச்சியும் கொண்டதாகவும், வாழ்க்கை ஒருபோதும் அவருக்குத் தோன்றியதில்லை. நீனாவுடனான தனது சந்திப்பை அவர் நினைத்ததும், தானாகவே வலிந்து அந்தக் காட்சியை, பரிவும், பேருணர்ச்சியும், சொற்திறமுமிக்க சொற்றொடர்களை உருவாக்கியபடி முன்கூட்டியே நினைக்க ஆரம்பித்தார். பிறகு தானாகவே சிரித்துக் கொண்டார்... காதல் வார்த்தைகளைப் பற்றி ஏன் நினைக்கவேண்டும்? தேவைப்படும்போது அவை தானாகவே வரும், அவை மிகவும் அழகானதாகவும், மிகவும் வெதுவெதுப்பானதாகவும் இருக்கும். சஞ்சிகை ஒன்றில் படித்த கவிதையை அவர் நினைவுகூர்ந்தார். அதில் கவிஞர் தனது காதலியிடம் அவர்கள் ஒருவருக்கொருவர் உறுதிமொழி எடுத்துக்கொள்ளப் போவதில்லை. ஏனெனில் சூளுரைகள் அவர்களுடைய நம்பிக்கைமிக்க, ஆர்வமிக்க காதலைக் கேவலப்படுத்தும் என்று கூறியிருந்தார்.

ஸினேன்கோக்களின் இரண்டு வண்டிகளும், கிவஷ்னின் மூன்று குதிரைகள் பூட்டிய வண்டிக்குப் பின்னர் வந்ததை பப்ரோவ் பார்த்தார். நீனா முதலில் இருந்தாள். வெளிறிய மஞ்சள் நிற ஆடை அணிந்திருந்தாள், அதே நிறத்தில் ஓர ஒப்பனை செய்யப்பட்ட அகலமான பூந்தையல் பிறை வடிவ குட்டைக் கழுத்திலே கிடந்தது, தேநீர் மணத்திடும் ரோஜாவகை மலர்க் கொத்துகளால் அலங்கரிக்கப்பட்ட இத்தாலியத் தொப்பி அணிந்திருந்தாள், வழக்கத்தைவிட வெளிறியும், கிளர்ச்சியற்றவளாகவும் காணப்பட்டாள். தொலைவில் வரும்போதே அவரைப் பார்த்துவிட்டாள், ஆனால் அவர் எதிர்பார்த்திருந்தது போல குறிப்பிடத்தக்கவாறு அவரை அவள் பார்க்கவில்லை. உண்மையில், தன்னைப் பார்க்காமல் வேண்டுமென்றே அவள் திரும்பியது போல கற்பனை செய்து கொண்டார். அவள் கீழே இறங்க உதவி செய்வதற்காக வண்டி வரை ஓடிச் சென்றபோது, மறு புறத்திலே. அவரை முந்திக்கொண்டு விடுவது

போல விரைவாகக் குதித்தாள். இடர் முன்னுணர்வின் கடும் வேதனையை உணர்ந்தார், ஆனால் தனக்குத்தானே உறுதியளித்துக் கொள்ள முயன்றார். “அப்பாவி நீனா, அவளுடைய முடிவைப் பற்றியும், அவளுடைய காதலைப் பற்றியும் வெட்கப்படுகிறாள். இப்போது எவரும் அவள் கண்களுக்கு உள்ளாக இருக்கும் எண்ணங்களைச் சுலபமாகப் படிக்கமுடியும் என்று கற்பனை செய்கிறாள்... ஓ, நீ ஒரே புனிதமான, எழிலார்ந்த பேதைமை!”

முன்னர் ரயில் நிலையத்தில் அவள் செய்தது போல, சில சொற்களைத் தன்னோடு பரிமாறிக்கொள்வதற்கான வாய்ப்பினை நீனா தானாகவே ஏற்படுத்துவாள் என்பதில் அவர் உறுதியாக இருந்தார். ஆனால் அவளோ கிவஷ்னினின் பெண்களுடனான சமரசப் பேச்சில் மூழ்கிவிட்டது போலக் காணப்பட்டது, பப்ரோவ் பக்கம் அவள் திரும்பிப் பார்க்கவே இல்லை, கள்ளத்தனமாகக் கூட இல்லை. திடீரென்று அவருடைய இதயம் எச்சரிக்கையாலும், எதிர்பார்ப்பாலும் அடிக்கத் தொடங்கியது. மற்ற பெண்கள் வெட்டி ஒதுக்கிவிட்டது போலக் காணப்பட்ட, மிகவும் அண்மையில் ஒன்றாக இருந்த ஸினேன்கோ குடும்பத்தாரிடம் நடந்து சென்று, பொதுவான அக்கறையால் ஏற்பட்டிருந்த இரைச்சலை சாதகமாக்கிக் கொண்டு, தன்னிடம் நீனா ஏன் இத்தனை வித்தியாசமாக நடந்து கொள்கிறாள் என்பதை, குறைந்தது பார்வையாலேனும் கேட்டுவிட வேண்டும் என்று அவர் முடிவு செய்தார்.

ஆன்னா அஃபனாசியெவ்னாவுக்குத் தலைதாழ்த்தி வணங்கியும், அவளது கையை முத்தமிட்டபடியும், அவளுக்கு ஏதேனும் தெரியுமா என்பதை அவளது கண்களினின்றும் படித்தறிய முயன்றார். ஆம், அவள் தெளிவாகவே காட்டினாள்: அவளுடைய ஒடுக்கமான, சாய்ந்த புருவங்கள் – பொய்யான குணத்தைச் சித்திரித்தன, பப்ரோவ் அடிக்கடி நினைத்தது போல–சீற்றத்தோடு சுரித்தன, அவளது உதடுகள் செருக்கு வாய்ந்த வெளிப்பாட்டைக் காட்டின. நீனா தன் தாயிடம் எல்லாவற்றையும் சொல்லியிருப்பாள் என்றும், அதற்காக அவள் ஏசி இருப்பாள் என்றும் பப்ரோவ் உய்த்துணர்ந்தார். அவர் நீனா அருகே சென்றார்.

ஆனால் அவளோ அவரை ஏறிட்டுப் பார்க்கவில்லை. அவருடைய நடுங்குகின்ற கை அவளுடைய கையைப் பற்றிய போது அது உறுதியற்றும், குளிர்ந்தும் இருந்தது. அவருடைய வாழ்த்துக்கு பதிலளிப்பதற்கு மாறாக, அவள் தனது தலையை பேத்தா பக்கமாகத் திருப்பி சலிப்பூட்டிய விஷயங்களைப் பரிமாறிக் கொண்டாள்... அவளது அவசரப்பட்ட நடத்தையில் ஏதோ குற்ற உணர்வு இருப்பது போலவும், நேரடியாகப் பதில் பேசுவதினின்றும் ஏதோ கோழைத்தனமான ஒன்று அவளைத் தடுப்பது போலவும் அவருக்குப்பட்டது...

அவரது முழங்கால் மூட்டுகள் வழி விடுவது போல உணர்ந்தார், அவரது வாயில் குளிர்ச்சியான உணர்வு ஏற்பட்டது... என்ன நினைப்பது என்றே அவருக்குத் தெரியவில்லை. தனது ரகசியத்தை நீனா தனது தாயாரிடம் வெளியிட்டிருந்தாலும் கூட, பெண்களுக்குக் கைவரப் பெற்ற உள்ளார்ந்த உந்துணர்வு மூலம் ஏதோ ஒருவித விரைவான, ஆற்றல் வாய்ந்த பார்வையின் வாயிலாக அவரிடம் அவள் சொல்லியிருக்க முடியும், "ஆமாம், நீ சரியாக ஊகித்தாய், நமது பேச்சைப் பற்றி அவளுக்குத் தெரிகிறது... ஆனால் நான் மாற்றிக் கொள்ளவில்லை, அன்பரே. நான் மாற்றிக்கொள்ளவில்லை, கவலைப்பட வேண்டாம்." ஆனால் அப்பால் திரும்பிக் கொள்வதையே அவள் விரும்பினாள். "பரவாயில்லை, எப்படி இருந்தாலும் சரி, பிக்னிக்கில் அவளிடமிருந்து நான் பதிலைப் பெறுவேன்," என்று ஒருவித அவலமும், கோழைத்தனமான வெறுமையான வருந்தீங்குணரும் எண்ணத்துடன் சிந்தித் தார். "எந்த வகையிலும் அவள் என்னிடம் ஒரு பதில் சொல்லியாக வேண்டும்."

10

இருநூறாவது மைலில் உள்ள நிலையத்தில் பிக்னிக் சென்றவர்கள் வண்டிகளை விட்டு இறங்கி, ஒரு நீண்ட கவர்ச்சிமிகு வரிசையில், காவல்காரனது குடிசையை ஒட்டி இருந்த குறுகிய பாதையில் பெஷினயா பால்காவுக்குப் புறப்பட்டார்கள்... இலையுதிர் கால மரங்களின் உறைப்பான புதுமலர்ச்சிவாய்ந்த மணம் தொலைவினின்றும் அவர்களது மகிழ்ச்சிமிக்க முகங்களை நோக்கி மிதந்து வந்தது... பாதையானது மேன்மேலும் சரிவாகச் சென்று கொண்டே இருந்தது, குறுமரப் புதர்களும், மஞ்சள் நிற மலர்க் கொடிகளும் கொண்ட கருத்த விதானம் பின்னுக்கு மறைந்து கொண்டே வந்தது. காய்ந்ததும், பழுப்பேறிப் போனதும், சுருண்டதுமான இலைகள் காலுக்குக் கீழே சலசலத்தன. பொன்மணி நிறத்தில் சூரிய அஸ்தமனம் வெகு தொலைவுக்கு அப்பால் தெரிந்தது.

புதர்கள் முடிந்தன. அருமையான மணலால் சமமாகத் தூவி விடப்பட்டது போன்ற விரிவான பரப்பு எதிர்பாரா வகையில் பார்வைக்கு வந்தது. அதன் ஒரு மூலையில் எண் கோணமான வடிவில் கூடாரம் ஒன்று அழகு ஒப்பனைக்குரிய கொடிச் சீலைகளாலும், பசுஞ்செடி கொடிகளாலும் அலங்கரிக்கப்பட்டிருந்தது. மற்றொரு மூலை இசைக் குழுவினருக்காக மேற் கூரையுடனான மேடையுடன் காணப்பட்டது. முதலாவது ஜோடிகள் புதர்க்காட்டினின்றும் வெளியேறியதுமே, இசைக் குழுவினர் உற்சாகத்தோடு இசைத்தார்கள். செம்பு இசைக் கருவிகளின் மகிழ்ச்சிமிக்க ஓசையானது

காடுகளின் வழியாகப் பரவி, மரங்களுக்கிடையே எதிர்த்து அலை பாய்ந்து, தொலைவில் கேட்ட மற்றொரு இசையுடன் ஒன்றிக் கலந்தது, சில நேரங்களில் நின்றுவிடுவது போலும், சில நேரங்களில் பின்தங்கி விடுவது போலும் காணப்பட்டது. எண்கோணமாக அமைக்கப்பட்டிருந்த கூடாரத்தில், புத்தம்புது வெள்ளைத் துணிகள் விரிக்கப்பட்டிருந்த மேசைகளைச் சுற்றி, பரிமாறுபவர்கள் விரைவாகப் போய்வந்து கொண்டும் மட்பாண்டத் தொகுதிகளின் அருகே கர்ஜித்துக் கொண்டும் இருந்தார்கள்...

இசைப்பது நின்ற உடனேயே பிக்னிக் வந்தவர்கள் ஆர்வத்தோடு கைகளைத் தட்டினார்கள். வியப்பு அடைவதற்கு அவர்களுக்குக் காரணம் இருந்தது. ஏனெனில் இரண்டு வாரங்களுக்கு முன்னர்தான், புதர்ச் செடிகளால் மண்டிக் கிடந்த மலைச்சரிவானது சுத்தம் செய்யப்பட்டது.

வால்ட்ஸ் நடனத்திற்கு இசை முழங்கத் தொடங்கியது.

நீனாவுக்கு அருகே நின்று கொண்டிருந்த சிவிஜேவ்ஸ்கி உடனே, அவளது அநுமதியைக் கேளாமலேயே அவளது இடுப்பைச் சுற்றித் தன் கையைப் போட்டபடி, அந்த இடத்திலேயே சுழலத் தொடங்கியதை பப்ரோவ் பார்த்தார்.

நீனாவுடனான இந்த நடனத்தை சிவிஜேவ்ஸ்கி ஆடி முடித்த உடனேயே, ஒரு சுரங்க மாணவர் அவளிடம் ஓடிவந்தார், பிறகு வேறு யாரோ ஒருவர் ஓடிவந்தார். பப்ரோவ் சுமாராகவே நடனமாடக் கூடியவர்; நடனத்தைப் பற்றி அவர் அக்கறை எடுத்துக்கொள்ளவில்லை. எனினும் குவாட்ரில் நடனத்துக்கு நீனாவை அவர் அழைக்கவேண்டி நேர்ந்தது. "விளக்கம் கேட்பதற்கு அது எனக்கு வாய்ப்பினைத் தரலாம்," என்று நினைத்தார். இரண்டு சுற்றுகள் ஆடி முடித்து அவள் கீழே அமர்ந்து தனக்குத்தானே வீசிக்கொண்டிருந்த போது அவளை நோக்கிச் சென்றார்.

"எனக்காக ஒரு குவாட்ரில் நடனம் ஒதுக்கி வைத்திருப்பீர்கள் என்று நினைக்கிறேன். நீனா கிரிகோரியெவ்னா?"

"ஓ, கடவுளே, வந்து... என்ன பரிதாபம்! எனது எல்லா குவாட்ரில்களுக்கும் நான் வாக்குறுதி கொடுத்துவிட்டேன்'' என்று அவரைப் பார்க்காமலேயே பதிலளித்தாள்.

"கொடுத்து விட்டீர்களா? அவ்வளவு சீக்கிரமாகவா?" என்று பப்ரோவ் செவிடாக்கும் குரலால் கேட்டார்.

"உண்மையாகத்தான்," தனது தோள்களைக் குலுக்கிக் கொண்டாள், பொறுமையில்லாமலும், கிண்டலுடனும். "நீங்க ஏன் இவ்வளவு சுணக்கமாக

வந்தீங்க? நாம் ரயிலில் வந்து கொண்டிருந்த போதே எனது எல்லா குவாட்ரில்களையும் நான் கொடுத்து விட்டேன்..."

"ஆக நீங்கள் என்னைச் சுத்தமாக மறந்துவிட்டீர்கள்," என்று கவலையுடன் கூறினார்.

அவரது குரல் நீனாவை நெகிழச் செய்தது. அவள் படபடப்புடன் கையை மடக்கித் தனது விசிறியை விரித்தாள், ஆனால் பப்ரோவைப் பார்க்கவில்லை.

"இது எல்லாம் உங்களுடைய பிழை. முன்னதாகவே நீங்க ஏன் என்னிடத்திலே கேட்கல?.."

"நான் இந்தப் பிக்னிக்கிற்கு வந்த ஒரே காரணம் உங்களைப் பார்க்க விரும்பியதனால்தான் ... முழுசா எல்லாம் வெறுமனே கிண்டலா, நீனா கிரிகோரியெவ்னா?"

அவள் பதில் பேசவில்லை. குழப்பத்தோடு தனது விசிறியைத் தட்டித் தடவிக் கொண்டிருந்தாள். அவளை நோக்கி விரைந்து ஓடிவந்த ஓர் இளம் என்ஜினியரால் அவள் காப்பாற்றப்பட்டாள். விரைந்து எழுந்து, பப்ரோவைப் பார்க்காமலேயே, நீண்ட வெள்ளைக் கையுறைக்குள்ளாக இருந்த தனது மெல்லிய கையை என்ஜினியரது தோள் மீது வைத்தாள் பப்ரோவ் தனது கண்களால் அவளைத் தொடர்ந்தார்... ஒரு சுற்று நடனமாடிய பிறகு துப்புரவு செய்யப்பட்ட இடத்தின் மற்றொரு மூலையில் அமர்ந்தாள்– வேண்டுமென்றே எந்த சந்தேகமும் இல்லை என்று அவர் நினைத்தார். அவரைக் கண்டு அநேகமாக அவள் பயப்படுவது போலக் காணப்பட்டது, அல்லது அவருடைய முன்னிலையில் இருப்பதற்கு அவள் வெட்கப்படுவதாக உணர்ந்தார்.

சோர்வான, எழுச்சியற்ற மனச் சோர்வு, அந்தளவுக்கு நீள அறிமுகமானது, மறுபடியும் அவரைப் பற்றிப் பிடித்தது. அவரைச் சுற்றியிருந்த எல்லா முகங்களும் அருவருப்பானதாகவும், ஏளனத்துரியதாகவும், அநேகமாகக் கேலிக்குரியதாகவும் தோன்றின. இசையின் அளவொத்த நடையானது அவரது மூளைக்குள்ளாக வேதனையோடு திரும்ப ஒலித்தது. ஆனால் அவர் நம்பிக்கையை இழந்துவிடாது பல வேறு கற்பனைகளில் ஆறுதலைத் தேடினார். "அவள் என் மீது கோபமாக இருக்கலாம், ஏனெனில் அவளுக்கு நான் பூக்கள் அனுப்பவில்லை. அல்லது ஒருவேளை என்னைப் போன்ற அருவருப்பான கரடியுடன் நடனமாடுவதற்கு வெறுமனே அவள் அக்கறை காட்டாது இருக்கலாம்? சரி, பெரும்பாலும் அவள் சரியாகத்தான் இருக்க வேண்டும். இத்தகைய அற்பங்கள் இளம் பெண்களுக்கு எத்தனை வேதனை மிக்கதாகப் பொருள்படும்... உண்மையில், அவர்கள் தங்களது

மகிழ்ச்சிகளையும், வருத்தங்களையும், தங்களது வாழ்வின் எல்லாக் கவிதைகளையும் திரட்டி ஒன்று சேர்த்துக் கொள்கிறார்கள், இல்லையா?"

மாலைக் கருக்கலில் சீன லாந்தர் விளக்குகள் கூடாரத்தைச் சுற்றி நீண்ட சங்கிலிகளில் ஏற்றப்பட்டன. ஆனால் அது போதுமானதாக இல்லை— வெளிப்புறத்தே அவை வெளிச்சத்தைத் தரவில்லை. திடீரென்று, இரு மின் சூரியன்களின் நீல ஒளி, இதுவரை இலைத் தொகுதிகளில் மறைத்து வைக்கப்பட்டிருந்த, அடைசல் அகற்றப்பட்ட வெளியின் இரு ஓரங்களிலும் கண்ணைக் குருடாக்குவது போல ஒளிவிட்டன. சுற்றியிருந்த பிர்ச்சுகளும், உறுதியான மரங்களும் அக்கணமே தோன்றின. அவற்றினுடைய அசைவற்ற சுருண்ட கொப்புகள், செயற்கையான ஒளியில் வெளிக் காட்டப்பட்டு, மேடையின் முன்பகுதியில் அமைக்கப்பட்ட இயற்கைக் காட்சி போலத் தோற்றமளித்தது. அவற்றிற்கு அப்பால் சாம்பல் நிறப் பச்சையின் மூடுபனியில், வட்டமாகவும், தாறுமாறாகவும் இருந்த பிற மரங்களின் உச்சிகள் கும்மிருட்டுப் பின்னணியில் மங்கலான நிழற்படம் ஏற்படுத்தின. ஸ்டெப்பியில் இருந்த வெட்டுக்கிளிகளின் கலகல ஒலியை இசையால் அமிழ்த்த முடியவில்லை, வலமாகவும் இடமாகவும், மேலாகவும் ஏககாலத்திலே ஒரே ஒரு வெட்டுக்கிளி ஒரு விநோதமான கலகலப்பொலியை ஏற்படுத்துவது போல ஒலித்தது.

நடனம் தொடர்ந்தது, உயிரூட்ட முள்ளதாகவும் இரைச்சல் மிக்கதாகவும் வளர்ந்து, ஒன்றையடுத்து மற்றொன்று தொடர்ந்தது, இசைக்கு எந்த இடை ஓய்வும் தரப்படவில்லை... இசையுடனும் கற்பனைக் கதைப் பின்னணியுடனும் பெண்கள் குடித்திருந்தார்கள்.

ஊதுவத்திகளின் மணமும், வெப்பமூட்டப்பட்ட உடல்களின் மணமும், புதிதாக வெட்டப்பட்ட புல்லின் சேய்மையான, நுண்ணயம் வாய்ந்த நறுமணத்துடன், காஞ்சிரைச் செடிகள், காய்ந்த சருகுகள் மற்றும் ஈரந்ததும்பிய மரங்கள் இவற்றின் வாசனையோடு விசித்திரமாகக் கலந்தன. பறந்து செல்லவிருக்கும் பறவைகளின் அழகு வண்ண இறக்கைகள் போல விசிறிகள் எல்லாப் பக்கங்களிலும் அலைந்து கொண்டிருந்தன... உரத்த உரையாடலும், சிரிப்பும், மண் தூவப்பட்ட பூமி மீது கால்கள் தேய்த்துக் கொண்டு நடந்ததும், சலிப்பூட்டுகிற இரைச்சலோடு ஒன்றிக் கலந்து இசை முழக்கம் நின்ற நேரங்களில் பிறிதோர் ஓசை போல ஒலித்தது.

நீனா மீது வைத்த பார்வையை பப்ரோவ் அகற்றவில்லை. ஒன்று அல்லது இரண்டு முறை தனது உடையால் அவரை உரசிச் சென்றாள். அவள் விரைந்து கடந்து சென்றபோது ஒரு தடவை உள்ளிழுக்கப்பட்ட மூச்சைக்கூட அவர் உணர்ந்தார்... நடனமாடுகையில் அவள் அழகாகவும்

ஒரு மாதிரி பலவீனமாகவும் தனது இடது கையை வளைத்து தனது பங்காளியின் தோள் மீது போட்டு, அதன் மீது சாய விரும்பியது போல தனது தலையைக் குனிந்தாள். எப்போதாவது, அவளது விரைவான இயக்கத்தோடு பறந்து செல் லும் வெள்ளை உள்பாவாடை விளிம்பின் பூந்தையலும், அருமையான கணுக்காலுடனும், நன்கு செங்குத்தாக வளைந்த பின்னங்கால் சதைப் பகுதியுடனும் கூடிய கருப்புக் காலுறை அணிந்த சிறிய காலும் அவரது கண்ணிற் பட்டது. அத்தகைய கணங்களில் பப்ரோவ் ஒருவித வெட்கமடையவும் அவளைப் பார்க்க முடிந்தவர்கள் மீது கோபப்படவும் செய்தார்.

மஸூர்கா* வந்தது. ஏற்கெனவே மணி ஒன்பது ஆகிவிட்டிருந்தது. மஸூர்காவை நடத்திக் கொண்டிருந்த, தனது பங்காளி சிவிஜேவ்ஸ்கி, ஒரு சிக்கலான ஆசாமியிடம் ஈடுபாடு காட்டிக் கொண்டிருந்த அக்கணத்தைச் சாதகமாகக் கொண்டு, இசையின் தாளத்திற்கு நழுவியபடியும். தாறு மாறாகப் போய்விட்ட தலை முடியை இரு கைகளால் பற்றிய படியும் நீனா உடைமாற்று அறைக்குள்ளாக ஓடினாள். அடைசல் அகற்றப்பட்ட கடைசி மூலையிலிருந்து இதைப் பார்த்த பப்ரோவ் அவசரமாக அவளைப் பின் தொடர்ந்து சென்று, கதவருகே தானாகவே நின்று கொண்டார்... அங்கே கிட்டத்தட்ட ஒரே இருட்டாக இருந்தது; கூடாரத்திற்குப் பின்னால் பலகைகளால் கட்டப்பட்ட அந்தச் சிறிய உடைமாற்று அறையானது, கருமையான நிழலில் மறைந்திருந்தது. நீனா வெளியே வந்து தனது பேச்சைத் தொடங்கும் வரை காத்திருப்பது என்று பப்ரோவ் முடிவு செய்தார். அவரது இதயம் வேதனையோடு துடிதுடித்துக் கொண்டிருந்தது; படபடப்புடன் இறுக்கி மூடியிருந்த அவரது விரல்கள் ஈரமாகவும், குளிர்ந்தும் இருந்தன.

ஐந்து நிமிடங்களுக்குப் பிறகு நீனா வெளியேறினாள். பப்ரோவ் அரையிருளினின்றும் வெளியேறி நீனாவின் வழியை அடைத்து நின்றார். இலேசான சப்தத்துடன் அவள் திடுக்குற்றாள்.

“ஏன் இது போல என்னைச் சித்ரவதை செய்து கொண்டிருக்கிறீங்க, நீனா கிரிகோரியெவ்னா?” என்ற பப்ரோவ், கெஞ்சுகின்ற தோரணையில் தனது விரல்களுடன் விரல்களைப் பிணைத்துக் கொண்டார். “என்னை எப்படிப் புண்படுத்தினீர்கள் என்பதை நீங்கள் பார்க்கவில்லையா? ஓ! எனது துயரத்தை நீங்கள் வேடிக்கையாக்குகிறீங்க... நீங்கள் என்னைப் பார்த்துச் சிரிக்கிறீங்க...”

---

* மஸூர்கா – நான்கு அல்லது எட்டு ஜோடிகள் ஆடக்கூடிய போலந்து நாட்டு ஆடலுக்கேற்ற ஓர் இசை. (மொ–ர்.)

“உங்களுக்கு என்ன வேண்டும் என்பதை என்னாலே புரிஞ்சுக்க முடியலே,” வேண்டுமென்றே வருவிக்கப்பட்ட அகந்தையோடு நீனா பதில் பேசினாள். “உங்களப் பார்த்துச் சிரிக்கிறதா நான் ஒருபோதும் கனவு கண்டதில்லே.”

அவளது குடும்பப் பண்புக் கூறுகளை அது காட்டிக் கொண்டிருந்தது.

“நீங்கள் சிரிக்கலியா?” என்று பப்ரோவ் எரிச்சலோடு கேட்டார். “பிறகு இன்றைக்கு உங்கள் நடத்தையின் அர்த்தமென்ன?”

“என்ன நடத்தை?”

“நீங்கள் என்னிடத்தில் ஒட்டாது இருந்தீர்கள், அநேகமா வெறுப்பாக. என்னைப் பார்க்காமலேயே திரும்பிக்கொண்டிருந்தீர்கள்... நான் இருக்கிறதைக்கூட உங்களால் சகித்துக்கொள்ள முடியலே...”

“அது எனக்குச் சுத்தமாக எந்த வேறுபாட்டையுமே காட்டல...”

“இது இன்னும் மட்டமானது... நான் புரிஞ்சுக்கிற முடியாத சில அச்சந்தருகிற மாற்றம் உங்களிடத்திலே ஏற்பட்டிருப்பதாக உணர்கிறேன்... தயவு செய்து வெளிப்படையாக நடந்துகொள்ளுங்கள், நீனா, இன்றைக்கு வரையிலும் நான் உங்களை நினைப்பது மாதிரியே நம்பிக்கையோட நடந்து கொள்ளுங்கள்... என்னிடத்திலே உண்மையைச் சொல்லுங்களேன். அது எவ்வளவு பயங்கரமானதா இருந்தாலும் சரி. ஒட்டு மொத்தமா நாம அந்தப் பிரச்சினைக்குத் தீர்வு காண்பது நல்லது...”

“தீர்வு காண்பதற்கு என்ன இருக்கிறது? நீங்க என்ன சொல்றீங்க என்பதையே என்னால புரிஞ்சுக்க முடியலே...”

குருதி நாளங்கள் துடித்துக் கொண்டிருந்த தனது நெற்றியை பப்ரோவ் கைகளால் அழுத்தினார்.

“இல்லை, உங்களுக்குத் தெரியும், பாசாங்கு செய்யாதீங்க. நம்மிடம் தீர்த்துவைக்க வேண்டிய ஏதோ இருக்கிறது. காதல் மொழிகளை நாம் ஒருவருக்கொருவர் சொல்லிக்கொண்டோம், அவை பெரும்பாலும் ஒப்புதல் வார்த்தைகளாகவே இருந்தன. கனிவும், இனிய உறவுகளும் பின்னப்பட்ட சில அழகிய கணங்கள் நாம் வாழ்ந்தோம்... நான் தவறாக எண்ணிவிட்டதாக நீங்கள் சொல்லிக் கொண்டிருப்பீர்கள் என்பது எனக்குத் தெரியும்... ஒருவேளை நான் செய்திருக்கலாம்... ஆனால், இடைஞ்சல் இல்லாமல் நாம் பேசமுடியும் என்பதற்காகத் தானே இந்தப் பிக்னிக்கிற்கு வரும்படி நீங்கள் சொல்லவில்லையா?”

நீனா திடீரென்று அவருக்காக வருத்தப்பட்டாள்.

“ஆமாம்... வரும்படி உங்களிடம் நான் சொன்னேன்...” தனது தலையைத் தாழ்த்தியபடி கூறினாள். “நான் உங்களிடம் சொல்லிக்கொள்ள... உங்களிடம் கூற அதாவது நாம்... நிரந்தரமாகப் பிரிந்தாக வேண்டும் என்பதை.”

தான் நெஞ்சில் தாக்கப்பட்டது போல அவர் தள்ளாடினார். அவரது முகத்தின் மீது பரவியிருந்த வெளிறிய தோற்றத்தை அந்த இருளிலும் காணக்கூடியதாக இருந்தது.

“பிரிவதா?..'' பெருமூச்சுவிட்டார் அவர். “நீனா கிரிகோரியெவ்னா..! பிரிக்கின்ற சொற்கள் கஷ்டமாகவும் கசப்பானதாகவும் இருக்கின்றன... அவற்றைச் சொல்ல வேண்டாம்...”

“நான் கட்டாயம் அவற்றைச் சொல்ல வேண்டும்.”

“நீங்கள் கட்டாயமாகவா?”

“ஆமாம். அதை விரும்பியது நானன்று.”

“யார் பிறகு?''

யாரோ அவர்களை நெருங்கிவந்து கொண்டிருக்கவே நீனா இருளுக்குள்ளே உற்றுப் பார்த்தாள். பிறகு கிசுகிசுத் தாள் :

“இங்கே பார்.''

அது ஆன்னா அஃபனாசியெவ்னா. பப்ரோவையும் நீனாவையும் சந்தேகத்தோடு பார்த்து, தனது மகளின் கையைப் பற்றினாள்.

“ஏன் நீ ஓடிப் போனாய், நீனா?” கண்டிப்பது போன்ற குரலில் அவள் பேசினாள். “இருட்டிலே எங்கோ சும்மா நின்று பேசிக் கொண்டாயே... உண்மையில், செய்வதற்கு அருமையான காரியந்தான் இங்கே ஒவ்வொரு மூலையிலும் உன்னை நான் தேடிக் கொண்டிருக்கிறேன். உங்களுக்குத்தான், ஐயா,'' என்று திட்டுகின்ற உரத்த குரலில் திடீரென்று கூறிய அவள், பப்ரோவ் பக்கமாகத் திரும்பி, ‘உங்களாலே ஆட முடியலே, அல்லது ஆடுறதுக்கு உங்களுக்கு அக்கறை இல்லாட்டா இளம் பெண்களைத் தடுக்காதீங்க, அவர்களோடு பேசிப் பெயரைக் கெடுக்காதீங்க... இருட்டு மூலைகளில்... முகத்துக்கு முகம்...”

நீனாவை தனக்குப் பின்னே இழுத்துக்கொண்டு அவள் நடந்து போனாள்.

“கவலைப்பட வேண்டாம், பெருமாட்டி, உங்களுடைய இளம் பெண்களின் பெயரை எதனாலும் கெடுக்க முடியாது!'' அவளுக்குப் பின்னால் பப்ரோவ் கத்தினார். மேலும் திடீரென்று அத்தனை விநோதமாகவும், வெறுப்பூட்டுமாறும்

சிரித்ததால், தாயும் மகளும் திரும்பிப் பார்க்காமல் இருக்க முடியவில்லை.

“பார்! அவன் ஒரு முட்டாள், வெட்கங்கெட்டவன் என்று நான் உன்னிடம் சொல்லவில்லை?'' ஆன்னா அஃபனாசியெவ்னா நீனாவின் கையைப் பற்றி இழுத்தாள். “நீ அவன் முகத்திலே காரித் துப்பலாம், ஆனா அப்புறமும் அவன் சிரிப்பான்... உதாசீனப் படுத்திவிடுவான்... இப்போது பெண்கள் தங்களது பங்காளிகளைப் பொறுக்கி எடுக்கப் போகிறார்கள்,” முன்னிலும் அமைதியாகப் பேசினாள். “போய் கிவஷ்னினைக் கூப்பிடு. சீட்டாடி முடித்திருக்கிறார். அதோ அங்கே இருக்கிறார், கூடாரத்தின் வாசலில்.”

“ஆனால், அம்மா! அவரால் எப்படி ஆடமுடியும்? அவரால் நகரவே முடியாதே.''

“நான் உன்னிடத்திலே சொன்னது போலச் செய். ஒரு காலத்திலே மாஸ்கோவில் சிறந்த நடனக்காரர்களில் ஒருவராக அவர் கருதப்பட்டார்.. எப்படியும், அவர் மன நிறைவு கொள்வார்.”

சாம்பல் நிறமான மூடுபனி பப்ரோவின் கண்களுக்கு முன்னால் மிதந்தது. அதில் நீனா அடைசல் அகற்றப்பட்ட பகுதியின் குறுக்காகச் சுறுசுறுப்போடு ஓடி நடிப்புக் காதல் புரிகின்ற புன்னகை செய்த கிவஷ்னின் முன்பாக நின்றாள். அவளது தலை ஆவல் காட்டி ஏய்க்கும் தோற்றத்துடன் ஒரு பக்கமாகச் சாய்ந்தது. அவளுக்கு மேலாக இலேசாகச் சாய்ந்தபடி சிவஷ்னின் அவள் கூறுவதைக் கேட்டார். திடீரென்று அவரது பெருத்த உடம்பு ஊசலாட உரக்கச் சிரித்து. தனது தலையை ஆட்டினார். நீனா நீண்ட நேரம் வற்புறுத்திக் கேட்டாள், பிறகு முகத்தை சிடுசிடுப்போடு வைத்துக்கொண்டு அப்பால் செல்லத் திரும்பினாள். ஆனால் கிவஷ்னின், தனது உடல் அளவுக்கு மாறுபாடான முறையில் விரைவியக்கத்தோடு அவளைத் தாண்டி வந்து பேசுவது போலத் தனது தோள்களைக் குலுக்கினார்: “நல்லது. இதை ஒன்றும் செய்யமுடியாது... நீ குழந்தைகளுக்குச் சிரிப்பு மூட்ட வேண்டும்...” தனது கையை அவர் நீனாவிடம் நீட்டினார். புதிய ஜோடியை ஆர்வத்தோடு நோக்கியபடி எல்லா நடனக்காரர்களும் நின்றுவிட்டார்கள். மஸுர்கா ஆடிய கிவஷ்னினின் தோற்றம் மிகுந்த வேடிக்கையானதாக இருக்க வேண்டும்.

கிவஷ்னின் தாளத்திற்காகக் காத்திருந்தார். திடீரென்று தனது பங்காளி பக்கம் கனத்த பரிவோடு திரும்பினார். அது தனிப்பட்ட முறையில் மிகுந்த எடுப்பானதாக இருந்தது. அத்தனை நம்பிக்கை மிக்க சாமர்த்தியத்தோடு தனது முதலாவது எட்டை எடுத்து வைத்தார். முன்னாளைய அருமையான நடனக்காரர் என்பதை அவர் காட்டியதை எல்லாரும் உணர்ந்தார்கள். நீனாவைப் பெருமையுடனும், சவால் விடுகிற மாதிரியும் பார்த்தவாறு,

இசைக்கு ஏற்ப நெகிழ்வுடன் ஆடுவதற்கு மாறாக ஆரம்பத்தில் ஓரளவு வாத்துநடை போன்ற பாவனையில் நடந்தார். அவரது அபரீதமான உயரமும், பருமனும், அவரை இடையூறு செய்யாததோடு, அவரது உருவத்தின் கவர்ச்சியற்ற தோற்றத்தோடு அக்கணத்தில் சேர்ந்து கொண்டதாகக் காணப்பட்டது. வளையை அடைந்ததும் அவர் நொடிப் பொழுது நின்று தனது குதிக்கால்களை ஒன்று சேர்த்துக் கொண்டு, நீனாவைச் சுற்றி முன்னும் பின்னும் அசைந்தாடினார். தனது தடித்த கால்களால் அடைசல் அகற்றப்பட்ட இடத்தின் மையத்தை நோக்கி முகத்தில் புன்னகை தவழ விரைந்து சென்றார். அவர் நடனத்தைத் தொடங்கிய இடத்திற்கு முன்னர், அவளுடன் சுழற்சி நடனத்தை, எடுப்பான இயக்கத்துடன் ஆடினார், திடீரென்று ஒரு நாற்காலியில் அவளை உட்கார வைத்து, தலையைத் தாழ்த்தி, அவளைப் பார்த்தபடி நின்றார்.

மற்றும் ஒரு சுற்று ஆடக் கெஞ்சியவாறு, உடனடியாக அவரைச் சுற்றி பெண்கள் சூழ்ந்து கொண்டார்கள். ஆனால் வழக்கமற்ற முயற்சி அவரைக் களைப்படைய வைத்தது. தனது கைக்குட்டையால் முகத்திற்கு வீசியபோது அவர் மூச்சுத்திணறிக் கொண்டிருந்தார்.

“அது போதுமானது, சீமாட்டிகளே.. கிழவன் மீது இரக்கம் காட்டுங்கள்...” என்று சிரித்துக் கொண்டும் பலமாக மூச்சுவிட்டுக் கொண்டும் கூறினார். “நடனமாடுற வயதை நான் கடந்துட்டேன். பதிலா நாம் இரவுச் சாப்பாட்டை கவனிக்கலாம்...”

பிக்னிக் வந்தவர்கள், தொல்லை தருகின்ற இரைச்சலை ஏற்படுத்தியவாறு நாற்காலிகளை நகர்த்திக்கொண்டு, மேசையின் முன்னர் அவர்களுடைய இருக்கைகளில் உட்காரத் தொடங்கினார்கள்... நீனா விட்டுச் சென்ற அதே இடத்திலேயே பப்ரோவ் நின்று கொண்டிருந்தார். தாழ்வுபடுத்தப்படும் உணர்வாலும், நம்பிக்கையற்ற, மனக்கசப்புற்ற கடுந்துயரத்தாலும் சித்ரவதைக்கு ஆளாகிப் போனார். கண்ணீர் வரவில்லை, ஆனால் தனது கண்களில் எரிவது போன்ற உணர்வினைப் பெற்றார், வறட்சியான உறுத்துகின்ற கட்டி அவரது தொண்டையை அடைத்துக்கொண்டது... அவரது மூளையில் வேதனையுடன் கூடிய சலிப்பில் இசை தொடர்ச்சியாக எதிரொலித்தது.

“ஏன், உங்களுக்காக நான் நீண்ட நேரமாகப் பார்த்துக் கொண்டிருக்கிறேன்!” என்ற டாக்டருடைய மகிழ்ச்சிமிக்க குரலைத் தனக்குப் பின்புறத்திலிருந்து கேட்டார் பப்ரோவ். “எங்கே ஒளிந்து கொண்டிருந்தீர்கள்? நான் வந்து சேர்ந்த அக்கணமே என்னைச் சீட்டாட உட்கார வைத்துவிட்டார்கள். எப்படியோ சமாளித்து வந்துவிட்டேன்... நாம் போய் ஏதாவது சாப்பிடலாம். இரண்டு இருக்கைகளை ஒதுக்கி வைத்திருக்கிறேன், அப்பத்தான் நாம் ஒன்னாச் சேர்ந்து சாப்பிட முடியும்...”

"நீங்களே போங்க, டாக்டர்!" பெருமுயற்சியுடன் பப்ரோவ் பேசினார். "நான் வரலை – எனக்குச் சாப்பிடுறது மாதிரி தோனலே."

"நீங்க வரல? அப்படியா!" என்ற டாக்டர் பப்ரோவின் முகத்தை உன்னிப்பாகப் பார்த்தார். "ஆனா, எனது அருமை நண்பரே, உங்களுக்கு என்ன ஆச்சு? நீங்க வாயே பேச மாட்டேங்கிறீங்க." இப்போது அவர் மிகுந்த பரிவோடு பேசிக் கொண்டிருந்தார். "உங்களுக்கு என்ன வேணும்னு சொல்லுங்க, உங்களை நான் தனியா விட்டுப் போக மாட்டேன். கூட வாங்க, நாம் இதற்கு மேல் விவாதம் செய்துகொண்டிருக்க வேண்டாம்."

"நான் கேவலமா உணர்றேன், டாக்டர், பயங்கரமா உணர்றேன்." என்று மென்மையாகக் கூறிய பப்ரோவ் அவரை அப்பால் இழுத்துக் கொண்டு போன கோல்ட் பெர்க்கைத் தொடர்ந்து எந்திரகதியில் சென்றார்.

"பிதற்றல், பிதற்றல், கூட வாங்க! மனுஷனா இருங்க, விஷயம் பூராவற்றுக்கும் விரல்களைச் சுடக்கிட்டுக் காட்டி வெறுப்பைத் தெரிவியுங்க... 'உங்க நெஞ்சு வேதனையுடன் வலிக்குமா, உங்க மனசாட்சி சோதனைக்கு ஆட்படுமா?" திடீரென்று அவர் ஒப்பித்தார். தனது கையை பப்ரோவைச் சுற்றி மிகுந்த நட்புப் பாராட்டும் தழுவலோடு போட்டபடி, அவரது கண்களைப் பாசத்தோடு உற்றுப் பார்த்துக் கொண்டிருந்தார். "உலகளாவிய பரிகாரம் ஒன்றை நான் குறித்துக் கொடுக்கப் போறேன்: 'நாம் குடிப்போம். நண்பர் வான்யா, நமது இதயங்களை வெதுவெதுப்பாக்க!' உங்களிடம் உண்மையைச் சொன்னா, என்னிடத்திலே கோன்யாக் சாராயம் நிறைய இருக்கு, அந்த ஆண்டி ரெயாவிடம்... எப்படிக் குடிக்கிறான், திருட்டுப் பையன்! வாங்க மனுஷனா இருங்க... பாருங்க, ஆண்டிரெயா உங்களிடத்தில் ரொம்ப அக்கறையா இருக்கான். வாங்க!.."

பேசிக் கொண்டே டாக்டர் பப்ரோவை கூடாரத்திற்குள்ளாக இழுத்துச் சென்றார். அவர்கள் அருகருகே அமர்ந்தார்கள். பப்ரோவின் மேசை முன்னர் இருந்த மற்றொருவன் ஆண்டிரெயா.

சற்று தொலைவில் வரும்போதே ஆண்டிரெயா பப்ரோவைப் பார்த்து முறுவலிக்கத் தொடங்கினார்; அவர் உட்காருவதற்கு வழி விட்டபடி, அவர் முதுகின் மீது பாசத்தோடு தட்டினார்.

"எங்களோட இங்கே நீங்க இருக்கிறதுக்காக ரொம்ப மகிழ்ச்சியடைகிறோம்," நட்புமிக்க குரலில் அவர் பேசினார். "நீங்க அருமையான இளைஞர்... இந்த மாதிரி ஆளைத்தான் நான் விரும்புறேன்... கோன்யாக்?"

ஆண்டிரெயா குடித்திருந்தார். அவரது மங்கலான கண்கள் ஒரு

அலெக்சாந்தர் குப்ரின்

விநோதமான ஒளியுடன் அவரது வெளிறிய முகத்திலே பளிச்சிட்டன. (கடந்த ஆறு மாதங்களில் ஒவ்வொரு மாலையிலும், இந்தக் குறைகாண முடியாத, அடக்கமான கடினமாக உழைக்கின்ற, இயற்கைப் பேறுகள் வாய்க்கப்பெற்ற மனிதன், முழுமையான தனிமையில் தானாகவே நினைவிழந்து போகும்படி குடித்தார் என்பது கண்டுபிடிக்கப்பட்டது..)

"நான் குடித்திருந்தால், நன்றாக இருப்பதை உணர முடியும்," என்று பப்ரோவ் நினைத்தார். "நான் அவசியம் முயற்சிக்க வேண்டும், நாசமாப் போக!"

ஆண்டிரெயா பாட்டிலைச் சாய்த்துப் பிடித்தவாறு தயாராக வைத்தபடி காத்துக் கொண்டிருந்தார். பப்ரோவ் ஒரு டம்ளரை வைத்தார்.

"அதைப் பயன்படுத்த விரும்புறீங்க?" தனது புருவங்களை உயர்த்தியபடி ஆண்டிரெயா கேட்டார்.

"ஆமாம்," என்று பணிவான, மனச்சோர்வுமிக்க புன்னகையுடன் பப்ரோவ் பதிலளித்தார்.

"நல்லது! எப்பன்னு சொல்லுங்க."

"கிளாஸே சொல்லும்."

"அற்புதம். சுவீடன் கப்பற்படையில் நீங்க பணியாற்றியவர் என்றே ஒருத்தர் நினைக்கக் கூடும். போதுமா?"

"ஊத்திக்கிட்டே இருங்க."

"ஆனா, என் நண்பரே, இந்த VSOP அடையாளத்தை மறந்துறாதீங்க – உண்மையான, வெறியூட்டும் பழைய Martel கோன்யாக்."

"ஊத்திக்கிட்டே இருங்க – கவலைப்படாதிங்க..."

"நல்லது, நான் ஊறித் தோய்ந்து போயிட்டா அவள் பார்க்கட்டுமே..." வன்மத்தோடு தனக்குத்தானே சொல்லிக் கொண்டார் பப்ரோவ்.

கிளாஸ் நிறைந்து இருந்தது. ஆண்டிரெயா பாட்டிலை கீழே வைத்து விட்டு, பப்ரோவ் பேராவலோடு சாராயத்தை ஒரு வாய் பருகி, நடுங்கியதை ஆர்வத்தோடு பார்த்தார்.

"ஏதாவது உங்களைச் சாப்பிடுதா, நண்பரே?" பப்ரோவின் கண்களை ஆர்வமுனைப்போடு பார்த்தவாறு ஆண்டிரெயா கேட்டார்.

"ஆமாம்," மிகுந்த துயரத்தோடு பப்ரோவ் தலையை ஆட்டினார்.

செம்மணி வளையல்

"உங்கள் நெஞ்சைக் கரம்புகிறதா?"

"ஆமாம்."

"ஹூம்! பிறகு நீங்க இன்னும் கொஞ்ச சாராயம் விரும்புவீங்க?"

"அதை நிரப்புங்க," துயரார்ந்த பணிவுடன் பப்ரோவ் கூறினார்.

தனது வேதனையை மழுங்கச் செய்யப் பெரிதும் முயன்றபடி, வெறுப்போடு கோன்யாக்கைப் பருகினார். ஆனால், அதிசயிக்கத்தக்க வகையில், சாராயம் மிகக் குறைந்த பாதிப்பைக் கூட அவரிடத்தில் ஏற்படுத்தவில்லை. உண்மையில் குடித்தபோது அவர் கவலையை உணர்ந்தார், முன்னியிலும் அதிகமாக கண்ணீர் அவர் கண்களை எரித்தன.

இதற்கிடையே, பரிமாறுபவர்கள் சுற்றிலும் ஷாம்பேன் மதுவை வைத்துச் சென்றார்கள். கிவஷ்னின் தனது இருக்கையினின்றும் எழுந்து, இரு விரல்களால் தனது கிளாசைப் பிடித்துக்கொண்டு, உயரமாக நின்ற அழகிய மெழுகுவத்திக் கொத்தின் வெளிச்சத்தில், அதற்குள்ளாக உற்றுப் பார்த்தார். மோன அமைதி நிலவியது. அங்கே கேட்க முடிந்ததெல்லாம் ஆர்க் விளக்குகளின் 'உஸ்' என்ற சப்தமும், வெட்டுக்கிளி ஒன்றின் சலிப்பற்ற கரகரவொலியும்தான்.

கிவஷ்னின் தனது தொண்டையைச் சரிசெய்து கொண்டார்.

"தாய்மார்களே, பெரியோர்களே!" என்று தொடங்கினார், மனத்தில் ஆழ்ந்து பதியத்தக்கவாறு இடைவெளி விட்டார். "இதயபூர்வமான நன்றியறிதலுடன் நான் அருந்தும் இந்த டோஸ்டை உங்களில் எவரும் சந்தேகிக்க மாட்டீர்கள் என்று நம்புறேன்! இவான்கவோவில் எனக்களிக்கப்பட்ட உற்சாகமான வரவேற்பை நான் ஒருபோதும் மறக்கமாட்டேன், இன்றைய இரவின் சிறிய பிக்னிக்கை விஷேடமான மகிழ்வுடன் என்னைக்கும் நினைவு கூர்வேன், இதைக் கவனித்துக் கொண்ட சீமாட்டிகளின் கவர்ச்சிமிகு அன்பிற்கு நன்றி பாராட்டுகிறேன். உங்களோட நலத்திற்காக, சீமாட்டிகளே!"

தனது கிளாசை உயரே தூக்கி, அரைவட்டமாகச் சுற்றி, ஒரு வாய் பருகுகினார்.

"உங்களுக்குத் தான், எனது உதவியாளர் மற்றும் சகாக்களே, இப்போது நானே பேசுகிறேன்," என்று அவர் பேச்சைத் தொடர்ந்தார். "நான் சொல்லப் போவது ஓர் உரையைப் போல இருக்குமேயானால், என் மீது கோபப்பட வேண்டாம்; இங்கிருக்கக் கூடிய உங்களில் அநேகரைக் காட்டிலும் நான் வயசானவன், கிழவர்கள் கட்டாயம் பேசுவதற்கு அனுமதிக்கப்பட வேண்டும்.

ஆண்டிரெயா, பப்ரோவின் காதுக்குக் குனிந்து கிசுகிசுத்தார்:

“அந்தப் போக்கிரி சிவிஜேவ்ஸ்கி தயாரித்த அந்த முகங்களைப் பாருங்க.”

மிகுந்த அடிமைத்தனத்தையும் மிக ஆழ்ந்த கவனத்தையும் வெளிக்காட்டுவதற்கு சிவிஜேவ்ஸ்கி முயற்சித்துக் கொண்டிருந்தான். கிவஷ்னின் தனது வயதைக் குறிப்பிட்டபோது அவன் தனது இரு கைகளாலும், தலையாலும் எதிர்ப்புத் தெரிவித்தான்.

“தலையங்கங்களில் பயன்படுத்தப்படுகின்ற மிகப் பழைய, நைந்துபோன உணர்ச்சியை நான் திருப்பிச் சொல்லியாக வேண்டும்,” கிவஷ்னின் பேச்சைத் தொடர்ந்தார். “நமது பதாகையை நாம் உயரே தூக்குவோம். பூமியின் உப்பு நாம் தான் என்பதை மறக்காமல் இருப்போம், எதிர்காலம் நமக்குச் சொந்தமானது... இரயில்வேக்களால் இந்தக் கோளத்தை நாம் குறுக்கு மறுக்காகப் பின்னவில்லையா? பூமியின் வயிற்றைத் திறந்து அதனது செல்வங்களை துப்பாக்கிகளாகவும், பாலங்களாகவும், வாகனங்களாகவும், ரயில்களாகவும், பெரும் எந்திரங்களாகவும் நாம் மாற்றவில்லையா? பெரும்பாலான வியக்கத்தக்க நிறுவனங்களுக்கு நமது அறிவைப் பயன்படுத்தி, லட்சோபலட்சம் மூலதனத்தை நாம் இயங்கும் வண்ணம் செய்யவில்லையா?.. தாய்மார்களே, பெரியோர்களே, இரு மூன்று பத்து மேல்குடியினரை உருவாக்க வேண்டும் என்ற நோக்கத்துடன் மட்டுமே இயற்கைத் தனது படைப்பு சக்திகளால் மக்கள் இனத்தையே உண்டாக்குகிறது என்பதை நீங்கள் அவசியம் தெரிந்துகொள்ள வேண்டும். ஆகவே தேர்ந்தெடுக்கப்பட்டவர்களாக துணிவும், வலிவும் பெறுங்கள், தாய்மார்களே, பெரியோர்களே! உர்ரா!”

“உர்ரா!” பிக்னிக் வந்தவர்கள் கத்தினார்கள், அனைவரிலும் சிவிஜேவ்ஸ்கியின் குரல் உரக்க ஒலித்தது.

அவர்கள் எல்லாருமே எழுந்து, தங்களுடைய கிளாசுகளை கிவஷ்னினுடைய கிளாசுடன் உரசிக் கொள்வதற்காக நடந்து சென்றார்கள்.

“ஓர் அருவருப்பான டோஸ்ட்,” என்று டாக்டர் தணிந்த குரலில் சொன்னார்.

அடுத்துப் பேசவிருந்தது ஷெல்கோவ்னிகவ்.

“தாய்மார்களே, பெரியோர்களே!” உரக்கக் கத்தினார். “நமது மரியாதைக்குரிய புரவலர். நமது அன்புக்குரிய ஆசான். இக்கணத்தில் நமது விருந்தளிப்பவர் வசீலி தெரேந்தியெவிச் கிவஷ்னினின் நலத்திற்காக, உர்ரா!”

"உர்ரா!" ஒன்று போல எல்லாரும் கத்தினார்கள், திரும்பவும் அவர்கள் கிளாசுகளை உரசிக் கொள்வதற்காக கிவஷ்னினிடம் சென்றார்கள்.

உரையின் கூத்துக்களியாட்டம் நிகழ்வுற்றது. நிறுவனத்தின் வெற்றிக்காவும், அங்கு வருகையில்லாத பங்குதாரர்களுக்காகவும், பிக்னிக்கில் கலந்துகொண்ட பெண்களுக்காகவும், பொதுவாகப் பெண்களுக்காகவும் டோஸ்டுகள் வழங்கப்பட்டன. சில டோஸ்டுகள் தெளிவற்றதாகவும் கருத்தற்று அருவருப்பானதாகவும் ஒலித்தன.

பத்துப் பன்னிரெண்டு பாட்டில்களில் நுகரப்பட்ட ஷாம்பேன் ஏற்கெனவே பேசிக் கொண்டிருந்தது: குரல்களின் இரைச்சல் கூடாரத்தை நிரப்பியது, தனது டோஸ்டைத் தொடங்குவதற்கு முன்னர் ஒவ்வொரு பேச்சாளியும் நீண்டநேரத்திற்கு ஒரு கத்தியால் கிளாசில் ஒலியெழுப்ப வேண்டி இருந்தது. தனியாக அமைக்கப்பட்டிருந்த ஒரு சிறிய மேசையில் கவர்ச்சிமிகு மில்லர் ஒரு பெரிய வெள்ளி வட்டிலில் சூடான ஐங்கலவைப் பானகத்தைத் தயாரித்துக் கொண்டிருந்தான்... திடீரென்று கிவஷ்னின் திரும்பவும் எழுந்தார்; அவரது முகத்திலே குறும்புத்தனமான முறுவலிப்பு விளையாடியது.

"சொல்வதற்கு நான் மிகவும் மகிழ்ச்சியடைகிறேன், தாய்மார்களே, பெரியோர்களே, இன்றைய இரவுக் கொண்டாட்டம் குடும்ப நிகழ்ச்சி ஒன்றுடன் பொருந்தி அமைகிறது," கவர்ச்சியான விநயத்தோடு கூறினார். "நாம் பாராட்டி, நமது அன்பான வாழ்த்துகளை மணம் நிச்சயிக்கப்பட்ட ஜோடிக்குத் தெரிவித்துக் கொள்வோம் — நீனா கிரிகோரியெவ்னா ஸினேன்கோவின் நலத்திற்காக நாம் பருகலாம்..." அவர் தடுமாறினார், ஏனென்றால் சிவி ஜேவ்ஸ்கியின் பெயரையும், தந்தை வழிப் பெயரையும் அவர் மறந்து போய்விட்டார். "மற்றும் நமது கூட்டாளி திரு. சிவிஜேவ்ஸ்கிக்காக..."

செய்தி முற்றிலும் எதிர்பாராதது ஆகையால் கிவஷ்னினின் வார்த்தைகள் மிகவும் உரத்த ஒலிகளோடு வரவேற்கப்பட்டன. ஒரு வேதனை முனகலைப் போல ஒலித்த பக்கத்திலிருந்தவரின் குரலைக் கேட்ட ஆண்டிரெயா பப்ரோவ் பக்கமாகத் திரும்பி, துயரத்தால் அலைக்கழிக்கப்பட்டு வெளிறிப் போயிருந்த அவரது முகத்தைப் பார்த்தார்.

"முழுக் கதையும் உங்களுக்குத் தெரியாது. எனது அருமை சகாவே," என்று அவர் கிசுகிசுத்தார். "நான் இப்பப் பேசப்போற அருமையான உரையைச் சற்று கேளுங்க."

நம்பிக்கையோடு அவர் எழுந்தார், தனது நாற்காலியைத் தலைகீழாகப் புரட்டியவாறு தனது ஒயினில் பாதியைச் சிந்தினார்.

“தாய்மார்களே பெரியோர்களே!” அவர் கத்தினார். “நமது மிகவும் மரியாதைக்குரிய ஓம்புநர் பெருந்தன்மையால் தனது டோஸ்டை முடிக்கவில்லை என்பதைப் புரிந்துகொள்வது சுலபமானதே... நமது அன்புக்கூரிய கூட்டாளி திரு.சிவிஜேவ்ஸ்கியின் பதவி உயர்வுக்காக நாம் அவரை வாழ்த்தியாக வேண்டும்: அடுத்த மாதத்திலிருந்து கம்பெனி இயக்குநர் குழுவில் தொழில் மேலாளர் என்ற உயர் பதவியை வகிப்பார்... இந்த நியமனமானது, மிகவும் மரியாதைக்குரிய வசீலி தெரேந்தியெவிச் இளம் ஜோடிக்கு அளிக்கும் ஒரு வகையான திருமணப் பரிசு... நமது மதிப்பிற்குரிய புரவலரது முகத்திலே மகிழ்ச்சியின்மையை நான் பார்க்கிறேன். அவர் ரகசியமாக வைத்திருந்த தகவலை என்னையும் அறியாமல் பேசிவிட்டேன்... ஆகவே எனது வருத்தத்தைத் தெரிவித்துக் கொள்கிறேன். இருந்தாலும் நட்பாலும் மரியாதையாலும் உந்தப்பட்டு நமது அருமைக் கூட்டாளி திரு. சிவிஜேவ்ஸ்கி பீட்டர்ஸ்பர்க்கில் தனது புதிய பதவியிலே இங்கே இருக்கிறது போலவே ஓர் ஊக்கமிக்க தொழிலாளியாகவும், அன்புக்குரிய தோழனாகவும் இருந்து வருவார் என்பதை என்னாலே சொல்லாமல் இருக்க முடியலே... ஆனா எனக்குத் தெரியும், தாய்மார்களே பெரியோர்களே, உங்களில் எவரும் அவரைப் பகைக்க மாட்டீங்க என்பது,” என்றார். பிறகு கிண்டல் தொனிக்க சிவிஜேவ்ஸ்கியைப் பார்க்கத் திரும்புகையில் சற்று இடைவெளி விட்டார்.. “ஏனென்றால் நாம எல்லாருமே அவரது நல்ல வாய்ப்புக்காக அந்தளவு உண்மையோடு...”

அவரது டோஸ்ட் குதிரைக் குளம்பொலிகளால் குறுக்கிடப்பட்டது. தொப்பி அணியாத ஒருவன் குதிரையில் புதர்க்காட்டிலிருந்து வெளியே வந்தான், அவனது முகமானது அச்சத்தால் நடுங்குவது போல வெளிறிக் காணப்பட்டது. ஒப்பந்தக்காரரர் தெக்தெரியேவுக்குக் கீழே வேலை செய்யக் கூடிய ஃபோர்மேன்களில் அவனும் ஒருவன். களைப்போடு நடுங்கிக் கொண்டிருந்த தனது சவாரிக் குதிரையை அடைசல் அகற்றப்பட்ட இடத்தின் நடுவிலே விட்டுவிட்டு, கிவஷ்னினை நோக்கி ஓடி, அவருக்கு மேலாகக் குனிந்து கொண்டு, அவருடைய காதிலே கிசுகிசுக்கத் தொடங்கினான்... மரண அமைதி கூடாரத்திலே நிலவியது. விளக்குகளின் ‘கிஸ்’ ஒலிகளையும், வெட்டுக்கிளியின் இடைவிடாத சப்தத்தையும் தவிர.

ஒயின் பருகிய கிவஷ்னினின் முகம் வெளிறியது. தனது கையில் பற்றியிருந்த கிளாசை நடுக்கத்தோடு கீழே வைத்தார். மேசை விரிப்பின் மீது ஒயின் சிந்தியது.

“பெல்ஜியர்கள் என்னவானார்கள்?” கரகரத்தபடி வினவினார்.

ஃபோர்மேன் தனது தலையை அசைத்தான், திரும்பவும் கிவஷ்னினின் காதில் கிசுகிசுக்கலானான்.

"சனியன்!" என்று வியந்து கூறினார் கிவஷ்னின், தனது இருக்கையினின்றும் எழுந்து கைக்குட்டையை மடிக்கலானார். "என்ன குழப்பம்... பொறு, இக்கணமே ஆளுநருக்கு ஒரு தந்தி கொண்டு போ. தாய்மார்களே பெரியோர்களே," என்று உரத்த, நடுங்குகின்ற குரலில் பேசினார், "ஆலையில் கலவரம் நடக்கிறது... அது பற்றி ஏதாவது செய்தாக வேண்டும்... நாம் உடனடியாக கலைந்து போவது... நல்லதுன்னு நான் நினைக்கிறேன்..."

"அது வந்து கொண்டிருப்பது எனக்குத் தெரியும்," என்று ஆண்டிரெயா இறுமாப்புடனும் அமைதியான கோபத்துடனும் கூறினார்.

ஒவ்வொருவரும் பரபரப்புற்றவாறு புறப்பட்டுக் கொண்டிருந்த போது, அவர் புதிய சிகரெட்டு ஒன்றை மெதுவாக எடுக்கவும், பாக்கெட்டில் தீப்பெட்டியைத் தடவிப் பார்க்கவும், கோன்யாக் ஊற்றி தனது கிளாசை நிரப்பவும் செய்தார்.

11

அங்கே குழப்பமான ஆர்வவெறி கொண்ட ஆரவாரம் தொடங்கியது. எல்லாரும் எழுந்து, கூடாரத்தைச் சுற்றித் தள்ளிக்கொண்டும், கத்திக் கொண்டும், கீழே விழுந்து கிடந்த நாற்காலிகளில் மோதிக் கொண்டும் விரைநடையாகச் செல்லத் தொடங்கினார்கள். நடுங்குகிற கைகளோடு பெண்கள் தங்களது தொப்பிகளை அவசரமாக அணிந்து கொண்டிருந்தார்கள். விஷயங்களை இன்னும் மோசமாக்குவது போல மின் விளக்கை அணைக்கும்படி யாரோ உத்தரவிட்டிருந்தார்கள்... இசிப்பு நோய் கண்ட பெண்களுடைய குரலானது இருளினின்றும் வெளியேறி ஒலித்தது.

அப்போது ஐந்து மணி. கதிரவன் இன்னமும் எழவில்லை. ஆனால் அதனது சாம்பல்நிற, மழையை வரவேற்று அழைக்கும் சலிப்பூட்டுகிற வண்ணத்தைத் தெளிவாகக் காணக் கூடியவாறு வானம் பிரகாசமாக இருந்தது. மின் விளக்கின் பிரகாசத்தை அந்தளவு எதிர்பாராது தொடர்ந்து வந்த காலை விடியலின் தெளிவற்ற வெளிச்சத்தில், பொதுவான குழப்பமானது இன்னும் அதிக பயங்கரமானதாகவும், ஊக்கங்குறைந்ததாகவும், பெரும்பாலும் எதார்த்தமற்றதாகவும் காணப்பட்டது. மாயமந்திர கோரக்கனா கற்பனைக் கதைகளில் வரும் பேய்த் தோற்றம் போல மனித உருவங்கள் காணப்பட்டன. முகங்கள், தூங்காத இரவுக்குப் பிறகு மடங்கிச் சுருங்கியும், அச்சந்தருவனதாகவும் இருந்தன. உணவு மேசையில் ஒயின் கறைபட்டும்,

தட்டுகள், கிளாசுகள், பாட்டில்கள் இவற்றால் சிதறியும் கிடந்தது ஒரு பேய் விருந்து ஒட்டு மொத்தமாகத் திடீரென்று நின்று போனது போல எண்ண வைத்தது.

வண்டிகளைச் சுற்றி விரை நடையாக ஓடியது இன்னும் அருவருப்பாக இருந்தது: அச்சமுற்ற குதிரைகள் கனைக்கவும், எகிறவும் செய்து, கடிவாளத்தை விட்டு விலகத் தொடங்கின; சக்கரங்கள் சக்கரங்களில் மாட்டிக் கொண்டன, அச்சுகள் முரிந்தன; தங்களுக்குள் சீற்றத்தோடு உரத்து வாதாடிக் கொண்டிருந்த தங்களது வண்டியோட்டிகளை என்ஜினியர்கள் அழைத்தார்கள். ஒரு பெரிய இரவுத் தீயால் கண்ணைக் கூசச் செய்யும் பேரழிவு ஏற்பட்டது போல பொதுவான பாதிப்பு இருந்தது. புலம்பல் கேட்டது – யாரோ மிதிபட்டுப் போனார்கள், அல்லது ஒருவேளை நசுக்குண்டு செத்திருக்கலாம்.

மித்ரோஃபானைக் கண்டுபிடிக்க பப்ரோவால் முடியவில்லை. ஒன்று அல்லது இரண்டு முறை வண்டிகளின் அடர்ந்த பின்னல்களினின்றும் திரும்ப வருமாறு தன்னை ஓட்டுநர் அழைத்ததைக் கேட்டதாக அவர் நினைத்தார். ஆனால், அங்கு போய்ச் சேருவது என்பது முற்றிலும் இயலாததாக இருந்தது. ஏனெனில் ஒவ்வொரு கணமும் குழப்பம் மிகவும் மோசமாகிக் கொண்டே வந்தது.

திடீரென்று இருளிலே, கூட்டத்திற்கு மேலாக மிகப்பெரிய பாரபின் மெழுகு விளக்கு ஒளிவிட்டது. “ஒதுக்கமாக! பின்னுக்குப் போங்கள், தாய்மார்களே, பெரியோர்களே! ஒதுக்கமாக!” என்ற சுத்தல்கள் கேட்டன. தடுக்கவியலாத ஒரு மனித அலையானது தூண்டுதலின் அழுத்தத்தால் இயக்கப்பட்டு, பப்ரோவை அப்பால் அடித்துச் சென்றது. அநேகமாகக் கீழே வீழ்த்தி விட்டது. வாடகை வண்டி ஒன்றின் பின் கோடியிலும் மற்றொன்றின் நுகத்தடிக்கும் இடையே அவரைச் சாய்த்தது. அங்கிருந்த வாகனங்களுக்கு இடையே திடீரென்று ஓர் அகலப் பாதைவழி உருவானதையும். அதன் வழியாக கிவஷ்னின் தனது மூன்று குதிரை வண்டியை ஓட்டிச் செல்வதையும் பார்த்தார். வண்டிக்கு மேலாக எரிந்து கொண்டிருந்த தீவட்டியின் சுவாலையானது, பயங்கரமான, ரத்தச் சிவப்பான ஒளியை கிவஷ்னினின் பருத்த உருவத்தின் மீது தோற்றுவித்தது.

வலி, அச்சம், வெறி இவற்றால் பைத்தியமுற்று, எல்லா பக்கங்களிலும் மோதி, கும்பலானது மூன்று குதிரை வண்டியைச் சுற்றி ஊளையிட்டுக் கொண்டிருந்தது... தனது நெற்றி துடிப்பதை பப்ரோவ் உணர்ந்தார். திடீரென்று பார்க்க பயணம் செய்வது கிவஷ்னின் அல்ல என்பது தெரிந்தது. ஆனால் ஏதோ குருதிபடிந்த கோரமானதும் அஞ்சத்தச்சதுமான தெய்வம், கீழைய நாட்டு

வழிபாட்டுத் தெய்வ உருவங்கள் உள்ள வண்டிகள் சமய ஊர்வலங்களின் போது. ஆனந்த பரவசத்துடன் கூட மூர்கத்தனத்துடன் சமய ஆர்வவர்களால் வெளியே எடுத்துச் செல்லப்படுவது போல, வெளியேறிச் சென்றது. ஆற்றலற்ற சீற்றத்துடன் அவர் நடுங்கினார்.

கிவஷ்னின் ஓட்டிப் போன பிறகு, நெருக்குதல் ஒருவாறு மறைந்தது, திரும்பியவாறு, பப்ரோவ் தனது முதுகில் முட்டிக் கொண்டிருந்த கம்பு, தனது சொந்த இரட்டைக் குதிரை வண்டி என்பதைப் பார்த்தார். மித்ரோஃபான தீப்பந்தத்தைத் துண்டியபடி வண்டியருகே நின்றான்.

“வேகமாய், ஆலைக்கு, மித்ரோஃபான்!” உள்ளே ஏறிய படி அவர் கத்தினார். “இன்னும் பத்து நிமிஷத்திலே நாம் அங்கு இருக்கணும், கேட்குதா?”

“ஆமாம், ஐயா,” என்று சிடுசிடுப்போடு மித்ரோஃபான் பதிலளித்தான்.

பெட்டியின் வலது புறம் ஏறுவதற்காக பொருத்தமான மரியாதைக்குரிய வண்டிக்காரனைப் போல திறவை வண்டியைச் சுற்றி நடந்தான், கடிவாள வாரைப் பற்றினான்.

“குதிரைகளை நாம் கொன்று போட்டால், என்னைப் பழி சொல்லாதீங்க, எசமானரே.” பாதி திரும்பியவாறு அவன் சொன்னான்.

“ஓ, எனக்கு அக்கறையில்லே...”

எச்சரிக்கையோடும், மிகுந்த சிரமத்தோடும் குதிரைகளும் வண்டிகளும் ஏற்படுத்திய குழப்பத்தினின்றும் தனது குதிரையை இடப்புறமாகத் திருப்பி ஓட்டினான். குறுகிய காட்டுச் சாலையை அடைந்ததும், அடங்காது முரண்டு பிடித்த குதிரைகளின் கடிவாளத்தைத் தளர்த்தினான்; அவை சிரமத்தோடு இழுத்தன. முன்னோக்கிய ஓட்டம் தொடங்கியது. ஆட்டி அலைக்கின்ற சாலையின் குறுக்காக விரிந்து கிடந்த நீண்ட வேர்களின் மீது வண்டி துள்ளி ஓடியதால் வண்டிக்காரனும், பயணியும் தங்களைச் சமநிலைப்படுத்திக் கொள்ள வேண்டியதாயிற்று.

தீப்பந்தத்தின் சிவப்புச் சுவாலை அலைந்து கொண்டும் கர்ஜித்துக் கொண்டும் இருந்தது, மரங்களின் நீண்ட, கோமாளித்தனமான நிழல்கள் வண்டியைச் சுற்றி வட்ட மடித்துக் கொண்டிருந்தன... உயரமான, மெலிந்த, தெளிவற்ற ஆவிகளின் கும்பல் வண்டியைத் தொடர்ந்து பின்னால் கேலியான நடனத்துடன் விரைந்து வந்து கொண்டிருப்பது போலக் காணப்பட்டது. சில நேரங்களில் ஆவிகள் குதிரைகளை முந்திக் கொண்டு விடும், அவ்வாறு செல்லும் போது பிரம்மாண்டமான அளவுகளுக்கு வளர்ந்து, பிறகு தரையில் விழுந்து விடும், மேலும் வண்டி வேகமாகச் செல் கையில் விரைந்து

சிறுத்துக் கொண்டு வந்து, பப்ரோவுக்குப் பின் இருந்த இருட்டில் மறையும். பிறகு வண்டியின் பார்வைக்குத் தெரியாதவாறு திரும்ப வருவதற்காகவோ, அடர்ந்த வரிசைகளில் ஒன்றாக அலைந்து கொண்டும், நடுங்கிக் கொண்டும் அவற்றுக்குள் கிசுகிசுப்பது போல, குதித்து திரும்ப ஓடி வருவதற்காகவோ, அவை ஒரிரு நொடிகளுக்குப் புதர்க்காட்டிற்குள்ளாக விரைந்து பாயும்... சில நேரங்களில் சாலையின் ஓரமாய் நின்ற அடர்த்தியான புதர்களின் கொப்புகள் மித்ரோஃபான், பப்ரோவ் முகங்களைக் குறுக்காக விளாசுமாறு மெல்லிய கரங்களைப் போல வெளியே நீட்டிநின்றன.

காட்டைக் கடந்து அவர்கள் ஓட்டிச் சென்றார்கள். ஒரு சேற்று மடுவின் குறுக்காகக் குதிரைகள் வாரியிறைத்துச் செல்கையில் அதற்குள்ளாகத் தீப்பந்தத்தின் செந்நிற நாக்கு குதித்து மடிப்புகளாக உடைந்தன. திடீரென்று அவை வண்டியை சுறுசுறுப்பான பாய்ச்சலில் செங்குத்தான குன்றின் உச்சிக்கு இழுத்துச் சென்றன. கருமையான, கவர்ச்சியற்ற வெளி முன்னே விரிந்து கிடந்தது.

“சீக்கிரம், மித்ரோஃபான், அல்லது நம்மால் இனிமே அங்கே இருக்க முடியாது!” அபாயகரமான வேகத்தில் வண்டி பாய்ந்து கொண்டிருந்தும், பப்ரோவ் பொறுமையில்லாது கத்தினார். தனது முழங்குகின்ற குரலில் மித்ரோஃபான் முணுமுணுத்து, நெடுகிலும் பாய்ச்சலில் சென்று கொண்டிருந்த ஃபேர்வேயை விளாசினான். தனது குதிரைகளிடத்தில் அவ்வளவு பாசமாக இருப்பவரும், எப்போதுமே அவற்றை தண்டிக்காமல் விடுபவருமான தனது எசமானனுக்கு என்ன நேர்ந்துவிட்டதென்று வண்டிக்காரன் வியந்தான்.

தொடுவானத்தில், பேரச்சந்தரத்தக்க நெருப்பின் செந்தழலொளி தனது அலைகின்ற பிரதிபலிப்பை வானத்தின் ஊடாக இழுத்துச் செல்கிற மேகங்களின் மீது ஏற்படுத்தியது. ஒளிக்கதிர்களை உமிழ்கின்ற வானத்தை பப்ரோவ் மேல் நோக்கிப் பார்க்கையில், கெடு நோக்கான மகிழ்ச்சியின் பெருமித உணர்வு அவரது இதயத்தைக் கிளறியது. ஆண்டிரெயாவினுடைய துடுக்குத்தனமிக்க, வேதனை தருகின்ற டோஸ்ட் உடனடியாக அவரது கண்களைத் திறந்து, மாலை முழுக்க நீனாவினுடைய தனித்து ஒதுங்கிய பாங்கு, மஸூர்காவின் போது அவளது தாயின் ஏளனக் கோபம். கிளஷ்னின் மிதான சிவிஜேவ்ஸ்கியின் நெருக்கம் ஆகியவற்றின் காரணத்தைப் பார்க்க வைத்தது. நீனாவிடம் கிவஷ்னின் காட்டுகிற காதலீடுபாடு பற்றி ஆலையில் தான் கேள்வியுற்ற எல்லா வதந்திகளையும், வீண் பேச்சுகளையும் அவர் நினைத்துப் பார்த்தார்... “பட்டது அவனுக்குத் தகும், சிவப்புத் தலை அரக்கன்,” என்று வெறுப்போடு தகதத்துக் குமுறியவாறு கிசுகிசுத்தார் பப்ரோவ், அந்தளவு ஆழமாக அவர் கேவலப் படுத்தப்பட்டதால், அவரது வாய் வறண்டு போனது. “இப்போது

மட்டும் அவனை நான் நேருக்கு நேர் சந்திக்க நேர்ந்தால், அவனுக்காக அவனது ஆரவாரத்தைச் சீர்குலைப்பேன், இளம் சதையை விலைக்கு வாங்கும் கெடுதல்காரக் கிழவன், தங்கத்தால் நிரம்பிய அழுக்குப்பிடித்த கொழுத்தபை. அவனது செம்பு நிற நெற்றியில் ஓர் அருமையான முத்திரை பதிப்பேன்!.

அவர் குடித்திருந்தது எல்லாமே அவருக்குப் போதை யூட்டுவதில் தோல்வியுற்றன, ஆனால் அது வலிமையின் அசாதாரணமான ஊக்கத்தை, செயலாற்றுவதற்குப் பொறுமையற்றதும் கோளாறானதுமான இச்சையைக் கொண்டு வந்தது... அவர் பலமாக நடுங்கிக் கொண்டிருந்தார், அவரது பற்கள் நெறுநெறுத்துக் கொண்டிருந்தன, காய்ச்சலில் போல அவரது மூளை வேகமாகவும், தாறுமாறாகவும் வேலை செய்து கொண்டிருந்தது. நெஞ்சறி நிலையின்றி உரக்கப் பேசினார், முனகினார் அல்லது தனது முட்டிகளைப் பிசைந்து கொண்ட போது இகழ்ச்சியுடன் நகைத்தார்.

“உங்களுக்குக் காய்ச்சலாக இருக்க வேண்டும், எசமானரே. நாம் வீட்டிற்குப் போவது நல்லதில்லையா?” மித்ரோஃபான் மருட்சியுடன் சொன்னான்.

பப்ரோவ் சீற்றத்தால் பொங்கி எழுந்தார்.

“மூடு வாயை, முட்டாளே!..” என்று முரட்டுத்தனமாகக் கத்தினார். “ஓட்டு!..”

முன்னதாகவே, ஒரு குன்றின் உச்சியிலிருந்து ஆலை முழுக்க தெளிவற்ற இளஞ்சிவப்பு நிறப் புகையால் சூழப்பட்டிருப்பதை அவர்கள் பார்த்தார்கள். மரச் சேமிப்புப்பகுதி மிகப் பெரும் நெகிடியைப் போல கொழுந்து விட்டு எரிந்து கொண்டிருந்தது. நெருப்பின் பிரகாசமான பின்னணியில், சிறிய கருத்த மனித உருவங்களின் பேரெண்ணிக்கையானது விரைநடையாக ஓடிக்கொண்டிருந்தது. தீ நாக்குகளில் வறண்ட மரங்கள் முறிவதை தொலைவிலிருந்தே கேட்க முடிந்தது. வெப்ப ஊதுலை அடுப்புகளின் வட்ட மான கோபுரங்களும், ஊதுலை உலைக்களங்களும் கண நேரத்திற்குத் தெளிவாகத் தெரிந்து பின்னர் திரும்பவும் கருமையில் மூழ்கிப் போயின. நெருப்பின் செந்நிறத் தழலானது பெரிய வட்டமான குளத்தின் பழுப்புநிற நீர் மீது பயங்கரமான பிரகாசத்தை ஏற்படுத்தியது. குளத்தின் உயரமான அணை பெருங் கூட்டத்தின் கருமையான தொகுதியினால் முழுமையாக நிறைந்து முன்நோக்கி மெதுவாக நகர்ந்த போது கொதித்துக் குமுறுவது போலத் தோன்றியது. அந்தக் குறுகிய இடத்திற்குள்ளாக, எதிர்த்து நிற்க முடியாத மனிதத் தொகுதிகளின் நெருக்கத்தினின்றும், தொலைவிலுள்ள கடலினுடையதைப் போல, வெறுமையும் தீக்குறியுமான, விநோத கர்ஜனை ஒன்று வந்தது.

அலெக்சாந்தர் குப்ரின்

"எங்கே நரகத்துக்கு ஓட்டிக்கிட்டுப் போறே, அறிவு கெட்டவனே! ஆட்களை உன்னால பார்க்க முடியலே, நாய்க்குப் பிறந்தவனே?" சாலையின் முன்னிருந்து சத்தம் வந்தது; அடுத்த கணத்தில் நீண்ட தாடி கொண்ட மனிதன் சாலையில் தோன்றினான். குதிரைகளின் குளம்புகளுக்குக் கீழிருந்து அவன் வருவது போலிருந்தது; தொப்பியில்லாத அவனது தலை முழுக்க வெள்ளைத் துணியால் கட்டுப் போடப்பட்டிருந்தது.

"ஓட்டு, மித்ரோஃபான்!" கத்தினார் பப்ரோவ்.

"அதற்கு அவர்கள் தீ வைத்து விட்டார்கள், எசமானரே!" என்ற மித்ரோஃபானின் நடுங்குகின்ற குரலைக் கேட்டார்.

அடுத்த நொடியில் பின்னிருந்து பாறை உருண்டு வரும் ஊதல் ஒலி வந்தது, தனது வலப் புற நெற்றிக்குச் சற்று மேலே கூர்மையான வலியை பப்ரோவ் உணர்ந்தார். அதைத் தொட்டு அதினின்றும் தனது கையை எடுத்த போது. அதில் வெதுவெதுப்பான குருதி ஒட்டியிருந்தது.

வண்டி பாய்ந்து சென்றது. தழல் இன்னும் பிரகாசமாகியது. குதிரைகளின் நீண்ட நிழல்கள் சாலையின் ஒரு புறத்திலிருந்து மற்றொரு புறத்திற்கு ஓடின. தான் செங்குத்தான சரிவை நோக்கி விரைந்து கொண்டிருப்பதாகவும், ஒரு செங்குத்துப் பாறையில் சடாரென்று வண்டியும் எல்லாமுமாக மோதப் போவது போலவும் அந்நேரத்தில் பப்ரோவுக்குத் தோன்றியது. தனது திசைக்கூறைப் பார்த்துக் கொள்ளும் எல்லாத் திறமையையும் அவர் இழந்து விட்டிருந்தார், மேலும் அவர்கள் கடந்து சென்ற இடங்களைக் கூட அடையாளம் காண முடியவில்லை. திடீரென்று குதிரைகள் அப்படியே நின்றன.

"சரி, மித்ரோஃபான், ஏன் நிறுத்தினாய்?" என்று எரிச்சலோடு கத்தினார் பப்ரோவ்.

"முன்னே ஆட்கள் இருக்கையில் எங்ஙனம் என்னால் ஓட்ட முடியும்?" கோபத்தோடு மித்ரோஃபான் எதிர்த்துப் பேசினான்.

அதிகாலை விடியலின் சாம்பல் நிற வெளிச்சத்தில் கூர்ந்து நோக்குவது சிரமமானதாக இருந்தாலும், வானம் மேலே கொழுந்து விட்டெரிந்து கொண்டிருக்க, ஒழுங்கற்ற கருப்புச் சுவரைத் தவிர பப்ரோவால் எதையும் காண முடியவில்லை.

"என்ன சனங்களைப் பற்றி நீ பேசிக் கொண்டிருக்கிறாய், சனியனே?" என்றவாறு பப்ரோவ் கீழே இறங்கி. நுரை தள்ளிக் கொண்டிருந்த குதிரைகளைச் சுற்றி நடந்தார்.

105

குதிரைகளினின்றும் சில எட்டுகள் அவர் நடந்ததும். கருப்புச் சுவர் என்று அவர் கருதியது தொழிலாளர்களின் கும்பல் என்பதைப் புரிந்து கொண்டார், சாலையில், குழுமியிருந்த அவர்கள் மெல்ல நகர்ந்து கொண்டிருந்தார்கள். எந்திரகதியில் பப்ரோவ் ஐம்பது எட்டுத் தொலைவிற்குத் தொழிலாளர்களின் பின்னே சென்றார், வேறு ஏதேனும் வழியில் ஆலைக்குள்ளாகச் செல்லும் பொருட்டு மித்ரோஃபா னைத் தேடிப் பின்னுக்குத் திரும்பினார். ஆனால் மித்ரோஃபானும் குதிரைகளும் சென்றுவிட்டிருந்தனர். தன்னைத் தேடி மித்ரோஃபான் ஓட்டிச் சென்று விட்டானா, தானே அலைந்து கொண்டிருக்கிறோமா என்பதை பப்ரோவால் தீர்மானிக்க முடியவில்லை. வண்டிக்காரனை அழைக்கத் தொடங்கினார், ஆனால் மறுமொழி கிடைக்கவில்லை. பின்னர் சற்று முன்னர் தான் விலகி வந்திருந்த தொழிலாளர்களோடு சேர்ந்து கொள்ள முடிவு செய்தார். அதே திசை என்ற தான் கருதிய வழியில் திரும்ப ஓடினார். ஆனால், விநோதமான முறையில், தொழிலாளர்கள். காற்றோடு கரைந்து விட்டது போலக் காணப்பட்டது. அவர்களுக்கு பதிலாக தாழ்வான மர வேலியின் மீது பப்ரோவ் மோதினார்.

அந்த வேலிக்கு இடமாகவோ, வலமாகவோ ஒரு முடிவே இல்லை பப்ரோவ் அதன் மீது தொற்றி ஏறினார், அடர்த்தியான நீண்ட களைச் செடிகளால் நிறைந்திருந்த நீண்டு சரிவான குன்றின் மீது நடக்கத் தொடங்கினார். குளிர்ந்த வியர்வை அவரது முகத்தின் கீழாக ஓடிக்கொண்டிருந்தது, ஒரு மரக்கட்டையைப் போல அவரது நாக்கு வறட்சியாகவும், விறைப்பாகவும் இருப்பதை உணர்ந்தார்; அவர் உள் விழுத்த ஒவ்வொரு மூச்சுக்காற்றும் அவரது நெஞ்சில் கூர்மையான வலியை ஏற்படுத்தியது; தலை உச்சியில் குருதி அழுத்தமாகத் துடித்துக் கொண்டிருந்தது; கன்றிப்போன நெற்றி தாங்க முடியாத அளவுக்குப் புண்பட்டது...

ஏற்றம் முடிவில்லாதது போலக் காணப்பட்டது. மனக்கசப்பால் சுற்றி வளைக்கப்பட்டார். இருந்தும் அவர் உயரே ஏறினார். திரும்பத்திரும்பக் கீழே விழுந்தார், முழங்கால்கள் கன்றிக் காயம் பட்டன, முட் புதர்ச்செடிகள் இரக்க மற்றுப் பிடித்தன. சில நேரங்களில் அவரது அமைதியற்ற, மனநிலை திரிந்த கனவு ஒன்றில் தான் இருப்பதாகக் கற்பனை செய்தார். திகில், சாலையில் நெடுகிலும் அலைந்தது, முடிவற்ற ஏற்றம் – இவை எல்லாமே வேதனை மிக்கதாகவும், அபத்தமானதாகவும், அவரது கோரக் கனாக்களில் வருவன போல எதிர்பாராததாகவும், பயங்கரமானதாகவும் இருந்தன.

கடைசியில் மேல்நோக்கிய சரிவு முடிந்த போது, அது ஓர் இரயில்வே அணை என்பதை பப்ரோவ் உடனடியாக அறிந்தார். அங்கிருந்துதான் முந்திய நாளில் ஒரு புகைப்படக்காரர் சமய வழிபாட்டின் போது என்ஜினியர்களும்,

அலெக்சாந்தர் குப்ரின்

தொழிலாளர்களும் அடங்கிய குழுவைப் படமெடுத்தார். முற்றிலும் களைப்படைந்தபடி ஒரு தண்டவாளக் கட்டையின் மீது அமர்ந்தார். அடுத்த கணமே ஏதோ விநோதமானது அவருக்கு நேர்ந்தது: அவரது கால் வலியால் தளர்வுற்றது. அவரது நெஞ்சிலும், அடிவயிற்றிலும் நோய்வாய்ப்படுத்தும், வேதனைமிக்க எரிச்சலை உணர்ந்தார், அவரது தெற்றியும், கன்னங்களும் குளிர்த்து போய்விட்டன. பிறகு ஒவ்வொன்றும் அவருடைய கண்களுக்கு முன்னால் திரும்பி. எங்கோ தொலைவுக்கு, எல்லை காண முடியாத ஆழத்தை நோக்கி விரைந்து சென்றன.

அவர் வந்து சுமார் அரை மணி நேரம் போல ஆகிவிட்டது. அணையின், கீழே, வழமையற்ற, அச்சுறுத்துகின்ற பேரமைதி நிலவியது. அங்கே தான் இரவு பகலாக இடை விடாது ராட்சச ஆலை வேலை செய்து கொண்டிருந்தது தனது கால்களால் தட்டித் தடவியவாறு ஊதுலை உலைக் களத்தை நோக்கி நடந்தார். நிமிர்த்தி வைக்க முடியாத அளவுக்குக் கணமாக இருப்பதை அவர் தலை உணர்ந்தது; காயமுற்ற நெற்றி ஒவ்வொரு எட்டுக்கும் பயங்கரமான வலியை அவருக்கு ஏற்படுத்தியது. காயத்தைத்தொட்டு தனது விரல்களில் குருதியின் வெதுவெதுப்பான கறையைத் திரும்பவும் உணர்ந்தார். அவரது உதட்டிலும், வாயிலும் கூட குருதி காணப்பட்டது: அதனுடைய உவர்ப்பான, உலோக மணத்தை அவரால் உணர முடிந்தது. அவர் இன்னமும் முழுமையான சுய உணர்வைப் பெறவில்லை. என்ன நடந்தது என்பதைத் திரும்ப எண்ணிப் பார்க்கும் முயற்சி அவருக்குப் பயங்கரமான தலைவலியை ஏற்படுத்தியது. அவருடைய ஆன்மாவானது ஆழ்ந்த துயரத்தாலும், மனக்கசப்புற்ற காரணமற்ற கோபத்தாலும் நிரம்பிவழிந்தது...

காலை நேரம் தெளிவாக நெருங்கிக் கொண்டிருந்தது. எல்லாம் பழுப்பாகவும், குளிர்ந்தும், ஈரப்பதமாகவும் இருந்தன: பூமி, வானம், அருகலான மஞ்சள் புல், சாலையின் இரு மருங்கிலும் குவிந்து கிடந்த உருவமற்ற கற்குவியல்கள். ஆலையின் ஆட்களற்ற கட்டிடங்களுக்கிடையே பப்ரோவ் நோக்கமின்றி சுற்றித்திரிந்து கொண்டிருந்தார். கடுமையான மூளை பாதிப்பு ஏற்பட்ட பிறகு சில நேரங்களில் மக்கள் செய்வது போலத் தனக்குத் தானே உரக்கப் பேசிக் கொண்டிருந்தார். தனது சிதறிச் சென்று கொண்டிருந்த சிந்தனைகளை இழுத்து ஒன்று சேர்க்கவும், அவற்றினிடையே ஓர் ஒழுங்கினை ஏற்படுத்தவும் அவர் முயன்று கொண்டிருந்தார்.

"நல்லது. என்னிடம் சொல், தயவு செய்து, நான் என்ன செய்ய வேண்டும்? கடவுளுக்காகச் சொல்," தனக்குள்ளாக ஒளிந்து கொண்டிருந்த யாரோ வெளியாளிடம் உணர்ச்சிக்கு ஆட்பட்டவாறு கிசுகிசுத்துக் கொண்டிருந்தார். "ஓ, எவ்வளவு கஷ்டமாக இருக்கிறது! எவ்வளவு வேதனை!.. எந்தளவு தாங்க

107

முடியா வேதனை!.. என்னை நானே கொல்வேன் என்று நினைக்கிறேன்... இந்தச் சித்ரவதையை என்னால் பொறுத்துக் கொள்ள முடியாது..."

ஆனால் வெளியாள் அவரது ஆன்மாவின் அடியினின்றும் பதிலளித்தான், உரக்கக் கூடப் பேசினான், வெறுப்புத் தருகிற கிண்டலுடன்:

"ஓ, இல்லை, உன்னை நீயே கொல்ல முடியாது. ஏன் பாசாங்கு?.. உன்னை நீயே கொல்வதைவிட வாழ்வதற்கே நீ பெரிதும் விரும்புகிறாய். அதைச் செய்வதற்கு போதிய தெம்பு உன்னிடமில்லை. உடல் வலிக்கு நீ பெரிதும் பயப்படுகிறாய். நீ மிகவும் ஆழமாகத்தான் சிந்திக்கிறாய்."

"ஆக நான் என்ன செய்வது? என்ன?" தனது கைகளை முறிக்கிக் கொண்டு பப்ரோவ் திரும்பவும் கிசுகிசுத்தார். "அவள் அத்தனை நேர்த்தியானவள், அத்தனை தூய்மையானவள் – என்னுடைய நீனா! இந்தப் பூமியில் நான் பெற்றிருந்தது அவள் ஒருத்தியை மட்டிலுமே. திடீரென்று–ஓ. எத்தனை சுழற்சி! – அவளது இளமையை, அவளது கன்னி உடம்பை விற்பதற்கு!.."

"பாவனையை நிறுத்து. பழம் அற்புத நாடகங்களினின்றும் இத்தகைய எடுப்பான வார்த்தைகளினால் என்ன பயன்?" என்றான் வெளியாள் கிண்டலுடன். "நீ கிவஷ்னினை அந்தளவு வெறுத்தால் போய் அவரைக் கொல்."

"நான் கொல்வேன்!" பப்ரோவ் கிறீச்சிட்டார், சீற்றத்தில் தனது முட்டிகளை திடுமென உந்தித் தள்ளினார். "நான் கொல்வேன்! தன்னுடைய கெட்ட சுவாசத்தால் நேர்மையான மனிதர்களுக்குக் கெடுதல் செய்வதற்கு இனி மேலும் அவனை விடமாட்டேன்!"

ஆனால் வெளியாள் நச்சுத்தன்மையான கிண்டலுடன் குறிப்பிட்டான்:

"முடியாது, உன்னால் முடியாது... உன்னால் முடியாது என்பது உனக்கே நன்றாகத் தெரியும். அதைச் செய்வதற்கு உனக்குத் துணிவு, வலிமை இரண்டும் இல்லை. நாளை நீ நிதானமானவனாகவும், வலிமையற்றவனாகவும் திரும்பவும் ஆகிவிடுவாய்..."

உள்குழப்பத்தின் இந்த மிகவும் துலக்கமானவையாக இருந்தன – தன்னிடத்தில் என்ன கோளாறு என்று பப்ரோவ் வியந்த போதும், அந்த இடத்திற்குத் தான் எப்படி வந்தோம் என்றறிந்த போதும், தான் என்ன செய்ய வேண்டும் என்று உணர்ந்த போதும். மேலும் அவர் ஏதேனும் செய்ய வேண்டியிருந்தது ஏதோ பெரியதும் முக்கியமானதும் –ஆனால் என்னை என்பதை மறந்து விட்டார். அதை நினைவு படுத்த அவர் முயற்சிக்கையில்

வேதனையால் முகஞ்சுழித்தார். இம்மாதிரியான துலக்கமான ஒரு கணத்தில் தான் உலையூட்டியின் குழிவிளிம்பில் நின்று கொண்டிருப்பதைக் கண்டார். அதே இடத்தில் தான் டாக்டருடன் அணிமையில் மேற்கொண்ட உரையாடலை அசாதாரணமான தெளிவுடன் உடனே நினைவு கூர்ந்தார்.

கீழே ஓர் உலையூட்டி இல்லை; அவர்கள் எல்லாருமே சென்று விட்டார்கள். கொதிகலன்கள் குளிர்ந்து போயிருந்தன வலது புறக்கோடியிலும் இடது புறக்கோடியிலும் மட்டுமே இரண்டு ஊதுலைகள் இன்னமும் அழன்றெரிந்து கொண்டிருந்தன... வெறிகொண்ட சிந்தனை ஒன்று பப்ரோவின் மனத்திலே பளிச்சிட்டது. அவர் சம்மணங்கூட்டி உட்கார்ந்தார், பிறகு தனது கால்களைக் குழிக்குள் தாழவிட்டார், கைகளை விறைப்பாக ஊன்றி வைத்துக் கொடுண் கீழே குதித்தார்.

நிலக்கரிக் குவியலில் ஒரு கரிவாரி கிடந்தது. அதைப் பற்றிப் பிடித்து உலை துவாரங்களுக்குள்ளாக அவசரமாக நிலக்கரியை போடத் தொடங்கினார். ஒன்றிரண்டு நிமிடங்களுக்குப் பிறகு, ஊதுலைகள் சுவாலையுடன் அழன்றெரிய ஆரம்பித்தன. கொதிகலனுக்குள்ளாக வெந்நீர் கலகலவென பாயத் தொடங்கியது. கரிவாரியால் அடுத்தடுத்து நிலக்கரியை பப்ரோவ் போட்டுக் கொண்டிருந்தார்; அவ்வாறு செய்த போது நாணத்துடன் முறுவலிக்கவும், கண்ணுக்குத் தெரியாத யாருக்கோ, அர்த்தமற்ற வியப்பொலிகளைக் கொடுத்துக் கொண்டும் இருந்தார். சாலையில் அவருக்குத் தோன்றிய பழிவாங்கலின் தவறான, பயங்கரமான எண்ணம் தனது பிடியை அவர் மனத்தில் இறுக்கிக் கொண்டிருந்தது. தீப்பொறி பறக்கின்ற மிகப் பெரிய கொதிகலன் விசிலடிக்கவும், பொறிகளைக் கக்கவும் தொடங்குவதைப்பார்க்க அது மேன்மேலும் உயிருள்ளதாகவும் வெறுக்கத்தக்கதாகவும் அவருக்குத் தோன்றியது.

அவர் வழியில் யாரும் நிற்கவில்லை. அளவெல்லையில் நீர் வேகமாகச் சுருங்கிக் கொண்டிருந்தது. கொதிகலனின் கொப்பளிப்பும், உலைக்களங்களின் கர்ஜனையும் மேன் வலிமைமிக்கதாகவும், அச்சுறுத்துவதாகவும் வளர்ந்து கொண்டு வந்தன.

ஆனால் வழக்காறில்லாத கடும் உழைப்பு சீக்கிரத்திலேயே பப்ரோவைக் களைப்படைய வைத்தது. அவரது நெற்றி நாம்புகள் படபடப்போடு அடித்துக்கொண்டிருந்தன, அவரது கன்னத்தில் குருதி பாய்ந்தது. கொடிய சக்தி யின் திடீர்த் தாக்குதல் நின்று போனது, அவருக்குள்ளாக இருந்த வெளியாள் உரத்த, கிண்டலான தொனியில் சொல்லிக் கொண்டிருந்தான்:

“அதைச் செய்வதற்கு இன்னும் ஒரே ஓர் இயக்கமே தேவைப்படுகிறது! ஆனால் நீ அதைச் செய்ய மாட்டாய்.. முடியாது, நீ மாட்டாய் ... ஏன், விஷயம் முழுதுமே அவ்வளவு கேலிக்குரியதாக இருக்கிறது; நீராவிக் கொதிகலன் களை வெடிக்க வைக்க விரும்பியதை நாளைக்கு ஒத்துக் கொள்ளக் கூடிய துணிச்சல் உனக்கு வராது.”

* * *

ஆலை மருத்துவமனைக்குள்ளாக பப்ரோவ் நுழைந்தபோது தொடுவானத்திற்கு மேலாகச் சூரியன் – ஒரு பெரிய அடையாளம் – எழுந்திருந்தது.

காயம்பட்டவர்களின், ஊனமானவர்களின் காயங்களுக்குக் கட்டுகள் போடுவதை கண நேரத்திற்கு முன்னர் முடித்திருந்த டாக்டர் கோல்ட்பெர்க் தனது கைகளை அலம்பு தட்டில் கழுவிக் கொண்டிருந்தார். அவரது உதவியாளன் ஒரு துண்டைத் தயாராகப் பிடித்தபடி அருகே நின்று கொண்டிருந்தான். பப்ரோவைப் பார்க்கவும் டாக்டர் திடுக்கிட்டார்.

“என்ன ஆயிற்று உங்களுக்கு, அந்திரேய் இல்யீச்? பார்க்கப் பயங்கரமாகக் காணப்படுகிறீர்கள்,” என்று சொன்னவர் நடுங்கினார்.

பப்ரோவ் வெறித்துப் பார்த்தார். அவருடைய வெளிறிய முகத்திலே இருந்த குருதி உறைந்த கறையானது நிலக்கரித் தூசியால் தூய்மை கெட்டுப் போயிருந்தது. அவருடைய ஈரத்துணிகள் கிழிசல்களாய் கைகளினின்றும் முழங்கால்களினின்றும் தொங்கின. அலங்கோலமாகக்கப்பட்ட தலைமுடி நெற்றிக்கு மேலாகத் தொங்கியது.

“பேசுங்க, கடவுளுக்காக! என்ன நடந்தது?” தனது கைகளை அவசரமாகத் துடைத்துக் கொண்டு, பப்ரோவை நோக்கி நடந்துகொண்டு டாக்டர் கோல்ட்பெர்க் கூறினார்.

“ஓ, இது ஒன்னுமேயில்லை...” முனகினார் பப்ரோவ். “பெரிய மனசு பண்ணி எனக்குக் கொஞ்சம் மார்பியா கொடுங்க, டாக்டர்... கொஞ்சம் மார்பியா, வேகமா, இல்லாட்டா நான் பைத்தியமாப் போயிருவேன்! எனக்கு ரொம்ப பயங்கரமா இருக்கு!”

பப்ரோவின் கையைப் பற்றி அடுத்த அறைக்குள்ளாக அவரை அவசரமாக அழைத்துச் சென்ற டாக்டர் கோல்ட பெர்க் கதவைக் கவனமாகச் சாத்தினார்.

“கேளுங்க,” என்றார். “எது உங்களை அலைக்கழிக்குதுன்னு என்னால ஊகிக்க முடியும்... என்னை நம்புங்க, நான் உங்களுக்காக மிகவும்

வருத்தப்படுறேன். உங்களுக்கு உதவி செய்யச் சித்தமாக இருக்கிறேன்... ஆனால், எனது அருமை நண்பரே...'' அவரது குரல் கண்ணீர் மல்க ஒலித்தது. "எனது அருமை அந்திரேய் இல்யீச், அது இல்லாமல் உங்களால் சமாளிக்க முடியாதா? இந்த மட்டமான பழக்கத்திலிருந்து விடுபட நீங்க எந்தளவு சிரமப்பட்டீங்கன்னு சற்று நினைச்சப்பாருங்க! இப்போது நான் ஓர் ஊசி போட்டா அது மிகவும் துயரமானதா இருக்கும்... நீங்க ஒரு போதும்... உங்களுக்குப் புரியுதா? – திரும்பவும் அதை விடுறதுக்கு உங்களாலே முடியவே முடியாது."

பப்ரோவ் அகலமான சோஃபாவின் மீது கீழே முகங் கவிழ்த்தார்.

"எனக்கு அக்கறையில்லை," கடியுண்ட பற்களின் ஊடாக முணுமுணுத்தார், தலையிலிருந்து கால்வரை நடுங்கிக் கொண்டிருந்தார். "அந்தச் சனியனை நான் விடமாட்டேன், டாக்டர்... இதற்கு மேலே என்னால பொருத்துக்கொள்ள முடியாது.''

டாக்டர் பெருமூச்சு விட்டார், தனது தோள்களைக் குலுக்கிக் கொண்டார், மருந்துப் பையிலிருந்து ஒரு கிரிஞ்சியை வெளியே எடுத்தார். ஐந்து நிமிடங்களுக்குப் பிறகு பப்ரோவ் ஒரு சோஃபாவின் மீது அயர்ந்து தூங்கினார். மகிழ்ச்சியான புன்னகை ஓர் இரவுக்குள்ளாக இளைத்துப் போயிருந்த அவரது வெளிறிய முகத்திலே தவழ்ந்தது. தூங்கியவருடைய தலையிலிருந்த காயத்தை டாக்டர் கோல்ட்பெர்க் கவனமாகக் கழுவிக் கொண்டிருந்தார்.

1896

ஒலேஸ்யா

1

காட்டுக் காவல்காரன் யர்மோலா – எனது வேலைக்காரனும், சமையல்காரனும், வேட்டைத் துணைவனுமானவன் – தோளில் விறகுக் கட்டுச் சுமையுடன் எனது அறைக்குள் வந்து, பேரோசையுடன் அதைத் தரையில் உதறி, குளிர்ந்து போன விரல்களை வெதுவெதுப்பாக்க அவை மீது மூச்சு விட்டான்.

"வெளியே கடுமையாக காற்றடிக்குது, ஐயா," என்றவன் அடுப்புக் கதவுக்கு முன் குந்தினான். "அடுப்பை நல்லா மூட்டியாகணும். உங்க தீப்பெட்டியை நான் பயன்படுத்தலாமா?"

"ஆக நாம் நாளைக்கு முயல் வேட்டைக்குப் போகமுடியாது, இல்லையா? நீ என்ன நினைக்கிறாய், யர்மோலா?!"

"அதுக்குச் சந்தர்ப்பமே இல்லை – அது எப்படி வீசுதுன்னு கேளுங்க..? முயல் இப்ப பதுக்கப்பட்டிருக்கும். நாளைக்கு ஒரு தடத்தைக்கூட உங்களால் பார்க்க முடியாது."

பலேசியெவின்* சுற்றுப்புறத்தில், வலீனியன் மாகாணத்தின் எட்டாக்கையிலுள்ள சிறு கிராமமாகிய பிரெபிரோடுக்கு ஆறு மாத காலமாக தலைவிதி என்னை இழுத்துவந்தது. வேட்டையே அங்கே எனது ஒரேயொரு பொழுதுபோக்காகவும் விநோதமாகவும் ஆனது. ஒளிவு மறைவில்லாமல் சொன்னால், நான் கிராமப் புறத்திற்குப் போகுமாறு முன்மொழியப்பட்ட போது, அது இப்படித் தாங்கமுடியாத அலுப்பாக இருக்கும் என்று நான் கற்பனை செய்து பார்க்கவில்லை உண்மையில், போவதற்கு முற்றிலும் மகிழ்ச்சியடைந்தேன் "பலேசியெ ஓர் அடவி... இயற்கையின் மடி... எளிமையான பழக்கவழக்கங்கள்... நாகரிக முதிர்ச்சியற்ற தன்மைகள்," இரயில் பெட்டியில் அமர்ந்து, நானாகவே சொல்லிக்கொண்டேன். "விநோதமான மரபுகளும், வழக்க

---

* பலேசியெ – ருஷ்யாவின் மேற்குப் பாகத்தைச் சேர்ந்த ஒரு பகுதி. தற்போதைய தென் பைலோருஷ்யாவையும், வடக்கு உக்ரேனையும் சேர்ந்த நிலப்பரப்பு. இதன் மூன்றில் ஒரு பகுதி காடுகளாலும், எண்ணிக்கையற்ற ஏரிகளாலும், சதுப்பு நிலங்களாலும் நிறைந்தது. (ப - ர்.)

மற்ற பேச்சுகளும் கொண்ட எனக்கு முற்றிலும் அறிமுகமில்லாத மக்கள்... ஓ, நிச்சயமாக, கவிதை இலக்கியப் பழங்கதைகளும், புராணக்கதைகளும், பாடல்களும் ஏராளம் இருக்கவேண்டும்!" அந்த நேரம்வரை (சொல்லத் தொடங்கினால், எல்லாவற்றையும் சொல்வேன்), இரண்டு கொலைகளையும் ஒரு தற்கொலையையும் விவரிக்கின்ற சிறுகதை ஒன்று எனக்குக் கிடைத்தது, ஓர் எழுத்தாளன் மரபுகளைப் படித்தறிவது பயனுள்ளது என்பதை நான் குறைந்தது கொள்கை அளவிலேனும் அறிவேன்.

எனினும்... பிரெபிரோடு விவசாயிகள் விஷேடமான, குறுகுறுப்பான சமூகப் பண்பின்மையின் பிடிவாதத்தால் வேறுபடுத்தப்பட்டார்கள் என்பதாலும், அதுகுறித்து எப்படிச் செல்வதென்று எனக்குத் தெரிந்திருக்கவில்லை என்பதாலும் – அவர்களுடனான எனது உறவு அந்த நிலையைத் தாண்டிச் செல்லவில்லையாதலால், தொலைவில் என்னைப் பார்த்தபோது, தங்களது தொப்பிகளை அவர்கள் எடுத்து, பக்கவாட்டில் அவர்கள் வரும்போது "கடவுள் உங்களுக்கு உதவி செய்வார்," என்று பொருள்படும் சொல்லான "ஆசிர்வாதம்" என்பதைச் சிடுசிடுப்போடு முணுமுணுப்பார்கள். அவர்களுடன் உரையாடலில் ஈடுபட நான் முயன்றபோது, வியப்போடு என்னை உற்றுப்பார்த்து, நான் கேட்ட எளிமையான கேள்விகளையும் புரிந்துகொள்ள மறுத்து, போலந்து பண்ணையடிமைக் காலத்திலிருந்து வரக்கூடிய பழைய மரபுப்படி எனது கைகளைத் திரும்பத் திரும்ப முத்தமிட முயல்வார்கள்.

சீக்கிரமாகவே என்னுடன் எடுத்து வந்திருந்த சில புத்தகங்களைப் படித்து முடித்துவிட்டேன். சலிப்புக் காரணமாக – ஆயினும் ஆரம்பத்தில் இந்த யோசனை எனக்கு ஏற்புடையதாகத் தோன்றாவிட்டாலும் – உள்ளூர் அறிஞர்களுடன் தொடர்பினை வைத்துக்கொள்ள தெரிந்திருக்க முயன்றேன்: எனது இடத்திலிருந்து பதினைந்து கிலோமீட்டர்களுக்கு அப்பால் வசிக்கக் கூடிய ஒரு போலந்து பாதிரியார் அவருக்கு ஒதுக்கப்பட்டிருந்த வாத்தியக்காரர், உள்ளூரில் இருந்த புறநகர் போலீஸ் அதிகாரி, பக்கத்து எஸ்டேட்டின் ஓர் எழுத்தராகிய ஓய்வுபெற்ற கமிஷன் அந்தஸ்து இல்லாத அதிகாரி; ஆனால் இதிலிருந்து எதுவும் வரவில்லை.

பிறகு பிரெபிரோடு மக்களுக்கு வைத்தியம் பார்ப்பதற்காக நான் போக வேண்டியிருந்தது. என்னுடைய சொந்தக் கையிருப்பில் ஆமணக்கெண்ணெய், கார்பாலிக் அமிலம், போரிக் அமிலம் மற்றும் அயோடின் வைத்திருந்தேன். ஆனால் மிகக் குறைவான எனது அறிவு ஒருபுறமிருக்க, எந்த நோய்க் குறியையும் முற்றாகக் காணமுடியாத சங்கடத்தில் இருந்தேன். ஏனெனில் எனது நோயாளிகள் எல்லாருமே ஒரே மாதிரியான பிணி குறித்த குறையீடுகளைச் சொன்னார்கள்: "அது உள்ளே புண்படுத்துகிறது" மற்றும்

''என்னால் சாப்பிடவோ குடிக்கவோ முடியவில்லை."

உதாரணமாக, ஒரு கிழவி என்னிடம் வந்திருக்கிறாள். திகைப்புற்ற அவள் வலது ஆட்காட்டி விரலால் மூக்கைத் துடைத்து, தனது மார்பக உடையினின்றும் ஓரிரு முட்டைகளை எடுத்து – இதற்கிடையில், நொடிப்பொழுதுக்கு அவளது சாம்பல் நிறத் தோல் என் பார்வையில் பட்டது – எனது மேசை மீது வைக்கிறாள். பிறகு எனது கைகளில் முத்தத்தால் முத்திரை பதிக்க பற்ற முயல்கிறாள். நானோ அவற்றைப் பின்னுக்கு இழுத்துக் கொண்டு, அவளை நயமாகக் கண்டிக்கிறேன்: "நிறுத்து, பாட்டி, வேண்டாம்! நான் பாதிரியார் அன்று... அந்த மாதிரியான விஷயம் எனக்கில்லை... உனக்கு என்ன நோய்?"

"அது உள்ளே வேதனைப்படுத்துகிறது, ஐயா, சரியா நடுவில் – என்னால் சாப்பிடவோ, குடிக்கவோ முடியவில்லை."

"அது எப்போது வந்தது?"

"எனக்கு எப்படித் தெரியும்?" அவள் என்னைத் திருப்பிக் கேட்கிறாள். "அது எரிகிறது. என்னால் சாப்பிடவோ, குடிக்கவோ முடியவில்லை."

நான் எவ்வளவோ முயன்றும், அவளது நோயின் குறிப்பிட்ட அடையாளங்கள் குறித்து மேலும் அறிந்துகொள்வதில் தவறி விட்டேன்.

"நீங்கள் பொருட்படுத்திக் கொள்ள வேண்டாம்," ஓய்வுபெற்ற கமிஷன் அந்தஸ்து இல்லாத அதிகாரி ஒரு நாள் எனக்கு ஆலோசனை சொன்னார், "அவர்கள் தாங்களாகவே சரியாகிவிடுவார்கள். நாய்கள் செய்வது போல உங்களுக்குச் சொல்றேன், நான் ஒரே ஒரு மருந்தைத்தான் பயன்படுத்துறேன் – நவச்சாரம். ஒரு குடியானவன் வந்தான் 'உனக்கு என்ன வேண்டும்?' அவனைக் கேட்டேன். 'எனக்கு முடியலே,' என்கிறான். ஆகவே நவச்சாரப் பாட்டிலை அவன் மூக்குக்கு நேரே காட்டுகிறேன். 'இதை மோந்து பார்!' என்கிறேன் நான். அவனும் மோந்து பார்க்கிறான். 'இன்னும் கொஞ்சம் பலமா மோந்து பார்!' என்கிறேன். அவன் திரும்பவும் மோந்து பார்க்கிறான். 'நல்லா இருக்கா?' நான் கேட்கிறேன். 'ஓரளவு பரவாயில்லைன்னு நினைக்கிறேன்.' என்கிறான். 'சரி, அமைதியா நெடுகிலும் ஓடு,' என்கிறேன் நான்."

இத்துடன், அந்தக் கை முத்தம் என்னை அதிர்ச்சியூட்டியது – எனது நோயாளிகளில் சிலர் தாங்களாகவே கால்களில் விழுந்து, எனது காலணிகளை முத்தமிட முயன்றார்கள். அவர்களை இவ்வாறு செய்யும்படி தூண்டியது நன்றி பாராட்ட வேண்டும் என்ற உணர்வினால் அன்று, ஆனால் நூற்றாண்டு கால அடிமைத்தனமும் வன்முறையும் மனத்தின் ஆழத்திலே

பதிந்துபோன தெவிட்டுகின்ற பழக்கத்தாலேதான். தங்களது மிகப்பெரும் சிவந்த உள்ளங்கைகளை கலக்கமுறாத அகந்தையுடன் கிராமத்தாரின் உதடுகளில் திணித்த அந்த ஓய்வு பெற்ற அதிகாரியையும், உள்ளூர் புறநகர் போலீஸ் அதிகாரியையும் தெள்ளத் தெளிந்த வியப்போடு பார்த்தேன்...

வேட்டையைத் தவிர வேறெதுவும் எனக்கு மிஞ்சவில்லை. ஆனால் ஜனவரி மாதக் கடைசியில் அதையும்கூட இயலாதாக்கும்படி பருவநிலை மிக மோசமானது. கடுமையான காற்று நாள்தோறும் வீசியது, இரவிலே பனியின் மீது கடினமான பனிக்கட்டி தோன்றும், அதன் மீது முயல் எந்தத் தடங்களையும் ஏற்படுத்தாது ஓடமுடியும். உள்ளே முடங்கிக் கொண்டு, ஊளையிடுகின்ற காற்றைக் கேட்பதில் நான் அச்சமூட்டும் வேதனையடைந்தேன். இது காரணமாகத்தான் யர்மோலாவுக்குப் படிக்கவும் எழுதவும் கற்றுக்கொடுக்கும் அப்பாவித்தனமான பொழுதுபோக்கை அத்தனை ஆர்வத்தோடு நான் மேற்கொண்டேன்.

அது ஒருவகையில் வழமையற்ற முறையில் தொடங்கியது. ஒரு நாள் நான் கடிதம் எழுதிக் கொண்டிருந்தபோது, எனக்குப் பின்னே யாரோ நின்று கொண்டிருப்பது போல உணர்ந்தேன். நான் திரும்பி யர்மோலாவைப் பார்த்தேன். அவன் எப்போதும் போல தனது மென்மையான மரப்பட்டைக் காலணிகளில் ஓசை செய்யாது நடந்து வந்தான்.

“என்னது, யர்மோலா?” எனக் கேட்டேன்.

“ஒன்னுமில்லே, சும்மா பார்த்துக் கொண்டிருக்கிறேன். உங்களை மாதிரியே நானும் எழுதனும்னு ஆசைப்படுறேன்... இல்லை, இல்லை... உங்களைப் போலன்னு நான் சொல்லலே.” நான் புன்னகை செய்வதைப் பார்த்ததும். வெட்கிப் போய் விளக்குவதற்கு அவசரப்பட்டான். “வெறுமனே என் பெயரை என்று சொல்ல வந்தேன்...”

“எதுக்காக?” வியப்போடு கேட்டேன். (பிரெபிரோடில் இருந்த எல்லாரிலும் யர்மோலா ரொம்ப ஏழையாகவும், சோம்பேறியாகவும் கருதப்பட்டான் என்பதை நான் இங்கு குறிப்பிட்டாக வேண்டும்; காவலுக்காக கிடைத்த சம்பளத்தையும், விளைச்சலில் கிடைத்தவற்றையும் குடிப்பதற்கே செலவிட்டான்; அவனுடைய எருதுகள் தாம் சுற்றுவட்டாரத்திலேயே மோசமானவை. எழுத்தறிவுக்கான தேவை அவனுக்கு இருக்கமுடியாது என்பது போலவே எனக்குத் தோன்றியது.) சந்தேகத்தோடு அவனை நான் திரும்பவும் கேட்டேன்: “எப்படி உன் பெயரை எழுத வேண்டும் என்பதற்காக நீ தெரிந்துகொள்ள விரும்புகிறாய்?”

“பாருங்க, ஐயா,” மிகையான சாத்துவிகத்தோடு அவன் பதிலளித்தான்,

“இந்தக் கிராமத்தில் யாருக்கும் படிக்கவோ எழுதவோ முடியாது. ஏதாவது தாளில் கையெழுத்துப் போட வேண்டியிருந்தாலோ, ஏதாவது வட்டார அலுவலகத்தில் காரியம் பார்க்க வேண்டியிருந்தாலோ... அங்கே யாராலேயும் இதைச் செய்ய முடியாது... வட்டாரத் தலைவர் முத்திரை வைப்பது மட்டும், ஆனால் அதில் என்ன இருக்குன்னு அவருக்குத் தெரியாது... ஆகவே தான் யாருக்காவது தன்னுடைய பெயரை எழுத முடிந்தால் அது ஒவ்வொருத்தருக்கும் எவ்வளவு அதிருஷ்டமானதா இருக்கும்.”

யர்மோலா களவானி எனக் கெட்ட பெயர் வாங்கியவன், விரும்பியவாறு நடக்கக் கூடியவன், அவனது கருத்தை கிராமத்தார்கள் முக்கியமாக எடுத்துக்கொள்ள ஒருபோதும் நினைப்பதில்லை; எனினும் ஒருவகையில் தனது கிராமத்தின் பொது நலத்திற்கான அவனுடைய உள்ளார்ந்த கவலையானது என்னை நெகிழ வைத்தது அவனுக்குப் பாடம் சொல்லித்தர நானாகவே முன்வந்தேன். ஆனால் நேர்மையாக படிக்கவும் எழுதவும் முயற்சி செய்யக் கற்றுக்கொடுப்பது எத்தனை சிரமமான பணி! அவனுடைய காட்டில் உள்ள ஒவ்வொரு பாதையையும், அநேகமாக அதில் உள்ள ஒவ்வொரு மரத்தையும் அறிந்த யர்மோலா இரவு பகல் எந்நேரமும் தனது வழியைக் கண்டுபிடிக்கவும், அந்த இடத்துக்குரிய ஓநாய்களையும், முயல்களையும், நரிகளையும் அவற்றினுடைய தடங்களால் இருந்தே சொல்லவும் முடியும்; ஆனால் அவன் வாழ்நாளில், மாடு என்பதில் உள்ள மாவும் டுவும் ஏன் என்பதை அவனால் புரிந்துகொள்ள முடியாது. பத்து நிமிடங்களுக்குச் சற்று மேலாக அவன் உட்கார்ந்து இதுபோன்ற ஒரு பிரச்சினை குறித்து வேதனையோடு நினைத்து, இதற்கிடையே, ஆழப்பதிந்த கருத்த கண்கள் கொண்ட, கண்டிப்பான கருத்த தாடியிலும் பெரிய மீசையிலும் அனைத்தும் சென்ற தனது கபிலமான ஒடுங்கிய முகம் மன உலைச்சலின் கடைசியான அளவு காட்டியபடி ஏங்குவான்.

“ஆகட்டும், யர்மோலா, சொல்லு மாடு. வெறுமனே சொல்லு மாடு,” அவனை நான் வலியுறுத்துவேன். “தாளை வெறித்துப் பார்க்காதே, என்னைப் பார் – அதாவது இதை. இப்போது சொல்லு மாடு.”

யர்மோலா நீண்ட பெருமூச்சு விட்டு, குச்சியை மேசையின் மீது வைத்து துயரமான உறுதியோடு கூறுவான்:

“இல்லை... என்னால் முடியாது...”

“ஆனால் ஏன் முடியாது? இது அவ்வளவு சுலபமானது. நான் சொல்வது போல வெறுமனே சொல்லு மாடு.”

“இல்லை... என்னால் முடியாது, ஐயா... நான் மறந்துட்டேன்...”

ஒவ்வொரு முறையும், ஒவ்வொரு ஒப்புமையும் அவனது பயங்கரமான அறியமுடியா தன்மையால் தோல்வியுற்றது. ஆனால் படிப்பதற்கான அவனது வேட்கை தணியவில்லை.

“என்னுடைய பெயரை மட்டும் என்னால் எழுத முடிந்தால்!” என்னிடம் இச்சகம் பேசுவான். “நான் இதற்கு மேல் கேட்கல. வெறுமனே என் பெயர்– யர்மோலா பப்ரூஜுக் – வேறென்றுமில்லை.”

நேர்மையாகப் படிக்கவும் எழுதவும் கற்பிக்க வேண்டும் என்ற எண்ணத்தை இறுதியில் நான் கைவிட்டேன். எந்திரகதியில் கையெழுத்திட மட்டும் கற்பிக்கத் தொடங்கினேன். நான் பெரிதும் வியப்படையும் வண்ணம் புதிய முறையானது யர்மோலாவுக்கு இலகுவானதென்று நிரூபனமாயிற்று. ஆகையால் இரண்டாம் மாதத்தின் கடைசியில் தனது குடும்பப் பெயரை எழுதுவதில் இருந்த தடையை அநேகமாக அவன் கடந்துவிட்டான். அவனது முதற் பெயரைப் பொருத்தமட்டில், பணியை மொத்தத்தில் எளிமையாக்க அதைக் கைவிட்டு விடுவதென நாங்கள் முடிவு செய்தோம்.

மாலை நேரங்களில், அடுப்புகள் மூட்டுவதை முடித்து விட்டிருந்தபோது, நான் அவனை அழைப்பதற்காக யார் மோலா பொறாமையோடு காத்திருப்பான்.

“சரி, யர்மோலா, நாம் படிக்கலாம்,” என்பேன்.

மேசையின் முன்னர் அஞ்சியொதுங்கியவாறு வந்து, முழங்கைகளை அதன் மீது ஆதாரமாகக் கொண்டு, தனது கருத்த காய்த்த, மரத்துப்போன விரல்களுக்கிடையே பேனாவைத் திணித்து, புருவங்களை உயர்த்தி என்னிடம் கேட்பான்:

“நான் ஆரம்பிக்கலாமா?”

“சரி.”

முதலாவது எழுத்தை அவன் தேடுவான், ப – அதை நாங்கள் ‘பட்டம்’ என்று அழைத்தோம் – ஒருவகையில் நம்பிக்கையோடு, பிறகு முகத்தில் கேள்விக் குறியுடன் பார்ப்பான்.

“ஏன் நிறுத்திவிட்டாய்? மறந்து விட்டாயா?”

“ஆமாம்...” எரிச்சலோடு தலையை ஆட்டுவான் யர்மோலா.

“என்ன வேடிக்கையான ஆள் நீ! சரி ஒரு ப் போடு.” “அதுவா– பட்டத்திற்கு மேலே புள்ளி! இப்ப எனக்குத் தெரியும்!” மலர்ச்சியடைந்து, மிகுந்த கவனத்தோடு அதை வரைவான். பிறகு தனது வேலையை சற்று

நேரத்திற்கு மௌமானப் புகழ்ந்து கொள்வான். தலையை இடப்பக்கமும் வலப்பக்கமுமாகத் திருப்பி, அவன் கண்களைச் சொருகிக் கொள்வான்.

"என்ன விஷயம்? மேலே போ."

"கொஞ்சம் பொறுங்க, ஐயா... சண நேரம் பொறுங்க."

இரண்டு நிமிட நேரத்திற்கு தீர எண்ணிப் பார்த்த பிறகு கலவரத்தோடு கேட்பான்:"

"அது பழத்தைப் போல, இல்லையா?"

"ஆமாம். மேலே எழுது."

இந்த முறையில் கடைசி எழுத்தாகிய 'கொம்பு முளைத்த பூச்சி' **க்** வரை நாங்கள் மெதுவாகச் சென்றோம்.

"பாருங்க, ஐயா," என்று சில நேரங்களில், தனது வேலை முடிந்து, அதன் மீது பெருமையாகப் பார்த்தபடி கூறுவான் யர்மோலா, "இன்னும் ஐந்தாறு மாதங்களுக்கு நான் படிச்சா, நல்லா செஞ்சிருவேன். நீங்க என்ன சொல்றீங்க?"

2

அடுப்புக்கு முன்னே குந்தியிருந்த யர்மோலா உள்ளே அடுப்புக்கரியை கிண்டிவிட்டுக் கொண்டிருந்தான், அதே வேளை அறையின் மேலும் கீழும் நான் நடந்தேன். நிலக் கிழாரின் ஒரு பெரிய வீட்டில் இருந்த பன்னிரெண்டு அறைகளில், 'சோஃபா அறை' ஒன்றை மட்டிலுமே நான் பயன்படுத்தினேன். மற்ற அறைகள் பூட்டப்பட்டிருந்தன, அவற்றிலும் தொல்பழம் துணி மூடிய சாமான்களும், அதிசயமான வெண்கலங்களும், பதினெட்டாம் நூற்றாண்டு உருவப் படங்களும் அசையாமல் பயபக்தியோடு பூஞ்சுப் பூத்துப் போயிருந்தன.

பெரிய வீட்டிற்கு வெளியே, நடுங்குகின்ற கிழட்டுப் பிசாசைப் போல காற்று வாரி வீசிக் கொண்டிருந்தது, அதன் கர்ஜனையில் முனங்கல்கள், அலறல்கள், சிரிப்புகள் கேட்கப்பட்டன. இரவில் பனிப்புயல் இன்னும் கடுமையானது. அருமையான வறண்ட பனியை யாரோ கைநிறைய எடுத்து பலகணி மீது வீசி எறிவது போலக் காணப்பட்டது. அண்மையிலிருந்த காடு இடைவிடாத, மறைமுகமான அச்சுறுத்தலுடன் உருமவும் இரையவும் செய்தது...

காலியான அறைகளுக்கும் புகைப் போக்கிகளுக்கும் உள்ளே காற்று நுழைந்து, நடுங்கி போனதும், துவாரங்கள் நிறைந்ததும், பாதி இடிந்த இந்தப்

பழைய வீடு, திடீரென்று விநோதமான ஓசைகளுடன் உயிர்பெற்றெழுந்தது. அவற்றை மனவிருப்பற்ற கவலையோடு நான் கேட்டேன். வெண்ணிறக் கூடத்தில் ஏதோ ஒரு பெருமூச்சுக் கேட்டது – ஆழ்த்த, உடைபட்ட, துயரார்ந்த பெருமூச்சு, பிறகு வறண்ட சொத்தைத் தரைப்பலகைகள் வழிவிட்டு யாரோ ஒருவருடைய கனத்த ஓசையற்ற காலடிகளின் கீழ் முரிந்தன. அடுத்த கணமே, எனது அறையை ஒட்டிய நடைப்பத்தியில் யாரோ எச்சரிக்கையோடும், ஆனால் பிடிவாதத்தோடும் கதவுக் கைப்பிடியைத் தள்ளி பிறகு உடனடியான சீற்றங் கொண்டு வீட்டைச் சுற்றி ஓடத் தொடங்குவான். எல்லாச் சன்னல்களையும் கதவுகளையும் மூர்க்கமாகக் குலுக்குவான், அல்லது, புகைப் போக்கிக்குள்ளாக ஊர்ந்து சென்று, தனது குரலை இரங்கத்தக்க அலறலாக்கியாவது, ஒரு கொடு விலங்கின் உறுமல் போலக் கீழிறங்கியாவது, அங்கிருந்து அவ்வளவு துக்கரமாகவும், மந்தமாகவும், முடிவே இல்லாதவும் ஊளையிடுவான் என்று நான் கற்பனை செய்தேன். சில நேரங்களில், எங்கிருந்தும் இந்தப் பயங்கரமான பார்வையாளன் எனது சொந்த அறைக்குள்ளாகப் பாய்ந்தோடி நுழைந்து, என் தண்டெலும்பு திடீரென்று குளிராக விறைந்துப் போக பச்சைத் தாள் மறைப்புக்குக் கீழே மங்கலாக எரிந்து கொண்டிருக்கும் விளக்கின் சுவாலையை ஆட்டினான்.

விநோதமான, நிச்சயமற்ற ஆர்வத்தால் நான் வெற்றி கொள்ளப்பட்டேன். “இங்குதான் இருக்கிறேன்.” என்று நினைத்தேன், “இருண்ட புயற்காற்று வீசும் குளிர்கால இரவில் கலகலத்துப் போன வீட்டில் உட்கார்ந்து இருக்கிறேன், காடுகளாலும், காற்றினால் குவிக்கப்பட்ட பனித் திரள்களாலும் கைதுறந்த ஒரு கிராமத்தில், நகர வாழ்க்கை சமூகம், பெண்களின் சிரிப்பு, மனித உரையாடல்கள் இவற்றினின்றும் நூற்றுக்கணக்கான கிலோமீட்டர் தொலைவில் இருக்கிறேன்...” புயல் வீசும் இந்த இரவானது ஆண்டுகளுக்கும், மாமாங்களுக்கும், எனது சாவு வரைக்கும் இழுத்துக் கொண்டு செல்லும் என்ற உணர்வு எனக்கேற்பட்டது. கிளர்ச்சியற்றபடி காற்று வெளியே கர்ஜிக்கும், அருவருப்பான பச்சை மறைப்பின் கீழ் உள்ள விளக்கு மங்கலாக எரியும், எனது அறையில் நான் வசதியற்றவாறு நடைபயில் வேன், மௌனமான, ஒருமுகப்பட்டு யர்மோலா அதே முறையில் அடுப்புக்கு முன்னால் குந்தியிருக்கும் – வித்தியாகமான, எனக்கு அந்நியமான மனிதன், பூமியிலுள்ள ஒவ்வொன்றுக்கும் அலட்சியமானவன்: அவனது குடும்பத்தில் உண்ண இல்லாமைக்கும், சீறுகின்ற காற்றுக்கும், எனது நிச்சயமற்ற, கரம்புகின்ற சோர்வுக்கும்.

திடீரென்று அலுப்பூட்டும் இந்த மௌனமானது மனிதக் குரல் போன்ற ஏதாவதால் கலைக்கப்பட வேண்டும் என ஏங்கினேன், ஆகவே நான் கேட்டேன்:

“இந்தப் பயங்கரமான காற்று எங்கிருந்து வரும் என்று நினைக்கிறாய், யர்மோலா?”

“காற்றா?” யர்மோலா சோம்பேறித்தனமாக உற்றுப் பார்த்தான். “ஏன், உங்களுக்குத் தெரியாதா, ஐயா?”

“உண்மையில் தெரியாது. இதுமாதிரி விஷயத்தை நான் எங்ஙனம் தெரிந்து கொள்ள முடியும்?”

“தெரியாதா, உண்மையாகவா?” யர்மோலா உடனே சுறுசுறுப்படைந்தான். “நான் உங்களுக்குச் சொல்றேன்,” அவன் தொடர்ந்தான், ஒரு புதிர்போட்டபடி. “ஒன்று சூனியக்காரி ஒருத்தி பிறந்திருக்க வேண்டும் அல்லது ஒரு சூனியக்காரன் உல்லாசம்* செய்து கொண்டிருக்க வேண்டும் என்று நான் உங்களுக்குச் சொல்றேன்.”

இதை நான் ஆர்வத்தோடு பற்றிக்கொண்டேன். “யாருக்குத் தெரியும், நான் நினைத்தேன். “ஒருவேளை மாயமந்திரம், மறைத்து வைக்கப்பட்ட புதையல்கள், அல்லது ஓநாயாக மாறிய மனிதர்கள் குறித்து ஏதோ ஆர்வமூட்டும் கதையை நான் அவனிடமிருந்து பிழிந்தெடுக்கலாம்.”

“இங்கே, பலேசியெவில், ஏதேனும் சூனியக்காரிகள் இருக்கிறார்களா?” என்று கேட்டேன்.

“எனக்குத் தெரியாது. இருக்கக் கூடும்,” தனது முன்னைய அலட்சித்துடன் பதிலளித்து, அடுப்புக் கதவுக்கு மேலாகக் குனிந்து கொண்டான் யர்மோலா. “எப்போதோ இருந்ததாக வயசான ஆட்கள் சொல்கிறார்கள்... ஆனால் ஒருவேளை அது உண்மையல்ல...”

நான் உடனடியாக ஏமாற்றமடைந்தேன். எவ்வளவு பிடிவாதமான பேசாமடந்தையாக யர்மோலா இருந்தான் என்பது எனக்குத் தெரியும். அந்த ஆர்வமூட்டும் விஷயம் குறித்து அவனிடமிருந்து எதையும் கறக்க முடியும் என்ற எல்லா நம்பிக்கையையும் நான் இழந்தேன். எனினும், நான் திடீர் வியப்புறுமாறு, தன்னுடைய சோம்பேறித்தனமான கவனமின்மையோடு, அவன் என்னிடமில்லாது, கர்ஜிக்கிற அடுப்பிடம் பேசிக்கொள்வது போல திடீரென்று பேசத் தொடங்கினான்:

“ஐந்தாண்டுகளுக்கு முன்னால் எங்களிடம் ஒரு சூனியக்காரி இருந்தாள்... ஆனால் வாலிபர்கள் அவளைக் கிராமத்தை விட்டுத் துரத்தியடுச்சுட்டாங்க!”

“எங்கே?”

---

* உல்லாசம் – திருமணவிழா.

“ஏன், காட்டுக்குத்தான், உண்மையில்... வேறு எங்கு விரட்ட? அவளது வீட்டைத் தரைமட்டமாக்கினாங்க. அவளது சாபமிட்ட கூண்டின் ஒரு சிறு துண்டுகூட மிஞ்சாது பார்த்துக்கிட்டாங்க... செர்ரிபழத் தோட்டங்களுக்கு அப்பாலே அவளைத் தூக்கிப் போய், உதைந்து வெளியே தள்ளினாங்க.”

“ஆனா அவளை ஏன் அது மாதிரி அவர்கள் நடத்தினாங்க?”

“அவள் ஏராளமா கெடுதல் செஞ்சா: எல்லாருடனும் சண்டை போட்டாள், வீடுகள் மீது சாபம் போட்டாள். கதிர்க்கட்டுகளில் தாள்களை முறுக்கிப் போட்டாள்*... ஒரு சமயம் ஓர் இளம் மனைவியை ஒரு ஸ்லோத்துக்காகக்** கேட்டாள். அந்த இளம் பெண் சொன்னா, ‘என்னிடத்திலே அது இல்லை, விட்டு விடு.’ ‘அப்ப சரி,’ என்றாள் சூனியக்காரி, ‘எனக்கு ஒரு ஸ்லோத்து தராததுக்காக என்றைக்காவது நீ வருத்தப்படுவாய்!’ என்ன நடந்திருக்கும்னு நினைக்கிறீங்க, ஐயா? அதன்பிறகு அந்தப் பெண்ணுடைய குழந்தை சீக்கா விழுந்துச்சு. ரொம்ப நாளா முடியாம இருந்தது, பிறகு செத்துப் போச்சு. அதனாலேதான், வாலிபர்கள் அந்தச் சூனியக்காரியைத் துரத்தியடுச்சாங்க...”

“இப்ப அந்தச் சூனியக்காரி எங்கே இருக்கா?” என்று கேட்டுத் தொடர்ந்தேன்.

“சூனியக்காரி? பழக்கப்பட்டு விட்டது போல மெல்ல திரும்பச் சொன்னான் யர்மோலா. “எனக்கு எப்படித் தெரியும்?”

“அவள் உறவினர்கள் யாரையும் இங்கே விட்டுவிட்டுப் போனாளா?”

“இல்லை. விட்டுவிட்டுப் போகல. அவள் ஒரு வெளியாள் – ஒரு காத்சாப்,*** அல்லது ஒரு ஜிப்சி... அவள் நமது கிராமத்துக்கு வந்தபோது நான் சின்னப் பையன். அவள் தன்னோடு ஒரு சிறுமியை வச்சிருந்தா: அவளது மகளோ பேத்தியோ... அவுங்க இரண்டு பேரையுமே வாலிபர்கள் துரத்தியடுச்சுட்டாங்க...”

“யாராவது அவளிடம் போவதுண்டா – தனக்கு ஜோஸ்யம் பார்க்க அல்லது கொஞ்சம் மருந்து நீர் வாங்குறதுக்கு?”

---

*பரம்பரைக் கதை நம்பிக்கையாளர்களின் படி, யாருக்கேனும் தீங்கு செய்ய வேண்டுமானால், கதிர்க்கட்டுகளில் சில கதிர்களைக் குறிப்பிட்ட மாதிரி சுற்றிக் கட்டினால் போதுமானதாகும்.(ஆ-ர்).

**ஸ்லோத்து – போலந்தின் வெள்ளி நாணயம், அன்றைய நாளில் பதினைந்து கோபெக்குகளுக்குச் சமமானது. (ப-ர்.)

*** காத்சாப்-ருஷ்யரைக் குறிக்கும் உக்ரேனிய செல்லப் பெயர். (ப-ர்.)

“பெண்கள் போவாங்க,” அசட்டையான முறையில் பேசினான் யர்மோலா.

“ஓ, ஆக அவள் எங்கே வசிக்கிறாள் என்பது அவர்களுக்குத் தெரியும்?”

“எனக்குத் தெரியாது. எங்கேயோ சாத்தானுடைய தனியிடத்தில் அவள் வசிப்பதாக சனங்க சொல்றாங்க... இரீனவோ சாலைக்கு அப்பால் உள்ள சதுப்புத் தாழ்நிலம் உங்களுக்குத் தெரியும்? அங்கேதான் அவள் வசிக்கிறாள், பழிகார சூனியக்காரி!”

“ஒரு சூனியக்காரி எனது வீட்டிலிருந்து பத்து கிலோ மீட்டர்களுக்கு அப்பால்தான் இருக்கிறாள் – ஓர் உண்மையான, உயிருடன் இருக்கும் பலேசியெ சூனியக்காரி!'' இக் கருத்து என்னைச் சிலிர்க்கவும், கிளர்ச்சியுறவும் வைத்தது.

“யர்மோலா, அவளை நான் எப்படிச் சந்திக்க முடியும். அந்த சூனியக்காரியைத் தான் சொல்றேன்?” என்று சொன்னேன்.

“தூ!” எரிச்சலோடு அவன் எச்சிலைத் துப்பினான்.

“ஓர் அருமையான அறிமுகத்தை அவள் செய்வாள்.''

“அவளைப் பார்ப்பதாகச் சொன்னேன், அருமையோ இல்லையோ. கொஞ்சம் வெதுவெதுப்பான உடனேயே நான் அவளுடைய இடத்துக்குப் போவேன். நீ எனக்கு வழிகாட்ட வேண்டும், செய்வாயா?”

என்னுடைய கடைசி வார்த்தைகளால் அவ்வளவு திகைப்புற்றுப் போன யர்மோலா, குதித்து எழுந்து நின்றான்.

“நானா?” உளக்கொதிப்போடு அவன் கத்தினான். “தங்கமா கொடுத்தாலும் மாட்டேன்! நான் போக மாட்டேன், எப்படிப்பட்ட விஷயமாக இருந்தாலும் சரி,”

“அத்தகைய முட்டாள்தனம் – உண்மைதான், நீ போகலாம்.”

“இல்லை, ஐயா, நான் மாட்டேன்... உலகத்தையே கொடுத்தாலும் சரி... நான் போகவா?” கோபத்தின் புத்தம்புது தாக்குதலுக்கு ஆட்பட்டு அவன் திரும்பவும் கத்தினான். “சூனியக்காரியின் கூண்டுக்கு நான் போகவா? கடவுள் விலக்குவார்! நீங்களும் போக வேண்டாமென்று யோசனை சொல்றேன். ஐயா.”

“உன் விருப்பம் போல செய்... ஆனால் நான் போகத்தான் செய்வேன். அவளைப் பார்க்க வேண்டுமென்று எனக்கு மிகுந்த ஆர்வமாக இருக்கிறது.''

“அதுல ஆர்வத்துக்குரியது எதுவுமே இல்லை,” யர்மோலா முணுமுணுத்து, அடுப்புக் கதவைக் கோபமாகச் சாத்தினான்.

ஒரு மணி நேரத்திற்குப் பிறகு, இருண்ட நடைப்பத்தியில் தனது தேநீரைப் பருகிவிட்டு யர்மோலா வீட்டிற்குப் புறப்படவிருந்த போது, “அந்தச் சூனியக்காரியின் பெயர் என்ன?” என்று நான் கேட்டேன்.

“மனூய்லிகா,” முரட்டுத்தனமாக பதிலளித்தான்.

அவன் காட்டிக்கொள்ளவில்லை என்றாலும், என்னிடத்தில் இறுகப் பற்றுக்கொண்டவனாகி விட்டான் என்ற உணர்வு எனக்கிருந்தது. இதற்கு வேட்டையாட வேண்டும் என்ற எங்களது பொதுவான வேட்கை, அவன் பால் எனது எளிமையான பாங்கு, சாசுவதமாகப் பட்டினி கிடக்கும் அவனது குடும்பத்திற்கு எப்போதாவது நான் தரும் உதவி ஆகியன காரணமாகும், ஆனால் குடிப்பழக்கத்திற்கு அடிமையான அவனைக் கண்டிப்பதை அவனால் பொறுக்கமுடியாது. ஒரே ஆள் நான்தான் என்பதுமாகும். இது காரணமாகத்தான் சூனியக்காரியைச் சந்திக்க வேண்டும் என்ற எனது முடிவு அவனை வெறுக்கத்தக்க மனபாங்கிற்கு ஆட்படுத்தியது, அதை அவன் வேகமாக மூச்சுவலித்ததன் மூலமும், முற்றத்திற்கு வெளியே செல்லும்போது, தனது நாய் ரியாப்சிக்கிற்கு கேடு விளைக்கும்படி அதனது விலாவெலும்புகளில் உதைத்ததன் மூலமும் காட்டினான். ரியாப்சிக் குருதி கொதிக்க வைக்கிற கூக்குரலுடன் பக்கவாட்டில் ஒதுங்கியது, ஆனால் உடனே, சிணுங்குதலை நிறுத்தாதபடி, யர்மோலாவின் பின்னே ஓடியது.

3

மூன்று நாட்களுக்குப் பிறகு வெதுவெதுப்பானது. ஒரு நாள் காலை வெகு சீக்கிரமாகவே யர்மோலா என் அறைக்குள் வந்தான்.

“நான் துப்பாக்கிகளைச் சுத்தம் செய்யுறேன், ஐயா,” என்று சாதாரணமாகச் சொன்னான்.

“என்ன ஆச்சு!” என்று கேட்ட நான் போர்வைக்குக் கீழே என்னை நீட்டிக் கொண்டேன்.

“நேத்து ராத்திரி முயல் ஓடியிருக்கு– ஏராளமா தடங்கிடக்கு. அதுக்காக நாம் போக வேண்டாமா?”

யர்மோலா காட்டிற்குச் செல்ல கபடமில்லாத ஆர்வம் கொண்டிருந்தான், ஆனால் வேட்டைக்காரனுக்குரிய தனது விருப்பத்தைப் போலி அலட்சியத்தில் மறைந்தான் என்று நான் கண்டேன். உண்மையில், அவனது சிறு துப்பாக்கி

ஏலவே கூடத்தில் நிறுத்தப்பட்டிருந்தது. துருவாலும், வெடி மருந்து வாயுவாலும் உலோகத்தைத் தின்று விட்டிருந்த இடங்களில் சில தகர ஒட்டுகள் போடப்பட்டிருந்தாலும், அந்தத் துப்பாக்கி ஓர் உள்ளான் குருவியையும் தவறவிட்ட தில்லை.

நாங்கள் காட்டிற்குள்ளாக நடந்து வந்தவுடனேயே, அப்போது ஒரு முயல் தடத்தைப் பார்த்தோம்: இரண்டு காலடித் தடங்கள் அருகருகே, மற்றொரு இரண்டு பின்னால், ஒன்றன் பின் ஒன்றாய்ச் சென்றன. முயல் வெளியே சாலைக்கு வந்து நெடுகிலுமாக நூறு கஜ தூரம் ஓடி, பிறகு பிரமாண்டமான தாவலில் இளம் பைன்மர அடிப்புதற்களுக்குள்ளாகச் சென்றிருக்கிறது.

“அதை நாம் இப்பப் பின்பற்றிப் போகலாம்,” என்றான் யர்மோலா, “இப்ப அது அசையாமக் கிடக்கணும். ஐயா, நீங்க போங்க...” சமிஞ்சை காட்டித் தீர்மானிக்க அவன் நிறுத்தினாள், என்னை எந்தப் பக்கம் அனுப்ப வேண்டும் என்பது அவனுக்கு மட்டுமே தெரியும். “...நீங்க பழைய மதுக்கடையை நோக்கிப் போங்க, நான் ஸாம்லினிலிருந்து வர்றேன். நாய் அதைத் துரத்தத் தொடங்கியதுமே, நான் உங்களுக்குக் குரல் கொடுகிறேன்.”

உடனே அவன் அடர்த்தியான புதருக்குள்ளாகப் பாய்ந்து மறைந்து போனான். எனது காதுகளைத் தீட்டிக் கொண்டேன். ஆனால் அவனது திருட்டுத்தனமான வேட்டையினது இயக்கத்தை ஓர் ஓசையும் காட்டிக்கொடுக்கவில்லை, அவனது காலடியில் ஒரு சுள்ளி முறியவில்லை.

ஆள் அரவமற்று கலகலத்துப் போன ஒரு குடிசைக்கு. பழைய மதுக்கடை நோக்கிச் சுற்றி அலைந்து, காட்டின் விளிம்பில், நேரான அடிதண்டு கொண்ட ஒரு நீண்ட பைன் மரத்தின் கீழ் தங்கினேன். காற்று வீசாத குளிர்கால நாளில் அது ஒன்றுதான் காட்டில் இருக்கக் கூடும் என்பது போல அலைவற்று நின்றது. கொப்புகளை கீழ் நோக்கி இழுத்தபடி படிந்திருந்த கனத்த பனித்திரள்கள் அழகிய மகிழ்ச்சி நிரம்பிய தோற்றத்தை அவற்றிற்குத் தந்தன. அவ்வப் போது, உச்சி மரத்தில் ஒரு குச்சி முறிந்து. கீழே விழுகையில், கிளைகளில் பட்டு ஏற்பட்ட லேசான சலசல ஒலியை என்னால் மிகத் தெளிவாகக் கேட்க முடிந்தது. பனி சூரிய ஒளியில் இளஞ்சிவப்பு நிறத்தையும், நிழலில் நீல நிறத்தையும் காட்டியது. அந்தப் பெருமிதமான, குளிர்ந்த அமைதியின் மோன மந்திரத்தால் திக்குமுக்காடிப் போனேன், என்னைக் கடந்து நேரம் ஓசையின்றி நழுவிக்கொண்டிருப்பதை நான் உணர முடிகிறது என நினைத்தேன்...

திடீரென்று ரியாப்சிக்குடைய குரைத்தல் புதர்க்காட்டில் தொலைவினின்றும் வந்தது– விலங்கைத் தொடர்ந்து சென்ற நாய்க்குரிய குரைத்தல்: உச்சத் தொனியில், வேதனையால் புலம்புவது போன்ற வலிமைமிக்க ஓசை

உடனடியாக அதைத் தொடர்ந்து, நாயிடம் கசப்பாக "கொ–ல்–லூ!" என்று சப்தமிடும் யர்மோலாவின் குரலைக் கேட்டேன். முதல் அசை கூர்மையாக வந்தது, நெடிலாக வந்த உச்சக் குரல், இரண்டாவது நடுங்கும் உயர்வோடு வந்தது (பலேசியெவின் வேட்டை அழைப்பு 'கொல்' என வினைச் சொல்லிலின்றும் வந்தது என்பதைச் சமீப காலம் வரையிலும் நான் அறிந்து கொள்ளவில்லை)

குரைப்புக் கேட்ட திசையை வைத்து, எனக்கு இடது புறாகத் தான் நாய் முயலைத் துரத்தியிருக்கக்கூடும் என எண்ணினேன், ஆகவே அதை இடைமறிக்கக் காட்டின் திறந்த வெளியின் ஊடாக ஓடினேன். ஆனால் இருபது மீட்டர் தூரத்திற்கு மேல் நான் ஓடவில்லை, அப்போது ஒரு பெரிய சாம்பல் நிற முயல் ஓர் அடிக்கட்டையின் பின்னிருந்து துள்ளிப் பாய்ந்தது; தப்பிக்க அவசரப்படாதது போல, அதனது நீண்ட காதுகளைத் தலைக்குப் பின்னே போட்டு, பாதையை ஓரிரு நீண்ட துள்ளல்களுடன் கடந்து, அடிவளர்ச்சிப் புதருக்குள்ளாக மறைந்தது முயலின் காலடிகளின் மீது ரியாப்சிக் துள்ளிப் பாய்ந்தது. அது என்னைப் பார்த்ததும் வாலை இலேசாக ஆட்டி, வாயளவு பனியைப் பற்றியெடுத்து, துரத்துதலைத் தொடர்ந்தது.

திடீரென்று யர்மோலா புதரிலிருந்து மெல்ல நழுவி வெளியேறினான்.

"அதை ஏன் நீங்க வெட்டிவிடலே, ஐயா?" என்று கத்தி, குற்றங் கூறுவது போல நாக்கில் ஒலியெழுப்பினான்.

"ஆனா நான் அதுக்கு ரொம்பத் தள்ளி இருந்தேன் சுமார் இரு நூறு எட்டுகளுக்குக் கொஞ்சம் தள்ளியோ."

என்னுடைய தெளிவான திகைப்பு அவனைச் சாந்தப்படுத்தியது.

"பரவாயில்லே... அது எங்கேயும் போயிறாது. இரீனவோ சாலைக்குப் போங்க– அங்கே அது எந்த நேரத்திலேயும் வரலாம்."

சாலையை நோக்கி நடந்து, இரண்டு நிமிஷத்துக்குப் பிறகு நான் இருந்ததற்கு அதிகத் தொலைவு இல்லாத இடத்திலிருந்து வேட்டை நாய் குரைத்தலைத் திரும்பவும் கேட்டேன். வேட்டையாடுபவனுடைய கிளர்ச்சியால் உந்தப்பட்டு, தயார் நிலையில் இருந்த எனது துப்பாக்கியுடன், அடர்த்தியான புதர்க்காட்டின் ஊடாக, கிளைகளை உடைத்து அவை எனக்குத் தந்த கொடிய அடிகளைப் பற்றி அக்கறையின்றி ஓடினேன். சற்று நேரம் அது போல ஓடிய போது, நான் கிட்டத்தட்ட மூச்சுத் திணறிப் போனேன். உடனேயே நாய் குரைப்பதை நிறுத்தியது. எனது நடையைத் தளர்த்தினேன். நேராக முன்னோக்கி நான் சென்று கொண்டிருந்தால், இரீனவோ சாலையில் யர்மோலாவைச் சந்திப்பது உறுதி என்று எனக்குத் தோன்றியது. விரைவிலேயே, எனினும், திசை பற்றிய

சிந்தனையின்றி ஓடிவந்த தனாலும், புதர்ச் செடிகளையும், தண்டுகளையும் குறுக்காகக் கடந்து வந்ததனாலும் எனது பாதையை நான் தவறவிட்டு விட்டேன். பிறகு யர்மோலாவைக் கூவியழைக்கத் தொடங்கினேன். ஆனால் அவன் திரும்ப அழைக்கவில்லை.

இதற்கிடையே நான் தன்செயலற்ற நிலையில் நடந்தேன் சிறுகச் சிறுக காடு நெருக்கமற்று இருந்தது, நிலம் சதுப்பாகி விட்டது. பனியின் மீது எனது கால் தடங்கள் விரைந்து கருப்பாகி, நீரால் நிறைந்தன. சில முறை முழங்கால் மூட்டு ஆழத்திற்குச் சேற்றில் அழுந்திப் போனேன். மேடு விட்டு மேடு நான் தாவ வேண்டியிருந்தது; எனது பாதங்கள், மென்மையான கம்பளவிரிப்பில் போலச் சற்றே பழுப்பு நிறமான பாசியில், பதிந்தன.

சீக்கிரமாகவே புதர்ச் செடிகளை விட்டு வெளியேறி வந்தேன். எனக்கு முன்னே, பனி மூடிய பெரிய, வட்டமான சதுப்புநிலம் இங்குமங்கும் புல்மேடுகளைக் காட்டியபடி இருந்தது. சதுப்புநிலத்தின் மறு மூலையில், ஒரு குடிசையின் வெள்ளைச் சுவர்கள் மரங்களுக்கிடையே தெரிந்தன." அது இரீனவோ காட்டுக் காவல்காரனின் வீடா கத்தான் இருக்க வேண்டும்," என்று நினைத்தேன்." அங்கே நடந்து சென்று வழியைக் கேட்பது நல்லதாக இருக்கும்." ஆனால் அந்தக் குடிசையை அடைவது அத்தனை சுலபமாக இருக்கவில்லை. ஒவ்வொரு கணமும் நான் சேற்றில் அமிழ்ந்தேன். என்னுடைய உயரமான காலணிகளில் நீர் நிறைந்திருந்தது, ஒவ்வொரு அடிக்கும் அவை உரக்கக் கிறீச்சிட்டன; நெடுகிலும் அவற்றை இழுத்துக் கொண்டு செல்வது மேன்மேலும் சிரமமானதாகிக் கொண்டுவந்தது. கடைசியில் சதுப்பு நிலத்தைக் கடந்து நான் ஏறிய சிறு குன்று, குடிசையை என் பார்வைக்கு மிக நன்றாகக் காட்டியது. ஒருவகையில் அது தேவதைக் கதை சூனியக் காரியின் குடிசை போல இருந்தது. அது தரைக்கு மேலாக உயரத்தில் நின்றது, கழிகளின் மீது கட்டப்பட்டிருந்தது. இதற்கு வசந்தகாலத்தில் இரீனவோ காட்டில் எப்போதுமே வெள்ளம் சூழ்வது காரணமாக இருக்கலாம். ஆனால் அதன் ஒரு புறம் தளர்ந்த முதுமையுடன், குறைபாட்டையும் வருந்தந்தோய்ந்த தோற்றத்தையும் கொண்டிருந்தது. ஒளிரு பலகணிப்பு சட்டங்கள் காணப்படவில்லை; அந்த இடங்களில் வெளிப்புறம் உப்பிய அழுக்குக் கந்தைகள் மாட்டப்பட்டிருந்தன.

குமிழியைத் தள்ளிக் கதவைத் திறந்தேன். உள்ளே ஒரே இருட்டாக இருந்தது; நான் பனியை நீண்ட நேரமாகப் பார்த்துக் கொண்டிருந்ததால், என் கண்களுக்கு முன்னால் இலகு ஊதா வட்டங்கள் மிதந்து கொண்டிருந்தன, உள்ளே யாரும் இருக்கிறார்களா என்பதை நான் நீண்ட காலமாகக் காண முடியவில்லை.

"உள்ளே யார், ஐயா?" உரத்த குரலில் சொன்னேன்.

அடுப்பருகே ஏதோ அதிர்வுற்றது. அதை நோக்கிச் சென்று பார்க்கையில் ஒரு கிழவி தரையில் உட்கார்ந்து கொண்டிருந்தாள். கோழிச் சிறகுகளின் குவியல் ஒன்று அவளுக்கு முன்னே எழுந்து கிடந்தது. ஒன்றன் பின் ஒன்றாகச் சிறகுகளைப் பிடுங்கி, கொடுக்குகளினின்றும் அவற்றைப் பறித்துக் கூடைக்குள்ளாகப் போட்டு. இறகுத் தண்டுகளைத் தரையில் வீசினாள்.

“ஏன், இது இரீனவோ சூனியக்காரி மனூய்லிகாவாகத் தான் இருக்க வேண்டும்.”– அந்தக் கிழவியை நான் நன்றாகப் பார்த்ததுமே இந்த எண்ணந்தான் எனக்குத் தோன்றியது. அவள் முற்றிலும் நாடோடிக் கதை பாபா–யாகா என்ற சூனியக்காரியைப் போலிருந்தாள்: குழிவிழுந்த கன்னங்கள், நன்கு வளைந்திருந்த மூக்கைப் பெரும்பாலும் தொடுவது போன்ற நீண்ட கூரிய முகவாய்க் கட்டை; அவளது குழிவிழுந்த பற்களற்ற வாய் இடைவிடாது ஏதோ மெல்லுவது போல அசைந்தது; எப்போதோ நீல நிறமாக இருந்த அவளது கண்கள், மங்கிப்போயும், குளிர்ந்தும், வட்டமாயும், பிதுங்கியும் இருந்தன; மிகக் குறுகிய சிவந்த கண்ணிமைகள் அவற்றை கண்டறியாத தீக்குறியான அதிசயப் பறவையின் கண்களைப் போலச் செய்தன.

“வணக்கம், பாட்டி!” மன உரத்தை வரவழைக்க முயன்றவாறு நட்பு முறையிலான தொனியில் பேசினேன். “எந்த வகையிலேனும் நீங்க மனூய்லிகாவாக இருக்க முடியுமா?”

பதிலாக அந்தக் கிழவியின் நெஞ்சில் படபடப்பும், மூச்சு முட்டுவதும் கேட்டது; பற்களற்ற முணுமுணுக்கக்கூடிய அவளது வாயினின்றும் பதைபதைக்கிற கிழட்டுக் காக்கையின் கரைதலைப் போலவாவது, அவ்வப்பொழுது குரல் கட்டிய உச்சக் குரலாவது விநோதமான ஒலிகள் உடைபட்டன:

“ஒரு வகையில் நல்ல சனங்கள் முன்னே என்னை மனூய்லிகா என்று அழைத்தார்கள்... ஆனா எனக்குப் பேருமில்லே, புகழுமில்லே. உனக்கு என்ன வேணும்?” தனது அலுப்பூட்டும் வேலையை நிறுத்தாதவாறு நட்புமுறையில்லாது கேட்டாள்.

“என் பாதையைத் தவறவிட்டுட்டேன். பாட்டி, எனக்குக் கொஞ்சம் பால் கிடைக்குமா?”

“இங்கே பால் இல்லே,” என்று சுடக்கு முரித்தாள்.

“உன்னை மாதிரி நிறையப் பேரு இதைத் தாண்டிப் போறாங்க... ஒவ்வொருவருக்கும் என்னால தீனி போடவோ பால் கொடுக்கவோ முடியாது.”

“உன்னிடத்தில் விருந்தோம்பும் குணம் அவ்வளவு இல்லே, பாட்டி, நான் சொல்லியாகணும்.”

“அது உண்மை, ஐயா, என்னிடத்திலே இல்லே. இங்கே சாப்பாடு போடுறதுல்லே. களைப்பா இருந்தா நீ உட்காரலாம், எனக்கு ஒன்னுமில்லே. உனக்குப் பழமொழி தெரியுமா: ‘வந்து எங்க திண்ணையில் உட்காருங்க, எங்க சர்ச் மணி அடிக்கிறதைக் கேளுங்க. சாப்பாட்டைப் பொருத்தவரை நாங்க உங்களிடத்திலே வருவோம்.’ அப்படித்தான்...”

நா நலம் வாய்ந்த வடபகுதி மக்கள் அத்தனை பிரியமாகப் பயன்படுத்துகிற அரிய சொற்சுவையுடனான வசை மொழியை யாரும் விரும்பவோ, பாராட்டவோ செய்யாத அப்பகுதியினின்றும் அக்கிழவி வந்தவள் இல்லை என்பதை இந்தச் சொல்லணி உடனடியாக என்னை நம்பவைத்தது. இதற்கிடையே கிழவி தனது வேலையை எந்திரகதியில் தொடர்ந்து, இன்னமும் நன்கு கேட்க முடியாதவாறு தனக்குத்தானே முணுமுணுத்துக் கொண்டிருந்தாள், அவ்வப்போது தொடர்பற்ற வாக்கியங்களையே என்னால் கேட்க முடிந்தது: “பாட்டி மனூய்லிகா அது உனக்காக... ஆனா அவன் யாருன்னு – எவருக்கும் தெரியாது... இப்ப நான் நெருங்கி வந்து கொண்டிருக்கேன்... படபடப்பாகவும் இரைச்சலாகவும் வம்பளப்பவனைப் போல சலசலத்துக் கொண்டு...”

சற்று நேரம் அவள் பேசுவதைக் கேட்டுக் கொண்டிருந்தேன். எனக்கு முன்னால் உட்கார்ந்து கொண்டிருப்பவன் ஒரு பைத்தியக்காரி என்ற திடீர் எண்ணம் என்னிடம் வெறுப்பான அச்சத்தை ஏற்படுத்தியது.

இருந்தும் நான் சுற்றிலும் பார்த்தேன். பெரும்பகுதியை ஒரு பெரிய கொத்தப்பட்ட அடுப்பு எடுத்துக் கொண்டியைதது. முன்மூலையில் தெய்வபீடங்கள் இல்லை. ஊதா நிற நாய்களுடன் பச்சை மீசை கொண்ட வேடுவர்கள் மற்றும் யாருமே அறியாத தளபதிகளின் வழக்கமான படங்களுக்கு மாறாக, காய்ந்து போன மூலிகைக் கொத்துகள், சுரிப்புற்றுப் போன வேர்த் தொகுதிகள், சமையல் சாமான்கள் ஆகியன சுவர்களில் தொங்கின. ஆந்தையோ கருப்புப் பூனையோ இல்லை என்பதை என்னால் ஒற்றறிய முடிந்தது. ஆனால் இரு கம்பீரமான மைனாக் குஞ்சுகள் அடுப்பிலிருந்து என்னையே வியப்போடும் சந்தேகத்தோடும் உற்றுப்பார்த்துக் கொண்டிருந்தன.

“குடிக்கத் தண்ணீயாவது எனக்குக் கொஞ்சம் கிடைக்குமா, பாட்டி?” எனது குரலை உயர்த்திக் கேட்டேன்.

“ அதோ அங்கே, வாளியில்,” என்றாள்.

நீர் சதுப்புச் சுவை கொண்டது. கிழவிக்கு நன்றி சொல்லி (அவள் அதனைச்

சிறிது கூட கவனிக்கவில்லை) நான் சாலைக்குச் செல்லும் பாதையை எப்படிக் கண்டுபிடிப்பது என்று அவளிடம் கேட்டேன்.

அவள் உடனேயே தலையை நிமிர்த்தி, தனது குளிர்ந்த பறவைக் கண்களால் கூர்ந்து நோக்கியவாறு அவசரத்தோடு முணுமுணுத்தாள்:

“போ... உன் வழியில் போ. இங்கே உனக்கு வேலை இல்லை. அழைக்கும் போது வருகிற விருந்தாளிக்குத்தான் மதிப்பு... போய்யா, போ...”

உண்மையில், போவதைத் தவிர எனக்கு வேறு வழியில்லை. ஆனால், கண்டிப்புமிக்க இந்தக் கிழவியை ஓரளவு சாந்தப்படுத்துவதற்கு ஒரு கடைசி முறை மேற்கொள்ள எனக்குத் தோன்றியது. எனது பையிலிருந்து புத்தம் புதிய வெள்ளி நாணயத்தை எடுத்து அவளிடத்தில் நீட்டினேன். எனது ஊகம் சரியாயிற்று: பணத்தைப் பார்த்ததுமே அவளது கண்கள் அகல விரிந்தன, அதை எடுக்க அவள் வளைந்த, முடிச்சு விழுந்த, நடுங்குகிற விரல்களை நீட்டினாள். “ஒ. கிடையாது, மனூய்லிகா பாட்டி, ஒன்னுக்குமில்லாமல் நீ இதைப் பெற முடியாது.” நாணயத்தை மறைத்துக் கொண்டு அவளை வசைமொழிந்தேன். “முதல்லே எனது எதிர்காலத்தைப் பற்றிச் சொல்லு.”

கூனியக்காரியின் பழுப்புநிறச் சுரிப்புற்ற முகம் சீற்றத்தால் மடிப்புற்றது. நாணயத்தை மூடி இருக்கும் எனது கைமுட்டியைப் பார்த்து, அவள் வெளிப்படையாகவே சந்தேகப்பட்டிருந்தாள் ஆனால் பேராசை வென்றது.

“சரி, வா.” என்று முணுமுணுத்தவாறு, முயற்சியுடன் தரையினின்றும் எழுந்தாள். “இப்போதெல்லாம் நான் யாருடைய எதிர்காலத்தையும் சொல்வதில்லே, மகனே.. எப்படி என்பதைக் கூட நான் மறந்து போய்விட்டேன்... எனக்கு இப்ப ரொம்ப வயசாகிப் போச்சு, எதையும் பார்க்க முடியலே. உனக்குமட்டுமே சொல்கிறேன்...”

சுவரைப் பிடித்தபடி, அவளது கூனிய வடிவமானது ஒவ்வொரு அடிக்கும் நடுங்க, மேசை வரை சென்று, நீண்ட காலமாகப் பயன்படுத்தப்பட்டதால் பழுப்பேறிப் போன சீட்டுக் கட்டினை எடுத்துக் கலைந்தாள்.

“இடது கையால் ‘வெட்டு’... உன் மனசுக்கு ரொம்பப் பிடிச்சதை,” என்று எனக்கு முன்னால் கட்டைத் தள்ளிச் சொன்னாள்.

தனது விரல்களின் மீது துப்பிக் கொண்டு, சீட்டுகளை விரிக்கத் தொடங்கினாள். அப்ப மாவினால் செய்யப்பட்டவை போல, மெத்தென்று ஒலியெழுப்பியவாறு சீட்டுகள் மேசையின் மீது விழுந்து, எண்கோண நட்சத்திரவடிவத்தில் அமைந்தன. கடைசிச் சீட்டு அரச முகத்தின் மீது கீழ்நோக்கி விழுந்த போது, மனூய்லிகா தனது உள்ளங்கையை என்னிடம் விரித்தாள்.

“வெள்ளியினால் இதைச் சிலுவை அடையாளமிடு, ஐயா... நீ மகிழ்ச்சியாக இருப்பாய், பணக்காரனாவாய்...” பிச்சைக்கார நாடோடியின் பசப்பி இணங்கச் செய்யும் முறையில் அவள் சிணுங்கினாள்.

நாணயத்தை அவள் உள்ளங்கையில் நழுவவிட்டேன். குரங்கின் இயல்புடைய சுறுசுறுப்போடு அதைக் கன்னத்தின் பின்னே மறைத்து வைத்தாள்.

“நீண்ட பயணத்தாலே உனக்குப் பெருத்த லாபம் கிடைக்கும்,” என்று வழமையான கலகலப்போடு தொடர்ந்தாள். “வைரத்தின் அரசி ஒருத்தியைச் சந்திப்பாய். ஒரு முக்கியமான வீட்டிலே மகிழ்ச்சியோடு பேசுவாய். கழகங்களின் அரசனிடமிருந்து சீக்கிரமாகவே எதிர்பாராத செய்தியைப் பெறுவாய் சில தொல்லை உனக்கு ஏற்படும், பிறகு. கொஞ்சம் பணமும் பெறுவாய் ஒரு பெரிய குழுவிலே இருப்பாய், குடிக்கவும் செய்வாய்.. ரொம்பக் குடிப்பாய் என்ப இல்லே, ஆனா குடிமயக்க வெறி உனக்காகத் தயாரா இருக்கு. உனக்கு நீண்ட ஆயுசு. அறுபத்தி ஏழாவது வயதிலே நீ சாகாம இருந்தா...”

“அவள் நிறுத்தி, ஏதோ கேட்பது போல தலையை நிமிர்த்தினாள். எனது காதுகளை நானும் நிமிர்த்தினேன். பெண் ஒருத்தியின் புத்தம் புதிய, அதிர்கிற, வலிமையான குரல் குடிசையை நெருங்கி வந்தவாறு பாடல் ஒன்றைப் பாடிக் கொண்டிருந்தது. காதுக்கினிய உக்ரேனியப் பாட்டின் இசைப்பாடல் என்பதை நான் இனங்கண்டு கொண்டேன்.

அத்தனை சிவப்பாய் ரோஜா பூமணக்கும்
அது ஓர் வளைந்த கொப்பா?
சோம்பேறித்தனந்தான் கனக்கிறதா,
களைப்புற்ற எந்தன் தலைதான் கனக்கிறதா?

“இப்போது தயவு செய்து போ, மகனே,” என்றாள் மனூய்லிகா, படபடப்புடன் மேசையினின்றும் என்னை அப்பால் தள்ளி விட்ட போது, “அந்நியர்களுடைய வீடுகளில் சுற்றித்திரிய வேண்டிய வேலை உனக்கில்லை. எங்கே போய்க் கொண்டிருந்தாயோ அங்கே போ...”

எனது சட்டைக் கையைப் பிடித்து கதவை நோக்கி என்னை இழுக்கவும் செய்தாள். மிருகக் கவலை அவள் முகத்திலே காணப்பட்டது.

திடீரென்று குடிசையை ஒட்டிக் கேட்ட பாடல் நின்று போனது; இரும்புக் குமிழி ஓசையிட்டது. கதவு திறந்தது, உயரமான, சிரிக்கின்ற பெண் ஒருத்தி வாசலில் தோன்றினாள். தனது இரு கைகளாலும் வரி போட்ட தனது முன்றானையை கவனமாக மேல்நோக்கிப் பிடித்துக் கொண்டிருந்தாள்;

அதினின்றும், சிவந்த கழுத்துகளும், கருத்த மினு மினுக்கின்ற கண்களும் கொண்ட மூன்று சிறிய பறவைகளின் தலைகள் தூக்கி நின்றன.

"இந்தக் குருவிகளைப் பார், பாட்டி, அவை திரும்பவும் என்னைத் தொத்திக் கொண்டு விட்டன," என்று மனதாரச் சிரித்தபடி அவள் கத்தினாள். "இவை எவ்வளவு வேடிக்கையானவை பார்... இவை பட்டினி கிடக்குது. என்னிடத்தில் ரொட்டி எதுவும் இல்லை."

பிறகு அவள் என்னைப் பார்த்து, பேசுவதை உடனே நிறுத்திக்கொண்டாள், முகம் ஆழச் சிவந்துவிட்டது. அவளது கருத்த புருவங்கள் மனக்குறையோடு கழித்தன, வினவுவது போல மனூய்லிகாவைப் பார்த்தாள்.

"இங்கே இருக்கிற ஐயா... தனது பாதையைக் கேட்கிறான்." கிழவி விளக்கினாள். "சரி, ஐயா." மேலும் தொடர்ந்தாள், உறுதியோடு என் பக்கம் திரும்பியபடி, "தேவைக்கு மேலே உன் நேரத்தை நீ வீணாக்கிக் கொண்டிருக்கிறாய். குடிக்கத் தண்ணி சாப்பிட்டாச்சு, கொஞ்சம் பேசவும் செய்தாச்சு, இப்ப இதற்கு மேலே நீ தங்க வேண்டாம். உனக்குச் சரியான ஆட்கள் நாங்களில்லை..."

"இங்கே பாரும்மா, பெண்ணே," அந்தப் பெண்ணிடம் பேசினேன். "இரீனவோ சாலைக்கு நீ பாதை காட்ட மாட்டாயா? உங்களுடைய சதுப்பு நிலத்திலிருந்து நானே தாண்டிப் போக முடியும்னு நான் நினைக்கலே."

எனது மென்மையான வேண்டுகிற தொனி அவளைப் பெரிதும் கவர்ந்தது. தனது குருவிகளை மைனாக்களின் அருகே அடுப்பின் மேல் கவனத்தோடு வைத்து விட்டு, கழற்றிய கோட்டை பெஞ்சின் மீது வீசியெறிந்தவாறு, பேசாமல் வெளியே நடந்தாள்.

நான் அவளைப் பின்தொடர்ந்தேன்.

"இவை உன்னுடைய பழகியப் பறவைகளா?" அவளை முந்திச் செல்கின்ற போது கேட்டேன்.

"ஆமா." சுருக்கமாக பதிலளித்தாள், என்னைப் பார்க்காமலேயே. "சரி, பாருங்க," மிலாற்றுப் படலருகே நின்றபடி கூறினாள். "அந்த பைன் மரங்களுக்கு இடையே செல்லும் பாதையைப் பாருங்க?"

"தெரியுது..."

"அங்கு போய், நேரா முன்னே போங்க. ஓக் மரக்கட்டை வந்ததுமே, இடது பக்கம் திரும்புங்க. காட்டு வழியில் நேரடியாகப் போய்க் கொண்டிருங்க. அது உங்களை இரீனவோ சாலையில் கொண்டு போய் விடும்."

நீட்டிய வலது கையுடன் அவள் பாதையைச் சுட்டிக் காட்டிக் கொண்டிருந்த போது, என்னால் அவளது அழகைப் பாராட்டாமல் இருக்க முடியவில்லை. மேலாக நெற்றியையும், கீழே வாயையும் தாடையையும் மறைத்த குரூபமான தலைக்குட்டைகளில் இருந்த தங்களது முகங்கள் அவ்வளவு ஒரே மாதிரியான, பயந்த பாவங் கொண்ட உள்ளூர்ப் பெண்களைப் போல அவள் எந்த வகையிலும் இல்லை. எனது அந்நியள், கருத்த தலைமுடியுடன் உயரமாக இருபது அல்லது இருபத்தைந்து வயது மிக்கவள், தனக்குத் தானே இயல் போடும் நம்பிக்கையோடும் நடந்து கொண்டாள். ஓர் அகன்ற வெண்ணிறச் சட்டை அவளது இளம், வடிவமைந்த மார்பினை மறைத்திருந்தது. அவளது முகத்தின் அசாதாரணமான அழகை ஒரு முறை பார்த்தால், அதை மறக்கவே முடியாது; ஆனாலும், அதற்கு அறிமுகமாகி இருந்த போதிலுங் கூட, அதை வருணிப்பது மிகவும் சிரமமாக இருந்தது. அதனது கவர்ச்சியானது, அப்பெரிய, மின்னுகின்ற கருத்த விழிகளிலும், மெல்லிய, இடையில் தொடர்பற்றும் இருந்த புருவங்களிலும், அவளது இளஞ்சிவப்பு நிறத் தோலிலும், வேண்டுமென்றே மடிக்கப்பட்ட உதடுகளிலும் அடங்கியிருந்தது.

“இந்த அடவியில் தனியாகவே வாழ்வதற்கு நீ பயப்படலையா?” வேலியருகே நின்றவாறு நான் கேட்டேன்.

அவளோ தனது தோள்களை அலட்சியமாகக் குலுக்கிக் கொண்டாள்.

“நாங்க ஏன் பயப்பட வேண்டும்? இந்த வழியா ஓநாய்கள் வருவதே இல்லை.”

“நான் ஓநாய்களை மட்டும் கருதவில்லை.. பனியினாலே சூழப்படலாம் அல்லது தீப்பிடிக்கலாம். ஏராளமான விஷயங்கள் நடக்கலாம். நீங்க தனியாத்தானே இருங்கீங்க, உங்களுக்கு உதவ யாருக்குமே வாய்ப்பு இருக்காதே.”

“அந்தளவுக்குப் பரவாயில்லை!” அவள் அசட்டையான முறையில் கை சுழற்றினாள். “அவர்கள் பாட்டியையும் என்னையும் நல்லதுக்காசுத் தனியா மட்டும் விட்டால், ஆனா..”

“ஆனா என்ன?”

“ரொம்பவும் அதிகமான அறிவு தலையை வழுக்கை ஆக்கிடும். பாருங்க.” அவள் சுடக்கிட்டாள். “நீங்க யாரா இருக்கக் கூடும்?” மன உலைவுடன் கேட்டாள்.

கிழவி, இந்த அழகி இருவருமே அதிகாரிகளிடமிருந்து ஒரு வகையான

அடக்குமுறைகள் ஏற்படக்கூடும் எனப்பயப்படுகிறார்கள் என்பதைப் புரிந்துகொண்டு, அவளைச் சாந்தப்படுத்த அவசரப்பட்டேன்.

“ஓ! தயவுசெய்து கவலைப்பட வேண்டாம். நான் புற நகர் போலீஸ் அதிகாரியோ, எழுத்தரோ, வணிகவரி ஆளோ அன்று–சுருக்கமாச் சொன்னா அதிகாரிகளோடு எனக்கு எந்தத் தொடர்பும் இல்லை”

“உங்களுக்கு இல்லையா?”

“நான் சத்தியமாச் சொல்றேன் என்னை நம்பு, இங்கே நான் முற்றிலும் அந்நியமானவன். ஓரிரு மாதங்கள் தங்குவதற்காக வந்திருக்கிறேன், பிறகு திரும்பிப் போயிருவேன். நான் இங்கே இருந்ததையும் உன்னைப் பார்த்ததையும் யாரிடமும் சொல்ல மாட்டேன். நான் அப்படிச் சொல்வதை நீ விரும்பாட்டா. என்னை நம்புறியா?”

அவளது முகம் சற்று பிரகாசமடைந்தது.

“சரி. நீங்க பொய் சொல்லலே என்றால், நீங்க உண்மையைத் தான் பேசிக் கொண்டிருக்க வேணும். ஆனா என்னிடம் சொல்லுங்க, முன்னமேயே எங்களைப் பற்றி ஏதாவது கேள்விப்பட்டீங்களா, அல்லது எதிர்பாராது வந்து சேர்ந்தீங்களா?”

“என்ன சொல்றதுன்னு உண்மையாகவே எனக்குத் தெரியலே .. உங்களைப் பற்றி கேள்விப்பட்டேன் என்று நான் ஒத்துக்கொள்ள வேண்டும். என்றைக்காவது உங்க இடத்தைப் பார்க்க வேண்டும் என்று கூடக் கருதினேன், ஆனா இன்றைக்கு எதிர்பாராமல் தான் இங்கே வந்து சேர்ந்தேன் – என் வழியைத் தவற விட்டுட்டேன்... இப்ப சனங்களுக்கு நீங்க ஏன் பயப்படுறீங்க என்பதைத் தெரிந்துகொள்ள விரும்புறேன். உங்களுக்கு அவர்கள் என்ன தீங்கு செய்யுறாங்க?”

நம்பிக்கையின்றி அவள் என்னைக் கூர்ந்து நோக்கினாள். ஆனால் எனக்கு மனசாட்சி தெளிவாக இருந்தது. அவளது பார்வைக்கு அஞ்சிப் பின்வாங்காது நின்றேன். பிறகு அவள் பொங்குகின்ற உணர்ச்சியோடு பேசினாள்:

“அவர்களால் நாங்க மிகுந்த சிரமத்திற்கு ஆளாகி வருகிறோம். சாதாரண சனங்கள் அவ்வளவு மோசமில்லே. ஆனா அதிகாரிகள்... அவர்களுக்கு எப்போதுமே ஏதாவது வெகுமதி வேண்டும் – புறநகர் போலீஸ் அதிகாரியும், மாவட்டப் பொலீஸ் கமிஷனரும், மற்ற எல்லாரும், அது மட்டுமே இல்லே; பாட்டியை அவர்கள் ‘சூனியக்காரி’, ‘பெண்–சாத்தான்’, ‘சிறைப்பறவை’ என்று அழைக்கிறாங்க... ஓ. சரி, சரி... இது பற்றிப் பேசி என்ன பயன்!”

“அவர்கள் எப்போதுமே உனக்குத் தொல்லை தருகிறார்களா?” கூரிய தேர்வறிவற்ற கேள்வி என்னிடமிருந்து வந்தது.

இறுமாப்போடு அவள் தலையசைத்து அவளது சுருங்கிய கண்களில் கொடிய வெற்றியின் துடிதுடிப்பிருந்தது...

“இல்லை... ஒரு சமயம் நில ஆய்வாளர் ஒருவன் என்னிடம் முயற்சி செய்தான்... என்னிடம் காதல் கொள்ள விரும்பினான். பாருங்க? சரி, நான் அவனுக்குக் கொடுத்த காதலை அவன் இன்னமும் நினைவில் கொண்டிருப்பான் என்று உறுதியா நம்புறேன் “

இந்த ஏளனமான, ஆனால் தனிப்பட்ட கர்வமிக்க வார்த்தைகளில் ஒலிக்கும் அந்தளவுக்கு அதிகமான முரட்டுத்தனமான சுதந்திரத்தை என்னால் நினைக்காமல் இருக்க முடியவில்லை; “ஆமாம், அவள் கொடிய பலேசியெவின் காட்டில் வளர்ந்தவள் என்பதைக் காணமுடியும் – அவளோடு பரிகசிப்பது நிச்சயமாகப் பாதுகாப்பாக இருக்காது!”

“நாங்க யாரையும் நச்சரிக்கிறது இல்லே, செய்யுறோமா?” என்னிடத்தில் நம்பிக்கையை வளர்த்தபடி பேசினாள். “ஏன், மற்ற சனங்களின் கூட்டுறவு கூட எங்களுக்குத் தேவையில்லை. கொஞ்சம் சோப்பும், உப்பும் வாங்குறதுக்காக ஆண்டுக்கு ஒருதரம் மட்டுமே நகரத்துக்குப் போகிறேன்... பாட்டிக்குக் கொஞ்சம் தேயிலை – அவளுக்கு அது பிடிக்கும். நான் யாரையும் பார்ப்பது கூட கிடையாது.”

“நீயும் உன் பாட்டியும் சரியா விருந்தோம்புவது இல்லை என்பது எனக்குத் தெரியும்... ஆனா என்றைக்காவது கணப்பொழுது நான் உங்களிடம் வரலாமா?”

அவள் சிரித்தாள் – எவ்வளவு விநோதமானதாக, எப்படி எதிர்பாராதவாறு அவளது அழகிய முகம் மாறியது! முன்னைய கண்டிப்பின் ஒரு சுவடு கூட அதில் எஞ்சியிருக்கவில்லை திடீரென்று அது ஒரு குழந்தையினுடையதைப் போல பிரகாசமாகவும், கூச்சமுள்ளதாகவும் மாறியது.

“ஆனா நீங்க எதுக்காக? பாட்டியும் நானும் சலிப்படைந்தவர்கள்... நீங்க உள்ளே வரலாம், உண்மையிலேயே நீங்க நல்ல மனிதராக இருந்தா. என்னவென்று ஒன்று மட்டும் உங்களுக்குச் சொல்றேன்; எங்க வழியிலே எப்பவாவது நீங்க வந்தா, உங்க துப்பாக்கியை எங்கேயாவது வச்சுட்டு வாங்க...”

“நீ பயப்படுறியா?”

“பயப்படுவதற்கு என்ன இருக்கு? எதைப்பற்றியும் நான் கவலைப்படலே” திரும்பவும் அவளது குரலில் தனது சொந்த வலிமையின் நம்பிக்கை ஒலித்தது. “இந்த விவகாரத்தையே நான் விரும்பலே, பறவைகளை ஏன் கொல்லணும்,

அல்லது முயல்களை? அவை யாருக்கும் எந்தத் தீங்கும் செய்வதில்லே. உங்களையும் என்னையும் போல அவையும் வாழ விரும்புது. நான் அவற்றை விரும்புறேன், அவை சிறியவை, அவ்வளவு அற்பமானவை சரி, இப்ப நான் போய் வருகிறேன்." அவள் அவசரப்பட்டாள். "மன்னிக்கணும், உங்க பெயர் எனக்குத் தெரியாது... பாட்டி திட்டுவாளோ என்று பயப்படுறேன்."

எளிய, துடிப்பான அசைவுடன் அவள் குடிசைக்குத் திரும்ப ஓடினாள், அவளது தலை குனிந்திருந்து, காற்றினால் கலைந்துபோன முடியைக் கைகளில் பிடித்தபடி சென்றாள்.

"ஒரு நிமிடம் பொறு!'' நான் கத்தினேன். "உன் பெயரென்ன? நாம் முறையாக அறிமுகம் செய்துகொள்வோம்."

நொடிப் பொழுது நின்று பின்னுக்குத் திரும்பினாள். "என் பெயர் அல்யோனா. இங்கு என்னை ஒலேஸ்யா என்று கூப்பிடுவாங்க."

எனது துப்பாக்கியைத் தோளில் போட்டுவிட்டு, அவள் குறிப்பிட்டிருந்த திசையை நோக்கிக் கிளம்பினேன். குறுகிய, நன்கு புலப்படாத காட்டுப்பாதை தொடங்கும் ஒரு சிறிய குன்றின் மீது ஏறி பின்னுக்குத் திரும்பினேன். காற்றால் இலேசாக அலைந்த ஒலேஸ்யாவின் சிவப்பு ஸ்கர்ட்டை குடிசையின் வாசலில் இன்னமும் பார்க்க முடிந்தது, மினுமினுக்கிற வெண்ணிறப் பனியின் பின்னணியில் ஒரு பிரகாசமான கறையாகத் தோன்றியது.

எனக்கு ஒரு மணி நேரம் கழித்து யர்மோலா வீட்டிற்கு வந்தான். வீண் பேச்சை வெறுக்கும் அவனது வழக்கத்திற்கேற்ப, நான் எப்படி அல்லது எங்கே எனது வழியைத் தவறவிட்டேன் என்பது குறித்து ஒரு வார்த்தை கூட அவன் கேட்கவில்லை. சாதாரணமாகச் சொல்வது போலக் கூறினான்:

"அந்த முயலை நான் சமையலறையில் வச்சிருக்கேன்... அதை நாம் வறுக்கலாமா, யாருக்கேனும் அதைக் கொடுக்கப் போறீங்களா?"

"இன்றைக்கு நான் எங்கிருந்தேன் என்பது உனக்குத் தெரியாது என்று நம்புகிறேன். யர்மோலா." காட்டுக் காவலனின் வியப்பை எதிர்பார்த்தபடி சொன்னேன்.

"எனக்கா தெரியாது?'' அவன் உறுமினான். "தெரியும், சூனியக்காரிகளைப் பார்த்திருப்பீங்க."

"அதை எப்படி நீ கண்டுபிடித்தாய்?"

"ரொம்ப சுலபந்தான். நான் கூப்பிட்டதுக்கு நீங்க பதில் பேசலே. ஆகவே உங்க பாதைக்கு நான் நடந்து போனேன்... இது மாதிரியான காரியங்களை

நீங்க செய்யக்கூடாது. ஐயா!" நிந்தையான ஏமாற்றத்தோடு அவன் கூறினான். "இது பாவம்!"

4

அந்த ஆண்டு வசந்தகாலம் முன்னதாகவே, பலேசியெவில் எப்போதும் ஏற்படுவது போல, எதிர்பாராத திடும் பிரவேசத்தோடு வந்தது. கொந்தளிப்பான, மின்னுகின்ற பழுப்பு நிறச் சிற்றாறுகள் அவற்றின் வழியில் கிடந்த கற்களை நுரை பொங்க கோபத்தோடு சுற்றியவாறும் குச்சிகளை ஒடித்துத் தள்ளியவாறும் கிராமத்துத் தெருக்களில் ஓடின; குறுக்காக மிதந்த போது சுற்றுவது போலக் காணப்பட்ட, வட்டமான வெண்ணிற மேகங்களுடன் கூடிய நீலவானத்தைப் பிரதிபலித்தன; கூரைகளினின்றும் நீர்ச் சொட்டுகள் கணகணவென்ற ஒலியுடன் விரைந்து விழுந்தன. சாலையோரத்து வில்லோ மரங்களின் மீது இருந்த சிட்டுக்குருவித் தொகுதிகள் அத்தனை கிளர்ச்சியோடு எழுப்பிய கலகலப்பொலி எல்லா பிற ஓசைகளையும் அமுக்கியது. எங்கெனும் உணர்ச்சியைத் தூண்டுகிற வாழ்க்கையின் மகிழ்ச்சிமிக்க விரைவான எழுச்சியை உணரமுடிந்தது.

பள்ளங்களில் அழுக்காகத் தேங்கியும், சுடற்பாசி போலத் திட்டுகளாக இருந்த முறையான புதர்க்காடுகளையும் தவிர மற்றெங்கும் பனி உருகி ஓடியது. அதன் அடியிலிருந்து, அப்பட்டமான, ஈரமான, வெதுவெதுப்பான பூமி. குளிர்காலத்தில் ஓய்வெடுத்துக் கொண்டு, புத்தம் புது சாறுகளுடன், புதிய தாயகத்திற்கான நிறைந்த தாகத்துடனும் தோன்றியது. ஓர் இலேசான ஆவி கரிய வயல்களுக்கு மேலாக, பூமியின் கரைந்து உருகிய மணத்தால், நகரத்தில்கூட நூற்றுக்கணக்கான பிற வாசனைகளுக்கிடையே வேறுபடுத்தக் கூடிய, வசந்தத்தின் புத்தம் புதிய, வெறியூட்டுகிற வாசனையால் காற்றை நிரப்பியவாறு சுழன்று சென்றது. அந்த நறுமணத்தின் ஊடாக. இனிமையானவும் கனிவுள்ளவும் கருத்தூன்றிய எதிர்பார்ப்புகளும், வெறுமையான நம்பிக்கைகளும் நிறைந்த வசந்தகாலச் சோகம் எனது இதயத்திற்குள்ளாகப் பாய்வதாக உணர்ந்தேன். அது ஒவ்வொரு பெண்ணையும் அழகுள்ளவளாகத் தோன்றுமாறு ஆக்குவதும். கடந்து சென்ற வசந்தங்களின் உறுதியற்ற துயரங்களுடன் எப்போதும் பழக்கப்படுத்துவதுமான கவிதைமயமான சோகம். இரவுகள் வெதுவெதுப்பானதாக மாறியிருந்தன; அவற்றின் ஆழ்ந்த, ஈரக்கசிவான இருளில் இயற்கையினுடைய கண்ணுக்குத் தெரியாத படைக்கிற, விரைந்து போய்க்கொண்டிருக்கிற ஆற்றலை உணர முடிந்தது...

அந்த இளவேனிற்கால நாட்களில் ஒலேஸ்யாவின் உருவம் என் மனத்தை விட்டு நீங்கவில்லை தனிமையில் இருந்தபோது, நன்கு ஒருமுகப்படுத்தி

படுத்துக்கொண்டு கண்ணை மூட விரும்பினேன். இப்போது கண்டிப்பாகவும், தந்திரமாகவும், பிறகு கனிவுமிக்க புன்னகையுடன் கூடிய அவளது முகத்தையும், பழைய காட்டின் சுதந்திரத்தில் வளர்ந்திருந்த இளம் பிர் மரத்தைப் போல மெலிந்தும் வலிமையாகவும் இருந்த அவளது இளம் உடலையும், எதிர்பாராது மென்மையான குறிப்புகளோடு தாழ்வாக ஒலித்த அவளது குரலையும் எனது கற்பனையில் தொடர்ச்சியாக நினைத்துப் பார்த்தேன்... "அவள் செய்கின்ற ஒவ்வொரு அசைவிலும், அவள் பேசுகிற ஒவ்வொரு சொல்லிலும் ஏதோ உயர்வானது – நிச்சயமாக, இந்த ஒருவகையில் கொச்சையானச் சொல்லின் சிறந்த அருத்தத்தில் – இருக்கிறது. எதோ இயல்பாகவே நுட்பமான அடக்கம் இருக்கிறது." என்று நினைத்தேன். எது என்னை ஒலேஸ்யாவிடம் இழுத்துச் சென்றது என்றால் அவளைச் சுற்றியிருந்த புதிர் வளையம், காட்டின் அடர்த்தியான பகுதியில், சதுப்பு நிறைந்த இடத்தில் வாழ்ந்து வரும் சூனியக்காரியின் குருட்டு நம்பிக்கை வாய்ந்த புகழ், குறிப்பாக அவள் என்னிடம் பேசிய ஓரிரு வார்த்தைகளில் ஒலித்த அவளது சுயவலிமையின் கர்வமிக்க நம்பிக்கை ஆகியனவாகும்.

காட்டுப்பாதை ஓரளவு ஈரங் காய்த்த உடனேயே சூனியக்காரியின் குடிசைக்கு நான் புறப்பட்டுச் சென்றதில் எந்த வியப்புமில்லை. ஒருவேளை சிடுகிடுப்பு வாய்ந்த அக்கிழவியை நான் அமைதிப்படுத்த நேரலாம் என என்னுடன் அரைப்பவுண்டு தேயிலையும், ஓரிரு கையளவு சர்க்கரையும் எடுத்துச் சென்றேன்.

இரு பெண்களுமே உள்ளே இருப்பதைக் கண்டேன். மனூய்லிகா சுடர்வீசுகின்ற அடுப்பைச் சுற்றி விண் சந்தடி ஏற்படுத்திக் கொண்டிருந்தாள், மிகவும் உயரமான பெஞ்சின் மீது உட்கார்ந்து ஓலேஸ்யா சணல்நாரை நூற்றுக்கொண்டிருந்தாள். இலேசான சப்தத்துடன் நான் உள்ளே நுழைந்ததும், அவள் திரும்பினாள், அவளது கைகளில் இருந்த நூல் அறுந்து போனது, கதிரும் தரை மீது உருண்டு ஓடியது.

தனது சுருங்கிப் போன முகத்தை அடுப்பின் வெக்கையினின்றும் தடுத்துக்கொள்ள உள்ளங்கைகளால் மறைத்தவாறு சற்று நேரம் கவனத்துடன் கோபமான பார்வையோடு கிழவி என்னை நோக்கினாள்.

"வணக்கம், பாட்டி!'' உரத்த, மகிழ்ச்சிமிக்க குரலில் சொன்னேன். "உனக்கு என்னை அடையாளந் தெரியலைன்னு நினைக்கிறேன்? பாதை கேட்டுப் போன மாதம் நான் வந்தது நினைவிருக்கா? எனது அதிருஷ்டம் குறித்துச் சொன்னாய், நினைவிருக்கா?"

"எனக்கு எதுவுமே நினைவில்லை, ஐயா." என்று முறுமுறுத்து,

மகிழ்ச்சியின்மையோடு தனது தலையை ஆட்டினாள் கிழவி, "நிச்சயமா எனக்கு நினைவில்லே. உனக்கு இங்கே என்ன வேணும் என்பதையும் என்னால் புரிஞ்சுக்க முடியலே. உனக்கு ஏற்ற ஆட்கள் நாங்களில்லை? நாங்க சாதாரணமான, அப்பாவி சனங்க... எங்களோட உனக்கு எந்த வேலையும் கிடையாது. காடு ரொம்பப் பரந்து கிடக்கு – நீ எங்கவேணுமானாலும் நடந்துபோக முடியும்... அப்படித்தான்."

அவளுடைய கருணையற்ற வரவேற்பினால் திடுக்கிட்டு, தடுமாற்ற நிலையில், அருவருப்பாக உணர்ந்து, அவளுடைய முரட்டுத்தனத்தைக் கேலியாக எடுத்துக்கொள்வதா, கோபப்படுவதா, ஒரு வார்த்தையும் பேசாது திரும்பிப் போவதா என்று அறியாதிருந்தேன். ஆதரவற்ற முகபாவத்துடன் ஒலேஸ்யா பக்கம் திரும்பினேன். நன்கு கிண்டல் தொனிக்குமாறு இலேசாகப் புன்னகை செய்து, தனது கை ராட்டினத்தை விட்டு எழுந்து கிழவியை நோக்கிச் சென்றாள்.

"பயப்பட வேண்டாம், பாட்டி," ஆறுதல் தொனிக்கக் கூறினாள். "அவர் நல்லா இருக்கார், நமக்கு எந்தத் தீங்கும் செய்யமாட்டார். தயவுசெய்து உட்காருங்க," என்று சொல்லி, கிழவியினுடைய முணுமுணுப்பை அதற்குமேல் பொருட்படுத்தாதவாறு, தனக்கு முன்னால் இருந்த பெஞ்சை சுட்டிக் காட்டினாள்.

அவளது அக்கறையினால் உற்சாகமடைந்து, மிகவும் முனைப்பான சாதனத்தைப் பயன்படுத்துவது பற்றி நினைத்தேன்.

"எவ்வளவு இரக்கமில்லாமல் இருக்கிறாய், பாட்டி! ஒருத்தர் உள்ளே நுழைந்த அக்கணமே திட்டத் தொடங்கிவிடுகிறாய். உனக்குப் பரிசு கொண்டுவர நினைத்தேன்." எனது பையை விட்டுப் பொட்டலங்களை எடுத்துச் சொன்னேன்.

மனுய்லிகா பொட்டலங்களை மேலோட்டமாகப் பார்த்துவிட்டு, உடனடியாக அடுப்பு நோக்கித் திரும்பிக் கொண்டாள்.

"உன் பரிசுகள் எனக்கு வேண்டாம்," அவள் முறுமுறுத்து, தீக்கோலால் நிலக்கரியைக் கிளறிவிட்டாள். "உன்னுடைய விருப்பத்தின் மதிப்பு எனக்குத் தெரியும். முதல்லே ஏராளமா பசப்புவார்த்தை கூறி அனுகூலத்தை அடைவாய், பிறகு... சரி – அந்தச் சின்னப் பையிலே என்ன வச்சிருக்காய்?" என் பக்கமாகத் திரும்பி திடீரென்று அவள் கேட்டாள்:

தேயிலையையும் சர்க்கரையையும் உடனே அவளிடம் ஒப்படைத்தேன். இது அவளிடத்தில் ஒரு மென்மையான விளைவை ஏற்படுத்தியது, மேலும்

அவள் முறுமுறுத்துக் கொண்டிருந்தாலும், அவளுடைய குரல் முன்போல அந்தளவுக்கு இணங்கிப் போகாததாக இருக்கவில்லை.

ஒலேஸ்யா ராட்டைக்குத் திரும்பச் சென்றாள். நானாகவே அவளருகே கிடந்த தனிவான, குட்டையான, மிகவும் தள்ளாடிய பெஞ்சின் மீது அமர்ந்தேன். அவளுடைய இடது கை வெள்ளை, பட்டு நூலை விரைவாகப் பின்னி முறுக்க, அதேவேளை வலது கை விர் என்ற ஒலியுடன் கதிரைச் சுற்றி, அநேகமாக அதைத் தரை மீது விழுமாறு விட்டுக் கொண்டு, பிறகு அதைச் சாமர்த்தியமாகப் பற்றி தனது விரல்களின் சிறு அசைவால் அதைத் திரும்பவும் விரைத்து சுழற்றினாள். இவ்வேலையை – கண்ட மாத்திரத்தில் அது மிக எளிமையான வேலையானாலும், உண்மையில் மிகுதியான திறமையும் நீண்டகால அநுபவத்தின் வாயிலாக மனிதன் அடைந்த கைத்திறனும் தேவைப்பட்டது – அவள் மிகி எளிமையாகச் செய்தாள் அந்தக் கைகளை என்னால் பார்க்காமல் இருக்க முடியவில்லை; வேலை அவற்றைக் கரடு முரடானதாகவும், கருப்பாகவும் ஆக்கியிருந்தது. ஆனால் பல நாகரிகப்பாங்குள்ள இளம் பெண்கள் பொறாமை கொள்ளுமாறு அவை சிறியன அத்தனை அழகானவை.

"போன முறை பாட்டி உங்களுடைய எதிர்காலம் குறித்து உங்களிடம் சொன்னாள் என்பதை நீங்க சொல்லலியே," என்றாள் ஒலேஸ்யா. எச்சரிக்கையான முறையில் என்னைத் திரும்பிப் பார்த்துவிட்டு மேலும் தொடர்ந்தாள்: "அவளைப் பொருட்படுத்த வேண்டாம், அவள் கொஞ்சம் செவிடு, காதிலே கேட்க மாட்டாள். என் குரலை மட்டுந்தான் அவளால் நன்கு விளங்கிக்கொள்ள முடியும்."

"ஆமாம். என்னுடைய அதிருஷ்டம் பற்றிச் சொன்னாள். ஏன்?

"ஓ, எனக்கு ஒரே ஆச்சரியமாக இருந்தது... நீங்க அதை நம்புறீங்களா?" என் மீது விரைவான, கள்ளப் பார்வையைச் செலுத்தினாள்.

"எதை நம்புவது? உன் பாட்டி என்னிடம் சொன்னதா, அல்லது பொதுவா குறிசொல்வது பற்றிச் சொல்கிறாயா?"

"பொதுவாகத்தான்..."

"நல்லது. அதைச் சொல்றது கஷ்டம். ஒருவகையில் நம்ப முடியாதுன்னுதான் நினைக்கிறேன். ஆனா இருந்தாலும் யாருக்குத் தெரியும்? சில சமயங்களில் அது உண்மையாகிறதாச் சொல்றாங்க... படிச்சவுங்க கூட அந்தப் புத்தகங்களைத் தான் புரட்டுறாங்க. ஆனா உன் பாட்டி என்னிடத்தில் சொன்னதை நான் நம்பவே இல்லை. எந்த கிராமப்புறப் பெண்ணும் அது போலக் குறிசொல்ல முடியும்."

ஓலேஸ்யா முறுவலித்தாள்.

“ஆமாம், அது உண்மை, அவளால் இப்போதெல்லாம் நல்லாவே சொல்ல முடியலே, அவளுக்கு இப்போ வயசாகிப் போச்சு, மேலும் அவள் பயப்படவும் செய்கிறாள். ஆனா சீட்டுகள் என்ன சொல்லின?”

“ஆர்வமானது எதுவுமில்லே. இப்போது அது எனக்கு நினைவு கூட இல்லே. வழக்கமா நாம் கேட்டுறது. நீண்ட பயணம், கிளாவர் மூலமாக லாபம் உண்மையாகவே நான் மறந்து போயிட்டேன்.”

“ஆமா, இப்பவெல்லாம் அவ நல்லா குறிசொல்வது இல்லே. ஏராளமான வார்த்தைகளை அவ மறந்து போயிட்டா ஏன்னா அவளுக்கு அவ்வளவு வயசாச்சு... அவளால எப்படி நல்லாச் செய்ய முடியும்? மேலும், அவ பயப்படுறா. எப்போதாவது சொல்லுவா, பணங் கொடுத்தா.”

“ஆனா எதுக்காக அவ பயப்படுறா?!”

“அதிகாரிகளுக்கு, உண்மையாகத்தான். புறநகர் போலீஸ் அதிகாரி வரும் போதெல்லாம் எப்போதும் பய முறுத்துறார். ‘என்றைக்கு வேண்டுமானாலும் உன்னை உள்ளே வைக்க முடியும்,’ என்று சொல்றார், ‘மந்திரவேலை பார்க்கிற உன்னைப் போல சூனியக்காரிகளுக்கு என்ன கிடைக்கும்னு உனக்குத் தெரியுமா?’ என்கிறார். ‘சஹாலின் தீவில் ஆயுள் தண்டனை.’ அது உண்மைன்னு நீங்க நினைக்கிறீங்களா?”

“சரிதான். அவர் சொல்றதுல்லேயும் உண்மை இருக்கத்தான் செய்கிறது. இம்மாதிரியான விஷயம் தண்டனைக் குரியது, ஆனா அது அவ்வளவு தவறானதில்லே.... நீ, ஓவேஸ்யா, உன்னால குறிசொல்ல முடியுமா?”

அவள் தடுமாறுவது போலக் காணப்பட்டது. ஆனால் ஒரே ஒரு நொடிக்குத்தான்.

“ஆமா... ஆனா பணத்துக்காக இல்லே,” என்றாள்.

“எனக்காக சீட்டுகளைப் போட்டுப்பார்க்க முடியுமா?”

“இல்லை,” என்று மென்மையாக ஆனால் உறுதியாகக் கூறினாள்.

“ஆனா ஏன்? இப்பவே செய்ய முடியலேன்னா. இன்னொரு சமயம் செய்... எப்படியோ நீ உண்மையைச் சொல்வேன்னு உணர்றேன்.”

“இல்லே. என்னால முடியாது. உலகத்துக்காக இல்லே.”

“இப்ப நீ செய்யுறதிலே நியாயமில்லே, ஓலேஸ்யா.

நம்முடைய அறிமுகத்துக்காகவாவது நீ மறுக்கக் கூடாது.

“ஏன்னா உங்களுக்காக நான் ஏற்கெனவே சீட்டுகளைப் போட்டுட்டேன், திரும்பவும் என்னால செய்ய முடியாது...”

“உன்னால முடியாதா? ஆனா ஏன் கூடாது? என்னால புரிஞ்சுக்க முடியலே.”

“இல்லே, இல்லே, என்னால நிச்சயமாகவே முடியாது... “ குருட்டு நம்பிக்கை வாய்ந்து அச்சத்தோடு அவள் கிசுகிசுத் தாள். “குறி பார்க்கிறதை நீங்க இரு முறை செய்யக்கூடாது... அதுலே ஒன்னும் ஏற்படாது. கேள்வி கேட்கப்படுவதை ஜோசியம் விரும்புவதில்லை. அதனாலதான் எல்லாக் குறிகாரர்களுமே மகிழ்ச்சியற்று இருக்காங்க.”

கிண்டலோடு ஓலேஸ்யாவுக்குப் பதில் சொல்லவிருந்தேன், ஆனால் முடியவில்லை; அவளுடைய வார்த்தைகளில் அந்தளவுக்கு அதிகமாக நம்பிக்கை இருந்தது. ஜோசியத்தைப் பற்றிக் குறிப்பிட்ட பிறகு, ஒரு விநோதமான பேரச்சத்தோடு கதவைத் திரும்பிப் பார்த்த போது, விருப்பமில்லாமல் இவ்வசைவையே திரும்பச் செய்தேன்.

“சரி, நீ சீட்டுகளை விரித்துப் போடப் போவதில்லையாதலால், போன முறை என்ன கண்டாய் என்பதையாவது சொல்லு,” அவளைக் கெஞ்சினேன்.

அவள் திடீரென்று நூற்கண்டைத் தூக்கி எறிந்துவிட்டு கையால் என் கையைத் தொட்டாள்.

“இல்லை... வேணாம்,” என்றாள், மேலும் குழந்தைத் தனமான நெஞ்சுகின்ற பாவம் அவள் கண்களில் ஏற்பட்டது. “தயவு செய்து கேக்காதீங்க... அது உங்களுக்குக் கெடுதலானது... நீங்க கேக்காமலிருப்பது நல்லது...”

ஆனால் நான் வலியுறுத்தினேன். அவளுடைய மறுப்பும் அவளுடைய தீங்கான குறிப்புகளும் ஒரு குறிகாரியினுடைய போலிப் பகட்டா, அல்லது அவள் சொன்னவற்றை உண்மையாகவே நம்பிவிட்டாளா என்பதை என்னால் விளங்கிக் கொள்ள முடியவில்லை. ஆனால் ஒருவகையில் திகிலடைவது போன்ற ஓர் அமைதியின்மையை நான் உணர்ந்தேன்.

“சரி, உங்களுக்குச் சொல்றேன்,” ஓலேஸ்யா கடைசியாக ஒப்புக்கொண்டாள். “ஆனால் நினைவிருக்கட்டும், பேரம் பேரந்தான், நான் உங்களுக்குப் பிடிக்காத எதையாவது சொன்னா நீங்க சிலுவை வைத்துக்கொள்ளக் கூடாது. வந்தது இது தான்: நீங்க ரொம்பப் பிரியமானவர்தான் ஆனால் பலகீனமானவர்... உங்களுடைய அன்பு சரியானதல்ல, அது உங்க நெஞ்சிலேயிருந்து வரலே.. நீங்க உங்க வார்த்தையைக் காப்பாத்த மாட்டீங்கு. அடுத்த வுங்களிடம் மேலாதிக்கம் செலுத்தவே விரும்புவிங்க, ஆனால் நீங்க விரும்பாவிட்டாலும்

கூட அவுங்களுக்குக் கீழ்ப்படித்து போறீங்க. நீங்க ஒயின் விரும்புறிங்க, மேலும்... சரி, நான் சொல்லத் தொடங்கினால், எல்லாத்தையும் சொல்லிருவேன்... பெண்களை நீங்க விரும்புறீங்க, அதனாலே நிறைய சிக்கல்லே மாட்டிக்கிறீங்க... நீங்க பணத்தை மதிக்கிறது இல்லே, அதை எப்படிச் சேமிக்கிறது என்பதும் உங்களுக்குத் தெரியாது– நீங்க பணக்காரனாகவே இருக்க வில்லை... மேலே சொல்லட்டுமா?"

"ஆமா! உனக்குத் தெரிந்ததை எல்லாம் சொல்லு!"

"உங்க வாழ்க்கை அவ்வளவு மகிழ்ச்சியாப் போகாதுன்னு சீட்டு சொல்லுது. மனசார நீங்க யாரையும் காதலிக்க மாட்டீங்க, ஏன்னா உங்க இதயம் குளிர்ந்து இருக்கு, சோம் பேறித்தனமானது, உங்களைக் காதலிக்கிறவுங்களுக்கு நிறையக் கவலையை ஏற்படுத்துவீங்க. நீங்க கல்யாணமே செய்ய முடியாது, தனிக்கட்டையாகத் தான் சாவீங்க. வாழ்க்கையிலே நீங்க பெரிய மகிழ்ச்சியை அடையப் போறதில்லே. ஆனால் நிறையத் துயரமும், தொல்லைகளும் உண்டு... உங்களை நீங்களே கொல்வது மாதிரி உணரும் ஒரு நாள் வரும்... அந்த மாதிரி உங்களை உணரவைக்க ஏதாவது நடக்கும்... உங்களாலே எதிர்த்து நிற்க முடியலேன்னா, பணிஞ்சு போவீங்க... நீங்க ரொம்பத் தேவைப்படுவீங்க, ஆனால் உங்க வாழ்க்கையின் கடைசி வாக்கில் உங்களுக்குப் பிரியமான ஒருத்தருடைய சாவாலே, அதுவும் கொஞ்சமும் எதிர்பாராதபடி, உங்க ஜாதகம் மாறும். இது எல்லாமே அநேக ஆண்டுகளுக்குப் பிறகு, ஆனா இந்த ஆண்டைப் பொருத்த வரை... எப்பன்னு என்னால சொல்ல முடியாது, ஆனா சீட்டுகள் அது சீக்கிரமே என்று சொல்கின்றன... ஒரு வேளை இந்த மாதமாகக் கூட இருக்கலாம்..."

"ஆனா இந்த ஆண்டு என்ன நடக்கும்?'' அவள் திரும்பவும் நிறுத்திய போது நான் கேட்டேன்.

"உண்மையாகவே, மேற்கொண்டு சொல்வதற்கு நான் பயப்படுகிறேன். கிளாவர் அரசியிடமிருந்து உங்களுக்காக ஒரு பெருங்காதல் வரவிருக்கிறது. அவள் திருமணமான வளா, தனி ஆளா என்பதை என்னால ஊகிக்க முடியலே. ஆனா அவளுக்குக் கருத்த தலைமுடி என்பது எனக்குத் தெரியும்...

நான் அவள் தலையைத் தற்செயலாகப் பார்த்தேன்.

"எதுக்காக என்னைப் பாக்குறீங்க?" சில பெண்கள் கைவரப் பெற்றுள்ள உள்ளுணர்வோடு என் பார்வையைப் புரிந்துகொண்டு திடீரென்று கன்னம் சிவந்தாள். "சரி, ஆமாம், என்னுடையதைப் போலத்தான். தொடர்ந்து பேசினாள். தன்னை மறந்த நிலையில் தலைமுடியை ஒழுங்கு செய்து மேலும் முகஞ்சிவந்து போனாள்.

“கிளாவர் அரசியிடமிருந்து ஒரு பெருங் காதல், உஹூம்?” கிண்டலாகச் சொன்னேன்.

“என்னைப் பார்த்துச் சிரிக்காதிங்க. நீங்க அவசியம் சிரிக்கக் கூடாது,” அவள் என்னைக் கண்டிப்பாகக் கண்டித்தாள், பெரும்பாலும் கடுமையோடு. “நான் உங்களிடம் உண்மையைத் தான் சொல்கிறேன்.''

“மிகவும் நல்லது, நான் சிரிக்கமாட்டேன். வேறு என்ன இருக்கு?”

“வேறு என்ன?.. கிளாவர் அரசிக்கு மிகவும் மோசமாக விழும், மரணத்தை விட மோசமானது. உங்களாலே அவள் பெருத்த அவமானம் அடைவாள், அவள் உயிருள்ள வரைக்கும் மறக்க முடியாத அவமானம், ஒரு நீண்ட துயரம்.. ஆனா அவள் மூலமா உங்களுக்கு எந்தக் கெடுதலும் ஏற்படாது.”

“இங்கே பார், ஒலேஸ்யா, சீட்டுகள் உனக்குத் தவறாகக் காட்டியிருக்கலாம் அல்லவா? கிளாவர் அரசிக்கு நான் எதற்காக அந்தளவுக்கு மிகவும் மகிழ்ச்சியில்லாதவனாக இருக்கணும்? நான் அமைதியானவன், நிதானமானவன் இருந்தும், ஆனால் என்னைப் பற்றி அவ்வளவு அதிக மான தீய விஷயங்களை நீ சொல்லி இருக்கிறாய்.”

“அதுதான் எனக்குத் தெரியாதது. அத்துடன், அதெல்லாம் செய்யுறது நீங்களா இருக்க முடியாது. ஆனா முழுக் கேடும் உங்க மூலமாத் தான் வரும்.... அவை உண்மையாகும் போது என் வார்த்தைகளை நினைப்பீங்க, பிறகு என்னை நீங்க நினைப்பீங்க.”

“அது எல்லாவற்றையும் சொன்னது சீட்டுகள் தானே ஒலேஸ்யா?”

அவள் உடனடியாக எனக்குப் பதில் சொல்லவில்லை.

“சீட்டுகளும் தான்,” நழுவுவது போல, சற்று ஆர்வமற்றுச் சொன்னாள்.” ஆனா அவை இல்லாமல் கூட என்னால நிறையச் சொல்ல முடியும்–ஒரு மனிதனுடைய முகத்தைக் கொண்டு. உதாரணமாக, பயங்கரமான சாவலே ஒருத்தன் சாகப் போகிறான் என்பதை, அவன் முகத்திலிருந்தே என்னால படிக்க முடியும்; அவனோடு நான் பேசாமல் இருந்தாக் கூட.”

“ஆனா அவன் முகத்திலிருந்து உன்னால் என்ன பார்க்க முடியும்?”

“எனக்கே தெரியாது. அவன் எனக்கு முன்னாடி செத்துக் கொண்டிருப்பது போல, திடீரென்று திகில் அடைவேன். பாட்டியைக் கேளுங்க –நான் உண்மையைத்தான் பேசுறேன்னு அவள் சொல்வாள். போன ஆண்டு ஆலைச் சொந்தக்காரன் திராஃபிம் அவனுடைய ஆலையில் தானாகவே

தூக்குப் போட்டுக் கொண்டான். இரண்டு நாட்களுக்கு முன்னாலே அவனைப் பார்த்து, பாட்டியிடம் உள்ளபடியே சொன்னேன்: 'என் வார்த்தைகளைக் குறித்துக் கொள், பாட்டி, அடுத்து வருகிற நாட்களில் திராஃபிம் பயங்கர மாகச் சாகப் போகிறான்!' ஆகவே அவன் தூக்குப் போட்டுக் கொண்டான். போன கிறிஸ்துமஸ்ஸில் யாஷ்கா – அவன் ஒரு குதிரைத் திருடன் – உள்ளே வந்து தனக்குக் குறிபார்க் கும்படி பாட்டியிடம் கேட்டான். சீட்டுகளை விரித்துப் போட்டு நடுக்குற்றாள். அவன் வேடிக்கையாக் கேட்டான்: சொல்லு, பாட்டி, என்ன மாதிரியான சாவு நான் சாகப் போறேன்?" அவன் சிரிச்சான், ஆனா நான் அவனை உற்றுப் பார்த்து என் இடத்திலேயே நிலைக்குத்திப் போயிட்டேன்: அங்கே அவன் உட்கார்ந்திருப்பதைப் பார்த்தேன், அவன் முகம் செத்துப் போய் பச்சையா இருந்துச்சு... அவனது கண்கள் மூடி இருந்தன, அவனுடைய உதடுகளோ கருப்பா இருந்துச்சு... பிறகு, ஒரு வாரங் கழிச்சு, சில குதிரைகளைத் திருட முயற்சி செய்து கொண்டிருந்த போது விவசாயிகள் அவனைப் பிடித்தனர் என்று கேள்விப்பட்டோம்... அவனை ராத்திரி முழுக்க அவுங்க அடிச்சாங்க... இங்குள்ள சனங்க இரக்கமில்லாதவுங்க, கொடுமையானவுங்க... அவன் குதிங்கால்களுக்குள்ளே ஊசிகளைச் சொருகுனாங்க, கம்புகளாலே அவனுடைய விலா எலும்புகளை உடைச்சாங்க, காலையிலே அவன் போயிட்டான்."

"ஆனா அவன் சிக்கலில் மாட்டப்போகிறான் என்பதை நீ ஏன் அவனிடத்தில் சொல்லலே?"

"நான் ஏன் சொல்லணும்?'' என்று ஒலேஸ்யா பதிலளித்தாள். "விதியிலிருந்து எப்படித் தப்பிச் செல்ல முடியும்? அவனோட கடைசி நாட்கள்லே அவன் தேவையில்லாம கவலைப்பட்டிருப்பான் நானே அருவருப்பா உணர்ந்தேன் ஏன்னா அது போன்ற விஷயங்களை என்னால பார்க்க முடியும், மேலும் அதுக்காக என்னையே நான் வெறுக்கிறேன். என்னால என்ன செய்ய முடியும்? அது என் விதி. சின்ன வயசிலேயே என் பாட்டிக்கு முன்கூட்டியே சாவைப் பத்திச் சொல்ல முடிஞ்சது, என் அம்மாவுக்கும் கூடத்தான், என் பாட்டியோட அம்மாவுக்கும் –அது எங்களுடைய குற்றமில்லே. அது எங்க ரத்தத்தோட இருக்கு..."

நூற்பதை நிறுத்திவிட்டு தலை கீழே குனிந்தபடி அவள் அமர்ந்தாள். அவளுடைய கைகள் அமைதியாக தொடை மீது கிடந்தன. அவளுடைய அசைவற்ற கண்களின் விரிந்த கருவிழிகள் ஏதோ அச்சத்தைக் காட்டின, புதிரான சக்திக்கு விருப்பமில்லாமலேயே பணிவது போன்று, இயற்கை மீறிய அறிவு அவளது ஆன்மாவிற்குள்ளாக இறங்கியது.

5

அந்நேரத்தில் ஓரங்களில் பின்னல் வேலைப்பாடு கொண்ட தூய்மையான ஒரு துண்டை மனுய்லிகா மேசை மீது விரித்து அதன் மீது கொதிக்கின்ற பாத்திரத்தை வைத்தாள்.

“இரவுச் சாப்பாடு மேசையில் இருக்கிறது. ஒலேஸ்யா,” என்று தன் பேத்தியை அழைத்தாள். என்னிடத்தில் கண நேரத் தயக்கத்திற்குப் பிறகு சொன்னாள்: “எங்களோடு சேர்ந்துகொள்ள விருப்பமா, ஐயா? நீங்க வரலாம்... ஆனா எங்க உணவு சாதாரணமானது, வெறும் சூப்புத்தான்...”

அவளது அழைப்பில் வற்புறுத்தல் இல்லை, ஆகவே அதை மறுப்பதற்காக இருந்த போது, ஆனால் ஒலேஸ்யா, அந்தளவு கவர்ச்சியூட்டும் எளிமையோடும், அன்புள்ள புன்ன கையோடும் அவன் பங்கு பெற அழைத்த என்னால் எற்றுக்கொள்ளாமல் இருக்க முடியவில்லை. அவளே அகப்பையால் எடுத்து எனக்காகத் தட்டு நிறைய பக்வீட் திணை சூப்பை – பன்றி இறைச்சி, வெங்காயம், உருளைக் கிழங்கு, கோழி ஆகியவற்றால் செய்யப்பட்ட மிகவும் சுவையானதும் சத்து நிறைந்ததானதும் –ஊற்றி வைத்தாள். உணவுக்காக அவர்கள் உட்கார்ந்த போது பாட்டியும் சரி, பேத்தியும் சரி யாரும் சிலுவை வைத்துக் கொள்ளவில்லை. உணவின் போது அந்த இரு பெண்களையும் தொடர்ந்து கவனித்து வந்தேன், ஏனெனில் சாப்பிடுகிற போதுதான் வேறு எந்த நேரத்தைக் காட்டிலும் மக்கள் தங்களுடைய குணத்தைத் தெளிவாகக் காட்டுவார்கள் என்பதை நான் எப்போதுமே நம்பிவந்திருக்கிறேன். மனுய்லிகா மிகுந்த பேராசையோடும். ஓசை எழுப்பிக் கொண்டும், கன்னத்தை உப்பவைக்கு மாறு பெரிய ரொட்டித் துண்டுகளை வாய்க்குள் திணித்துக் கொண்டும், பேராவலுடன் சாப்பிட்டுக் கொண்டிருந்தாள். அதே சமயம் ஒலேஸ்யாவோ, அவள் சாப்பிட்ட முறையில் கூட ஏதோ உள்ளார்ந்த பண்பினை வெளிப்படுத்தினாள்.

இரவு உணவுக்கு ஒரு மணி நேரம் கழித்து, அந்தச் சூனியக்காரியின் குடிசையிலிருந்தவர்களிடம் விடைபெற்றுப் புறப்பட்டேன்.

“உங்களோடு நான் கொஞ்ச தூரம் நடந்து வரணும்னு விரும்புறீர்களா?” ஒலேஸ்யா கேட்டாள்.

“என்ன இது அவரோட போய்க்கிட்டு?” மனுய்லிகா கோபத்தோடு முறுமுறுத்தாள். “உன்னால கொஞ்ச நேரம் உட்கார்ந்திருக்க முடியாதா, படபடப்புக்காரி.”

ஆனால் ஒலேஸ்யா ஏற்கெனவே அவளது சிவப்பு காஷ்மீர் சால்வையைப் போட்டுக் கொண்டிருந்தாள்; திடீரென்று தன் பாட்டியிடம் ஓடி, அவளது கழுத்தைச் சுற்றிக்கட்டிப் பிடித்து முத்தமிட்டாள்.

"பாட்டி! செல்லப் பாட்டி, எனக்கு ஒரு நிமிஷந்தான் பிடிக்கும் – இதோ திரும்பிருவேன்."

"சரி, சரி," என்று கிழவி தெளிவற்றுச் சொன்னாள்.

"அவளை மன்னிச்சுருங்க, ஐயா: அவள் ரொம்ப சிறுபிள்ளைத்தனமானவ."

ஒரு குறுகிய பாதையிலிருந்து, சகதியினால் கருத்திருந்த காட்டுப் பாதைக்கு வந்தோம், குதிரைகளின் குளம்புகளினாலும், வண்டிச் சக்கரங்களினாலும் அது குழிவிழுந்து கிடந்தது, சக்கரம் சென்ற பள்ளங்களில் நிறைந்து நின்ற நீர் சூரிய ஒளியைப் பிரதிபலித்தது. பனிக்குப் பிறகும் இன்னும் உலராத கடந்த ஆண்டின் கருகிய இலைகளால் மூடப்பட்டுக் கிடந்த சாலையின் ஓரம் நெடுகிலும் நாங்கள் நடந்தோம். அங்குமிங்குமாக பலேசியெலில் முதலாவது பூவாகிய பெரிய மணிக்கள் – ஊதா நிறமான அவற்றின் கொத்துகள் காய்ந்த மஞ்சள் நிற இலைகளின் வழியாக நீட்டி நின்றன.

"கேள், ஒலேஸ்யா," நான் தொடங்கினேன், "உன்னிடம் ஏதோ ஒன்றைக் கேட்க நான் ரொம்ப ஆசைப்படுகிறேன், ஆனா நீ என் மீது கோபப்படலாம் என்று பயப்படுகிறேன். எனக்குச் சொல்லு, அதாவது உன்னுடைய பாட்டி, அது உண்மையா... எப்படி நான் அதைச் சொல்ல?..."

"சூனியக்காரியா?" ஒலேஸ்யா அமைதியாக எடுத்துச் சொன்னாள்.

"இல்லை ... சூனியக்காரி இல்லை," நான் தடுமாறினேன். "சரி, அப்படித்தான், நீ விரும்பினா – ஒரு சூனியக் காரிதான்... சனங்க அது போல முட்டாள்தனமான விஷயங்களை ஏராளமாச் சொல்றாங்க. ஒருவேளை அவளுக்கு வெறுமனே சில மூலிகைகளும், நிவாரணங்களும் தெரிஞ்சிருக்கலாம்... உனக்கு விருப்பமில்லேன்னா, நீ பதில்சொல்ல வேண்டியதில்லை.

"ஏன் கூடாது? எனக்கு ஒன்னுமில்லே," என்று எளிமையாகப் பதிலளித்தாள்." ஆமா, அவள் ஒரு சூனியக்காரிதான். ஆனா இப்ப அவளுக்கு வயசாகிப் பேச்சு, வழக்கமா செய்யுறதை அவளாலே செய்ய முடியாது."

"அவளாலே என்ன செய்ய முடிந்தது?" நான் ஆர்வத் தோடு கேட்டேன்.

"எல்லாவகையான விஷயங்களும். சனங்களைக் குணப்படுத்த முடிந்தது. பல் வலியைத் தணிக்க முடிந்தது, ரத்தம் வடிவதை நிறுத்த முடிந்தது. வெறி நாய் அல்லது பாம்புக் கடியைக் குணப்படுத்த முடிந்தது, புதையல்களைக் கண்டுபிடிக்க முடிந்தது – அவளாலே செய்ய முடியாதது எதுவுமே இல்லே."

"பாரு, ஒலேஸ்யா–நான் மிகவும் வருத்தப்படுறேன், ஆனா அது மாதிரி காரியங்களை நான் நம்பலே. வெளிப்படையாப் பேசு, உன்னாலே முடியாநசடி சொல்ல மாட்டேன்: எல்லாமே செய்யுற நடிப்பு, இல்லையா?"

அவள் அலட்சியமாகத் தனது தோள்களைக் குலுக்கிக் கொண்டாள்.

“உங்களுக்கு விருப்பமான முறையிலே நீங்க நினைக்கலாம் உண்மை தான், கிராமப்புறத்துப் பெண்ணை மோசடி செய்யுறது சுலபமானது, ஆனா உங்களை ஏமாத்துறதுக்கு நான் கனவு கூடக் காண மாட்டேன்.”

“ஆக சூனியத்தை நீ அவ்வளவு உறுதியா நம்புகிறாய்?”

“உண்மைதான் நம்புறேன்! எங்க குடும்பம் முழுக்க அதைப் பயிற்சி செய்து வந்திருக்காங்க... நானாகவே ஏராள மானதைச் செய்ய முடியும்.”

“ஓலேஸ்யா. என் அன்பே... அது எனக்கு எவ்வளவு ஆர்வமா இருக்குன்னு உனக்குத் தெரிந்தால்... எனக்கு ஏதாவது காட்ட மாட்டாயா?”

“ஏன் மாட்டேன்?” அவள் உடனடியாக பதிலளித்தாள். “இப்பவே அதை நீங்க விரும்புறீர்களா?”

“ஆமா, என்னால முடிஞ்சா.”

“நீங்க பயப்பட மாட்டீங்களே?”

“என்ன முட்டாள்தனம். ராத்திரியா இருந்தா நான் பயந்து போயிருப்பேன், ஆனா இப்ப இன்னமும் வெளிச்ச மாகத்தானே இருக்கு.”

“அப்ப சரி. உங்க கையைத் தாங்க.”

அவ்வாறே செய்தேன். ஓலேஸ்யா விரைந்து எனது மேலங்கியின் கையைச் சுருட்டி, எனது மணிக்கட்டருகிலுள்ள சட்டையின் முன்கைப் பகுதியைத் தளர்த்தினாள்; பிறகு சுமார் ஐந்து அங்குல நீளமுள்ள ஒரு சிறிய உடைவாளை அவள் பையிலிருந்து எடுத்து, அதனது தோல் உறையை விட்டு வெளியே இழுத்தாள்.

“நீ என்ன செய்யப் போகிறாய்?” என்று கேட்டேன், எனக்குள்ளாக கீழ்மையான பயம் கலக்கிக் கொண்டிருந்தது.

“ஒரு நிமிஷம்... பயப்பட மாட்டேன்னு சொன்னீங்க!”

திடீரென்று கடினமாக உணரக் கூடிய அசைவினை அவளது கை செய்தது, எனது மணிக்கட்டில், நாடி பார்க்கும் இடத்திற்குச் சற்று மேலாக, கூர்மையான பிளேடின் எரிச்சலூட்டும் வருடலை உணர்ந்தேன். நீண்ட வெட்டின் வழியாக உடனே குருதி கசிந்து வெளியேறி, எனது மணிக்கட்டில் வழிந்து தரை மீது வேகமாகச் சொட்டியது. மிகுந்த சிரமப்பட்டு கத்துவதை நிறுத்திக் கொண்டேன், வெளிறிப் போய் விட்டதாக நினைத்தேன்.

“பயப்பட வேண்டாம் – நீங்க ஒன்னும் சாகப் போறதில்லே.” ஓலேஸ்யா சிரித்தாள்.

காயத்திற்கு மேலாக எனது கையை அவள் உறுதியாகப் பற்றி, அதற்கு மேலாகத் தலையைக் குனிந்து, வேகமாக கிசுகிசுக்கத் தொடங்க, அவளது வெப்பமான, விட்டு விட்டு வந்த மூச்சு எனது தோலை மரத்துப் போகச் செய்தது அவள் நிமிர்ந்து தனது விரல்களைத் திறந்த போது, எனது கையைப் பார்க்கையில் காயம் இருந்த இடத்தில் ஒரு சிவப்புத் தழும்பைத் தவிர வேறு எதையும் நான் காணவில்லை.

“சரியா? திருப்திதானா உங்களுக்கு?” திருட்டுத்தனமான புன்னகையுடன் கேட்டு, தனது உடைவாளை உள்ளே வைத்துக் கொண்டாள். “இன்னும் விரும்புறீங்களா?”

“உண்மையா விரும்பத்தான் செய்கிறேன். ஆனா கொஞ்சமா சிரமப்படுத்துவது மாதிரி ஏதாவது இருந்தால் பரவாயில்லே. ரத்தம் வடியாதபடி, தயவுசெய்து.”

“உங்களுக்கு நான் எதைக் காட்டுவேன்?” சிந்தனையில் ஆழ்ந்து பேசினாள். “சரி, சாலை நெடுகிலும் எனக்கு முன்னால் போங்க... ஆனா திரும்பி மட்டும் பார்க்காமல் போங்க.”

“அது பயங்கரமா இருக்காது, இல்லையா?” ஏதோ ஏற்றுக்கொள்ள முடியாத வியப்பின் அஞ்சத்தக்க எதிர்பார்ப்பை ஒழிக்க புன்னகை செய்ய முயன்றபடி கேட்டேன்.

“இருக்காது, துளியும் இருக்காது... போகலாம்.”

சோதனையையும், எனது முதுகில் ஒலேஸ்யாவின் விறைப்பான பார்வையையும் எண்ணி மிகுந்த ஆர்வங்கொண்டு நான் நடக்கத் தொடங்கினேன். ஆனால் சுமார் இருபது எட்டுகள் போனதுமே, முற்றிலும் வழுவழுப்பான இடத்தில் திடீரென்று தடுமாறி, முகங்கவிழ விழுந்தேன்.

“மேலே போங்க, மேலே போங்க!” ஒலேஸ்யா சுத்தினாள். “திரும்பிப் பார்க்க வேண்டாம்! எதுவுமில்லே, புது ஆளைப் போலவே இருப்பீங்க... கீழே விழும் போது தரையைப் பிடிச்சுக்கங்க.”

நான் நடந்தேன். மற்றுமொரு பத்து எட்டுகள் போன பிறகு. திரும்பவும் தரை மீது சப்பாணி நடை நடந்தேன்.

ஒலேஸ்யா வாய்விட்டுச் சிரித்து, தனது கைகளைத் தட்டினாள்.

“நல்லது? போதுமானது போயிட்டீங்க?” அவள் கத்த அவளது வெண்ணிறப் பற்கள் மின்னின. “இப்ப என்னை நம்புறீங்களா? பரவாயில்லே– நீங்க கீழே போயிட்டீங்க, மேலே இல்லை.”

“அதை நீ எப்படிச் செய்தாய்?” எனது ஆடைகளில் ஒட்டியிருந்த சிறு கிளைகளையும், காய்ந்த புற்களையும் தட்டி விட்டவாறு வியப்போடு கேட்டேன். “இது ஒன்றும் ரகசியமில்லையின்னு நம்புறேன்?”

“ரகசியமே இல்லை. சந்தோஷமா உங்களுக்குச் சொல்றேன். உங்களாலே புரிஞ்சு கொள்ள முடியா தோன்னுதான் பயப்படுறேன்.. ஒருவேளை அதை ஒழுங்கா உங்களுக்கு என்னாலே சொல்ல முடியாது போகலாம்...”

அவள் சொன்னது சரி – என்னால் அவளை முற்றாகப்புரிந்துகொள்ள முடியவில்லை. ஆனால் நான் தவறாகப் புரிந்துகொள்ளவில்லை என்றால், அந்தத் தந்திரமாவது, அவள் எனக்குப் பின்னே அடிமேல் அடியாக, சரியாக இடை வெளியிட்டு, என்னையே நிலையாகப் பார்த்துக் கொண்டு, என்னுடைய ஒவ்வொரு அசைவையும் பாசாங்கு செய்ய முயன்று, மிகச் சிறியதாக இருந்தாலும் கூட, முற்றாக என்னோடு ஒன்றுபட்டு வந்து கொண்டிருந்தாள். ஓரிரு எட்டுகள் நடந்தவுடன், எனக்குச் சற்றுத் தொலைவில், தரைக்கு மேலாக சுமார் பத்தடியில் நூற்கயிறு இணைக்கப்பட்டிருப்பதாக அவள் கற்பனை செய்யத் தொடங்கினாள். அந்தக் கற்பனைக் கயிற்றை எனது காலால் தொட வேண்டிய அத்தருணத்தில் அவள் திடீரென்று விழுகிற அசைவினைச் செய்தாள், பிறகு மிகவும் வலிமையான மனிதன் கூட நிச்சயமாக விழுந்தாக வேண்டும் என்று அவள் என்னிடம் கூறினாள்... மிக நீண்ட காலத்திற்குப் பிறகு, சல்பேத்ரியேரின் இரு மூர்ச்சை நோய் கொண்ட தொழில்முறை சூனியக்காரிகளிடம் தான் மேற்கொண்ட சோதனைகள் குறித்து டாக்டர் சார்காட் எழுதியதைப் படித்த போது, ஒலேஸ்யாவின் குழப்பமான விளக்கத்தை நான் நினைவு கூர்ந்தேன். பார்வைக்கு அழகான பலேசியெ சூனியக்காரியால் செய்யப்பட்ட அதே தந்திரத்தை பிரெஞ்சு சூனியக்காரிகளும் செய்வதுண்டு என்பதை அறிந்த போது நான் மிகவும் வியப்புற்றுப் போனேன்.

“என்னால் இன்னும் நிறையச் செய்ய முடியும்,” என்று ஒலேஸ்யா தன்னம்பிக்கையோடு கூறினாள். “உதாரணமா, உங்களுக்கு என்னால் பீதியுண்டாக்க முடியும்.”

“இதற்கு என்ன அருத்தம்?”

“நீங்கள் நடுங்குமாறு உணர வைக்க என்னால முடியும். ஒரு நாள் சாயங்காலம் உங்க அறையிலே நீங்க உட்கார்ந்து கொண்டிருப்பீங்க, திடீரென்று அத்தனை பயங்கரமா பீதியுற்றாக உணர்ந்து, உங்க காலணிகளை ஆட்டுவீங்க, பின்னால திரும்பிக் கூட உங்களாலே பார்க்க முடியாது அதைச் செய்யுறதுக்கு, நீங்க எங்கே வசிக்கிறீங்க என்பதை நான் தெரிஞ்சாகணும், முதல்லே உங்க அறையைப் பார்க்கணும்.”

“ஓ, சரி, அது மிகவும் சுலபமானதுதான்.” நான் விழுங்க முயன்றேன்.

"என் சன்னல் வரை நடந்து வந்து அதை நீ தட்ட வேண்டும் அல்லது ஏதாவது கத்த வேண்டும்."

"இல்லை. இல்லை... நான் இங்கே காட்டிலே. என் குடிசையிலே தான் இருப்பேன் .. ஆனா நான் இங்கே உட்கார்ந்து, தெருவிலே நடந்து போய்க் கொண்டிருப்பதாக, உங்க வீட்டுக்குள்ளே போறதாக, உங்க கதவைத் திறக்கிற தாக, உங்க அறைக்குள்ளாக நடந்து போறதாக நினைத்துக் கொண்டிருப்பேன்... நீங்க எங்கேயாவது உட்கார்ந்திருப்பீங்க – ஒரு மேசை முன்னாலேன்னு வச்சுக்குவோம்... பின்னாலிருந்து உங்களிடத்திலே நான் திருடுவேன்... என் சத்தத்தை நீங்க கேட்க முடியாது... என் கையாலேயே உங்க தோளைப் பற்றி நெரிப்பேன்... மேலும் மேலும் அழுத்தமா... உங்களை இது மாதிரி பார்த்துக் கொண்டு– பாருங்க..."

அவள் திடீரென்று தனது அருமையான புருவங்களை நெளித்து என் முகத்தின் மீது கண்களைப் பதித்தவாறு பார்க்க பயங்கரமானதும், வசப்படுத்துகிற உணர்ச்சி பாவத்துடனும், அவளது கண்மணிகள் விரிந்து, அழுத்தமான நீலநிற நிழலை ஏற்படுத்தின. நான் உடனே மாஸ்கோவிலுள்ள திரேதியகோவ் கலைக்கூடத்தில் பார்த்திருந்த மெடூஸாவின் தலையை நினைவு கூர்ந்தேன்–ஓவியருடைய பெயர் நினைவுக்கு வரவில்லை. அந்த நிலைத்த, இயற்கை மீறிய பார்வையில், வியக்கத்தக்க அச்சமூட்டும் பயத்தின் பிடியில் ஆட்பட்டேன்.

"அதை நிறுத்து, ஓலேஸ்யா, தயவுசெய்து," வருவித்துக் கொண்ட சிரிப்புடன் கூறினேன். "நீ முறுவலிக்கும் போது. நான் உன்னைப் பெரிதும் விரும்புகிறேன்–அப்போது நூகம் அம்மாதிரி அழகாக, குழந்தை முகம் போன்று இருக்கும்."

நாங்கள் நடந்தோம். ஓலேஸ்யாவின் பேக்கின்ற முறை பற்றி நான் சிந்தித்தேன் – அவ்வளவு உணர்ச்சி பூர்வமானதாக, உண்மையில், படிக்காத பெண்ணுக்கு அந்தளவு பக்குவமானதாக இருக்கவே, நான் சொன்னேன்:

"உன்னைப் பற்றி எது உனக்குத் என்னை வியப்பிலாழ்த்துகிறது என்று உனக்குத் தெரியுமா, ஓலேஸ்யா? நீயோ யாரையுமே பார்க்காமல் காட்டில் வளர்ந்திருக்கிறாய்... அதிகம் கூட உன்னால் படிக்க முடியவில்லை, என்னால் சொல்ல முடிந்தது இதுதான்..."

"என்னால் படிக்கவே முடியாது."

"சரி, அப்படிச் சொல்லு... இருந்தாலும் ஓர் உண்மையான இளம் கோமகளைப் போல நீ பேசுகிறாய். ஏன் அப்படி? நான் என்ன கேட்கிறேன் என்பதை நீ புரிந்துகொண்டாயா?"

“ஆமாம், புரிந்துகொண்டேன். அவை எல்லாமே என் பாட்டியிடமிருந்து வந்தவை... அவளது தோற்றத்தைக் கொண்டு அவளை மதிப்பிட வேண்டாம். அவள் மகா புத்திசாலி! ஒருவேளை நீங்க அங்கே இருக்கிற போது அவள் பேசலாம், உங்களோடு நல்லா அறிமுகமாகிற ஒரு நாளக்கு.. அவளுக்கு எல்லாமே தெரியும், அவளிடம் நீங்க பேசுற எல்லாத்தையும் பற்றி முழுசா தெரியும். உண்மையிலே, இப்ப அவளுக்கு வயசாயிருச்சு.”

“அப்படின்னா அவளோட வாழ்க்கையிலே அவள் நிறையப் பார்த்திருக்கணும்? அவள் எங்கிருந்து வந்தவள்? இதற்கு முன்னே எங்கே வசித்தாள்?”

இந்தக் கேள்விகள் ஒலேஸ்யாவுக்கு மகிழ்ச்சியைத் தராதது போலக் காணப்பட்டது. உடனடியாக அவள் பதில் பேசவில்லை.

“எனக்குத் தெரியாது.” தவிர்ப்பது போலவும், ஆர்வமில்லாதது போலவும் கூறினாள். “அது பற்றிப் பேசுவதற்கு அவள் விரும்பவில்லை. எதைப் பற்றியாவது அவள் பேசினால் அதை மறந்துவிடுமாறும், திரும்பவும் குறிப்பிட வேண்டாமென்றும் என்னிடம் சொல்வாள். நான் திரும்பப் போவதற்கு நேரமாகி விட்டது.” மேலும் சொல்வதற்கு அவள் விரைவுபடுத்தினாள். ‘இல்லாட்டி பாட்டி என்னிடம் கோபப்படுவா. போய் வருகிறேன்... ரொம்ப வருத்தப்படுறேன். உங்க பெயர் எனக்குத் தெரியாது.”

நானாகவே அறிமுகம் செய்து கொண்டேன்.

“இவான் திமஃபேயெவிச்? சரி. நல்லது, வணக்கம், இவான் திமஃபேயெவிச்! தயவுசெய்து எங்க வீட்டை அறவே வெறுத்து ஒதுக்கிடாதீங்க – எப்போவாவது வாங்க.”

நான் எனது கையை நீட்டினேன், அவளுடைய சிறிய. வலுவான கை உறுதியாக, நட்பு முறையிலாக பற்றுதலோடு திரும்பக் குலுக்கியது.

6

அன்றையிலிருந்து அந்தச் சூனியக்காரியின் குடிசைக்கு அடிக்கடி செல்லும் பார்வையாளனாக இருந்தேன். ஒவ்வொரு முறையும் நான் செல்கையில் ஒலேஸ்யா தனது வழ மையான கலகலப்பில்லாத பெருந்தன்மையுடன் என்னை வரவேற்றாள். ஆனால், என்னைப் பார்க்கவும் அவள் செய்த முதலாவது தன்னிச்சையான செயலால், நான் வந்தது குறித்து அவள் மகிழ்ச்சியடைந்தாள் என்பதை நான் எப்போதுமே கவனித்தேன். மனூய்லிகா தனக்குத் தானே எதையாவது முணுமுணுப்பதைத் தொடர்ந்தாள், ஆனால் என் னிடம் எந்தவகையிலும் தெளிவான நட்புரிமையற்ற எதையும் காட்டவில்லை. அநேகமாக அவள் பேத்தியினுடைய கண்ணுக்குத் தெரியாத பரிந்துரைப்புக்கு

நன்றி சொல்ல வேண்டும். அன்றியும், அவ்வப்பொழுது அவளுக்கு நான் கொண்டு சென்ற பரிசுகள் கூட, வெதுவெதுப்பான சால்வை, ஜாம் ஜாடி, அல்லது செர்ரிச் சாறுப் போத்தல் போன்றவை என்மீது அவளை மிகவும் சாதகமாக இருக்கும்படி செய்தது. மௌன ஒப்பந்தம் போல, நான் வீட்டிற்குச் சென்ற போது, இரீனவோ சாலை வரை என்னுடன் அவள் எப்போதும் திரும்ப நடந்து வருவாள் என்று ஓலேஸ்யாவுக்கும் எனக்கும் அது பழக்கமானதாகி விட்டது; மேலும் நாங்கள் எப்போதுமே கிளர்ச்சியுடனும் ஆர்வத்துடனும் உரையாடத் தொடங்கி, இருவருமே நெஞ்சறியா நிலையில் அமைதியான காட்டின் ஓரம் நெடுகிலும் எங்களால் முடிந்த அளவுக்கு காலடியைக் குறைத்து நடையை நீட்டிக்க முயன்றோம். சாலையை அடைந்த பிறகு அவளுடன் திரும்ப அரை மைல் தூரம் நடப்பேன், ஆனால் இன்னமும், பிரிவதற்கு. முன்னர், பைன் கொப்புகளின் நறுமணம் கமழும் கூரைக்குக் கீழாக நின்றவாறு, நீண்ட நேரம் பேசுவோம்.

ஓலேஸ்யாவின் அழகு மட்டுமல்ல என்னைக் கவர்ந்து, விட்டது; அவளது நேர்மையானதும், தனித்தன்மையானதும், சுதந்திரமானதுமான குணத்தாலும், தெளிவானதும், இன்னும் அசைக்க முடியாத மரபுவழி மூட நம்பிக்கையால் முற்றிலுமாகத் தோய்ந்த, ஒரு குழந்தையினுடையதைப் போல அப்பாவித்தனமான அவளது மனத்தாலும், ஓர் அழகிய பெண்ணின் தற்பெருமையுடன் மயக்கித் திரிகின்ற குணத்தை முற்றிலுமாக தவிர்த்ததாலும் நான் கவரப்பட்டேன். அவளது புராதனமான தெளிவான கற்பனைக்கு அகப்பட்ட எல்லாவற்றைப்பற்றியும் விரிவான கேள்விகளைக் கேட்பதில் அவள் சோர்வின்றி இருந்தாள்: நாடுகள், மக்கள், இயற்கையின் தனிச் சிறப்புகள், பூமியின், பிரபஞ்சத்தின் அமைப்பு, கற்றவர்கள், பெரிய நகரங்கள், என்ன இல்லை... பல விஷயங்கள் அவளுக்கு வியப்பானதாகவும், கற்பனை யானதாகவும், சாத்தியமில்லாததாகவும் காணப்பட்டன. ஆனால் எப்போதுமே அவளுடனான எனது பேச்சில் நான் அக்கறையுடனும், எளிமையுடனும், நம்பிக்கையுடனும் இருந்ததால் நான் சொன்னவற்றை எல்லாம் தடையின்றி, கேள்வி யின்றி நம்பினாள். சில நேரங்களில், எதையாவது என்னால் விளக்கிச் சொல்ல முடியாத போது– அவளுடைய அரைக்காட்டானின் அறிவுக்கு மிகவும் சிக்கலானது என்று நினைத்தோ, எனக்கே அது தெளிவில்லாது இருந்த போதோ– அவளது ஆர்வமிக்க வினாக்களுக்கு பதிலாகச் சொல்வேன்: "அதை உனக்கு விளக்கிச் சொல்ல முடியாதென்று பயப்படுகிறேன்... உன்னாலே புரிஞ்சு கொள்ள முடியாது."

பிறகு அவள் என்னிடம் மன்றாடிக் கேட்பாள்:

"ஓ, தயவுசெய்து எனக்குச் சொல்லுங்க... அது எனக்கு லகுவானதா இருக்காதுன்னு நீங்க நினைத்தால் கூடப் பரவாயில்லே..."

இயல் மீறிய ஒப்புமைகளைத் துணிந்து செய்யுமாறு அல்லது மிகவும் துணிச்சலான உதாரணங்களை நான் குறிப்பிடுமாறு அவள் செய்தாள், சரியான சொற்றொடருக்காக நான் தடுமாறிய போது, ஏதோ வார்த்தையில் தடுமாறிப் போகும் திக்குவாய்க்காரனிடம் செய்வது போல, பொறுமையற்ற கேள்விகளின் மழையால் என்னை உற்சாகப்படுத்துவாள். உண்மையில், முடிவில் அவளது கூரிய, பல்திறப் புலமைவாய்ந்த மனமும், தெளிவான சுற்பனையும் எனது ஆசிரியத் தொழிலின் திறமைக்குறைவை வெற்றி கொள்ளும். இதை நான் ஏற்றுக்கொண்டாக வேண்டும், அவளது சூழ்நிலையிலும் கல்வி நிலையிலும் அல்லது சரியாகச் சொன்னால் கல்வியின்மையில் இருக்கக் கூடியவளுக்கு அவள் அசாதாரணமான திறமைகளைப் பெற்றிருந்தாள்.

ஒருமுறை பேச்சுவாக்கில் பீட்டர்ஸ்பர்க்கைக் குறிப்பிட்டேன். அவள் உடனே என்னிடம் கேட்டாள்:

“பீட்டர்ஸ்பர்க் என்ன? ஒரு சிறிய நகரமா?”

“இல்லே. அது ஒரு சிறிய நகரமல்ல. அது மிகப் பெரிய ருஷ்ய நகரம்.”

“மிகப் பெரியதா? மிக மிகப் பெரிது என்றா சொல்றீங்க? அதை விடப் பெரிது வேறே இல்லையா?” என்னிடம் அப்பாவித்தனமாகக் கேள்வி கேட்டாள்.

“இல்லே... எல்லாத் தலைமையதிகாரிகளும் அங்கே வசிக்கிறாங்க... வீடுகள் எல்லாம் கற்களால் கட்டப்பட்டவை – மர வீடுகள் ஒன்றுமில்லே.”

“நம்ம ஸ்தெப்பானை விட அது பெரியதா கட்டாயம் இருக்க வேண்டும் என்று நினைக்கிறேன்?” நம்பிக்கையோடு கேட்டாள் ஒலேஸ்யா.

“ஓ, ஆமாம்... ஓரளவுக்குப் பெரியது– சுமார் ஐந்நூறு மடங்கு, என்று சொல்கிறேன். அங்கே வீடுகள் சிலவற்றில் ஸ்தெப்பானில் முழுமையும் இருந்த மக்களை விட இரு மடங்கு வசிக்கிறாங்க.”

“அட கடவுளே! அந்த வீடுகள் எப்படி இருக்கும், பிறகு?” அநேகமாக அச்சமுற்றபடி கேட்டாள்.

வழக்கம் போல நான் ஒப்புமைக்குச் செல்ல வேண்டியதாயிற்று.

“அச்சமூட்டுகிற வீடுகள். ஐந்து, ஆறு அல்லது ஏழு மாடிகள். அங்கே உள்ள பைன் மரம் உனக்குத் தெரியுமா?”

“உயரமா இருக்கிறதைத் தானே சொல்றீங்க? ஆமா.”

“சரி, அந்த வீடுகள் இது போல உயரமானவை. உச்சியிலிருந்து அடிவரையிலும் சனங்க நிறைஞ்சு இருப்பாங்க. அந்த சனங்க சின்ன

அறைகளிலே கூண்டுகளிலே இருக்கிற பறவைகளைப் போல, ஒவ்வொன்றிலும் பத்துப் பன்னரெண்டு பேர் வசிக்கிறதுனாலே, அவர்களுக்குப் போதுமான காற்றுக்கூட இருக்கிறதில்லை. மற்றவர்கள் கீழே, வசிக்கிறாங்க, பூமிக்குக் கீழே, குளிரிலும் ஈரத்திலும்; இன்னும் சிலர் ஆண்டு முழுக்கவே தங்களுடைய அறையில் சூரிய ஒளியைப் பார்க்கிறதில்லே."

"உங்களுடைய நகரத்திற்காக, என் காட்டை நான் ஒருபோதும் மாற்றிக்கொள்ளப் போறதில்லே." தனது தலையை ஆட்டியவாறு ஒலேஸ்யா கூறினாள். "சந்தைக் காகப் போகும் போது, ஸ்தெப்பானில் கூட எனக்கு வெறுப்பாத் தோனுது. எங்கே பார்த்தாலும் தள்ளுகிறார்கள். ஊளையிடுறார்கள், பூசலிடுறார்கள்... காட்டுக்காக அந்தளவு ஏக்கமுற்று, எல்லாத்தையும் தூக்கி எறிஞ்சுட்டு ஓடி வந்துருவேன்... நகரத்திலே வசிக்கிறதுக்கு நான் ஒருபோதும் சம்மதிக்க மாட்டேன்."

"ஆனா உன்னுடைய கணவன் நகரத்திலிருந்து வருவதாக வைத்துக்கொள்வோம்?" தப்பிக்கின்ற புன்னகையோடு கேட்டேன்.

அவள் முகஞ்சுழித்தாள், அவளது அருமையான நாசிகள் படபடத்தன.

"அம்மாடி!" ஏளன இகழ்ச்சியுடன் கூறினாள். "எனக்கு எந்தப் புருஷனும் வேண்டாம்."

"இப்பத்தான் நீ இது மாதிரி பேசுவாய், ஒலேஸ்யா. அநேகமா எல்லாப் பெண்களுமே இதையேதான் சொல்வாங்க, ஆனா அவர்கள் திருமணம் செய்து கொள்வாங்க. யாரிடமாவது காதல் கொள்கிற வரை பொறு – பிறகு அவன் பின்னாலே நகரத்திற்கு மட்டுமே அல்லது உலகத்தின் மூலைக்கே போறதுக்குத் தயாராக இருப்பாய்."

"ஓ. இல்லை... தயவுசெய்து, அது பற்றி நாம் பேசாமல் இருப்போம்." வலியுறுத்திக் கூறி சஞ்சலமுற்றாள். "அதனாலே என்ன லாபம்?.. தயவுசெய்து, வேண்டாம்."

"எவ்வளவு வேடிக்கையா இருக்கிறாய், ஒலேஸ்யா. ஒருத்தனை நீ காதலிக்கப் போவதேயில்லையின்னு நீ உண்மையாவே நினைக்கிறியா? நீ அவ்வளவு இளமையாகவும், அழகாகவும், வலிமையாகவும் இருக்கிறாய். உன்னுடைய ரத்தம் குறைத்தால் நீ எடுத்துக் கொண்டிருந்த எந்த உறுதி மொழியையும் மறந்துபோவாய்!"

"நான் காதல் வயப்பட்டுப் போனால் என்ன!" அவளது கண்கள் சந்தேகத்தோடு துடிக்கச் சொன்னாள். "நான் யாருடைய அநுமதியையும் கேட்கப் போறதில்லே.

“ஆக நீ திருமணங் கூட செய்து கொள்வாய்.” அவளை நான் கேலி செய்தேன்.

“சர்ச்சில் என்று சொல்றீங்களா?”

“உண்மை தான். பாதிரியார் உன்னைத் திருக்கோயில் மேசையைச் சுற்றி கூட்டிப்போவார், உதவி குரு ‘மகிழ் வோடிரு, இஸாய்யா!” பாடுவார், உன் தலை மீது ஒரு கிரீடத்தை வைப்பாங்க...”

அவள் தனது கண்ணிமைகளைத் தாழ்த்தி, வெளிறிய புன்னகையோடு தலையை ஆட்டினாள்.

“இல்லை, என் நண்பரே... நான் உங்களிடம் சொல்லப்போவது உங்களுக்குப் பிடிக்காமல் இருக்கலாம், ஆனா எங்க குடும்பத்திலே யாருமே சர்ச்சிலே கல்யாணம் செய்து கொண்டதில்லே: என் அம்மாவும், என் பாட்டியும் அது இல்லாமலேயே சமாளிச்சிட்டாங்க... நாங்க சர்ச்சுக்குள்ளே நுழையக் கூடாது...”

“எல்லாமே உங்களுடைய சூனியம் காரணமாகவா?”

“ஆமா, எங்களுடைய சூனியம் காரணமாகத்தான்.” அவள் அமைதியான கண்டிப்போடு பதிலளித்தாள். “என்னுடைய ஆத்மாவானது நான் பிறந்ததிலிருந்தே அவனுக்கு* விற்கப்பட்ட போது, சர்ச்சுக்குள்ளாக என்னால் எப்படி தைரியமா வர முடியும்?”

“அன்பே ஒலேஸ்யா... என்னை நம்பு, உன்னையே நீ ஏமாற்றிக் கொள்கிறாய்... நீ என்ன சொல்றியோ – அது பகுத்தறிவுக்கு ஒவ்வாதது, அது நகைப்புக்குரியது.”

முன்னமேயே நான் கவனித்திருந்த, அவளுடைய விளங்காத விதியினுடைய இரக்கமற்ற பழைய வெளிப்பாடு, திரும்பவும் ஒலேஸ்யாவின் முகத்தில் ஏற்பட்டது.

“இல்லை, இல்லை... உங்களாலே அதைப் புரிஞ்சுக்க முடியலே. ஆனா நான் அதை உணர்றேன்” – தனது கையை நெஞ்சின் மீது அழுத்தினாள்– “என் இதயத்திலே. எங்க குடும்பம் முழுமைக்குமே ஒரு சாபம் உண்டு. நீங்களாகவே தீர்மானியுங்கள்: அவன் இல்லாட்டி வேறு யார் எங்களுக்கு உதவி செய்யுறாங்க? என்னால செய்ய முடிந்ததை ஒரு சாதாரண மனிதனால் எப்படிச் செய்ய முடியும்? எங்களுடைய சக்தி முழுவதுமே அவனிடம் இருந்தே வருகிறது.”

---

* இச்சொல் சாத்தான் என்பதைக் குறிக்கிறது. ஆனால் மக்கள் மத்தியில் பொதுவாக ‘அவன்’ என்று வழங்கப்படுகிறது. (ப–ர்.)

மேலும் ஒவ்வொரு நேரமும் இந்த வழமையற்ற விஷயம் எங்களது பேச்சில் வந்து அம்மாதிரி முடிந்து போனது. அவளது புரிந்துகொள்ளும் ஆற்றலுக்குள்ளாக நான் செய்த எல்லா விவாதங்களும், ஹிப்னாட்டிசம், குறிப்பீடு, மனவியல் மருத்துவர்கள் மற்றும் இந்தியப் பக்கிரிகள் குறித்து எளிமையான சொற்களில் அவளிடம் பேசியவைகளும் வீணாயின. அவளது சில சோதனைகளுக்கு, ரத்தக் குழாயில் ரத்தக் கசிவை நிறுத்த வசியம் செய்வது போல, குழாயைத் திறமையாக அழுத்துவதன் மூலம் அத்தனை சுலபமாகச் சாதித்ததை மனோதத்துவ முறையில் விளக்கமளிக்க நான் முற்பட்டது வீணாயின: ஓலேஸ்யா எல்லாவற்றையும் என்னி டம் நம்பினாலும் என்னுடைய விளக்கங்களை பிடிவாதத்தோடு மறுத்துவிட்டாள்... "சரி, ரத்தத்தை உறைய வைப்பது குறித்து நீங்க சொன்னவற்றை மெய் என ஒத்துக்கொள்றேன், ஆனா ஒவ்வொன்னும் எங்கேயிருந்து வருது?" தனது குரலை உயர்த்தி அவள் விவாதம் செய்வாள். "ரத்தத்தை வசியம் செய்யுறது மட்டுந்தானா நான் செய்ய முடிந்ததெல்லாம்? உங்க வீட்டை விட்டு எல்லாச் சுண்டெலிகளையும், கரப்பான் பூச்சிகளையும் ஒரே நாள்ளே நான் விரட்டணும்னு நீங்க விரும்புறீங்களா? உங்களுடைய மருத்துவர்கள் எல்லாம் நோயாளியைக் கைவிட்ட பிறகும், வெறும் தண்ணீராலே பயங்கரக் காய்ச்சலை இரண்டு நாளில் நான் குணப்படுத்த வேண்டும் என்று விரும்புறீங்களா? சில வார்த்தைகளை நீங்க முழுசா மறக்குமாறு நான் செய்ய வேண்டும் என்று விரும்புறீங்களா? கனவுகளில் நான் ஏன் குறுக்கிட வேண்டும்? என்ன நடக்கும் என்பதை நான் ஏன் அறிய வேணும்?"

விஷயத்தை சவாலுக்கு இழுப்பதாக ஓலேஸ்யாவுக்கும் எனக்குமிடையே ஒருவருக்கொருவர் மனக்கசப்புடன் விவாதம் எப்போதுமே முடிந்தது. அவளுடைய கருப்பு மந்திரத்திலே அதிகம் இருந்ததாலே, என்னுடைய குறைந்த விஞ்ஞான அறிவால் முடியவில்லை. அந்தளவு அதிகம் பாதிக்கப்படாத திடநம்பிக்கையுடன் அவள் பேசிய பாதி ரகசியங்களையாவது அவள் பெற்றிருப்பாளா என்பதை நான் சொல்ல முடியாது. ஆனால், மிகவும் அடிக்கடி நான் சாட்சியாக இருந்த விஷயங்கள், அசைக்க முடியாத உள்ள உறைப்பை எனக்கு ஏற்படுத்தியது. அதாவது அபூர்வமான அநுபவத்தால், விநோதமான அறிவால் பெறப்பட்ட உணர்வற்ற, தூண்டுதலற்ற, தெளிவற்ற அறிவிற்கு ஓலேஸ்யாவுக்கு வாய்ப்பிருந்தது என்பதாகும். நூற்றுக் கணக்கான ஆண்டுகளாகப் பின்னுக்கு விடப்பட்ட சரியான விஞ்ஞானமாகிய இது அறியாமைமிக்க, தனிமையில் விடப்பட்ட மக்களிடையே மூர்க்கத்தனமானதும், நகைப்புக்கிடமான நம் பிக்கைகளுடனும் கலந்துவிட்டது. மேலும் இது ஒரு மிகப் பெரும் ரகசியமாக தலைமுறையிலிருந்து தலைமுறைக்கு மாறியது.

இந்த ஒரு விஷயம் குறித்த எங்களது கூர்மையான வேறுபாடுகளுக்கு மாறாக, நாங்கள் ஒருவருக்கொருவர் மேன் மேலும் நெருக்கமாகிக் கொண்டுவந்தோம். இதுவரை காதல் வார்த்தை எதையும் நாங்கள் பரிமாறிக் கொண்டதில்லை. ஆனால் சேர்ந்திருக்க வேண்டும் என்ற தேவை எங்களுக்கு ஏற்பட்டது. மேலும், எங்களது கண்கள் சந்தித்துக் கொண்ட அந்த மௌனமான கணங்களில், ஒலேஸ்யாவின் கண்களில் ஈரம் படர்ந்திருப்பதையும், அவளது நெற்றில் மெல்லிய நீல நிற ரத்தக் குழாய் விரைவாக அதிர்வதையும் பார்த் தேன்.

மறு புறத்தில், யர்மோலாவுடனான எனது உறவுகள் சீர்கெட்டுப் போயின. சூனியக்காரியின் குடிசைக்கு நான் போய்வருவதும், ஒலேஸ்யாவுடனான எனது மாலை நேர உலாவல்களும் அவனுக்கு வெளிப்படையான ரகசியங்களாயின: தனது காட்டில் என்ன நடந்து கொண்டிருக்கிறது என் பதை வியப்படையுமாறு துல்லியமாக அவன் எப்போதுமே அறிந்திருந்தான். என்னைத் தவிர்க்கத் தொடங்கியிருந்தான். காட்டிற்குச் செல்ல நான் தயாராகும் பொழுதெல்லாம், ஏற்றுக்கொள்ளாமை குறித்து ஒரு வார்த்தை கூட அவன் பேசாவிட்டாலும், அவனுடைய கருவிழிகள் தொலைவிலிருந்தே கண்டிப்பும், மகிழ்ச்சியுமற்ற பார்வையோடு என்னைக் கவனித்தன. எங்களது வேடிக்கையான தீவிரப் படிப்புகள் நின்று போயின. எப்போதாவது மாலை நேரத்தில் பாடம் குறித்து நான் யோசனை சொன்ன போது, அந்த எண்ணத்தை அக்கறையற்ற தோரணையோடு தவிர்த்து விடுவான்.

“என்ன பயன்? நேரத்துக்குக் கேடு, ஐயா,” சோர்வான அலட்சியத்தோடு அவன் கூறுவான்.

வேட்டைக்கும் நாங்கள் செல்லவில்லை. எப்பொழுதெல்லாம் நான் விஷயத்தை யர்மோலாவிடம் சொன்னேனோ, அப்போதெல்லாம் தவிர்ப்பதற்கு முன்கூட்டியே வாசகத்தைத் தயாராக வைத்திருந்தான்: ஒரு துப்பாக்கி வேலை செய்யலே, ஒரு நாய்க்கு உடம்பு சரியில்லே, நேரமில்லே. “எனக்கு நேரமில்லே, ஐயா... கொஞ்சம் உழ வேண்டி இருக்கு.” என்று, என்னுடைய அழைப்புக்குப் பதில் சொல்வதை விட, மிக அடிக்கடி கூறுவான்; உழுவதற்கான நோக்கம் எதுவும் அவனுக்கில்லை என்பதும், ஆனால் அருந்தகத்தைச் சுற்றி நாள் முழுக்க வட்டமிட்டுக் கொண்டிருக்கப்போகிறான் என்பதும், யாரேனும் அவனைக் குடிக்க அழைப்பார்கள் எனத் தொடர்ந்து நம்பிக்கொண்டிருப்பான் என்பதும் எனக்கு மிக நன்றாகத் தெரியும். அவனது மௌனமான, அழன்றெரிகிற எதிர்ப்பு என்னைக் கவலைக்குள்ளாக்கத் தொடங்கவே, அவனை வேலையிலிருந்து நீக்க முதல் வாய்ப்பினைப் பெறுவது குறித்துச் சிந்தித்துக் கொண்டிருந்தேன்... எது என்னைத் தயங்க

வைத்தது என்றால், அவனது பெரிய, வறுமைப்பட்ட குடும்பத்தை அவனது சம்பளமான நான்கு ரூபிள்களே சாவினின்றும் காப்பாற்றி வருகிறது என்ற பரிவுணர்ச்சியாகும்.

7

ஒருநாள் இருட்டுவதற்குச் சற்று முன்னர் வழக்கம் போல சூனியக்காரியினுடைய குடிசைக்கு வந்த போது, அதன் குடியிருப்பாளர்களது வாட்டமுற்ற தோற்றத்தால் உடனேயே திடுக்கிட்டேன். மனுய்லிகா தனது கால்களை முடக்கி வைத்துக் கொண்டு, படுக்கையின் மீது கூனியமர்ந்து, முன்னும் பின்னும் ஊசலாடியவாறு, தனது கைகளுக்குள்ளாகத் தலையை அணைத்தவாறு தனக்குத் தானே ஏதோ முணுமுணுத்தாள். என்னுடைய வாழ்த்துகளை அவள் பொருட்படுத்தவில்லை. தனது வழமையான நட்புரிமை போடு ஒலேஸ்யா பதிலளித்தாள். ஆனால் எங்களுடைய உரையாடல் சோர்வாக இருந்தது. அவள் கவனக்குறைவாகத்தான் கேட்டுக் கொண்டிருந்திருக்க வேண்டும், ஏனெனில் அவளது பதில்கள் விஷயத்திற்கு அப்பாற்பட்டு இருந்தன. அவளது அழகிய முகம் உள்ளார்ந்த கவலையால் நிழலிட்டிருந்தது.

“ஏதோ சிக்கலில் இருப்பீங்கன்னு நினைக்கிறேன், ஓலேஸ்யா,” என்று கூறி பெஞ்சின் மீது கிடந்த அவளது கையை மெதுவாகத் தொட்டேன்.

விரைந்து அவள் சன்னலுக்கு வெளியே பார்க்கத் திரும்பிக் கொண்டாள். அமைதியானவள் போலக் காணப்பட முயன்றாள், ஆனால் அவளது வளைந்த புருவங்கள் நடுங்கின, அவளது பற்கள் கீழுதடைக் கடித்தன.

“இல்லே... எங்களுக்கு என்ன நடந்திருக்க முடியும்?” அழுத்தமின்றி சொன்னாள். “எல்லாம் எப்போதும் போலத் தான் இருக்கு.”

“என்னிடத்தில் ஏன் உண்மையைச் சொல்லக் கூடாது, ஒலேஸ்யா? இது உனக்கு நல்லாயில்லே... நாம் நண்பர்கள்னு நான் நினைத்தேன்.”

“எதுவும் தவறில்லை, நான் உங்களுக்கு உறுதி தருகிறேன்... வெறுமனே... எங்களுடைய சில்லறைத் தொல்லைகள் – அற்பத்தனமானவை எல்லாம்...”

“இல்லே, ஒலேஸ்யா, அற்பத்தனமானவை உன்னை இம்மாதிரிக் காட்டாது.”

“அது உங்களுடைய கற்பனை.”

“தயவு செய்து என்னிடத்தில் வெளிப்படையாப் பேசு, ஒலேஸ்யா. உனக்கு உதவி செய்ய முடியுமான்னு எனக்குத் தெரியலே, ஆனா குறைந்தது உனக்குச்

சில ஆலோசனை சொல்ல முடியும்... எப்படியிருந்தாலும், உன்னுடைய துயரத்தை என்னோட பங்கு போட்டுக்கொள்வதனாலே, உனக்கு நல்லா இருக்கும்."

"ஓ, அது பற்றிப் பேசுறதிலே பயனில்லே, உண்மையாகவே, பொறுமையில்லாதபடி பதிலளித்தாள் ஒலேஸ்யா. "எங்களுக்கு உதவ உங்களாலே முடிஞ்சது எதுவுமில்லே."

கிழவி திடீரென்று எங்களுடைய பேச்சில் வழமையற்ற சீற்றத்தோடு குறுக்கிட்டாள்.

"மூட்டாள்தனத்தை நிறுத்து, நிறுத்துவியா? சொன்னதே சொல்லிக் கொண்டிருப்பதற்கு பதிலா அவர் அறிவோம் பேசும் போது கேட்கணும். உன்னை விட பூமியிலே வேறுயாருமே புத்திசாலி இல்லையின்னு நினைக்கிறியா? முழுக்கதையையும் உங்களுக்கு நான் சொல்றேன். ஐயா." என்று சொல்லி, என் பக்கம் திரும்பினாள்.

கர்வமிக்க ஒலேஸ்யாவின் குறிப்புகளினின்றும் நான் சேகரிக்க முடிந்ததைக் காட்டிலும் சிக்கல் மிகவும் மோசமானதாக இருந்தது. முந்திய இரவில் புறநகர் போலீஸ் அதிகாரி சூனியக்காரியின் வீட்டிற்குள்ளாக நுழைந்திருக்கிறான்.

"முதல்லே அவர் ஒழுங்கா உட்கார்ந்து கொஞ்சம் ஒத்கா சாராயம் கேட்டாரு." என்றாள் மனுய்லிகா "அதன் பிறகு அவர் தொடர்ந்தார். 'நீங்க இந்த வீட்டைக் காலி செய்யணும், இருபத்தி நாலு மணி நேரத்திலே, மூட்டை முடுச்சோட. அடுத்த முறை நான் வரும்போது உங்களைப் பார்த்தா' என்றார். 'நானே உங்களைக் குற்றவாளியைப் போல அனுப்பி வைப்பேன், தப்பில்லே. உங்களை மூட்டை கட்டி இரண்டு போர்வீரர்களோட அனுப்பி வைப்பேன், நாசமாப் போக!' என்கிறார். இப்ப என் வீடு தொலைவிலே இருக்கு. ஐயா– ஆம்சென்ஸ்க் நகரம்... அங்கே உயிரோடு இருக்கிற ஆட்களிலே ஒருத்தரையும் எனக்குத் தெரியாது, அத்தோட எங்க பாஸ்போர்டுகள் முடிஞ்சு எவ்வளவோ காலமாச்சு. எப்படியும் அவை ஒழுங்காகவும் இல்லை. ஓ, ஐயா!"

"ஆனா நீங்க இங்கே வசிக்கிறது பற்றி அவர் பொருட்படுத்தலே, இல்லையா?" என்றேன். "இப்ப ஏன் அவர் உங்களை நச்சரிக்க வேணும்?"

"நான் தெரிந்து கொள்ள விரும்புறதும் அது தான்... அவர் எதையோ உளறினார், ஆனா என்னாலே எதையும் புரிஞ்சுக்க முடியலே. பாருங்க, நாங்க வசிக்கிற இந்த வீடு எங்களுடையது இல்லே, அது பண்ணையார் உடையது. நாங்க கிராமத்திலே தான் வசித்து வந்தோம், பிறகு..."

"எனக்குத் தெரியும், பாட்டி, அது பற்றி நான் கேள்விப்பட்டிருக்கேன். விவசாயிகள் உன்னோட கோபப்பட்டாங்க..."

“அப்படியே அவுங்க செஞ்சாங்க. பிறகு நாங்க பழைய பண்ணையார் திருவாளர் அப்ரோசிமவிடம் சென்று கதறினோம், இந்த அழுக்கடைந்த குடிசையை எனக்குத் தந்தார். ஆனா இப்பத் தெரியுது ஒரு புதிய பண்ணை இந்தக் காட்டை வாங்கியிருக்கிறார், சதுப்பு நிலத்தை ஈரம் போக்கி என்னவோ செய்ய விரும்புறார். நான் கை இங்கே தங்கியிருக்கக் கூடாது?”

“விஷயம் பூராவுமே ஒரு வகையில் கதைதான், பாட்டி?” என்று குறிப்பிட்டேன்.” அந்தப் புறநகர் போலீஸ் அதிகாரி அவர் கையில் நீ கொடுக்கணும்னு விரும்பியிருக்கலாம்.”

“அதையும் முயற்சி செய்தேன், என் நண்பரே, நான் கொடுத்தேன். அவர் அதை எடுத்துக் கொள்ளலே! அதை நீங்க நம்புறீங்களா?.. அவருக்கு இருபத்தி ஐந்து ரூபிள் நோட்டுக் கொடுத்த போது, அதை அவர் ஏற்றுக்கின்றலே.. ஓ, இல்லே! அவர் அந்தளவு வெறியோட இருந்ததாலே நான் பித்துப் பிடிச்சுப்போய் பீதியடைந்தேன். அவர் வெறுமனே கூச்சல் போட்டுக்கிட்டிருந்தார்: ‘இங்கிருந்து வெளியேறு!’ நாங்க இப்ப என்ன செய்யுறது, ஏழை அநாதைகள் நாங்க! உங்களால் எங்களுக்கு உதவி செய்ய முடிந்தால். அன்புள்ள ஐயா, இது பற்றி அவரோட பேசுங்க, பேராசைக்கார நாய்! கடைசி வரைக்கும் உங்களுக்கு நன்றியோட இருப்பேன்.”

“பாட்டி!” கண்டிக்கிற தொனியில் ஒலேஸ்யா கூறினாள்.

“பாட்டிக்கு என்ன?” மனுய்லிகா கோபத்தோடு திருப்பிச் சொன்னாள். “இருபத்தி நாலு ஆண்டுகளா நான் உன்னுடைய பாட்டியா இருக்கேன். நாம பிச்சை எடுக்கப் போறது நல்லதுன்னு நீ நினைக்கிறியா? அவள் சொல்வதைக் கேட்காதிங்க, ஐயா, உங்களால முடிந்தா உதவி செய்யுங்க.”

அவர்களுக்காக வாதாடுவதாக, உண்மையைச் சொல்லப் போனால், அதில் ஓரளவே நம்பிக்கையிருந்தாலும், வெறுமையாக உறுதி தந்தேன். இலஞ்சம் வாங்கப் புறநகர் போலீஸ் அதிகாரி மறுத்தது, உண்மையிலேயே இது மிக முக்கியமான விஷயந்தான். அன்று மாலை ஒலேஸ்யா உயிரற்று எனக்கு விடை தந்து, வழக்கமாகச் செய்வது போல் என்னுடன் நடந்து வரவில்லை. அந்தக் கர்வமிக்க பெண். என் தலையீட்டிற்கு எதிர்ப்புத் தெரிவித்ததையும். தன் பாட்டியினுடைய கண்ணீர் சிந்திய நடவடிக்கைக்கு ஓரளவு வெட்கப்பட்டதையும் கண்டேன்.

8

காலை நேரம் சாம்பல் நிறமாகவும், வெதுவெதுப்பாகவும் இருந்தது. சில முறைகள் பெரும். சுருக்கமான, நன்மை தரும் மழைத் தூறல் ஏற்கெனவே பெய்யத் தொடங்கிருந்தது; அம்மழைக்குப் பிறகு கண்ணுக்குத் தெரியும்

இளம் புற்கள் வளரும், புத்தம் புது மொட்டுகள் துளிர்க்கும். ஒவ்வொரு தூறலுக்கும் பிறகு, எனது முன் தோட்டத்தில் நெருங்கி நின்ற அல்லியின் – இன்னமும் அழகிய பசுமையாக மழை நீர் கழுவிய இலைகளின் மீது மகிழ்ச்சியாகப் பிரகாசிக்க சூரியன் கண நேரத்திற்கு வெளியேறும்; காய்கறித் தோட்டத்தின் ஒழுங்கற்ற பாத்திகளின் மீது துடுக்கான சிட்டுக்குருவிகள் பலமாகக் கிரீச்சிடும்: பாப்ளாரின் பழுப்பு நிற மொட்டுகள் அழுத்தமான நறுமணத்தை வெளிவிடும். யர்மோலா உள்ளே நுழைந்த போது, நான் மேசை முன் உட்கார்ந்து ஒரு காட்டுக் குடிசையின் வரைபடத்தை வரைந்து கொண்டிருந்தேன்.

“புறநகர் போலீஸ் அதிகாரி இங்கிருக்கிறார்.” என்று வாட்டத்தோடு சொன்னான்.

இரண்டு நாட்களுக்கு முன்னால் அந்தப் புறநகர் போலீஸ் அதிகாரி வந்து விட்டாரா என்பதை எனக்குத் தெரிவிக்கு மாறு அவனிடம் நான் கூறியதை நான் முற்றிலும் மறந்து போனதால், அதிகாரத்தின் அந்தப் பிரதிநிதி என்ன வேலையாக அப்போது என்னுடன் இருக்கப் போகிறார் என்பதை என்னால் புரிந்துகொள்ள முடியவில்லை.

“என்ன அது?” தடுமாற்றத்தோடு கேட்டேன்.

“புறநகர் போலீஸ் அதிகாரி இங்கிருக்கிறார் என்று சொன்னேன்,” என்று யர்மோலா, சமீபக் காலத்தில் என்னிடம் பயன்படுத்திக் கொண்டு வரும் எதிர்ப்புத் தொளியில் பதிலளித்தான். “ஒரு நிமிஷத்துக்கு முன்னாலே அவரை நான் அணைக்கட்டிலே பார்த்தேன். அவர் இந்த வழியாக வந்து கொண்டிருக்கிறார்.”

வெளியே சக்கரங்கள் அதிரிட்டன. சன்னலுக்கு விரைந்து அதைத் திறந்தேன். எலும்புந் தோலுமான, தொங்கிய உதட்டுடனும், புண்பட்ட தோற்றத்துடனும் கூடிய சாக்லேட் நிற, காய் அடிக்கப்பட்ட குதிரை, ஆட்டங்கண்ட பிரம்பு ஒற்றைச் குதிரை வண்டியோடு ஒரே ஓர் ஏர்க்கால் பூட்டப்பட்டு – மற்றது வண்டியோடு ஒரு தடித்த கயிறால் மாட்டபட்டிருந்தது–எழுச்சியற்றபடி இழுத்துக் கொண்டு வந்தது. (தேவையற்ற வதந்திகளைத் தளிர்ப்பதற்காக புறநகர் போலீஸ் அதிகாரி அத்தகைய இரங்கத்தக்கப் பயன்படுத்திக் கொண்டு வருவதாக உள்ளூர்க் குறும்பர்கள் கூறினார்கள்.) புறநகர் போலீஸ் அதிகாரி, செலவு பிடிக்கும் சாம்பல் நிறத் துணியின் மேலங்கியுடன் ஒப்பனை செய்யப் பட்ட, இயல் மீறிய வடிவத்துடன் இரு இருக்கைகளையும் எடுத்துக் கொண்டு, அவரே ஓட்டிக்கொண்டு வந்தார்.

“என்னுடைய வாழ்த்துகள், யெவ்ப்சீகிய் அஃப்ரிக்கான விச்!” சன்னலுக்கு வெளியே குனிந்து நான் கத்தினேன்.

"ஓ. காலை வணக்கம்! எப்படியிருக்கீங்க?" அன்புகொள்ளத்தக்கவாறு, ஒரு மேலதிகாரியினுடைய வீறார்ந்த குரலில் பதிலளித்தார்.

குதிரைக்குக் கடிவாளமிட்டு, முன்னுக்குக் கவர்ச்சியற்ற முறையில் குனிந்து எனக்கு வணக்கம் செய்தார்.

"நொடிப்பொழுதுக்கு உங்களாலே உள்ளே வந்து போக முடியுமா? உங்களோட விவாதிக்க ஒரு சின்ன விவகாரம் என்னிடம் இருக்கு."

அவர் கைகளை அகல விரித்துத் தலையை அலைத்தார்.

"என்னாலே முடியாது. எனது கடமைகளை நான் நிறை வேற்றிக் கொண்டிருக்கிறேன். ஓர் இறந்த உடலை–மூழ்கிய மனிதனை – பார்வையிட வலோஷாவுக்குப் போய்க் கொண்டிருக்கிறேன்."

ஆனால் அதற்குள்ளாக அவருடைய குறைபாடுகளை நான் அறிந்ததால், மாறுபட்ட தொனியில் பேசினேன்:

"அது மகாமோசம்... கோமகன் வோர்ட்ஸெல் எஸ் டேட்டிலிருந்து வந்த அருமையான சரக்கு இரண்டு பாட்டில்கள் வைத்திருக்கிறேன், ஆகவே நினைத்தேன்..."

"என்னாலே முடியாது. கடமை, பாருங்க..."

"எனக்குத் தெரிந்த ஓர் ஆள் அவற்றை என்னிடம் விற்றான். அவற்றை நிலவறையிலே ஒரு குடும்பச் சொத்தைப் போல அவன் பேணி வந்திருக்கிறான்... எப்படியாகிலும், நீங்க உள்ளே வரலாம்... உங்க குதிரைக்குக் கொடுக்க என்னிடம் கொஞ்சம் ஓட்ஸ் இருக்கு."

"நீங்க வற்புறுத்தக் கூடாது. உண்மையாத்தான்" என்றார். 'கடமைதான் முதல்லே என்று உங்களுக்குத் தெரியாதா? எப்படிப் பார்த்தாலும், அந்த பாட்டில்களில் என்ன இருக்கு? பழவற்றல் பிராந்தி?"

"பழவற்றல் பிராந்தி, உண்மைதான்! இது பழைய ஒத்கா, ஐயா, அதுதான் அது!"

"என்னிடம் ஏற்கெனவே கொஞ்சம் இருக்கு, வெளிப்படையாச் சொன்னா." என்று போலீஸ் அதிகாரி தனது கன்னத்தைப் பிறாண்டி வருத்தத்தோடு முகஞ்சுழித்தார்.

"ஒருவேளை அது உண்மையில்லாமல் இருக்கலாம்." முன்னர் போல இதமாகப் பேசினேன், "ஆனா அது இருநூறு ஆண்டுகள் பழமை வாய்ந்ததுன்னு சத்தியம் செய்தான் அது உண்மையான கோன்யாக் போல மணக்குது, அம்பரைப்போல மஞ்சள் நிறமா இருக்கு."

“பாருங்க, நீங்க எனக்கு என்ன செய்யப் போறீங்க! கேலியான கலக்கத்தோடு வியந்து சொன்னார். “இப்போ குதிரையை யார் பார்த்துக்கொள்வது?”

உண்மையாகவே என்னிடம் பழைய வோத்கா பாட்டில்கள் சில இருந்தன, ஆனாலும் நான் பெருமை பேசியது போல அது அந்தளவுக்கு பழையன அல்ல; ஆனால் சில ஆண்டுகளுக்கு முற்பட்டது போலக் குறியிட்டேன்.. எந்த வகையிலும் அது முதல்தரமான வலிமை கொண்ட வீட்டில் தயாரித்த உண்மையான பழைய வோத்கா, கெட்டுப்போன ஒரு பெருஞ்செல்வரின் நிலவறைகளின் பெருமை மிக்கவை. (கிறிஸ்துவ மதகுருமார் குடும்பத்தினின்றும் வந்த புறநகர் போலீஸ் அதிகாரி, தடுமனால் உடல் நலமில்லை என்று சொல்லி என்னிடமிருந்து ஒரு பாட்டிலைக் கைப்பற்றினார்...) நொறுக்குத் தீனி வழங்கினேன் – புதிதாக மத்துப் போட்ட வெண்ணெய்யுடன் புத்தம் புதிய முள்ளங்கிக் கிழங்கு– மிகவும் நாவுக்கினியதாக இருந்தது.

“இங்கே உங்களுடைய விவகாரம் என்ன?” ஐந்தாவது கிளாசுக்குப் பிறகு கேட்ட அவர், அவரது கனத்தால் முறு முறுத்த ஒரு பழைய கைநாற்காலியின் பின்னுக்குச் சாய்த்திருந்தார்.

ஏழைக் கிழவியின் மோசமான நிலையை அவருக்கு விவரிந்து, அவளது உருவியற்ற நிலையையும் நம்பருக்கு விவயையும் குறிப்பிட்டு, தேவையற்ற சம்பிரதாயக் குறிப்பை வெளியிட்டேன். தலை குனிந்தவாறு நான் சொல்வதைக் கேட்ட அவர், சிவந்த, உறுதி வாய்ந்த முள்ளங்கியின் வேர்களை ஒழுங்காக வெட்டவும், அதைச் சுவை ஆர்வத்தோடு ஓசைபட மெல்லவும் செய்தார். எப்போதாவது, நீல நிறத்தோடும். கேலிக்குரியவாறு சிறிதாகவும் இருந்த அவருடைய கிளர்ச்சியற்ற, தெளிவற்ற கண்களால் என்னைப் பார்த்தார், ஆனால் அவருடைய பெரிய சிவந்த முகத்தில் பரி வையோ. எதிர்ப்பையோ என்னால் கண்டறிய முடியவில்லை.

“ஆக நான் என்ன செய்ய வேண்டும்னு நீங்க விரும்பு நீங்க?” கடைசியாக நான் இடை ஓய்வு விட்ட போது, என்னிடத்தில் அவர் கேட்டதெல்லாம் இதுதான்.

“என்னன்னு நீங்க நினைக்கிறது என்ன?” உணர்ச்சிவயப்பட்டவாறு பதிலளித்தேன். “அவர்கள் இருக்கக் கூடிய மோசமான நிலையை உங்களாலே பார்க்க முடியலியா? இரண்டு ஏழை, பாதுகாப்பற்ற பெண்கள்.

“அவர்களில் ஒருத்தி ரோஜா மொட்டைப் போல அழகாக இருக்கிறாள்!” என்று கேலியாகக் குறிப்பிட்டார் அதிகாரி.

“அப்படி இருக்கலாம், ஆனா அது விஷயத்துக்கு அடுத்துத்தான். நான் தெரிந்துகொள்ள விரும்புவது அவர்களுக்காக கொஞ்சம் பரிவை நீங்க ஏன் காட்டக் கூடாது என்பதுதான். அத்தனை அவசரமாக அவர்களை அவசியம் வெளியேற்றியாக வேண்டும் என உங்களை நம்ப வேண்டுமென்று என்னை எதிர்பார்க்காதீங்க? நீங்க குறைந்தது கொஞ்சக் காலம் பொறுத்து, அவர்களுக்காக அந்தப் பண்ணையாரிடம் கேட்டுக் கொள்வதற்கு எனக்கு ஒரு வாய்ப்புத் தர வேண்டும். ஒரு மாதம் அல்லது சற்று கூடுதலா காத்திருப்பதனாலே என்ன சங்கடம் வந்துறப் போகுது?”

“என்ன சங்கடமா?” தனது கைநாற்காலியிலிருந்து அவர் குதித்தெழுந்தார். “ஏன், அது எனக்கு நிறைய சங்கடத்தை உண்டாக்கும். முதல் காரியமா என் வேலை. அந்தப் புதிய பண்ணையார் திரு இலியஷேவிச் என்ன மாதிரின்னு கடவுளுக்குத் தான் தெரியும், பிறர் காரியங்களில் தலையிடுபவரா இருக்கலாம்... தங்களுக்கு ஏதாவது கொஞ்சம் சங்கடம் ஏற்படுகிற அந்தக் கணமே பீட்டர்ஸ்பர்க்கிற்கு எழுதக் கூட்டிய ஆட்களில் ஒருவரா இருக்கலாம். அது போன்ற ஆட்களை நாம இங்கே பார்க்க முடியும்!”

கோபமுற்ற புறநகர் போலீஸ் அதிகாரியை சாந்தப்படுத்த முயன்றேன்.

“வாங்க, இப்ப, யெவ்ப்சீகிய் அஃப்ரிக்கானவிச் சற்று கனமான ஒன்றின் மேலே நீங்க அதை ஏற்பாடு செய்யுறீங்க அதன் பிறகு, அதில் சங்கடம் ஏற்பட்டால் கூட அதில் நன்றியும் இருக்கு.”

“ப்பூ!” என்று வியந்து, தனது அகலமான கால்சட்டையின் பைகளுக்குள்ளாகக் கைகளை ஆழமாகத் திணித்தார். போலீஸ் அதிகாரி. “நன்றியா! கேவலம் இருபத்தி ஐந்து ரூபிள்களுக்காக என் வேலையைச் சங்கடத்தில் வைப்பேன்னு நீங்க நினைக்கிறீங்களா? இல்லை, ஐயா, அதை நீங்க கற்பனை செய்தால் உங்களுக்கு என்னைத் தெரியாது.”

“ஆத்திரப்பட வேண்டாம், யெவ்ப்சீகிய் அஃப்ரிக்கானவிச். அது பணத்தைப் பற்றிய கேள்வியே அல்ல, அது மனிதாபிமானமிக்க ஒரு செயலாகும்...”

“ம–னி–தா–பி–மானம்?” அசை அசையாக, கிண்டலோடு திருப்பிச் சொன்னார். “இங்கு தான் அந்த மனிதாபிமானம் என்னை நிறுத்துப் பாக்குது!”

தனது வலிமை வாய்ந்த பிடரியின் மீது தொங்கிய முடியற்ற மடிப்பின் மேல் கையால் பலமாக அடித்தார்.

“நீங்க மிகைப்படுத்துறதா, நான் நினைக்கிறேன், யெவ்ப்சீகிய் அஃப்ரிக்கானவிச்.”

“துளி கூட இல்லை, ஐயா. ‘இது இந்தப் பகுதிகளின் சவுக்கு,’ புகழ்பெற்ற கட்டுக்கதையாளர் திரு கிரிலோவ் கூற்றைப் பயன்படுத்திச் சொன்னால். அதுதான் அந்த இரண்டு பெண்களும், ஐயா! மேன்மைதங்கிய இளவரசர் உரூஸொவ் எழுதிய அற்புதமான நூலாகிய ‘போலீஸ் அதிகாரி’யை நீங்க படித்துவிட்டீர்களா?”

“இல்லே. நான் படிக்கவில்லை.”

“அது ஓர் இழப்புத்தான், ஐயா. அது ஓர் அருமையானதும், மிகவும் அறிவுறுத்துகிற நூலுமாகும். ஓய்வாக இருக்கையில் அதை நீங்க படிக்க வேண்டும் எனக் கேட்டுக்கிறேன்.”

“மிகவும் நல்லது, மகிழ்ச்சியோடு அதை வாசிப்பேன். ஆனா அந்த இரு ஏழைப் பெண்களோட இந்தப் புத்தகத்துக்குயலே.” என்ன சம்பந்தம்னு இன்னமும் எனக்குத் தெரியலே”

“அவர்களை என்ன செய்யுறது? மிகவும் நேர்முகமான பிரச்சினை. முதல் விஷயம் – தனது தடித்த, மயிரடர்ந்த இடது சுட்டுவிரலை மடக்கினார், “சோம்பல் இல்லாமல் ஒவ்வொரு ஆளும் கடவுளின் வீட்டிற்கு வருவதை போலிஸ் அதிகாரி சோர்வில்லாதவாறு கண்காணிப்பார், அவர் செய்ய வேண்டாத கடமை, எனினும், ஒரு பளுவாகக் கருதப்படக் கூடியது...’ நான் உங்களை ஒன்று கேட்கலாமா –அந்தப் பெண்... எப்படிக் கூப்பிடுவீங்க... மனுய்லிகா, அது தானே?.. அவள் எப்போதும் சர்ச்சுக்குப் போறதுண்டா?”

எதிர்பாராத முறையில் பேச்சுத் திரும்பியதால் வாயடைத்துப் போய் நான் விமரிசனம் எதுவும் செய்யவில்லை. வெற்றிப் பெருமிதத்தோடு என்னைப் பார்த்து தனது நடு விரலை மடக்கினார்.

“இரண்டாவது விஷயம்: ‘எங்கேயிருந்தாலும் பொய்யான ஜோசியங்களோ, பொய்யான குறிசொற்களோ தடை செய்யப்பட்டிருக்கிறது.’ எப்படின்னு பாருங்க, ஐயா? இப்ப மூன்றாவது விஷயம் வருது: ‘ஒருத்தர் தன்னை சூனியக் காரியாகவோ, மந்திரவாதியாகவோ ஆக்கிக் கொள்வது அல்லது அது போன்ற எந்த மோசடிக் காரியங்களிலும் ஈடுபடுவது தடை செய்யப்பட்டிருக்கிறது.’ அதுக்கு நீங்க என்ன சொல்றீங்க? எல்லாமே திடீரென்று வெளிவந்தாலோ, எப்படியோ மேலதிகாரிகளுக்குச் சென்றாலோ? பதில் சொல்ல யாரைக் கூப்பிடுவாங்க? – என்னை. வேலையிலிருந்து தள்ளப்படுவது யாரு? – திரும்பவும் என்னைத் தான். ஆக பார்த்துக் கொள்ளுங்க.”

அவர் திரும்பவும் உட்கார்ந்தார் சுவர்களுக்கு மேலாக அவரது கண்கள் வெறுமையாக அலைந்தன, அதே நேரத்தில் அவரது விரல்கள் மேசையின் மீது உரக்கத் தாளம் போட்டன.

“ஆனா ஒரு விஷேடச் சலுகையாக உங்களிடம் நான் கேட்டிருந்தால், யெவ்ப்சீகிய் அஃப்ரிக்கானவிச்?” உகந்தவராகச் செய்யும் தொனியில் நான் திரும்பவும் ஆரம்பித்தேன்.” நிச்சயமா சிக்கலானதும், தொல்லை தரும் கடமைகளாலும் நீங்க அழுந்திக்கிடக்கீங்க, ஆனா நீங்க அளவுக்கு மீறி அன்பானவர்ன்னு எனக்குத் தெரியும், தங்கமான இதயம் படைத்தவர். அந்தப் பெண்களுக்குத் தொந்தரவு கொடுப்பதில்லே என்று மிகச் சுலபமா உங்களாலே வாக்குத் தர முடியும்.”

போலீஸ் அதிகாரியினுடைய அலைகின்ற கண்கள் என் தலைக்கு மேலாக எங்கோ வட்டமடித்தன.

“அங்கே அருமையான துப்பாக்கி நீங்க வச்சிருக்கீங்களே,” என்று சாதாரணமாகச் சொன்னவர் இன்னமும் தாளமிட்டுக் கொண்டிருந்தார். “ ஓர் அருமையான துப்பாக்கி. போன முறை நான் இங்கே வந்த போது உங்களைப் பார்க்கலே, அதை ரொம்பப் பாராட்டினேன்... ஓர் அற்புதமான துப்பாக்கி!”

துப்பாக்கியைப் பார்ப்பதற்காக எனது தலையைத் திருப்பினேன்.

“ஆமா. அப்படித்தான்,” நான் அதைப் பாராட்டினேன். “அது ஒரு பழையது, உங்களுக்குத் தெரியுமே, ஐரோப்பாவில் செய்தது. போன ஆண்டுதான் அதை புது மாதிரியா மாற்றியமைத்தேன். அந்தக் குழல்களைப் பாருங்க.”

“நிச்சயமா, நான் அதிகம் பாராட்டுவது எது என்றால் அந்தக் குழல்கள் தாம். அற்புதமானவை... ஒரு கருவூலம் என்று கூடச் சொல்ல முடியும்.”

எங்களது கண்கள் சந்தித்தன, அவரது வாயின் ஓரங்களில் புன்னகையின் துடிதுடிப்பைக் கண்டேன். நான் எழுந்து சென்று, சுவரிலிருந்து துப்பாக்கியை எடுத்துக் கொண்டு போலீஸ் அதிகாரியிடம் சென்றேன்.

“தங்களது விருந்தினருக்கு அவர் பாராட்டுகின்ற எதையும் அன்பளிப்புச் செய்கின்ற அருமையான மரபினை செர்காஸியர்கள் கொண்டிருக்கிறார்கள்,” என்று மனத்துக்கினியவாறு கூறினேன். “நீங்களும் நானும் செர்காஸியர்கள் அல்ல, யெவ்ப்சீகிய அஃப்ரிக்கானவிச், ஆனால் இதனை ஒரு நினைவுச் சின்னமாக என்னிடமிருந்து ஏற்றுக்கொள்ளுமாறு வேண்டிக்கொள்கிறேன்.”

திகைப்புற்றது போல அவர் பாவனை செய்தார்.

“ஓ, அத்தகைய ஓர் அழகை உங்களால் கொடுத்துவிட முடியாது! இல்லை, உண்மையாகத்தான். அது மிகவும் தாராளமனப்பான்மை மிக்க ஒரு மரபு!”

ஆனால் அதிசும் அவரிடம் நான் வலியுறுத்த நேரவில்லை. துப்பாக்கியை ஏற்றுக்கொண்டு, தனது முழங்கால்களுக்கு இடையே அதை மெதுவாக நிறுத்தி, சுத்தமான கைக்குட் துப்பாக்கியை டையால் வாயிலிருந்த தூசியைத் துடைத்தார். என்னுடைய துப்பாக்கி கலைவல்லவரின் உடைமையாக மாறியதைப் பார்க்கையில் ஒருவகையில் எனக்கு நானே திரும்பவும் நம்பிக்கையூட்டிக் கொண்டேன். கைமாறிய பிறகு போலீஸ் அதிகாரி உடனடியாக எழுந்து புறப்பட அவசரங் காட்டினார்.

“அவசரமாகச் செய்ய வேண்டிய வேலை எனக்கிருக்கிறது, ஆனால் மாறாக நானோ பேசிக் கொண்டிருந்து விட்டேன்.” என்றவர், தனது புதைமிதியடியை அணிவதற்காக தரையை மிதித்து, “எங்களது பகுதிகளைப் பார்க்க வரும்போது என்னுடைய இடத்திற்கு உங்களை அழைக்கிறேன்,” என்றார்.

“மனூய்லிகாவைப் பற்றி எப்படி, ஐயா?” என்று அவருக்கு நினைவுபடுத்தினேன்.

“நாம பார்க்கலாம்…” பட்டுக் கொள்ளாதவாறு முறு முறுத்தார். “உங்களிடம் நான் கேட்க விரும்பியது ஏதோ உண்டு… அருமையான முள்ளங்கி வைத்திருக்கிறீர்கள்…”

“அதை நானே வளர்த்தேன்.”

“அது அற்புதமான முள்ளங்கி! பாருங்க, எல்லாவகையான காய்கறிகளுக்கும் என் மனைவி ஏங்குவா. ஆகவே உங்களாலே முடியாதோன்னு நினைக்கிறேன்… ஒரே ஒரு கொத்து தான். பாருங்க.”

“பெரு மகிழ்ச்சியடைவேன், யெவ்ப்சீகிய் அஃப்ரிக்கான விச். அதை நான் கௌரவமா நினைப்பேன். இன்றைக்கே ஓர் ஆள் மூலமா ஒரு கூடை உங்களுக்கு அனுப்புறேன். உங்களுக்கு ஆட்சேபனை இல்லைன்னா கொஞ்சம் வெண்ணெய்யும் அனுப்புறேன்.. என்னிடத்திலே அருமையான தரத்திலே வெண்ணெய் இருக்கு.”

“ஓ, சரி, கொஞ்சம் வெண்ணெய்யும்,” என்று இரங்கிச் சொன்னார் போலீஸ் அதிகாரி. “இப்போதைக்கு அவுங்களைத் தொந்தரவு செய்யப் போறதில்லேன்னு அந்தப் பெண்களிடம் நீங்க சொல்லலாம். ஆனா அவுங்க மனசிலே வச்சிருக்கட்டும்,”– திடீரென்று அவர் தனது குரலை உயர்த்தினார்,– “அவுங்களுடைய ஒரு நன்றியோட அவுங்க தப்பிப்போயிற முடியாது. இப்ப, போய்வர்றேன். பரிசுக்கும் விருந்துக்கும் திரும்பவும் நன்றி.

இராணுவ முறையில் அவர் தனது கால்களை ஓசையெழுப்பி, வசதியுள்ள

மனிதனுக்குள்ள கனமான தோரணையுடன் நடந்து வண்டிக்குச் சென்றார், அதனருகே புறநகர் போலீஸ்காரனும், மூத்தவனும், யர்மோலாவும் கையில் தொப்பியுடன் மரியாதையோடு நின்று கொண்டிருந்தார்கள்.

9

அந்தப் புறநகர் போலீஸ் அதிகாரி தன் வாக்கைக் காப்பாற்றி, தற்போதைக்கு காட்டுக் குடிசை வாசிகளைத் தனியாக விட்டு விட்டார். ஆனால் ஒலேஸ்யாவுடனான என்னுடைய உறவில் திடீரென்றும் திகைக்க வைக்கின்ற மாற்றமும் ஏற்பட்டன. தனது முன்னாளைய நம்பிக்கை மற்றும் கபடற்ற நட்புறவு, ஓர் அழகிய பெண்ணின் போலிக்காதல் ஒரு குறும்புக்காரப் பையனின் காதலூட்டாட்டத்தோடு அத்தனை கவர்ச்சிகரமாகக் கலந்து விட்ட ஊக்கமுடைமை இவற்றின் சுவடு எதுவுமின்றி இப்போது என்னை நடத்தினாள். எங்களது உரையாடலுக்குள்ளாக வென்று சமாளிக்க முடியாத எதோ தடுமாற்றம் நுழைந்துகொண்டு விட்டது... அவசரமான நாணத்தோடு, எங்களுடைய அறியும் ஆசைக்குப் பெரிதும் நம்பிக்கையளித்து வந்த எல்லாவித ஆர்வமுள்ள விஷயங்களையும் ஒலேஸ்யா தவிர்த்தாள்.

எனது முன்னிலையிலேயே அவள் தனது வேலையில் மிகுந்த அக்கறையோடு ஈடுபடுவாள், ஆனால் இவ்வேலையின் இடையே அவளது கைகள் தொடை மீது ஊக்கமற்று விழுவதையும், அதே வேளை அவள் தரையை வெறித்துப் பார்ப்பதையும் நான் அடிக்கடி பார்க்க முடிந்தது. அது போன்ற ஒரு நேரத்தில் அவளது பெயரைச் சொல்லி நான் அழைத்தாலோ, அவளிடம் ஒரு கேள்வி கேட்டாலோ, அவள் நடுங்குவதும், என்னை நோக்கி அச்சமுற்ற முகத்துடன் மெதுவாகத் திரும்புவதும் எனது வார்த்தைகளின் பொருளை அவள் கிரகித்துக்கொள்ள முயற்சி செய்வதைச் காட்டியது. சில நேரங்களில் எனது முன்னிலையே அவளுக்கு ஒரு தொல்லையாகவோ, சுமையாகவோ இருந்ததாக நான் கருதினேன்; ஆனால் சில நாட்களுக்கு முன்னால் நான் செய்த ஒவ்வொரு விமரிசனத்துக்கும், பேசிய ஒவ்வொரு வார்த்தைக்கும் அவள் காட்டிய ஆழ்ந்த ஆர்வத்திற்குப் பிறகு போலீஸ் அதிகாரியிடம் எனது கெஞ்சுதலை, அவள் மன்னிக்கவில்லை என்ற ஒன்றை மட்டுமே நான் நினைக்க முடியக்க ஆதரவு பாவனை காட்டும் அந்தச் செயல் அவளது சுதந்திர உணர்வைக் கட்டாயம் புண்படுத்தியிருக்க ஆனால் இந்த உத்தேசம் என்னைத் திருப்தி செய்பவண்டும். ஏனெனில் உண்மையில் ஒரு சாதாரணப் பெண்ணுக்கு, காட்டில் வளர்ந்தவளுக்கு, இத்தனை எச்சரிக்கை மிக்க பெருமை எங்ஙனம் இருக்க முடியும்?

இதற்கெல்லாம் ஒரு விளக்கம் நிச்சயமாகக் கேட்கப்பட்டது. ஆனால்

ஓலேஸ்யா மனம் விட்டுப் பேசுவதற்கான ஒவ்வொரு வாய்ப்பையும் பிடிவாதமாக மறுத்தாள். எங்களது மாலை நேர உலாவல்கள் இல்லாமற் போயின. ஒவ்வொரு நாளும் நான் புறப்பட எழும் போது, திறமையோடும் வற்புறுத்தலோடும் அவளைப் பார்த்தது வீணாயிற்று, தான் புரிந்துகொள்ளவில்லை என்று நம்ப வைப்பாள் மறுபுறமோ, கிழவியினுடைய முன்னிலை என்னைத் தொந்தரவு செய்தது, அவள் செவிடாக இருந்த போதிலுங் கூட.

அவ்வப்பொழுது ஒவ்வொரு நாளும் ஓலேஸ்யாவைப் பார்க்கப் போகிற பழக்கத்தை முரித்துக்கொள்ள முடியாத எனது சொந்த இயலாமையால் நான் கோபமுற்றேன். எனது இதயத்தை வசப்படுத்துகிற, விளக்கப்பட முடியாப் புதிரான அந்தப் பெண்ணுடன் இணைக்கிற வலிமையான கண்ணுக்குத் தெரியாத நூற்புரிகள் குறித்து எந்த அறிகுறியும் என்னிடமில்லை. இன்னமும் காதல் பற்றி நான் நினைக்கவில்லை, ஆனால் காதலுக்கு முந்திய அமைதியற்ற காலத்தின் வழியாக, முற்றிலும் வெறுமையான காலத்தின் ஊடாக, வேதனைப்படுத்துகிற சோக உணர்வுகளின் வழியாக நான் ஏற்கெனவே போய்க் கொண்டிருந்தேன். நான் எங்கிருக்கிறேன் என்பது பற்றியோ, எந்தளவுக்கு என்னை மாற்றிக்கொள்ள முயன்றேன் என்பது பற்றியோ பொருட்படுத்தாது, என் மனம் ஓலேஸ்யாவின் உருவத்தால் முழுதும் ஆட்கொண்டு விட்டது. என் உடல் உயிர் முழுமையுமாக அவளுக்காக ஏங்கியது. அவளுடைய வார்த்தைகளின் நினைவுகள், சில நேரங்களில் முற்றிலும் அற்பமான ஒன்று, அவளது தோரணைகள் அல்லது அவளது புன்னகை, ஒரு இனிய வேதனையுடன் எனது இதயத்தைப் பற்றிப் பிடிக்கும். பிறகு அரையிருள் படரும், அவளுக்கு அருகேயுள்ள குட்டையான ஆட்டங் கண்ட பெஞ்சின் மீது மணிக்கணக்காக உட்கார்ந்து, எனது எரிச்சலையும், முன்னிலும் அதிக பயந்தாங் கொள்ளித் தனத்தையும், முன்னிலும் அதிக அலங்கோலத்தையும், மந்த புத்தியையும் நினைத்துக் கொண்டிருப்பேன்.

ஒரு முறை ஓலேஸ்யாவுக்கு அருகே இருந்து கொண்டு ஒரு முழு நாளைச் செலவிட்டேன். காலையிலிருந்தே எனக்கு நன்றாக இல்லை, எனக்கு என்ன கோளாறு என்பதை நான் முற்றிலும் அறியாத போதிலுங் கூட. மாலை வாக்கில் மோசமாக உணர்ந்தேன். என் தலை கனமாக இருந்தது, என் காதுகளில் இரைச்சல் இருந்து கொண்டிருந்தது, மந்தமான, தொடர்ச்சியான வலி என் தலையின் பின்புறத்தில் இருந்தது,– யாரோ ஒரு மென்மையான, ஆனால் வலிய கையால் அழுத்துவது போலிருந்தது. என் வாய் வறண்டு போனது, மந்தமான சோர்வுமிக்க களைப்பு என் உடல் முழுக்க ஊடுருவிப் பாய்ந்து கொட்டாவி விடவும். எல்லா நேரமும் கால்களை நீட்டிக் கிடக்கவும் விரும்புமாறு செய்தது. கண்ணைக் கூசச் செய்கிற பொருளை நான் உற்றுப்

அலெக்சாந்தர் குப்ரின்

பார்த்துக் கொண்டிருந்தது போல எனது கண்கள் கடுமையாக வலித்தன.

அன்று மாலை நான் சாலையின் மத்தியில் நேராக வீட்டிற்கு நடந்து வந்து கொண்டிருந்த போது திடீரென்று கடுமையாக நடுங்கத் தொடங்கினேன். ஒரு குடிகாரனைப் போலச் சாலையைச் சரியாகப் பார்க்காதபடி தள்ளாடினேன், எங்கே நான் போய்க் கொண்டிருக்கிறேன் என்பது தெரியவில்லை, எனது பற்கள் பலமாக அடித்துக் கொண்டன.

என்னை வீட்டிற்குக் கொண்டு வந்து சேர்த்தது யார் என்று இன்று வரையில் எனக்குத் தெரியாது.... முழுமையாக ஆறு நாட்களுக்கு பயங்கரமான, கடுமைதணியாத பலேசியெ காய்ச்சலால் நடுங்கிப் போனேன். பகல் நேரத்தில் நோய் குறைந்தது போலக் காணப்படும். மேலும் சுயநினைவைத் திரும்பப் பெறுவேன். நோயினால் முற்றிலும் அலைக் கழிக்கப்பட்டு, எனது முழுங்கால்கள் சோர்வாகவும், வலியெடுக்கவும் அறைக்குள்ளாக ஊர்ந்து திரிவேன்; ஏதேனும் வேகத்தோடு தான் அசைந்தால், ரத்தம் எனது தலைக்குள்ளாக வெப்ப அலையாகப் பாய்ந்து, என் கண்களுக்கு முன்னால் எல்லாவற்றையும் மறைத்து விடும். இரவு சாய்ந்ததும். வழக்கமாக ஏழு மணி வாக்கில், புயல் போன்ற நோய் திரும்பவும் என்னைத் தொற்றிக் கொள்ளும், பயங்கரமாக இரவைக் கழிப்பேன், ஒரு நூற்றாண்டைப் போல, அந்நேரத்தில் மாறிமாறி போர்வைக்கடியில் குளிரால் நடுங்கவும், தாங்க முடியாத வெப்பத்தால் வேகவும் செய்தேன். சோம்பேறித் தனத்தின் லேசான வருடல் துயரமிக்க கோரக்கனவுகளையும், நம்பத்தகாதவைகளையும், பித்துப் பிடித்தவைகளையும் கொண்டு வந்து எனது சூடான மூளையை வேதனைப் படுத்தின. என்னுடைய கனவுகள் முழுதும் துல்லியமான, மிக நுட்பமான விவரங்களால் நிறைந்து, அருவருப்பான இரைச்சலோடும் குழப்பத்தோடும், ஒரு சேரக் குவிந்தும் ஒன்றோடொன்று ஒட்டியும் கொண்டன. வேடிக்கையான வடிவங்களின் சில வர்ணப் பெட்டிகளை, பெரியவைகளினின்று சிறிய பெட்டிகளையும், சிறியவைகளினின்று மிகவும் சிறியவைகளையும் நான் பிரித்துக் கொண்டிருக்கிறேன். முடிவில்லாத, எனக்கு வெகு காலமாய் அருவருப்பூட்டுவ தாகத் தோன்றிய இப்பணியை நான் நிறுத்த முடியவில்லை என்று கற்பனை செய்வேன். பிறகு சுவர்த்தாளின் நீண்ட வர்ணமிகு துண்டுகள் என் கண்களுக்கு முன்னால் தலைசுற்று கின்ற வேகத்தில் இடம் பெயரும், மாதிரிகளுக்குப் பதிலாக மனித முகங்களின் அசலான மாலைகள் – அவற்றில் சில அழகானதாகவும், அன்பாகவும் முறுவலித்துக் கொண்டும் இருக்க, மற்றவர்கள் அச்சந்தரும் இளிப்புகளுடன், தங்களுடைய நாக்குகளை வெளியே நீட்டிக் கொண்டோ, தங்களது பற்களைக் காட்டிக் கொண்டோ, அளவில் பெரிய விழிகளை உருட்டிக் கொண்டோ– கவர்ந்து பற்றுகிற துலக் கத்தோடு நான் பார்ப்பேன். பிறகு திரும்பவும் யர்மோலாவும் நானும், கடும்

புதிரானதும், அளவு கடந்த சிக்கலானதுமான மறைபொருளான விவாதத்தில் ஈடுபடுவோம். நான் மேற்கொண்ட விவாதங்கள் மேலும் மேலும் சூழ்ச்சிமிக்க தாகவும், மிக ஆழமானதாகவும் இருக்கும்; சில வார்த்தைகளும், வார்த்தைகளின் எழுத்துக்களும் கூட திடீரென்று ஒரு புதிரான, ஆழங்காண முடியாத அருத்தத்தைப் பெறும், எனது தலையை விட்டு அருவருப்பான போலி வாதத்தை ஒவ்வொன்றாகப் பிடித்து வெளியேற்றி, நீண்ட கால வெறுப்பாக மாறியிருந்த விவாதத்தை நிறுத்துவதற்கு என்னை அனுமதிக்காத அறிவுக் கெட்டாத இச்சக்தியின் இனம் புரியாத நாருக்கான அச்சம், மேன்மேலும் என்னைப் பிடித்துக் கொண்டிருந்தது...

மனிதன் மற்றும் மிருகம் போன்ற வடிவங்கள், நிலத்தோற்றங்கள், மிகவும் ஒருமையான வடிவங்களும் வர்ணங்களும் கொண்ட பொருள்கள், அவற்றின் அருத்தத்தை எனது எல்லா உணர்வுகள் வழியாகவும் அடைந்த வார்த்தைகள் மற்றும் சொற்றொடர்கள் ஆகியவற்றின் சீறுகின்ற சூறாவளி இது தான்... இதற்கு மேலும், விநோதமான தாகக் காணப்படலாம். ஒரே நேரத்தில் சிவப்பு விளக்குக் கொண்ட வாட்டி வேதனை செய்யும் நிழலைத் தாழ்வாரத் தின் மீது பாய்ச்சிய ஒளியின் தெளிவான வட்டத்தை நான் தொடர்ந்து பார்த்துக் கொண்டிருந்தேன். மேலும் ஒருவாறு தெளிவற்ற விளிம்புடன் கூடிய அந்த அமைதியான வட்டத்தில் எதோ மௌனமானதும் புதிரானதும், பயங்கரமானது மான வாழ்க்கை. எனது கனவுகளின் வெறியூட்டப்பட்ட குழப்பங்களைக் காட்டிலும் மிகவும் அச்சந்தருவதாகவும் கொடியதாகவும் இருப்பதை நான் அறிந்தேன்.

பிறகு நான் விழித்தெழுவேன் அல்லது, சரியாகச் சொன்னால், உடனடியாக நானாகவே எழுந்துகொள்வேன். பெரும்பாலும் நான் திரும்பவும் சுய உணர்வை அடைவேன். நான் உடல் நலமின்றி படுக்கையில் இருப்பதாகப் புரிந்துகொள் வேன், அப்போதுதான் நான் அறிவுத் திறம்பிப் போயிருந் தேன். ஆனால் கருத்த தாழ்வாரத்தில் இருந்த பிரகாசமான வட்டத்தின் வெளிப்படாத தீக்குறியான அச்சுறுத்தலானது என்னை நடுக்குறச் செய்யும். எனது பலவீனமான கையால் கடிகாரத்தை அடைந்த போது, இரண்டு அல்லது மூன்று நிமிடங்களுக்கு மேல் போகாத எனது பயங்கரமான கனவுகளின் எண்ணிக்கையற்ற தொடர்ச்சியின் வேதனைப்படுத்துகிற தடுமாற்றத்தைப் பார்ப்பேன். "கடவுளே! எப்போது பகல் வெளிச்சம் வரும்!" என்று வெப்பமான தலையணைகளின் மீது எனது தலையை உருட்டிக் கொண்டும், எனது சொந்த திணற வைக்கிற சுவாசம் எனது உதடுகளை எரிப்பதை உணர்ந்து கொண்டும், கவலையோடு நினைப்பேன்... பிறகு மீண்டும் ஒரு முறை லேசான தூக்கக் கலக்கம் என்னை வெல்லும், திரும்பவும் எனது மூளை அலங்கோலமான கொடுங்கனவுக்கு விளையாட்டுப் பொருளாகும்.

மீண்டும் இரண்டு நிமிடங்களுக்குப் பிறகு ஏக்கத்தால் ஆட்கொண்ட நான் விழித்தெழுவேன்...

ஆறு நாட்களுக்குப் பிறகு என்னுடைய வலுவான உடற் கட்டமைப்பு, கொயினாவாலும், பழச்சாறாலும் உதவப்பெற்று வியாதியை வென்றது. முற்றிலும் தளர்ந்தும் தள்ளாடியும் போய் படுக்கையினின்றும் எழுந்தேன். உடல் நலம் பெறுவது பயங்கரமான வேகத்தில் போய்க்கொண்டிருந்தது. காய்ச்சல் சன்னியால் ஆறு நாட்களுக்குக்களைப் புற்றுப் போன எனது தலை இப்போது சோம்பேறித்தனமாகவும், சிந்தனைகளை முற்றிலும் தவிர்த்து மகிழ்ச்சியானதாகவும் இருந்தது. எனது பசி இருமடங்காகத் திரும்பியது, மணிதோறும் எனது உடம்பு வலிமையைப் பெற்றது. அதனது ஒவ்வொரு அணுவும் நலத்தையும் வாழ்வின் மகிழ்ச்சியையும் கிரகித்தது. காட்டில் தன்னந்தனியாகத் தளர்ந்து தொங்குகிற குடிசைக்குப் போக வேண்டும் என்று புத்தம் புதிய வேட்கை கொண்டேன். எனது நரம்புகள் இன்னமும் நோயினின்றும் புத்தாற்றல் பெறவில்லை, மேலும் எப்பொழுதெல்லாம் ஓலேஸ்யாவின் முகத்தையும் குரலையும் நான் நினைத்துப் பார்க்கிறேனோ அப்பொழுதெல்லாம் அத்தகைய பரிவை உணர்ந்து, அழ விரும்பினேன்.

10

மேலும் ஐந்து நாட்கள் கடந்தன, குறைந்த அளவிலேனும் களைப்பை உணராதபடி குனியக்காரியின் குடி சையை நோக்கி நடந்து செல்லும் அளவுக்குப் போதுமான வலிமை பெற்றிருந்தேன். வாயிற்படியை நெருங்கையில் எனது இதயம் பயத்தால் அடித்துக்கொண்டது. ஏறத்தாழ இரண்டு வாரங்களாக நான் ஓலேஸ்யாவைப் பார்க்கவில்லை, மேலும் என்னிடத்தில் அவள் எந்தளவுக்கு நெருக்கமாகவும், அன்பாகவும் இருக்கிறாள் என்பதைக் குறிப்பிட்ட தெளிவோடு என்னால் உணர்ந்து கொள்ள முடிந்தது. கதவுக் குமிழ் மீது எனது கை இருக்க, ஓரிரு நொடிகளுக்கு தடுமாற்றமுற்று, கஷ்டப்பட்டு மூச்சிழுத்துக் கொண்டேன். கதவைத் திறக்கத் தள்ளுவதற்கு முன்னர் என் தயக்கத்தால் சற்று நேரத்திற்கு எனது கண்களைக் கூட மூடினேன்...

என்னுடைய நுழைவைத் தொடர்ந்து ஏற்பட்டது. போன்ற மனப்பதிவுகளை வெளியிடுவது கூடச் சிரமமானது உண்மையில், தாயும் மகனும், கணவனும் மனைவியும், அல்லது இரண்டு காதலர்கள் சந்தித்த தொடக்க விநாடிகளின் போது பேசப்பட்ட வார்த்தைகளை நினைவு வைத்திருக்க முடியுமா? பேசப்படும் வார்த்தைகள் மிகச் சாதாரணமானவைதாம் –உண்மையில், பதிந்து வைக்கப்படுமேயானால் அவை கேலிக்குரியதாக எதிரொலிக்கும்.

ஆனால் இங்கே ஒவ்வொரு சொல்லும் பொருத்தமாகவும், மிகத் துல்லியமாகவும் இருப்பதற்குக் காரணம், பூமியில் நேசத்துரிய குரலால் அது பேசப்படுவதாகும்.

ஒலேஸ்யா என் பக்கமாக வெளிறிய முகத்தோடு திரும்பியதையும், அந்த இனிய, எனக்குப் புதிய ஒன்றான முகத்தில், உடனடியாகத் தொடர்ந்து தடுமாற்றம், அச்சம் மற்றும் அன்புக்குரிய பாசம் இவற்றைப் பிரதிபலித்ததையும் மிகத் தெளிவாகவே நான் நினைத்துப் பார்க்கிறேன்... அந்தக் கிழவி என்னைச் சுற்றி நகராதிருந்து, எதையோ முறுமுறுத்து கூறினாள், ஆனால் அவளது வாழ்த்தை நான் செவிமடுக்கவில்லை. ஒலேஸ்யாவின் குரல் இனிய இசை போல என்னிடம் வந்தது.

“உங்களுக்கு என்ன ஆச்சு? முடியாம இருந்தீங்களா? எப்படி மெலிந்து போயிட்டீங்க, என் அன்பரே.”

நீண்ட நேரமாக பதிலாக எதுவுமே என்னால் சொல்ல முடியாது, ஒருவரையொருவர் மௌனமாகப் பார்த்துக் கொண்டும், ஒருவர் கையை ஒருவர் பிடித்துக் கொண்டும், மற்றவருடைய கண்களுக்குள்ளாக மகிழ்ச்சியாக உற்றுப்பார்த்துக் கொண்டும் இருந்தோம். மௌனமான அந்த ஓரிரு நொடிகள் என் வாழ்வில் மிகவும் மகிழ்ச்சியானவை என்று நான் கருதுகிறேன்; முன்னர் ஒருபோதுமோ, பின்னர் எப்போதுமோ அத்தனை தூய்மையான, அத்தனை முழுமையான, எல்லாவற்றையும் கிரகித்துக்கொள்ளும் ஆனந்த பரவசத்தையும் நான் உணர்ந்ததில்லை. ஒலேஸ்யாவின் பெரிய கருத்த விழிகளில் நான் படித்த விஷயங்கள் சந்திப்பினால் ஏற்பட்ட உணர்ச்சிப் பெருக்கு, எனது நீண்ட கால வராமைக்கான கண்டிப்பு, காதலின் உணர்ச்சிபூர்வ சம்மதம்... அந்தப் பார்வையின் ஊடாக, எந்த நிபந்தனைகளும், எந்த ஊசலாட்டமும் இன்றி, தன்னையே முழுக்க அவள் என்னிடம் மகிழ்ச்சியோடு கொடுத்துக் கொண்டிருக்கிறாள் என்பதை உணர்ந்தேன்.

தனது கண்ணிமைகளின் மெதுவான அசைவுடன் மனூய்விகாவைச் சுட்டிக்காட்டியதன் மூலம் இந்தக் கவர்ச்சியை முதலில் கலைத்தது அவள் தான். அருகருகே இருவரும் அமர, எனது நலமின்மை, நான் எடுத்துக்கொண்ட மருந்துகள், மருத்துவர் சொல்லிய கருத்துகள் (என்னைப் பார்க்க அவர் நகரத்திலிருந்து இரண்டு முறை வந்தார்) ஆகியன பற்றி அக்கறையுடைய கேள்விகளைக் கேட்கத் தொடங்கினாள். மருத்துவரைப் பற்றிய எனது கதையை பலமுறை என்னைத் திரும்பச் சொல்ல வைத்தாள். எப்போதாவது கிண்டலான புன்னகை அவளது உதடுகளில் துடித்ததைக் கண்டேன்.

“உங்களுக்கு உடம்புக்குச் சரியில்லை என்பதை மட்டும் நான் அறிந்திருந்தால்!” பொறுமையற்ற வருத்தத்துடன் அவள் கத்தினாள். “ஒரே

நாளிலேயே உங்களை எழுந்து நிற்க வைத்திருப்பேன்... எதுவும் தெரியாத ஆட்களை உங்களாலே எப்படி நம்ப முடியும்? என்னை ஏன் நீங்க கூப்பிட்டு அனுப்பலே?" நான் தடுமாறினேன்.

"அதாவது, ஓலேஸ்யா... அது அந்த மாதிரி எதிர்பாராமல் வந்துருச்சு... மேலும் உன்னைத் தொந்தரவு செய்யத் துணிச்சலில்லை. என் மேலே கோபமாக இருப்பது போலவோ என்னோடு அலுத்துப்போனது மாதிரியோ சமீப காலத்தில் வித்தியாசமான முறையில் நீ என்னை நடத்திக் கொண்டிருந்தாய்... கேள், ஓலேஸ்யா," எனது குரலைத் தாழ்த்திக் கொண்டு மேலும் தொடர்ந்தேன், "நாம் பற்பல விஷயங் களைப் பற்றிக் கட்டாயம் பேசணும்... நம்மில் இரண்டு பேரைப் பற்றி. நான் என்ன சொல்றேன் என்று உனக்குத் தெரியுமா?"

தடைச் சொல் ஏதுமின்றி தனது இமைகளை அவள் தாழ்த்தி, பிறகு தனது பாட்டியை மருட்சியோடு பார்த்து விரைவாகக் கிசுகிசுத்தாள்: "ஆமாம்... அதை நானே கூட விரும்பினேன்... இப்போவேண்டாம்... பிறகு..."

சூரியன் மறையத் தொடங்கிய உடனேயே என்னை வீட்டுக்குப் போகுமாறு அவள் வற்புறுத்தினாள்.

"தயாராகுங்க, சீக்கிரம்," என்ற அவள் பெஞ்சிலிருந்து என் கையைப் பிடித்து இழுத்தாள். "இப்ப உங்க மேலே ஈரம் பட்டால், திரும்பவும் உடனே காய்ச்சல் வந்துரும்."

"நீ எங்கே போய்க் கொண்டிருக்கிறாய், ஓலேஸ்யா?" ஒரு பெரிய சாம்பல் நிறக் கம்பளிச் சால்வையை தன் பேத்தி அவசரமாகப் போட்டுக் கொண்டிருப்பதைப் பார்த்த மனூய்லிகா கேட்டாள்.

"அவரோடு கொஞ்சம் நடந்து போகிறேன்," என்று ஓலேஸ்யா பதிலளித்தாள்.

மாறுபாட்டைக் காட்டுவது போல, மனூய்லிகாவைப் பார்க்காமல் சன்னலைப் பார்த்துச் சொன்னாள், ஆனால் அவளது குரலில் எரிச்சலின் உணரக் கூடிய நிழல் இருப்பதை நான் கண்டுபிடித்தேன்.

"ஆக நீ பின்னாலே போகப் போகிறாய்?" என்று கிழவி அழுத்தங் கொடுத்துச் சொன்னாள்.

மனூய்லிகாவைப் பார்க்கையில் ஓலேஸ்யாவின் கண்கள் பளிச்சிட்டன.

"ஆமா, நான் போகிறேன்!" போக்கிரித்தனமாக பதிலளித்தாள். "நாங்க அது பற்றி போதுமானது பேசியிருக்கோம்... அது என்னுடைய விஷயம், விளைவுகளை நான் ஏத்துக்குவேன்."

"அப்படியா!.." என்று கத்தினாள் மனுய்லிகா எரிச்சலுடனும் கண்டிப்புடனும்.

அவள் மேலும் எதையோ சொல்வதற்கு இருந்தாள், ஆனால் அதற்குப் பதிலாக தனது கையை ஆதரவற்றவாறு வீசினாள், அலங்கோலமாகத் தள்ளாடியவாறு மூலைக்குப் போய், ஏதோ கூடையில் முனைந்திருந்தாள்.

நான் கேட்ட விரைவான, கோபமிக்க பேச்சு, நீண்ட தொடரான வாய்ச்சண்டைகளின் பின்தொடர்ச்சி என்று கருதினேன்.

"என்னோடு நீ வெளியே போவதை உன் பாட்டி விரும்பவில்லை, அப்படித்தானே?" நாங்கள் காட்டிற்குள் நுழைந்த போது ஓலேஸ்யாவிடம் கேட்டேன்.

நச்சரிப்பில் அவள் தனது தோள்களைக் குலுக்கிக் கொண்டாள்.

"அதைப் பற்றிப் பொருட்படுத்த வேண்டாம். சரி, அவள் விரும்பலே... அதைப் பற்றி என்ன?.. நான் விரும்புவது போலச் செய்வதற்கு உறுதியா எனக்கு உரிமையிருக்கு!"

அவளுடைய முன்னைய கண்டிப்புக்காக அவளைக் கடிந்து கொள்ள வேண்டும் என்ற வேட்கையைத் திடீரென்று உணர்த்தேன். "ஆக என்னுடைய நோய்க்கு முன்னாலே கூட நீ வெளியே வந்திருக்க முடியும், ஆனா அதை நீ பொருட்படுத்தலே... நீ எந்தளவுக்கு எனக்கு வேதனை ஏற்படுத்தினாய் என்பதை மட்டும் அறிந்தால், ஓலேஸ்யா!... நீ என்னுடன் மறுபடியும் போவாய் என்று நான் காத்துக் கொண்டிருத்தேன். ஓவ்வொரு சாயங்காலமும் நான் காத்துக் கொண்டிருந்தேன்... ஆனால் நீயோ அந்தளவுக்கு முறைப்பாகவும், ஆர்வமற்றும், கோபமாகவும் இருந்துவிட்டாய்... ஓ, நீ எப்படி என்னை வேதனைப்படுத்தினாய், ஓலேஸ்யா!..

"நிறுத்துங்க, தயவுசெய்து, அன்பரே... அதை மறந்து விடுங்க," என்னை அவள் கெஞ்சினாள், மென்மையான மன்னிப்பு அவளது குரலில் இருந்தது.

"சரி, நான் உன்னைக் குற்றம் சுமத்தவில்லை எப்படியோ வந்துருச்சு... இப்ப எனக்குக் காரணம் தெரியும்... ஆனா முதல்லே எனக்கு ஓர் உணர்வு இருந்தது, அதை நினைத்துப்பார்த்தால் வேடிக்கையா இருக்கும், உண்மை யாகத்தான் – அந்தப் போலீஸ் அதிகாரி காரணமாகத் தான் நீ என்னுடன் கோபமாக இருந்தாய் என்ற எண்ணம் எனக் கிருந்தது. மேலும் அது என்னைப் பெருமளவுக்குப் புண்படுத்தி விட்டது. நீ என்னை ஓர் அந்நியன் போலக் கருதியதால், ஒரு சாதாரண நட்பு முறையிலான உதவியை என்னிடமிருந்து பெறுவது உனக்குக் கஷ்டமானதாக இருந்ததாக எனக்குத் தோன்றியது... அது என்னை அந்தளவு மகிழ்ச்சியில்லாமல் செய்தது... எனக்கு எந்த எண்ணமும்

கிடையாது, பாரு, அது எல்லாமே பாட்டியிடமிருந்து வந்தது தான்..."

ஒலேஸ்யா திடீரென்று பெரிதும் கன்னம் சிவந்து போனாள்." இல்லை, அது இல்லை! நானாகவேதான் அதை விரும்பலே!" என்று எதிர்த்துப் பேசினாள்.

பக்கவாட்டிலிருந்து அவளைப் பார்க்கையில், லேசாகக்குனிந்த அவளது தலையின், தூய, இனிய பக்கத்தோற்ற வடிவத்தைக் கண்டேன். அவளும் மெலிந்து போய் இருப்பதையும், அவளது கண்களுக்குக் கீழே நீல நிற நிழல்கள் படிந்திருப்பதையும் இப்போது தான் கண்டேன். அவளை நான் பார்த்துக் கொண்டிருப்பதை அறிந்து மேலே பார்த்தாள், ஆனால் உடனே தனது கண்களை மீண்டும் தாழ்த்தி நாணமுள்ள புன்னகையுடன் அப்பால் திரும்பிக் கொண்டாள்.

“ஏன் அதை நீ விரும்பலே, ஒலேஸ்யா? ஏன்?" என்று அவளைக் கேட்டேன். என்னுடைய குரல் உணர்ச்சி வேகத்தால் உடைபட்டது. அவள் கையைப் பற்றி, அவளை நிற்க வைத்தேன்.

ஓர் அம்பு போல நேரான ஓர் நீண்ட, ஒடுங்கிய சந்தின் மத்தியில் நாங்கள் இருந்தோம். உயரமான ஒல்லியான பைன் மரங்கள் எங்களது இரு பக்கங்களிலும் அமைந்து, நறுமணமிக்க குறுக்கிடும் கிளைகளின் விதானத்தோடு, அப்பால் வெகு தொலைவுக்குச் செல்லும் இருமருங்கிலும் மரங்களான சாலையை உருவாக்கியது. மொட்டையான தண்டுகள் மறைகின்ற சூரியனின் செந்நிறத்தினை பிரதிபலித்தன...

“ஏன், ஒலேஸ்யா? ஏன்?" அவள் கையைப் பற்றிய எனது பிடியை இறுக்கிக் கொண்டே கிசுகிசுத்தவாறு அவளை நான் திரும்பத் திரும்பக் கேட்டேன்.

“என்னாலே முடியாது... நான் பயந்துட்டேன்," என்று நன்கு கேட்சு முடியாத குரலில் சொன்னாள். “விதியிடமிருந்து என்னாலே தப்பிப் போயிற முடியும்னு நான் நினைத்தேன்... ஆனா இப்போ..."

காற்றுக்காக ஏங்கினாள், திடீரென்று தனது கைகளை எனது கழுத்தைச் சுற்றிப் போட்டு இறுகத் தழுவினாள், மேலும் அவளது அவசரமான, நடுங்குகிற கிசுகிசுப்பின் எரி கின்ற இனிமையை எனது உதடுகளில் உணர்ந்தேன்:

“இப்ப நான் எதையும் பொருட்படுத்தலே, நான் பொருட்படுத்தலே!... ஏன்னா நான் உன்னைக் காதலிக்கிறேன், என் அன்புக்குரியவரை, எனது மகிழ்ச்சி, எனது சொந்தம்!.."

இன்னும் நெருக்கமாக அவள் தொங்கினாள், மேலும் என்னுடைய கைகளில் அவளது பலமான, வெப்பமான உடல் நடுங்குவதையும், எனது

நெஞ்சுக்கு மேலாக அவளது இதயம் படபடத்து ஓடுவதையும் நான் உணர்ந்தேன் கடுமையான ஒயினைப் போல, அவளது கிளர்ச்சியூட்டும் முத்தங்கள் எனது தலைக்குள்ளாகச் சென்றன, நோயினால் இன்னமும் பல வீனமாக இருந்ததால், எனது சுய கட்டுப்பாட்டை இழக்கத் தொடங்கினேன்.

“ஒலேஸ்யா, கடவுளுக்காக, வேண்டாம்– என்னைப் போக விடு,” அவளது கைகளை விலக்கிவிட முயன்றவாறு கூறினேன். “இப்ப நானுங் கூட பயப்படுகிறேன்... என்னைப் பற்றியே.. என்னை போக விடு, ஒலேஸ்யா.”

அவள் தன் முகத்தைத் திருப்பிக் கொண்டாள், சோர்வுமிக்க புன்னகை அதன் ஊடாகச் சென்றது.

“பயப்பட வேண்டாம், என் அன்பரே.” அன்புமிக்க தழுவல் மற்றும் நெஞ்சைத் தொடுகின்ற துணிவின் வர்ணனைக் கடங்காத பார்வையோடு சொன்னாள். “உன்னை ஒருபோதும் கண்டிக்கவோ, பொறாமைப்படவோ மாட்டேன்... நீ என்னைக் காதலிக்கிறாயா என்பதை மட்டும் சொல்லு”

“ஆமாம், ஒலேஸ்யா. நீண்ட காலமாகவே நான் உன்னை என் நெஞ்சாரக் காதலிக்கிறேன். ஆனா— இதற்கு மேல் எனக்கு முத்தம் கொடுக்க வேண்டாம்... நான் களைப்பாகவும், குழம்பமாகவும் இருக்கிறேன்... என்னைப் பற்றியே எனக்கு நிச்சயமில்லே...”

மீண்டும் ஒருமுறை அவளது உதடுகள் என்னுடையதை ஒரு நீண்ட, ஏங்க வைக்கிற இனிய முத்தத்தால் பிடித்துக் கொண்டன. அவள் சொல்வதைக் காட்டிலும் ஒருவகையில் நானே கற்பனை செய்தேன்:

“ஆகவே பயப்பட வேண்டாம். இதற்கு மேல் கவலைப் பட வேண்டாம்... இது நம்முடைய நாள். நம்மிடமிருந்து இதை யாரும் எடுத்துக்கொள்ள முடியாது...”

. . . .

அந்த இரவின் முழுமையும் மயக்குகிற கற்பனைக்கதை ஒன்றிற்குள்ளாக இணைந்து கொண்டது. நிலவு எழுந்தது. விசித்திரமான கற்பனைக் கதம்பங்களுடன் காட்டைப் பல் வண்ணப் புள்ளிகளிட்டது, புதிரான நிறங்கள், வளைந்து நெளிந்த தண்டுகளின் மீதும், வளைந்த கொப்புகளின் மீதும், மென்மையான ப்ளஷ் கம்பளம் போன்ற பாசியின் மீதும் அதன் ஒளியின் நீல நிறப் புள்ளிகளை ஏற்படுத்தியது. பீர்ச் மரங்களின் மெலிந்த வெண்ணிறத் தண்டுகள் தெளிவான உருவரையுடன் நின்றன, அதே வேளை அவற்றின் நெருக்க மற்ற இலைகள் வெள்ளி மென்துணி வலையில் மூடிமறைக் கப்படுவன போலக் காணப்பட்டன. இங்குமங்கும், பைன்

கிளைகளின் பந்தலை நிலவொளி ஊடுருவ முடியாத இடத்தில் இருளானது முழுமையாகவும், ஊடுருவ முடியாததாகவும் இருந்தது, இவ்விருளின் நடுவில் ஓர் ஒளிக்கற்றை, மரங் களின் நீண்ட வரிசையைப் பிடிப்பதற்காகவும், தரை மீது நீளமான குறுகிய பாதை போடுவதற்காகவும், எப்படியோ இடையில் தனது பாதையை வகுத்துக் கொண்டு சென்றது, அபெரான் மற்றும் தித்தானிய* நாயக நாயகிகளின் வீறார்ந்த ஊர்வலத்திற்காக வன தெய்வங்களால் செவ் வொழுங்கு செய்யப்பட்ட மரவரிசை நடை போல அத்தனை பிரகாசமாகவும், இனிமையாகவும் இருந்தது. மேலும் அந்தப் புன்னகைக்கிற ஜீவனுள்ள மரபுவழிக் கதை ஊடாகத் தோளோடு தோள் சேர்ந்து, ஒரு வார்த்தை கூடப் பேசாது, எங்களது மகிழ்ச்சியாலும் காட்டின் மயிர்க் கூச்செறிய வைக்கும் அமைதியாலும் திக்கு முக்காடிப் போய் நாங்கள் நடந்தோம்.

“ஏன். அன்பரே, நீ கட்டாயம் விரைந்து வீட்டுக்குப் போக வேண்டும் என்பதை நான் முற்றாக மறந்து போனேன்,” என்றாள் ஒலேஸ்யா திடீரென்று. “எனக்கு எவ்வளவு சுயநலம்! நீ இப்பத் தான் குணமாகியிருக்கிறாய், இங்கே காட்டில் உன்னை நீண்ட நேரமா காக்க வைத்துக் கொண்டிருக்கிறேன்.”

அவளைத் தழுவி, அவளது அடர்த்தியான கருத்த முடியினின்றும் சால்வையைப் பின்னுக்குத் தள்ளினேன்.

“நீ வருத்தப்படவில்லையா, ஒலேஸ்யா?” அவளது காதுக்கு மேலாக வளைந்து மென்மையாகக் கேட்டேன். “நீ அதற்கு வருத்தப்படவில்லையா?”

அவள் மெதுவாகத் தனது தலையை அசைத்தாள்.

“இல்லை, இல்லை... பிற்பாடு என்ன வந்தாலும் நான் வருத்தப்பட மாட்டேன். நான் அவ்வளவு மகிழ்ச்சியாக இருக்கிறேன்...!

“அவசியம் ஏதாவது வருமா?”

அவளுடைய கண்களில் எனக்கு அறிமுகமான ஆன்மீக அச்சத்தின் ஒளி பளிச்சிட்டது.

“ஆமாம், அது கட்டாயம்... கிளாவர் அரசி பற்றி நான் என்ன சொன்னேன் என்பது உனக்கு நினைவிருக்கா? நான் தான் அந்த அரசி, அதிர்ஷ்டமற்ற சீட்டுகள் நடக்கும் என்று குறிசொன்னவை எனக்குத்தான் நடக்கும்... பாரு, எங்க இடத்திற்கு ஓட்டு மொத்தமா வருவதை நிறுத்தி வீடு என்று என்னிடம் நான் கேட்கப் போவதாக இருந்தேன். ஆனா அந்நேரத்தில் நீ காய்ச்சலில் விழுந்தாய், மேலும் சுமார் பதினைந்து நாளா நான் உன்னைப் பார்க்கவே

* அபெரான் மற்றும் தித்தானிய – ஜெர்மானிய இசையமைப்பாளரும், இசைக்குழு இயக்குநருமான கார்ல் வெப்பர் (1786–1826) என்பவரின் ‘அபெரான்’ (1826) என்ற ஒபெராவின் கதாபாத்திரங்கள். (ப–ர்.)

இல்லை. தான் அந்தளவு பயங்கரமான தனிமையையும் சோகத்தையும் உணர்ந்தேன், உன்னோடு இருக்கக் கூடிய கணநேரத்திற்காகப் பூமியில் எதையும் கொடுப்பேன் என்று நினைத்தேன்... அது என்னுடைய மனத்தை நான் தயார்ப்படுத்திய போது. எதுவும் வரட்டும், எனக்கு நானே சொல்லிக் கொண்டேன். எதற்காகவும் என்னுடைய மகிழ்ச்சியை நான் கொடுக்க மாட்டேன்..."

"நீ சொல்வது சரி, ஒலேஸ்யா. அந்த வழியைக் கூட நான் உணர்ந்தேன்," என்ற நான் உதடுகளால் அவளது நெற்றியைத் தொட்டேன். "உன்னைப் பிரிய வேண்டி வந்தது வரை உன்னை நான் காதலித்தேன் என்பது எனக்குத் தெரியாது. அது உண்மை. யார் சொன்னாலும், தீய்க்கு காற்று என்ன செய்கிறதோ அதைப் பிரிவு காதலுக்குச் செய்கிறது: சிறிய காதலை அது அணைக்கிது, பெரியதை இன்னும் பெரிசா வளக்குது."

"என்ன அது? தயவுசெய்து திரும்பச் சொல்லு," என் நாள் ஒலேஸ்யா ஆர்வத்துடன்.

அந்தப் பழமொழியை நான் திரும்பச் சொன்னேன். ஒலேஸ்யா சிந்தனையில் ஆழ்ந்தாள். அவளது அசைகின்ற உதடுகள் அந்த வார்த்தைகளைத் திரும்பச் சொல்லிக் கொண்டிருந்ததை என்னால் பார்க்க முடிந்தது.

வெளிறிப் போன அவள் முகத்தில், நிலவொளியின் பிரகாசமான மினுக்கத்தைக் கொண்ட அவளது பெரிய கண்களுக்குள்ளாக உற்றுக் கவனித்தேன், – வரவிருந்த துயரத்தின் வெறுமையான தீக்குறி என் இதயத்தில் திடீரென்று சில்லிட்டது.

11

எங்கள் காதலின் சூதுவாதற்ற, கவர்ந்திழுக்கிற கற்பனைக்கதை சுமார் ஒரு மாத காலம் நீடித்தது, அந்த ஒளி வீசும் சூரிய அஸ்தமனங்கள், அந்தப் பள்ளத்தாக்கின் தேனுடனும் அல்லியுடனும் கூடிய அத்தனை நறுமணமிக்க, ஊக்க மளிக்கிற புத்துணர்ச்சியும், பறவைகளின் கணீரென்ற கூச்சலும் நிறைந்த அந்தப் பனிபடர்ந்த காலை நேரங்கள், அந்த வெப்பமான, ஏக்கமுள்ள, சோம்பலான ஜூன் மாத அந்தகள், ஒலேஸ்யாவின் அதிசயமான கற்பனையுடன், என்னுடைய ஆன்மாவில் மறையாமல் உயிர் வாழ்கின்றன அலுப்போ, சலிப்போ, அல்லது நாடோடி வாழ்க்கை முறைக்கு எனது நிரந்தர ஆர்வமோ அந்நேரம் முழுக்கவே என் இதயத்தில் ஏற்படவில்லை. ஓர் அஞ்ஞானக் கடவுளை அல்லது ஓர் இளைய, வலிமையான விலங்கைப் போல, ஒளியிலும் வெது வெதுப்பிலும், வாழ்க்கையின் மனப்பூர்வமான மகிழ்ச்சியிலும், என்னுடைய கலங்காத, நலமிக்க புலனுணர்வு சார்ந்த காதலிலும் மட்டற்ற மகிழ்ச்சி கொண்டேன்.

என்னுடைய உடல்நலமடைந்த பிறகு கிழவி மனுய்லிகா அத்தனை சிடுசிடுப்பு மிக்கவளாக மாறியிருந்தாள். வெளிப்படையான வெறுப்புடன் என்னைச் சந்தித்து, குடிசையில் நான் உட்கார்ந்திருக்கையில், அடுப்பில் இருந்த பானைகளை அந்தளவு பெரிய ஓசையெழுப்பி நகர்த்தவே, காட்டில் சந்திப்பதையே ஓலேஸ்யாவும் நானும் விரும்பினோம்... பச்சைப் பைன் மரங்களின் கம்பீரமான அழகு எங்களுடைய சாந்தமான காதலுக்கு அரிய பின்னணி போல அழகு செய்தது.

ஓலேஸ்யா – காட்டில் வளர்ந்தவளும், படிக்கக் கூட முடியாதவளுமான அப்பெண் – பல சந்தர்ப்பங்களில் கூறுணர்வுடைய நுண்ணயத்தையும், ஒரு விஷேடமான, உள்ளார்ந்த நயப்பாங்கையும் வெளிக்காட்டியதைப் பெருகி வரும் வியப்போடு ஒவ்வொரு நாளும் நான் கண்டுபிடித்தேன். காதல்– அதனுடைய நேரடியான, முரட்டுத்தனமான உணர்வில் – எப்போதுமே. மனவுரமற்ற கலைச்சுவையுள்ள இயல்புகளுக்கு வேதனையையும் வெட்கத்தையும் ஏற்படுத்துகிற சில வெறுப்புணர்ச்சியூட்டுகிற தன்மைகளைக் கொண்டிருக்கிறது. ஆனால் அவற்றை எப்படித் தவிர்ப்பது என்பதை ஓலேஸ்யா அறிந்திருந்தாள், மேலும் அந்தளவு சூதறியா கன்னித்தன்மையோடு செய்தாள். ஓரே ஒரு முறை கூட அருவருப்பான ஒப்புமையோ, குற்றம் சாட்டுகிற நேரமோ எங்களது உறவினை இழிவுபடுத்தவில்லை.

இதற்கிடையே நான் அவசியம் புறப்பட வேண்டிய நாள் அணிமையில் நெருங்கிக் கொண்டிருந்தது. உண்மையில், பிரெபிரோடில் என்னுடைய அலுவலகக் கடமைகள் எல்லாம் முடிந்துவிட்டன் என்றாலும் நகரத்திற்கு நான் திரும்புவதை வேண்டுமென்றே தள்ளிப்போட்டுக் கொண்டு வந்தேன். அது பற்றி ஓலேஸ்யாவிடம் நான் ஒரு வார்த்தை கூடச் சொல்லவில்லை. என்னுடைய வருகின்ற புறப்பாடு பற்றிய செய்திக்கு அவளுடைய பிரதிபலிப்பு என்ன மாதிரியாக இருக்கும் என்பதைக் கற்பனை செய்து பார்க்கக்கூட நான் அஞ்சினேன். பொதுவாக, நான் இக்கட்டான நிலையில் இருந்தேன். வழக்கமானது என்னில் ஏற்கெனவே ஆழமாக வேரூன்றி விட்டிருந்தது. நாள்தோறும் ஓலேஸ்யாவைப் பார்ப்பது, அவளது இனிய குரலையும், மணியொலிக்கின்ற சிரிப்பையும் கேட்பது, அவளது அணைப்பின் மகிழ்ச்சியான பரிவை உணர்வது என்பது தேவையை விட அதிகமானதாக இருந்தது. அந்த அரிய நாட்களில் எங்களது சந்திப்பை மழை தடுத்த போது, எனது வாழ்க்கையில் எனக்கு என்ன மிகவும் முக்கியமானதோ அதைத் திருடு கொடுத்தது போன்ற துயரார்ந்த நிலையை உணர்வேன். எந்தப் பணியும் சோர்வாகவும், பயனற்றதாகவும் காணப்படும், மேலும் என்னுடைய உயிருரு அனைத்தும் காட்டுக்காகவும், வெளிச் சத்திற்காகவும் வெதுவெதுப்பிற்காகவும், ஓலெஸ்யாவின் இனிய அறிமுகமான முகத்திற்காகவும் ஏங்கியது.

மிகமிக அடிக்கடி ஒலேஸ்யாவை மணப்பது பற்றிச் சிந்தித்தேன். ஆரம்பத்தில் இந்த எண்ணம் எனது சிந்தனைக் குள்ளாக எப்போதாவது மட்டுமே வந்தது, கடைசி வழி முறையாக, எங்களது உறவின் நியாயமான தீர்வாக இருக்க முடியும். ஒரே ஒரு சந்தர்ப்பமே என்னை அச்சுறுத்திப் பின்னடையச் செய்தது: பகட்டான உடையிலும், என்னுடைய சகாக்களுடைய மனைவிகளோடு வரவேற்பு அறையில் பேசுகையிலும் – அந்தளவு முழுக்கப் புராணமும், புதிரும் கொண்ட பழைய காட்டின் மகிழ்ச்சியூட்டுகிற பின்னணியிலிருந்து வலிந்து கைப்பற்றப்பட்டவளான ஒலேஸ்யா வைக் கற்பனை செய்து பார்க்க நான் துணியவில்லை.

ஆனால் நான் புறப்படுகின்ற நாள் நெருங்கவே, ஆழ்ந்த துயரத்தாலும், தனிமையின் பெருகுகின்ற பயத்தாலும் சூழப்பட்டேன். ஒலேஸ்யாவைத் திருமணம் செய்ய வேண்டும் என்ற எனது முடிவு ஒவ்வொரு நாளும் உறுதியாக வளரவே, அதைச் சமூகத்திற்கு ஒரு துணிச்சல் மிக்க சவாலாக நான் அதற்கு மேல் காணவில்லை. “எப்படியிருந்தாலும், தையற்காரிகளையும், வீட்டு வேலைக்காரிகளையும் மணக்கும் நல்லவர்களும் சுற்றறிந்த ஆட்களும் இருக்கவே செய்கிறார்கள். இல்லையா?” எனக்கு நானே திரும்ப உறுதியளித்துக் கொண்டேன். “அவர்கள் ஒன்று சேர்ந்து மிக நன்றாக வாழ்கிறார்கள், மேலும் அவர்களை அந்த முடிவை எடுக்க வைத்த விதி அவர்களது கடைசி நாள் வரை வாழ்த்து எடுத்த எவனுடைய அதிருஷ்டம் மற்றவர்களை விட எப்படியும் மோசமாக இருக்க முடியுமா?”

ஜூன் மாத மத்தியில் ஒருநாள் வழக்கம் போல ஒலேஸ்யாவுக்காக, பூத்து நின்ற முட்செடிப் புதர்களுக்கு நடுவே வளைந்து சென்ற குறுகிய காட்டுப் பாதையின் வளைவில் நான் காத்துக் கொண்டிருந்தேன். தொலைவிலேயே அவளுடைய மென்மையான, விரைந்த காலடியை நான் அடையாளம் கண்டு கொண்டேன்.

“மாலை வணக்கம், என் அன்பரே,” என்றாள் ஒலேஸ்யா, என்னைச் சுற்றி அவள் கைகளைப் போட்ட போது லேசாக மூச்சுத் திணறல். “நீண்ட நேரம் உன்னைக் காக்க வைத்து விட்டேனா நான்? புறப்படுவது சிரமமாகிப் போனது... பாட்டியுடன் சண்டை போட்டேன்.”

“இன்னமுமா அவள் கோபமாக இருக்கிறாள்?”

“ஓ, ஆமாம்! ‘அவன் உனக்கு அழிவாகப் போகிறான்,’ என்கிறாள். ‘உன்னோடு அவன் தனது விளையாட்டை வைத்துக்கொண்டு, பிறகு உன்னைத் தூக்கி எறிந்துவிடுவான்...”

“என்னைக் குறித்தா?”

“ஆமாம், அன்பரே... ஆனா அவளுடைய ஒரு வார்த்தையைக் கூட நான் நம்பவில்லை.”

“அவளுக்கு எல்லாமே தெரியுமா?”

“என்னாலே நிச்சயமாச் சொல்ல முடியாது... அவளுக்குத் தெரியும்னு நெனைக்கிறேன். அது பற்றி அவளிடம் நான் பேசியதே இல்லை – அவள் தனது சொந்தக் கற்பனையைச் செய்திருக்கிறாள். ஓ, நல்லது, கவலைப்படத் தேவையில்லே... வாங்க போகலாம்.”

வெள்ளை மலர்க் கொத்துகளுடன் கூடிய முட்செடி முளை ஒன்றை அவள் முரித்துத் தனது தலைமுடிக்குள் சொருகிக் கொண்டாள். மாலை நேரச் சூரியன் இளஞ்சிவப்பு நிறத்தைத் தெளித்திருந்த பாதை நெடுகிலும் நிதானமாக உலாவ நாங்கள் ஆரம்பித்தோம்.

இந்த மாலைக்கு முந்திய இரவில் எப்படியும் பேசிவிடுவதென்று நான் தீர்மானித்திருந்தேன். ஆனால் ஓர் இனம் புரியாத பயம் என் நாக்கைக் சுட்டிப்போட்டது. என்னுடைய புறப்பாடு பற்றியும் அவளைத் திருமணம் செய்து கொள்ளும் எனது முடிவையும் ஓலேஸ்யாவிடம் நான் சொன்னால், அவள் என்னை நம்புவாளா என்று வியப்புற்றேன். என்னுடைய திருமணக் கோரிக்கையை வெறுமனே பாடம் கற்பிக்கும் முயற்சியாக, அவள் மீது நான் ஏற்படுத்தும் காயத்தின் முதலாவது வலியை மட்டுப்படுத்துவதாக அவள் எடுத்துக்கொள்ள மாட்டாளா? “பட்டை உரிக்கப்பட்ட அந்த மேப்பிள் மரத்தை நாங்கள் அடைந்த உடனேயே நான் தொடங்குவேன்,” என்று எனக்கே நான் சொல்லிக் கொண்டேன். அதற்கு ஒருங்கே நாங்கள் வந்தோம். குழப்பத்தால் பின்வாங்கி, பேசுவதற்காக நீண்ட மூச்சிழுத்துக் கொண்டேன், ஆனால் எதிர்பாராது என்னுடைய துணிச்சல் தணிவுற்று, படபடப்புமிக்க, வேதனை தரும் இதயத்துடிப்பாகவும், வாயில் ஒரு கசப்பான உணர்வாகவும் சிதைந் தொழிந்தது. “இருபத்தேழு என்னுடைய அதிருஷ்ட எண், ஓரிரு நிமிடங்களுக்குப் பிறகு நினைத்தேன்.” இருபத்தேழு வரை எண்ணுவேன் அதன் பிறகு!..” என் மனத்தில் எண்ணுவதற்குத் தொடங்கினேன், ஆனால் இருபத்தேழை அடைந்தவுடன் என்னுடைய தீர்மானம் இன்னும் கனியவில்லை என்பதை உணர்ந்தேன். “இல்லை.” நானே சொல்லிக் கொண்டேன், “அறுபது வரை எண்ணுவேன் அது சரியாக ஒரு நிமிடமாகும். அதன் பிறகு நான் உறுதியாகத் தொடங்குவேன்...”

“ஏதாவது கோளாறா, அன்பரே?” திடீரென்று ஓலேஸ்யா என்னிடம் கேட்டாள். “மகிழ்ச்சியற்ற எதையோ நீ சிந்தித்துக் கொண்டிருக்கிறாய், என்ன அது?”

பிறகு நான் பேசினேன், ஆனால் எனக்கே எரிச்சல் தரும் தொனியில், எதோ புதிரான கேள்வி போன்று, பாதிக்கப்பட்ட, செயற்கையாக கவனக்குறைவாக அது இருந்தது.

''ஆமாம், அது ஓரளவுக்குத் தொந்தரவு தான்... நீ சரியாக ஊகித்துவிட்டாய், ஒலேஸ்யா... பாரு, இங்கே என்னுடைய வேலை முடிந்து விட்டது. என்னுடைய மேலதிகாரிகள் நான் நகரத்திற்குத் திரும்புவதை விரும்புறாங்க."

பக்கவாட்டில் ஒலேஸ்யாவைப் பார்க்கையில், அவளது முகம் நிறம் மாறுவதையும், அவளது உதடுகள் துடிப்பதையும் கண்டேன். ஆனால் பதிலாக அவள் ஒரு வார்த்தை கூடப் பேசவில்லை. ஓரிரு நிமிடங்களுக்கு அவளுடன் ஒருங்கே நான் நடந்தேன். வெட்டுக்கிளிகள் உரக்கக் கிறீச் சிட்டுக் கொண்டிருந்தன, தொலைவிலே வயல் பறவையின் சலிப்பூட்டும் ஓசையை நான் கேட்க முடிந்தது.

"உண்மையிலே, நீ புரிந்துகொள்வாய், ஒலேஸ்யா," புதிதாக ஆரம்பித்தேன், "என்னால் நீண்ட காலத்திற்கு இங்கே தங்க முடியாது, மேலும் தங்குவதற்கு எனக்கு எந்த இடமும் கிடையாது. அத்துடன் என்னுடைய கடமையை நான் புறக்கணிக்க முடியாது..."

"இல்லே. நான் அப்படி நினைக்கலே. அது தெளிவாகவே இருக்கு," அவள் பதிலளித்தாள், வெளித் தோற்றத்தில் அமைதியாக, ஆனால் அத்தனை ஈனமான குரலாக இருந்ததால் நான் திகிலடைந்தேன். "அது உங்களோட கடமையாதலால் நீங்க அவசியம் போகணும்... உண்மைதான்."

ஒரு மரத்தருகே நின்று அதில் முதுகைச் சாய்த்து நிற்கையில், தாளைப் போல வெளுத்து, பக்கவாட்டில் கைகள் தளர்ச்சியாகத் தொங்க, துயரமிக்க, வேதனை தரும் புன்னகை அவள் உதடுகளில் தென்பட்டது. அவளது வெளிறிய தோற்றம் என்னை அச்சுறுத்தியது. அவளிடம் விரைந்து சென்று, அவளது கைகளை இறுகப் பற்றினேன்.

"ஒலேஸ்யா!.. என்ன இது, ஒலேஸ்யா அன்பே?.."

"பரவாயில்லே... நான் வருத்தப்படுறேன் ... சரியாயிடுவேன். கொஞ்சம் தலை சுத்துவது மாதிரி இருந்தது..."

முயற்சி செய்து முன்னே நடந்தாள், என்னிடமிருந்து தனது கையை விலக்கி விடாமலேயே.

"இப்ப என்னைப் பற்றி மட்டமாக நீ நினைத்திருந்தாய், ஒலேஸ்யா," கண்டிப்பது போலச் சொன்னேன்.

செம்மணி வளையல்

"உனக்கு வெட்கமாக இல்லை! நான் போக முடியும் என்றும், உன்னை விட்டு விட முடியும் என்றும் நீயும் கூடவா நினைத்தாய்? இல்லை, என் அன்பே. உண்மையைச் சொன்னால், இந்தப் பேச்சை நான் ஆரம்பித்ததற்குக் காரணம், இன்றைக்கு ராத்திரியே உன் பாட்டியிடம் நீ என்னுடைய மனைவியாகப் போகிறாய் என்று சொல்ல விரும்புகிறேன்."

எனக்குப் பெரும் தடுமாற்றமாக, அதைக் கேட்க அவள் வியப்படையவே இல்லை.

"உனது மனைவியா?" அவள் தனது தலையை மெதுவாகவும் துயரமாகவும் ஆட்டினாள். "இல்லை, அன்புள்ள வான்யா. அது முடியாதது!"

"ஆனா ஏன். ஒலேஸ்யா? ஏன்?"

"இல்லை, இல்லை. அதைப் பற்றி நெனைக்கிறது. கூட வேடிக்கையானது, உனக்கே தெரியும். உனக்கு என்ன மாதிரியான மனைவியா நான் இருக்கப் போறேன்? நீ நற்பண்பு வாய்ந்தவர், புத்திசாலி, படிச்சவர், ஆனா நான்? ஏன், என்னால படிக்கக் கூட முடியாது, மேலும் எப்படி நடந்துகொள்வது என்பதும் எனக்குத் தெரியாது... என்னைப் பற்றி நீ வெட்கப்படணும்..."

"என்ன முட்டாள்தனம், ஒலேஸ்யா!" நான் சூடாக மறுத்துச் சொன்னேன். "இப்போதிலிருந்து ஆறு மாதங்களில் உன்னை நீயே அடையாளம் காண முடியாது. நீ எவ்வளவு அறிவுள்ளவள் என்பதும் சாமர்த்தியமானவள் என்பதும் உனக்குத் தெரியலே. நாம் சேர்ந்து பல நல்ல புத்தகங்களைப் படிப்போம், நல்ல, புத்திசாலி மக்களைச் சந்திப்போம், பரந்த உலகம் முழுதையும் பார்ப்போம். ஒலேஸ்யா... இப்ப நாம் இருப்பது போலவே நமது வாழ்க்கை முழுக்க நாம் சேர்ந்தே இருக்கப் போறோம், உன்னைப் பற்றி எந்த வெட்கமுமில்லாமல், உன்னைப் பற்றி நான் பெருமைப்படுவேன், உனக்குக் கடமைப்பட்டிருக்கிறேன்!.."

என்னுடைய உணர்ச்சிமிக்க பேச்சுக்குப் பதிலாக அவள் எனது கையை உணர்வோடு பிசைந்து, ஆனால் உறுதியாக நின்றாள். "ஆனால் அது மட்டுமே எல்லாம் அல்ல... ஒருவேளை அது உனக்குத் தெரிந்தும் இருக்கலாம்... நான் உன்னிடம் சொன்னதே இல்லை... பாரு, எனக்கு அப்பா கிடையாது... நான் கெட்ட நடத்தையிலே பிறந்தவ..."

"நிறுத்து, ஒலேஸ்யா... அது என்னுடைய குறைந்தபட்சக் கவலை. என்னுடைய சொந்த அப்பா அல்லது அம்மாவைக் காட்டிலும், இந்த உலகம் முழுதைக் காட்டிலும் நீ பிரியமானவள் என்கிற போது உன்னுடைய உறவுக்காரர்களைப் பற்றி நான் என்ன கவலைப்படப் போகிறேன்? இது எல்லாமே முட்டாள்தனமானதும், நொண்டிச் சாக்குகளும் ஆகும்."

அவள் தன்னுடைய தோளை என்னுடையதோடு மென்மையாக, பணிவுமிக்க தழுவலாக அழுத்தினாள்.

"என் அன்புக்குரியவரே!.. இந்தப் பேச்சை நீ ஆரம்பிக்காமல் இருந்திருந்தால் நன்றாக இருந்திருக்கும்... நீ இளைஞர், சுதந்திரமானவர்... முழுவாழ்க்கைக்காக உன் கைகளையும் கால்களையும் நான் கட்டிப்போட முடியும்னு நீ நினைக்கிறாயா?.. பிற்பாடு வேறு ஒரு பெண்ணுக்காக நீ அக்கறை கொள்ள வேண்டி வந்தா என்னாவது? பிறகு நீ என்னை வெறுப்பாய், உன்னைத் திருமணம் செய்ய நான் ஒப்புக் கொண்ட நேரத்தை நீ பழிப்பாய். கோபப்பட வேண்டாம், அன்பரே!" நான் வேதனைப் பட்டிருக்கிறேன் என்பதை என் முகத்திலிருந்து அவள் பார்த்த போது கெஞ்சிக்கேட்டுக் கதறினாள். "நான் உன்னைப் புண்படுத்த விரும்பலே. உன்னுடைய மகிழ்ச்சியை மட்டுமே சிந்திக்கிறேன். தவிரவும் நீ பாட்டி பற்றி மறந்து விடு. நீயாகவே முடிவுக்கு வா– அவளைத் தனிமையிலே விட்டு விட்டு வருவது எனக்கு நல்லதாக இருக்குமா?"

"சரி... அவளுக்கும் கூட நாம் ஓர் அறையைத் தேடலாம். (வெளிப்படையாகவே, இந்த எண்ணம் ஓர் அதிர்ச்சி போல எனக்கு ஏற்பட்டது.) "அவள் நம்மோடு வசிக்கிறதுக்கு விரும்பலேன்னா, எல்லா ஊரிலும் வீடுகள் இருக்கு– அநாதை இல்லம் என்று சொல்லப்படும் –அங்கே அவளைப் போன்ற கிழவிகள் நல்ல ஓய்வும், தேவையான பராமரிப்பையும் பெறுவாங்க..."

"ஓ, வேண்டாம், அது முடியாதது! காட்டிலிருந்து அவள் வேறு எங்கும் போக மாட்டாள். சனங்களுக்கு அவள் பயப்படுறா."

"பிறகு அதை எப்படி நல்லபடியா தீர்க்கிறது என்று யோசி, ஒலேஸ்யா. பாட்டியா நானா என்பதை நீ முடிவு செய்தாக வேண்டும். ஒன்றை மட்டும் நினைவிலே கொள் – நீ இல்லாமல் வாழ்க்கை எனக்கு ஒரு வேதனைதான்."

"என் அன்பரே!" ஆழ்ந்த பரிவோடு அவள் முறுமுறுத்தாள்." அதைச் சொன்னதற்காக உனக்கு நன்றி... என் இதயத்தை நீ சூடாக்கிட்டே... ஆனா இருந்தும் உன்னை நான் திருமணம் செய்ய முடியாது... இப்படியே உன்னோட நான் வந்து விட முடியும், நீ என்னை ஏற்றுக்கொள்ளாது இருந்தால்... தயவுசெய்து கொஞ்சம் பொறு– என் மீது பாய வேண்டாம். அது பற்றி நினைக்கிறதுக்கு இரண்டு மூனு நாள் தா... பாட்டியிடமும் நான் பேசியாகணும்."

"இங்கே பார், ஓலேஸ்யா" ஒரு புதிய யோசனை திடீரென்று எனக்குத் தோன்றவே சொன்னேன். "திரும்பவும் நீ... சர்ச்சுக்காக பயப்படுகிறாய் என்பது இல்லையே?"

செம்மணி வளையல்

அந்த முனையிலிருந்து நான் பெரும்பாலும் தொடங்கியிருக்க வேண்டும். அவர்களிடம் இருக்கக்கூடிய மந்திர சக்திகள் காரணமாக அவள் குடும்பத்தின் மீது உள்ள பழியைப் பற்றி அவளிடம் உறுதி கூற முயன்றபடி அநேகமாக நாள்தோறும் ஒலேஸ்யாவிடம் விவாதித்தேன். நடைமுறையில் ஒவ்வொரு ருஷ்ய அறிவுஜீவியும் ஓரளவு கற்பிப்பவன் தான். அது எங்கள் ரத்தத்தில் இருக்கிறது, கடந்த காலங்களின் ருஷ்ய இலக்கியத்தால் அது மனத்தில் ஆழப்பதிய வைக்கப்பட்டு விட்டது. ஒருவேளை ஒலேஸ்யா ஆழ்ந்த மதப்பற்று கொண்டவளாக இருந்தால், நோன்புகளை அவள் கண்டிப்பாகக் கடைப்பிடித்து இருந்தால், சர்ச்சில் ஒரு தனிப்பட்ட பிரார்த்தனையையும் அவள் தவறவிடவில்லை என்றால், அவளது கடவுள் பற்றையும், அவளது மனத்தின் சிக்கலான அறியும் அவாவை வளர்த்துக்கொள்ள வேலை செய்ததையும், நான் கேலி செய்திருக்க முடியும் – ஓரளவுக்கு, ஏனெனில் நானே எப்போதும் சமய உணர்வு கொண்டவன். ஆனால், உண்மை என்னவென்றால், கருப்பு சக்திகளோடு தனக்குள்ள தொடர்பையும், கடவுளிடம் தான் மன வேறுபாடு கொண்டதையும் – அவர் பற்றிக் குறிப்பிடக் கூட அவள் அஞ்சினாள் – உறுதியுடனும் சூதறியாத பற்றுக்கோளுடனும் அவள் சேர்ந்தாள்.

அவளது மூட நம்பிக்கையைக் கலைக்கும் எனது முயற்சிகள் பயனற்றுப் போயின. என்னுடைய எல்லாத் தர்க்கங்களும், சில நேரங்களில் முரடாகவும் கொடூரமாகவும் என்னுடைய எல்லாக் கிண்டல்களும் அவளது புதிரானதும் விதி சம்பந்தப்பட்ட நம்பிக்கையிலும் முட்டி மோதின.

"சர்ச்சுக்காக நீ பயப்படுகிறாயா, ஒலேஸ்யா?" நான் திரும்பவும் கேட்டேன்.

அவள் மௌனமாகத் தனது தலையைத் தாழ்த்தினாள்.

"கடவுள் உன்னை ஏற்றுக்கொள்ள மாட்டார் என்று நினைக்கிறாயா?" அதிகரித்த உணர்ச்சியோடு கேட்டேன்.

"உனக்குப் போதுமான கருணையை அவர் காட்ட மாட்டார் என்று நினைக்கிறாயா? லட்சக்கணக்கான தேவதைகளை அதிகாரம் செலுத்துகின்ற வேளையில் அவர் பூமிக்குக்கீழிறங்கி எல்லா ஆண்களின் விமோசனத்திற்காக ஒரு பயங்கரமான அவமதிப்புக்குரிய மரணத்தை அடைந்தாரா? கீழான பெண்ணின் வருத்தத்தைப் புறக்கணிக்காத அவர், ஒரு திருடனும் கொலைகாரனும் அதே நாளில் தன்னோடு சொர்க்கத்தில் சேர்ந்துகொள்வான் என்று வாக்களிப் பாரா?.."

இதில் எல்லாவற்றிலுமே ஒலேஸ்யாவுக்கு எதுவும் புதிதாக இல்லை – இது பற்றி நாங்கள் முன்னரே பேசியிருக்கிறோம்; ஆனால் இந்த முறை அவள்

என் பேச்சைக் கேட்கக் கூட இல்லை. ஒரு விரைவான இயக்கத்தோடு அவள் தனது சால்வையை அகற்றி, அதைக் கசக்கி மடக்கி, என் முகத்தில் வீசினாள். ஒரு விளையாட்டுத்தனமான போராட்டம் தொடங்கியது. அவளிடமிருந்து முட்செடிப் பூவை எடுத்துக் கொள்ள முயன்றேன். என்னைத் தடுப்பதற்காகத் தன்னோடு என்னையும் சேர்த்திழுத்து அவள் கீழே விழுந்து, மகிழ்ச்சியோடு சிரித்துக் கொண்டு, வேகமாக மூச்சு விட்டதனால் பிரிந்திருந்த தனது இனிய ஈரமான உதடுகளை என் மீது பதித்தாள்...

பிந்திய இரவில், நாங்கள் பிரிந்து போய், ஒருவரிடமிருந்து மற்றவர் போதுமான தொலைவு சென்ற போது, ஒலேஸ்யா என்னை அழைப்பதைக் கேட்டேன்.

“வான்யா! சற்று பொறு.. உன்னிடம் ஒன்று சொல்ல விரும்புறேன்!”

அவளைச் சந்திக்கத் திரும்பி நடந்தேன். அவள் என்னிடம் ஓடிவந்தாள். ஓரத்தில் வெட்டுண்ட மின்னுகிற வளர்பிறை வானத்தில் இருந்தது, அதனது மங்கலான வெளிச்சத்தில் ஓலேஸ்யாவின் கண்களில் நீர் நிறைந்திருப்பதைக் கண்டேன்.

“என்ன இது, ஒலேஸ்யா?” கவலையோடு கேட்டேன். அவள் எனது கைகளைப் பற்றி அதில் மாறி மாறி முத்த மிடத் தொடங்கினாள்.

“அன்பரே!.. நீ எவ்வளவு நல்லவர்! எத்தனை அன்பானவர்!” நடுங்குகிற குரலில் சொன்னாள். “என்னை எந்தளவுக்குக் காதலிக்கிறாய் என்று நினைத்துக் கொண்டிருந்தேன்!.. பாரு, உனக்காக மிகமிக அருமையாக எதாவது செய்ய வேண்டும் என்று ரொம்பவும் விரும்புறேன்.”

“ஓலேஸ்யா, எனது அதிசயப் பெண்ணே, அமைதியாக இரு!..”

“சொல்லு.” அவள் தொடர்ந்தாள், “என்றைக்காவது ஒரு நாள் நாள் சர்ச்சுக்குச் சென்றால் நீ மிகவும் மகிழ்ச்சியடைவாயா? என்னிடத்திலே உண்மையை மட்டும் சொல்லு. எதார்த்தமான உண்மையை..

நான் திக்கு முக்காடினேன். எனது தலையில் ஒரு மூடத்தனமான சிந்தனை எனக்கேற்பட்டது: அது எதையேனும் சில அவப்பேற்றைக் கொண்டுவந்து விடாதா?

“சரி, நீ ஏன் பேச மாட்டேங்கிறாய்? சொல்லு. சீக்கிரம், நீ சந்தோஷப்படுவாயா, அல்லது அதைப் பொருட்படுத்த மாட்டாயா?”

“அதை நான் எப்படிச் சொல்வது, ஒலேஸ்யா?” நான் வாய் குழறினேன். “சரி, ஆமாம், நான் மகிழ்ச்சியடைவேன் என்று நினைக்கிறேன். நான் உன்னிடம்

அடிக்கடி சொல்லியிருக்கிறேன், இல்லையா நான்; ஒரு மனிதன் நம்பாமல் போகலாம். அவன் சந்தேகிக்கலாம், அல்லது ஏளனமா நகைக்கலாம். ஆனா ஒரு பெண்... ஒரு பெண் கேள்விக்கு அப்பாற்பட்டு பக்தியுள்ளவளா இருக்கணும். கடவுளின் பாதுகாப்புக்குத் தன்னைத்தானே ஈடுபடுத்திக் கொள்கிற, எளிமையானதும் இனிமையானதுமான நம்பிக்கையில், ஏதோ மனத்தைப் பற்றுகிற பெண்மையும் அழகும் இருப்பதாக நான் எப்போதுமே கருதுகிறேன்."

நான் மூச்சு விட்டுக் கொண்டேன். எனது நெஞ்சுக்கு நேராகத் தனது தலையைச் சாய்த்தவாறு, ஒலேஸ்யா பதில் ஏதும் கூறவில்லை.

"ஆனா அது பற்றி எதற்காக என்னிடத்தில் கேட்டாய்?" நான் விசாரித்தேன்.

அவள் உடனே நடுக்குற்றாள்.

"ஓ, சும்மா தெரிஞ்சுக்க விரும்பினேன்... அதைப் பற்றி மறந்து விடு... நல்லது, போய்வருகிறேன், அன்பே, நாளைக்குக் கட்டாயம் வந்துறு."

அவள் சென்றுவிட்டாள். இருட்டுக்குள்ளாக நீண்ட நேரம் உற்றுப்பார்த்துக் கொண்டும், விரைவாகக் குறைந்து கொண்டு வந்த காலடியோசைகளைக் கேட்டுக் கொண்டும் இருந்தேன். திடீரென்று அஞ்சத்தக்க தீக்குறியால் பிணிக்கப்பட்டேன். ஒலேஸ்யாவுக்குப் பின்னே ஓட வேண்டும். அவளை முந்திச்சென்று மன்னிப்புக் கேட்க வேண்டும், சர்ச்சுக்குப் போக வேண்டாம் என மன்றாடிக் கேட்க வேண்டும். தேவைப்பட்டால் கட்டாயப்படுத்துவது என்ற தடுக்க முடியாத வேட்கையை உணர்ந்தேன். ஆனால் என்னுடைய எதிர்பாராத பெருக்கைச் சோதித்து, வீட்டை நோக்கித் திரும்ப நடக்கத் தொடங்கிய போது உரக்கச் சொன்னேன்:

"நீயே மூட நம்பிக்கைகளுக்குச் சென்றுவிட்டாய் போலும், என் அருமை வான்யா."

ஓ. கடவுளே! தனது விரைவான. ரகசிய சகுணங்களில் ஒருபோதும் நேர்மை தவறாத என்னுடைய இதயத்தின் வெறுமையான தூண்டுதலுக்கு ஏன் அப்போதே நான் கீழ்ப்படியாது போனேன்?

12

அந்தச் சந்திப்புக்கு மறுநாள் திரினிட்டி ஞாயிறு ஆக அமைந்து விட்டது. அந்த ஆண்டு விருந்து நாள் திமோதி புனிதத் தியாகி நாளன்று வந்த போது, புராண நம்பிக்கைக் கேற்ப, பயிர் விளையாமற் போவதற்கான

அடையாளங்கள் தோன்றும். பிரெபிரோடு கிராமம் சர்ச்சைப் பெற்றிருந்தது, ஆனால் பாதிரியார் இல்லை, மேலும் அரிய வழிபாட்டு நிகழ்ச்சிகள் – லெந்து நோன்பின் போதும் முக்கிய விருந்துகளின் போதும் – வோல்ச்யெ கிராமத்திலிருந்து வரும் பாதிரியாரால் நடத்தப்பட்டன.

அன்றைய தினம் வேலை நிமித்தம் பக்கத்து நகரத்திற்கு நான் போக வேண்டி இருக்கவே, காலை எட்டு மணி வாக்கில், இன்னமும் குழுமையாக இருந்த போது, குதிரை மீது புறப்பட்டேன். எனது பயணங்களுக்காக சுமார் ஆறு அல்லது ஏழு வயதுள்ள சிறிய பொலி குதிரை ஒன்றை நான் முன்னமேலே வாங்கியிருந்தேன். அது சாதாரணமான உள்ளூர் வளர்ப்புத்தான். ஆனால் அதனது முன்னாளைய உரிமையாளரால், ஒரு நில ஆய்வாளரால், கவனமாக வளர்க்கப் பட்டிருந்தது. அதனது பெயர் தரஞ்சிக். உறுதியாக வடிவமைந்த கால்களும், அலைகின்ற முன் மயிருக்குக் கீழே கோபமும் அவநம்பிக்கையும் கொண்ட கண்களும், இறுக்கமாக மூடப்பட்ட உதடுகளும் கொண்ட அந்த விலங்கின் பால் நான் தனிவிருப்பம் கொண்டேன். அதனுடைய நிறம் ஒருவகையில் அபூர்வமானதும் மகிழ்வூட்டுவதுமாகும்: அது முழுதும் சாம்பல் நிறத்தில் இருந்தது, அதனுடைய பிட்டம், வெள்ளையும் கருப்பும் கொண்ட புள்ளிகளுடன் இருந்ததைத் தவிர.

கிராமத்தின் ஒரு கோடியிலிருந்து மற்றொரு கோடி வழியாக நான் சவாரி செய்ய வேண்டியிருந்தது. சர்ச்சுக்கும் அருந்தகத்திற்கும் இடையே பரவியிருந்த பெரிய பச்சை நிறச் சதுக்கமானது, பக்கத்துக் கிராமங்களிலிருந்து விருந்திற்காக மனைவிகளோடும், குழந்தைகளோடும் வந்திருந்த விவசாயிகள் இருந்த வண்டிகளின் நீண்ட வரிசைகளால் முழுமையாக ஆட்கொள்ளப்பட்டிருந்தது. வண்டிகளுக்கு இடையே மக்கள் பரபரப்பாகப் போய்வந்து கொண்டிருந்தார்கள். அதிகாலை நேரம் மற்றும் கடுமையான கட்டுப்பாடுகள் இவற்றிற்கு மாறாக அவர்களில் சிலர் குடித்திருந்தனர். (விடுமுறை நாட்களிலும் இரவிலும் முன்னாளைய அருந்தகக்காரனிடமிருந்து வோட்கா திருட்டுத்தனமாகப் பெற முடிந்தது.) காலைநேரம் காற்றில்லாமலும் புழுக்க மாகவும் இருந்தது. காற்று ஈரமாக இருந்தது, அன்றைய நாள் தாங்க முடியாத வெப்பமுடையதாக இருக்கும் என்பதை உறுதி செய்தது. காய்ந்து போன, வெள்ளி போன்ற புழுதியில் மூடி மறைக்கப்பட்டது போலக் காணப்பட்ட வானத்தில் மிகச் சிறிய மேகங்கூட காணக் கூடியதாக இல்லை.

நகரத்தில் எனது வேலையை முடித்துக் கொண்ட பிறகு, அவசரமான சாப்பாட்டை முடித்துக் கொள்வதற்காகச் சத்திரத்துக்குச் சென்றேன். யூத முறைப்படி திணித்த பைக் மீனை முடித்துக் கொண்டு, அருவருப்பான, கலங்களான பீரால் அதைக் கழுவி விட்டு, வீட்டிற்குப் புறப்பட்டேன். ஆனால்

பட்டறை அருகில் நான் சவாரி செய்ததனால் தரஞ்சிக்கின் இடது முன்கால் லாடம் சிறிது காலமாகத் தொளதொளத்து இருப்பதை நினைவு கூர்ந்து, அதைச் சரி செய்வதற்காகத் தங்கினேன். அது எனக்கு மேலும் ஒன்னரை மணி நேரத்தை எடுத்துக்கொள்ளவே, மாலை மணி நான்கிற்கும் ஐந்திற்கும் இடைவாக்கில் பிரெபிரோடுக்கு நான் வந்து சேர்ந்தேன்.

சதுக்கமானது வெறிக்கக்குடித்த, கொந்தளிக்கிற மக்களால் மொய்த்துக் கிடந்தது. ஒருவருக்கொருவர் முட்டி மோதிக் கொண்டும், ஏசிக் கொண்டும் இருந்த வாடிக்கையாளர்கள் அருந்தகத்தின் சுற்றுக்கட்டு வெளியிடத்திலும் முன் தாழ்வாரத்திலும் நிறைந்து நின்றார்கள்; பக்கத்து இராமங்களிலிருந்து வந்த மக்களோடு பிரெபிரோடு விவசாயிகள் ஒன்று கலந்து, வண்டிகளின் நிழலில் புல்லின் மீது உட்கார்ந்து கொண்டிருந்தார்கள். மூடிகள் அகற்றப்பட்ட தும், உயரத் தூக்கப்பட்டதுமான போத்தல்களை எல்லா இடங்களிலும் காண முடிந்தது. குடிமயக்கமற்ற ஆள் யாரும் ஏற்கெனவே அங்கில்லை. பொதுவான குடிமயக்கத்தின் நிலை, ஒரு குடியானவன் சுட்டுக் கடங்காதவாறு தனது குடி வெறி பற்றிப் பெருமை பேசிக்கொள்கிற, தனது உடம்பை. அலட்டிக்கொள்கிற, முழங்காலை மடக்கித் தொடையில் வளைந்துகொள்கிற, தனது தலையை ஆட்டிக்கொள்கிற அளவுக்குச் சென்று, அவன் தன் நிதானத்தை இழந்து பின்னுக்குச் சாய்ந்தான். கிளர்ச்சியற்றவாறு உலர்புல்லை அசை போட்ட குதிரைகளின் காலடியில் குழந்தைகள் துரத்திப் பிடித்துக் கொண்டும், அலறிக் கொண்டும் இருந்தார்கள். இங்குமங்குமாக புலம்புகிற, திட்டுகிற ஒரு பெண், தானாகவே எழுந்து நிற்க முடியாதவள், தொந்தரவு செய்கின்ற, வெறுப்புக் கொள்ளச் செய்யுமாறு குடித்திருந்த தனது கணவனின் சட்டைக் கையைப் பற்றி அவனை வீட்டிற்குக் கூட்டிச் செல்ல முயன்று கொண்டிருந்தாள்... ஒரு வேலியின் நிழலில், கண் தெரியாத இசைப் பெட்டி கலைஞனைச் சுற்றி சுமார் இருபது விவசாயக் குடியானவர்களும் பெண்களுமாக ஒரு வட்டமாகச் சுற்றி உட்கார்ந்து கொண்டிருந்தார்கள். அவனது அதிர்கின்ற உச்சக்குரல் சலிப்பூட்டு கிற முனங்களோடு இணைந்து, பொதுவான கூச்சலுக்கு மேலாகக் கூர்மையாக வந்தது. நாட்டுப் பாடலின் பிரபலமான வார்த்தைகளை நான் தொலைவிலிருந்து கேட்டேன்:

ஆகா, மாலைக் கதிரவன் சாய்ந்ததே,
கருமை இருளும் விரைந்து வீழ்ந்ததே.
துருக்கியர் கூட்டமும் பாய்ந்தது மேலே
நரகத்திலிருந்து கரு மேகம் போலே!

அந்த நாட்டுப் பாடல், திடீர்த்தாக்குதலால் பச்சாயெவ் துறவிமடத்தைக் கைப்பற்ற முடியாத துருக்கியர்கள். சூழ்ச்சி ஏற்பாட்டை நாடிச் சென்றது

எப்படி என்பதைச் சொல்லத் தொடங்கியது. வெடிமருந்து திணிக்கப்பட்ட மிகப் பெரிய மெழுகுவர்த்தியை அவர்கள் ஒரு பரிசாகத் துறவிமடத்திற்கு அனுப்பி வைத்தார்கள். பன்னி ரெண்டு ஜோடி எருதுகள் கொண்ட ஒரு குழுவால் விதி யோகிக்கப்பட்ட மெழுகுவர்த்தியை பெரு மகிழ்ச்சியுற்ற துறவிகள் பச்சாயெவ் கன்னிமாதாவின் தெய்வபீடத்திற்கு முன்னால் ஏற்ற விருந்தார்கள், ஆனால் கடவுள் அந்தக் கடுங்கொடிய குற்றம் நடக்க அனுமதிக்கவில்லை.

திருச்சபை ஊழியர் கனவு கண்டார் –
நமது பெருமானால் நமது எச்சரிக்கப்பட்டார்.
மெழுகுவர்த்தியை வெளியே கொண்டு சென்று,
வாள்களால் வெட்டி வீழ்த்தவே.
பின்னர் நிலத்திற்கே கொண்டு சென்று
மெழுகுவர்த்தியை வெட்டி வீழ்த்தினர்,
குண்டுகளும் வெடிமருந்து பைகளும் உள்ளிருந்தெடுத்தே
சுற்றிலும் பரத்தியே போட்டனர்...

வெப்பக் காற்றானது. ஒத்கா சாராயம், வெங்காயம். ஆட்டு மயிர்த் தோல் அங்கிகள், வீட்டில் விளைவித்த காரமான புகையிலை மற்றும் அழுக்கான, வியர்த்துக் கொட்டிய மனித உடல்கள் இவற்றின் மணத்தால் ஊடுருவிக் கலந்து மேன்மேலும் சலிப்பூட்டுவதாகக் காணப்பட்டது. கூட்டத்தின் வழியாக கவனமாக வழியமைத்துக் கொண்டும், துடி துடிக்கிற தரஞ்சிக்கைச் சிரமத்தோடு பின்னுக்கு இழுத்துக் கொண்டும் எனது பாதையில் செல்கையில் சம்பிரதாயமற்ற. அறியும் ஆர்வமும் வெறுப்புணர்ச்சியும் கொண்ட பார்வை களை நெடுகிலும் சந்தித்தேன். வழக்கத்திற்கு மாறாக ஒருவனும் தனது தொப்பியை எடுக்கவில்லை, ஆனால் என்னுடைய வருகையால் இரைச்சல் ஓரளவு மட்டுப்படுத்தப்பட்டது போலக் காணப்பட்டது. திடீரென்று ஒரு குடிகாரனின் கரகரத்த சப்தமானது கூட்டத்தின் மத்தியில் எங்கிருந்தோ ஒலித்தது; என்னால் வார்த்தைகளைப் புரிந்து கொள்ள முடியவில்லை, ஆனால் அது அடங்கிய சிரிப்பொலியால் வரவேற்கப்பட்டது. ஒரு நடுக்கமுற்ற பெண்ணுடைய குரல் கூச்சலிடுவோனைக் கட்டுப்படுத்த முயன்றது:

“வாயை மூடு, முட்டாளே!.. எதற்காகக் கத்திக் கொண்டிருக்கிறாய்? நீ சொல்வதை அவர் கேட்கலாம்...

“என்ன செய்திருவார்?” அந்த மனிதன் துணிச்சலாகக் கத்தினான். “அவர் என்னுடைய தலைவரா அல்லது வேறே எதுவுமா? அது காட்டில் மட்டுந்தான், அவரோட...?

. . . .

ஒரு நீண்ட, மட்டமான, பயங்கரமான வாக்கியம் பெருங்கூச்சலான

சிரிப்பு முழக்கத்துடன் காற்றில் அதிர்ந்தது. எனது குதிரையை விரைந்து திருப்பி, சாட்டையின் கைப்பிடியை இறுகப்பற்றிய நான், எதையும் பார்க்காத, எதற்கும் காரணமும் பயமும் அறியாத தன்னிலைமறந்த வெறியால் ஆட்கொள்ளப்பட்டேன். திடீரென்று ஒரு வித்தியாசமான, வேதனை மிக்க சிந்தனை என் மனத்தில் குறுக்கிட்டது: "இவை எல்லாம் எனது வாழ்வில் ஒரு காலத்தில் ஏற்பட்டிருக்கின்றன– பல, பல ஆண்டுகளுக்கு முன்னால்... இப்போது போல சூரியன் வெப்பமாகவே இருந்தது... இப்போது போல பெரும் சதுக்கமானது இரைச்சல் மிக்க, கிளர்ச்சியுற்ற கும்பலால் நிறைந்திருந்தது ... வெறியூட்டப்பட்ட கோபத்தின் வலிப்பில் இப்போது போலவே திரும்பிக் கொண்டேன்.. ஆனால் அது எங்கே? எப்போது?.." எனது சாட்டையைத் தாழ்த்தி வீடு நோக்கிக் குதிரையில் பாய்த்தேன்.

சமையலறையை விட்டு யர்மோலா மெதுவாக வந்தான். அவன் குதிரையை வாங்கிக் கொண்டு மொட்டையாகச் சொன்னான்:

"மரீனொவ்கா எஸ்டேட்டிலிருந்து வந்த கண்காணி உங்களுக்காக உங்க அறையிலே காத்துக்கிட்டிருக்கார், ஐயா."

அவன் மேற்கொண்டு ஏதோ சொல்ல விருக்கிறான்.– மிக முக்கியமானதும் எனக்கு ஏற்றுக்கொள்ள முடியாதது மான எதையோ –என்று ஊகித்தேன். உண்மையில் அவனது முகத்தின் ஊடாகக் கெடு நோக்கான ஏளன நகைப்பு விரைந்து சென்றதன் சாயலைப் பார்த்ததாக நான் நினைத்தேன். நான் வேண்டுமென்றே வாசல் வழியில் தயங்கி நின்று யர்மோலாவைச் சந்தேகத்தோடு திரும்பிப் பார்த்தேன். ஆனால் என்னைப் பார்க்காமல், அவன் ஏற்கெனவே கழுத்தை நீட்டிய, கால்களால் கவனமாக தாண்டிய குதிரை கடிவாளத்தைக் கழற்றிக் கொண்டிருந்தான்.

பக்கத்து எஸ்டேட்டிலிருந்து வந்த நிகீதா மிஷ்சென்கோவை எனது அறையில் கண்டேன். மிகப் பெரிய செம்பழுப்பான கட்டங்களுடன் கூடிய சிறிய சாம்பல் நிற ஜாக்கெட், களைச் செடியின் நீல நிறத்தாலான குட்டையான காற்சட்டையும், கொழுந்து விட்டெரிகிற கழுத்துப் பட்டையும் அணிந்திருந்தான். எண்ணெய் தடவப்பட்ட அவனது தலைமுடி நடுவே இடை விட்டு நின்று, பெர்சியின் அல்லியின் நறுமணத்தை வெளிவிட்டது. என்னைப் பார்த்த அக்கணமே தனது இருக்கையிலிருந்து அவன் குதித்தெழுந்து பிறாண்டத் தொடங்கி, தலை குனிவதற்கு பதிலாக இரு தாடைகளின் வெளிறிய ஈறுகளைக் காட்டும் இளிப்புடன் இடுப்பில் அடித் துக்கொள்ள தொங்கினான்.

"என்னுடைய வாழ்த்துகள்," பணிவாகப் பேசினான். "உங்களைப் பார்ப்பதில் மிக்க மகிழ்ச்சி... தொழுகை நடந்ததிலிருந்து உங்களுக்காக நான்

எதிர்பார்த்துக் கொண்டிருக்கிறேன். உங்களைக் கடைசியாப் பார்த்து ரொம்பக் காலமாச்சு, ஆகவே உள்ளே வந்து போகலாமே என்று நினைத்தேன்.ஏன் நீங்க வந்து எங்களைப் பார்ப்பதில்லே? இளம் பெண்கள் உங்களைப் பற்றிக் கேலி பேசிக்கொண்டிருக்காங்க."

திடீரென்று, எதையோ நினைத்துக்கொண்டு, கட்டுப்படுத்த முடியாதவாறு அவன் குபீரென்று சிரித்தான்.

"இன்றைக்குக் கொஞ்சம் வேடிக்கை நடந்தது, உங்களிடம் சொல்றேன்!" என்று கலகலவென்ற சிரிப்புடன் கத்தினான். "ஹா–ஹா– ஹா! என் விலா எலும்பு உடைந்து போச்சு!"

"என்ன சொல்கிறாய்? என்ன வேடிக்கை?" எனது மகிழ்ச்சியின்மையை மறைக்க முயலாதபடி, முரட்டுத்தனமாக இடை மறித்தேன்

"இங்கே பிரார்த்தனைக்குப் பிறகு குழப்பம் ஏற்பட்டுப்போச்சு," என்று தொடர்ந்து அவன், சிரிப்பு முழக்கத்துடன் தனது பேச்சை அழுத்தங் கொடுத்துப் பேசினான். "சில பிரெபிரோடு பெண்கள்... இல்லை, கடவுள் சத்தியமாக, என்னால முடியாது!.. சில பிரெபிரோடு பெண்கள் சதுக்கத்திலே ஒரு சூனியக்காரியைப் பிடித்துக்கொண்டாங்க.. அவளை ஒரு சூனியக்காரியா நெனச்சுட்டாங்க, அறியாத நாட்டுப்புற மக்கள்... சரி, அவளுக்குச் சரியான குலுக்குக் கொடுத்துட்டாங்க! அவளுக்குத் தார் பூசச் சென்றார்கள். ஆனா அவளோ எப்படியோ நழுவிப் போயிட்டா..."

ஒரு பயங்கரமான உள்ளத்தின் உறைப்பு என்னில் பளிச்சிட்டது. அந்த எழுத்தனிடம் விரைந்து அவனது தோளைப் பற்றினேன், எனக்குள்ளாக எழுந்த பரபரப்போடு.

"எதைப் பற்றிச் சொல்லிக் கொண்டிருக்கிறாய்?" வெறியில் கர்ஜித்தேன் "சிரிக்கிறதை நிறுத்து, நாசமாப்போ! என்ன சூனியக்காரி பற்றிச் சொல்கிறாய்?"

அவன் உடனடியாகத் தனது சிரிப்பை நிறுத்தி விட்டு என்னை வெறித்து நோக்கினான், அவனது கண்கள் அச்சத்தால் பெருத்திருந்தன.

"நான்... எனக்கு உண்மையாகவே தெரியாது, ஐயா," குழப்பத்தில் சிற்றத்தோடு பேசினான். "அவள் பெயர் சமூய்லிகா... அல்லது மனூய்லிகா என்று நினைக்கிறேன்... கொஞ்சம் பொறுங்க, அவள் ஒரு மனூய்லிகாவின் மகள், என்று தெரிகிறது... அது பற்றிக் குடியானவர்கள் பேசிக் கொண்டிருந்தாங்க, ஆனா அவுங்க என்ன சொன்னாங்க என்பதை மறந்துட்டேன், சத்தியமா."

அவன் பார்த்ததையும் கேட்டதையும் ஆரம்பத்திலிருந்து எனக்குச் சொல்லுமாறு செய்தேன். அவன் முட்டாள்தனமாகவும், தொடர்ச்சியற்றும்,

விவரங்களைக் குழப்பியும் பேசவே, ஒவ்வொரு கணமும் பொறுமையற்ற வினாக்களாலோ, வியப்புகளாலோ அவனைக் குறுக்கிட்டேன். அவனது கதையிலிருந்து மிகக் குறைவாகத் தான் செய்திகளை நான் சேகரித்தேன். இரண்டு மாதங்களுக்குப் பின்னர், அன்றைய தினம் பிரார்த்தனையில் இருந்த காட்டுக்காரனின் மனைவி என்னிடம் முழு விவரத்தையும் சொல்கின்ற வரை அந்தத் தீய நிகழ்ச்சியை என்னால் முழுமையாகத் தெரிந்துகொள்ள முடியவில்லை.

எனது கெட்ட நிமித்தம் என்னை ஏமாற்றி விடவில்லை. ஓலேஸ்யா தன்னுடைய அச்சத்தை வென்று சர்ச்சுக்குச் சென்றிருக்கிறாள்; பிரார்த்தனை பாதி முடிந்த போது அங்கு வந்து சேர்ந்த அவள், பிரகாரத்தின் பின்புறமாக நின்றுகொண்டாலும் அங்கிருந்த விவசாயிகள் அனைவரும் அவளை உடனடியாகக் கண்டு கொண்டார்கள். பிரார்த்தனை முழுக்கவே பெண்கள் தங்களுக்குள்ளாக கிசுகிசுத்துக் கொண்டு, பின்னுக்குத் திரும்பிப்பார்த்துக் கொண்டே இருந்தார்கள்.

எனினும், பிரார்த்தனை முடிகிற வரை சர்ச்சில் தங்கியிருக்கத் தேவையான துணிவை ஓலேஸ்யா வரவழைத்துக் கொண்டாள். ஒருவேளை வெறுப்பான பார்வைகளின் அருத்தத்தை அவள் தவறாகப் புரிந்துகொண்டிருந்தாள், அல்லது கர்வத்தால் அவற்றைப் புறக்கணித்திருந்தாள். ஆனால் அவள் சர்ச்சை விட்டு வெளியேறி நடந்த போது, வேலியருகே பெண்கள் கூட்டம் ஒன்று அவளைச் சுற்றிச் சூழ்ந்து, நிமிடத்திற்கு நிமிடம் நெருக்கிக் கொண்டே வளர்ந்தது. முதலில் அவர்கள், தன்னைப் பற்றிய அச்சமுற்ற பார்வையை வெளிக்காட்டிக் கொண்டிருந்த அந்த ஆதரவற்ற பெண்ணை முரட்டுத்தனமாக வெறித்துப் பார்க்க மட்டுமே செய்தனர். பிறகு முரட்டுத்தனமான கிண்டல்களும், காரசாரமான வார்த்தைகளும், சிரிப்புடன் கூடிய வஞ்சினங்களும் வந்தன அதன் பிறகு பல்வேறு கூக்குரல்கள் காதைச் செவிடாக்கும் ஓசையாக இணைந்து, முன்னிலும் அதிகச் சிற்றத்தோடு பெண்களைக் கிளர்ந்தெழச் செய்தது. இந்தப் பயங்கரமான உயிருள்ள வளையத்தினின்றும் வெளியேற ஓலேஸ்யா சில முயற்சிகளைச் செய்தாள், ஆனால் திரும்பத் திரும்ப மையத் திற்குள்ளாக அவள் தள்ளிவிடப்பட்டாள். பிறகு திடீரென்று கூட்டத்தின் பின்னிருந்து ஒரு கிழவி கிறீச்சிட்டாள்: “அவளுக்குத் தார் பூசுங்கள், துடுக்குக்காரி!” (உக்ரேனில் தார் பூசுவது, ஒரு பெண் வசிக்கிற வீட்டின் படலையில் என்றால் கூட, அவளுக்கு அது துடைத்தழிக்க முடியாத அவமான மாகும்.) பெரும்பாலும் உடனடியாக ஒரு வாளித்தாரும், தீட்டுக் கோலும் பொங்கி எழுந்த பெண்களின் தலைகளுக்கு மேலாகத் தோன்றி, ஒவ்வொரு கையாக மாறியது.

பிறகு ஓலேஸ்யா, கோபம், பயம் மற்றும் மனச் சோர்வு, இவற்றின்

திடீர் எழுச்சியால் தன்னைத் தாக்கியவர்களில் ஒருத்தி மீது அத்தனை பலமாகத் தாக்க அவள் கீழே விழுந்தாள். உடனேயே ஏராளமான பெண்கள் கூச்சலிட, கை கலப்புத் தரைமீது தொடர்ந்தது. ஓர் அதிசயத்தால் அக் கடுஞ்சிக்கலினின்றும் நெளிந்து கொண்டு வெளியேற ஒலேஸ்யாவால் முடிந்தது. அவள் சாலையை நோக்கி ஓடத் தொடங்க, அவளது கைக்குட்டை தொலைந்து போய், அவளது உடைகள் கந்தலாகக் கிழிந்து, அவளது சதைப் பகுதி பல இடங்களில் தெரிந்தது. கூட்டம் வசைமொழியவும், சிரிக்கவும், கூச்சலிடவும் செய்து, அவள் மீது கற்களை வீசி எறிந்தது. ஆனால் ஒரு சிலர் மட்டுமே அவளைத் துரத்தினர், அவர்களும் சீக்கிரமே திரும்பிவிட்டனர்... ஐம்பது அடி தொலைவிற்கு அப்பால் ஓடியதும் ஒலேஸ்யா நின்றாள், வெளிறிப் போயும், கீறல் பட்டும் குருதி வடிந்தும் இருந்த முகத்தை காட்டுமிராண்டிக் கும்பலை நோக்கித் திரும்பி சதுக்கத்தில் ஒவ்வொரு வார்த்தையும் கேட்கும் படியாக அத்தனை உரக்கக் கத்தினாள்:

“எல்லாம் சரி.. இதை நினைவிலே வச்சுக்குங்க! நீங்க மிக மோசமா கதறி அழப் போறீங்க!”

அந்த அச்சுறுத்தல், இதை நேரில் பார்த்தவள் என்னிடம் சொன்னது போல, அந்தளவு உணர்ச்சிக்கு ஆட்பட்ட வெறுப்போடும், அந்தளவு உறுதியோடும், வருவதுரைக்கும் குரலில் சொல்லப்பட்டதில் கணநேரம் அந்தக் கும்பல் அச்சத்தால் உறைந்து போனது போலக் காணப்பட்டது, ஆனால் கண நேரத்திற்கு மட்டுமே அது நீடித்தது, ஏனெனில் அடுத்த நொடி புத்தம் புது வசைமொழிகள் வெடித்தன .

அந்த நிகழ்ச்சியின் பல விவரங்களை நான் சமீபகாலம் வரை அறிந்து கொள்ளவில்லை. மிஷ்சென்கோவின் கதையை இறுதி வரைக் கேட்கக் கூடிய வலிமையோ, பொறுமையோ என்னிடம் இல்லை. குதிரைக்குச் சேணவாரைக் சுழற்றுவதற்கு யர்மோலாவுக்குப் பெரும்பாலும் நேரம் இருந்திருக்காது என்று நான் நினைக்கவே, திகைக்க வைத்த எழுத்தனிடம் ஒரு வார்த்தை கூடச் சொல்லாது, முற்றத்தை நோக்கி விரைந்து ஓடினேன். யர்மோலா இன்னமும் தரஞ்சிக்கை வேலி நெடுகிலும் முன்னும் பின்னுமாக நடக்கவிட்டுக் கொண்டிருந்தான். நான் விரைந்து குதிரைக்குக் கடிவாளம் மாட்டி, வாரை இறுக்கி, குடிகாரக் கும்பலின் ஊடாகத் திரும்பவும் போக வேண்டாம் என்பதற்காக காட்டை நோக்கிச் சுற்றுப்பாதையில் பாய்ச்சலில் ஓட்டினேன்.

13

அந்தக் கொந்தளிப்பான ஓட்டப்பந்தயத்தின் போது என் நிலை விளக்க முடியாததாகவே இருந்தது. அந்நொடிகளில் எங்கே, எதற்காக நான் சவாரி

செய்து கொண்டிருக்கிறேன் என்பதை முற்றாக மறந்து போனேன். ஏதோ தாங்கமுடியாத, ஏதோ மோசமானதும் பயங்கரமானதுமான

ஒன்று – அஞ்சத்தக்க கொடுங்கனவுக்குள்ளாக சில நேரங்களில் சிக்க வைக்கின்ற மனிதனின் ஓர் ஆழ்ந்த, ஆதாரமற்ற கவலை போன்ற ஒரு முன்னுணர்வு – நடந்து விட்டிருந்தது என்று வெறுமையாக உணர்ந்தேன், இதோடு, அத்தனை விநோதமானது, குருட்டு இசைஞனின் உடைப்பட்ட மெல்லிய குரல், குதிரைக் குளம்பின் தாளத்திற்கேற்ப என் மனத்தில் தொடர்ந்து ஒலித்துக் கொண்டே இருந்தது:

துருக்கியர் கூட்டமும் பாய்ந்தது மேலே
நரகத்திலிருந்து கரு மேகம் போலே...

மனூய்லிகாவின் குடிசைக்கு நேராகக் கொண்டு செல்கிற குறுகிய பாதையை அடைந்ததும், தரஞ்சிக்கை விட்டு இறங்கி கடிவாளத்தைப் பிடித்து நடத்திச் சென்றேன். அதனுடைய சேணத் துணியின் முனைகளிலும் சேணம் தோலை ஒட்டியிருந்த இடங்களிலும் அடர்ந்த நுரை வெண் துண்டுகளாக அரும்பி விட்டது. அன்றைய பொழுதின் அதிக வெப்பம் மற்றும் விரைவான பயணம் காரணமாக, ஒரு பெரிய குழாய் தள்ளிக் கொண்டிருப்பது போல ரத்தம் எனது தலையில் சத்தமிட்டுக் கொண்டிருந்தது.

படலையில் குதிரையைக் கட்டி விட்டு நான் குடிசைக் குள்ளாகச் சென்றேன். முதலில் ஒலேஸ்யா அங்கு இல்லை என்று கருதி உள்ளுக்குள்ளாக அச்சத்தால் உறைந்து போனேன்; ஆனால் ஒரு நிமிடத்திற்குப் பிறகு, சுவர்ப்பக்கம் முகத்தை வைத்துக்கொண்டும், தலையைத் தலையணைகளுக்குள்ளாகப் புதைத்துக்கொண்டும் அவள் படுத்திருப்பதை நான் பார்த்தேன். கதவு திறந்த போது அவள் தன் தலையைத் திருப்பவில்லை.

படுக்கைக்கு அருகே தரையில் உட்கார்ந்து கொண்டிருந்த மனூய்லிகா கால்கள் நடுங்க, கஷ்டத்துடன் எழுந்து நின்று என்னை நோக்கித் தனது கைகளை அலைத்தாள்.

“அமைதியா! மெல்லப் போ, நாசமாப் போக!” அச்சுறுத்துவது போலக் கிசுகிசுத்து, என்னை நெருங்கி நகர்ந்தாள். தன்னுடைய மங்கலான, குளிர்ந்து போன கண்களால் என்னை நேராகப் பார்த்துக் கோபமாகச் சீறினாள்: “நல்வது? ஆகவே, பட்டுக்கொள்ள விட்டுட்டே பார், நண்பனே?”

“இங்கே பாரு, பாட்டி.” நான் உறுதியாகப் பேசினேன், “கணக்குகளைத் தீர்க்கிறதுக்கும் குற்றங்கண்டு பிடிக்கிறதுக்கும் இதுவல்ல நேரம். ஒலேஸ்யா எப்படியிருக்கா?.

“உஸ்! மெதுவா! அவள் சுய நினைவில்லாம இருக்கா, அப்படித்தான் இருக்கா... உனக்குத் தேவையில்லாத விஷயங்களிலே நீ தலையிடாம இருந்தா, முட்டாள்தனமான எல்லாவற்றையும் அவளிடத்திலே நீ சொல்லாம இருந்தா, எதுவுமே ஏற்பட்டிருக்காது. நான், ஒரு முட்டாள் கிழவி, பார்த் துக் கொண்டு இருந்துட்டேன்... தொல்லை வரப்போதுன்னு எனக்குத் தெரியும்... நீ இந்தக் குடிசைக்குள்ளே நுழைஞ்ச அப்போதிருந்தே எனக்குத் தெரியும். சரியா? சர்ச்சுக்குப் போறது பற்றி அவளிடத்திலே நீ பேசலேன்னு என்னிடம். சொல்லப் போறியா?” அவள் திடீரென்று சீறினாள், வெறுப்பினால் அவளது முகம் அலங்கோலமாகியது. “நீ தான் இல்லையா, நாசமாப் போறவனே? இப்ப நீ பொய் சொல்லலியா, நரியைப் போல மாத்தவும் கலைக்கவும் வேணாம் வெக்கங்கெட்ட போக்கிரி! எதற்காக அவளைச் சர்ச்சுக்குப் போக வைத்தாய்?”

“நான் இல்லே. பாட்டி... சத்தியமா நான் இல்லே. அதை அவளாகத்தான் விரும்பினாள்.”

“ஐயோ, பாவம்!” தனது கைகளை அவள் பிசைந்தாள்.” அவள் திரும்பி வந்தாள் –முகம் பார்க்க பயங்கரமா இருந்தது, அவளுடைய சட்டை கிழிஞ்சு தொங்கியது... அவளது தலைக்குட்டை எங்கேயோ போச்சு... அதைப் பற்றி அவள் எங்கிட்டே சொன்ன போது சிரிச்சா, பைத்தியம் போலக் கத்தினாள்... படுக்கையிலே படுத்து சுத்தித் தீர்த்துட்டா, அப்புறமா அவள் ஒருவழியாத் தூங்கிப் போயிட்டா. எனக்கு அவ்வளவு சந்தோஷமா இருந்துச்சு, கிழட்டு முட்டாள் நான், அவள் தூங்கிப் போனா சரியாயிரும்னு நினைச்சேன். அவள் கை கீழே தொங்கிக்கிட்டிருந்த்தைப் பார்த்தேன். ஆகவே நானே எண்ணிக் கொண்டேன்: ‘கையைச் சரியா வைக்கணும், இல்லேன்னா அது மரத்துப் போகும்...’ அவள் கையைத் தொட்டேன்– அது நெருப்பா எரிஞ்சது... அவளுக்குக் காய்ச்சல் வந்துருச்சு, என் செல்லக் கண்ணுக்கு ... ஒரு மணி நேரம் போல நிறுத்தாமலே அவள் பேசிக்கிட்டிருந்தாள், அத்தனை வேகத்தோடும், அத்தனை துயரத்தோடும்... ஒரு நிமிஷத்துக்கு முன்னாலேதான் நிறுத்தினாள். நீ என்ன செஞ்சுட்டேன்னு பாரு! அவளுக்கு நீ என்ன செஞ்சுட்டேன்னு பாரு !” கவலையின் புதிய ஆவேசத்தோடு அவள் கதறினாள்.

திடீரென்று அவளுடைய பழுப்பு நிற முகம் கொடூரமாக முறுக்கிக் கொண்டது. பயங்கரமான அழுகின்ற முகச்சுளிப்போடு அவளது உதடுகள் நீண்டு ஓரங்களிலே குவிந்து கிடந்தன, முகச்சதைகள் முறுக்குண்டு துடித்தன, புருவங்கள் நிமிர்ந்து நின்றன, நெற்றி சிரிப்புற்று ஆழ்வடுக்களை ஏற்படுத்தியிருந்தன. பயறு அளவுக்குப் பெரிய கண்ணீர்த் துளிகள் அவள் முகத்தினின்றும் அசாதாரணமான வேகத்தோடு உருண்டோடின. தனது கைகளால் தலையைத் தாங்கிக் கொண்டும். முழங்கைகளை மேசை மீது

வைத்துக்கொண்டும். தனது உடம்பு முழுவதையும் முன்னும் பின்னுமாக அலைக்கத் தொடங்கினாள்.

“என் செல்–ல–மே!” அவள் ஊளையிட்டாள். “என் செல்–ல–மே! ஐயோ, என் நிலைமை இப்படிப் பரிதாபமா போச்சே!..”

“உன் புலம்பலை நிறுத்து, கிழவி,” முரட்டுத்தனமாக அவளிடம் குறுக்கிட்டேன். “நீ அவளை உசுப்பிவிடப் போகிறாய்!”

அவள் மௌனமானாள், ஆனால் தனது முகத்தில் அதே பயங்கரமான முகச்சுளிப்புடன் முன்னும் பின்னும் ஆடிக் கொண்டிருந்தாள். அதே வேளை மேசையின் மீது பெரும் கண்ணீர்த் துளிகள் தொடர்ந்து சொட்டிக்கொண்டே இருந்தன... இவ்வாறாகப் பத்து நிமிடங்கள் கழிந்தன. நான் மனுய்லிகாவுக்கு அருகே அமர்ந்து, சன்னல் சட்டத்திற்கு மேலாகச் சிறகடித்துக் கொண்டிருந்த ஓர் ஈயின் சலிப்பூட்டு சிற இரைச்சலை வேதனையோடு கேட்டேன்.

“பாட்டி!” உரமற்ற, சரியாகக் கேட்க முடியாத குரலில் ஓலேஸ்யா அழைத்ததைத் திடீரென்று நாங்கள் கேட்டோம். “பாட்டி. இங்கே யாரு?”

மனுய்லிகா படுக்கைக்கு அலங்கோலமாக விரைந்து நடந்து போனாள், உடனடியாகத் தனது புலம்பலைத்திரும்பத் தொடங்கினாள்:

“ஐயோ. என் செல்லமே, என் செல்–ல–மே! ஐயோ, என் நிலமை இப்படிப் பரிதாபமா, இப்படி மோசமாப் போச்சே!..”

“நிறுத்து, பாட்டி, தயவு செஞ்சு!” பரிதாபமாகக் கெஞ்சுகின்ற, துயர்படுகின்ற தனது குரலில் கேட்டாள், “நம்ம குடிசையிலே யாரு?”

என்னுடைய நல்ல உடல்நலனின் அருவருப்பான குற்ற உணர்வோடு – ஒரு நோயாளியுடன் இருக்கையில் எப்போதுமே பெறுகின்ற உணர்வுடன்– எச்சரிக்கையாக ஓசையெழுப்பாது படுக்கைக்கு நடந்தேன்.

“நான் தான், ஓலேஸ்யா,” எனது குரலைத் தாழ்த்திக் கொண்டு சொன்னேன். “இப்போது தான் கிராமத்திலிருந்து குதிரையில் திரும்பினேன்... காலை முழுக்க நகரத்தில் இருந்ததேன்... மிக மோசமாக இருக்கிறதா, ஓலேஸ்யா?”

தலையணைகளினின்றும் தனது முகத்தை எடுக்காது, காற்றைத் துழாவுவது போல, தன்னுடைய வெறுமையான கையைப் பின்னுக்கு நீட்டினாள்.நான் இவ்வசைசையைப் புரித்து கொண்டு. எனது இரு கைகளாலும் அவளது வெப்பமான கையைப் பற்றினேன். அவளது வெண்ணிற, அழகான தோலின் மேல் இரண்டு பெரிய நீலநிறப் புள்ளிகள், ஒன்று மணிக் கட்டிற்கு மேலாகவும் மற்றது முழங்கைக்கு மேலாகவும் இருந்தன.

“என் அன்புக்குரியவரே,” மிகுந்த சிரமத்தோடு வார்த்தைகளை அமைத்து ஒலேஸ்யா மெதுவாகத் தொடங்கினாள். “நான் விரும்பினேன்... உன்னைப் பார்க்க, ஆனா என்னாலே முடியலே... அவுங்க நாசமாக்கீட்டாங்க... என் முகத்தை... நினைவிருக்கா – அதை நீ விரும்பினாய்.. நீ அதை விரும்பினாய். அன்பரே, இல்லையா? நீ விரும்பியதற்காக நான் எப்போதுமே அந்தளவுக்குச் சந்தோஷப்பட்டேன். ஆனா இப்ப நீ வெறுப்படைவாய். என்னைப் பார்க்க நல்லது, ஆகவே நான்... நீ பார்க்கிறதை விரும்பலே...”

“என்னை மன்னிச்சுரு, ஒலேஸ்யா,” அவளது காதுக்கு மேலாகக் குனிந்துகொண்டு கிசுகிசுத்தேன்.

அவளுடைய புண்பட்ட கை நீண்ட நேரமாக என்னுடையதை இறுக்கமாகப் பிடித்திருந்தது.

“அதை எப்படி நீ சொல்ல முடியும்?.. எப்படி நீ, அன்பரே?.. அதைப் பற்றி நினைக்க நீ வெட்கப்படலையா? அது உன் பிழையா? அதை நானாகவே தேடிக்கொண்டேன். முட்டாள் நான்... அதையெல்லாம் நான் எதற்காகச் செய்தேன்? இல்லை. என்னுடைய காதல், உன்னைக் குற்றம் சொல்ல வேண்டாம்.”

“ஒலேஸ்யா, எனக்கு அநுமதி கொடு... ஆனா நான் கேட்கப்போவதைச் செய்வேன்னு நீ முதல்லே உறுதிதரணும்.”

“நான் உறுதி தருகிறேன். அன்பரே... நீ விரும்புற எதையும்.”

“மருத்துவரைக் கூட்டிவர தயவுசெய்து எனக்கு அநுமதி கொடு. உன்னைக் கெஞ்சிக் கேட்டுக்கிறேன்! உனக்கு விருப்ப மில்லேன்னா, அவர் உனக்குச் சொல்ற எதையும் நீ செய்ய வேண்டாம். ஆனா எனக்காகவாவது ஆகட்டும்னு சொல்லு, ஒலேஸ்யா.”

“ஐயோ, அன்பரே! என்னை எப்படிச் சிக்கவச்சிட்டாய்! வேண்டாம், தயவுசெய்து என் வாக்கைக் காப்பாத்தாம இருக்க விடு. உண்மையாகவே நான் நோய்வாய்பட்டு, சாகக் கிடந்தாலும், என் பக்கத்திலே வர ஒரு மருத்துவரை விட மாட்டேன், விடவே மாட்டேன். இப்ப நான் முடியாமலா இருக்கேன்? நான் பயந்து போயிட்டேன் அவ்வளவு தான். ராத்திரிக்குள்ளாகச் சரியாயிரும். அப்படிக் குணமாகலேன்னா, பள்ளத்தாக்கின் லில்லிப் பூக்களின் சாறையோ, ராஸ்ப்பெர்ரி கலந்த தேநீரோ பாட்டி எனக்குத் தருவாள். ஏன் மருத்துவரைக் கூப்பிடணும்? நீதான் என்னுடைய சிறந்த மருத்துவர். இப்ப ரொம்ப நல்லா இருக்கிறதா உணர்றேன், ஏன்னா நீ இங்கே இருக்கிறாய்... ஒன்னே ஒன்னுக்காகத்தான் நான் கவலைப்படுறேன்: உன்னைப் பார்க்கணும்னு விரும்புகிறேன். ஒரே ஒரு முறை, ஆனா பயமா இருக்கு...”

பரிவு முயற்சியோடு தலையணையிலிருந்து அவளது தலையை நான் உயர்த்தினேன். ஓலேஸ்யாவினுடைய முகம் நெருப்பாய்த் தகித்தது, கரு விழிகள் இயற்கைக்கு மாறான மினுக்கத்தோடு பளிச்சிட்டன, உலர்ந்த உதடுகள் துடித்தன. நீண்ட, செந்நிறத் தழும்புகள் அவள் முகத்திலும் கழுத்திலும் கீறிக்கிடந்தன. அவளது நெற்றிலும், கண்களுக்குக் கீழாகவும் கருப்பான புண்கள் இருந்தன.

“என்னைப் பார்க்க வேண்டாம்... தயவுசெய்து வேண்டாம்... நான் இப்ப விகாரமா இருக்கேன்,” தனது கையால் எனது கண்களை மூட முயற்சித்தவாறு, வற்புறுத்திக் கெஞ்சுவது போல கிசுகிசுத்தாள் ஓலேஸ்யா.

எனது இதயம் துயரத்தால் நிரம்பி வழிந்தது. போர்வை மீது அசைவற்றுக் கிடந்த அவளது கையில் எனது உதடுகளை அழுத்தி, நீண்ட, மென்மையான முத்தங்களுடன் அதனை மூடினேன். முன்னமேயே அவளது கைகளை நான் முத்தலிட்டிருக்கிறேன், ஆனால் அவள் எப்போதுமே அவ சரமான ,நாணமுள்ள வெட்கத்தோடு என்னிடமிருந்து அவற்றைப் பறித்துக் கொண்டு விடுவாள், ஆனால் இப்போது எனது தழுவல்களை அவள் மறுக்கவில்லை, அவளது மற்றொரு கையால் எனது தலைமுடியை வருடிக் கொடுத்தாள்.

“உனக்கு எல்லாமே தெரியுமா?” கிசுகிசுத்தவாறு என்னிடம் கேட்டாள்.

நான் பேசாமல் தலையசைத்தேன். மிஷ்சென்கோ என்னிடம் சொல்லிய அனைத்தையும் நான் வெளியிடவில்லை, ஆனால் அன்றைய காலை நிகழ்ச்சியை நினைவுகூர்ந்து ஓலேஸ்யா தனக்குத்தானே நிலைகுலைந்து போக நான் விரும்பவில்லை. இன்னும் அவளுக்கு இழைக்கப்பட்ட மூர்க்கத்தனத்தை நினைக்கையில் கிறுக்குத்தனமான வெறியால் திடீரென்று ஆட்கொள்ளப்பட்டேன்.

“ஐயோ, அந்நேரத்தில் நான் ஏன் அங்கில்லாமல் போனேன்!” நிமிர்ந்துகொண்டு கைகளைப் பிசைந்தவாறு கத்தினேன். “நான்... நான்...”

“தயவு செய்து வேண்டாம்... எல்லாம் சரியா இருக்கு. உண்மையாகத்தான் ... கோபப்பட வேண்டாம், அன்பரே.” பணிவோடு ஓலேஸ்யா என்னைத் தடுத்தாள்.

என்னைத் திணறடித்துக் கொண்டிருந்ததும், என்னுடைய கண்களை எரித்துக் கொண்டிருந்ததுமான கண்ணீரை அதற்கு மேல் என்னால் தடுக்க முடியவில்லை. ஓலெஸ்யாவின் தோள் மீது எனது முகத்தைப் புதைத்து, உடம்பு குலுங்குமாறு அமைதியாகவும், கடுமையான விம்மல்களுடனும் பொங்கினேன்.

“நீ அழுகிறாயா?” வியப்போடும், அன்போடும், ஆறுதலோடும் அவளது

குரல் ஒலித்தது." என் இனியவரே! தயவு செய்து நிறுத்து... உன்னையே வேதனைப்படுத்திக்க வேணாம், அன்பரே. உன்னோட இருப்பதிலே அத்தனை மகிழ்ச்சியடைறேன். நாம ஒன்னா இருக்கிற போது அழாம் இருப்போம். இந்தக் கடைசி நாட்களில் நாம சந்தோஷமா இருப்போம், அதன் பிறகு பிரிந்து போவது நமக்கு அவ்வளவு கஷ்டமா இருக்காது."

ஆச்சரியத்தால் நான் தலையை நிமிர்த்தினேன். நிச்சயமற்ற ஒரு தீக்குறி என் இதயத்தை மெதுவாகக் கவ்விப்பிடித்தது.

"கடைசி நாட்களா, ஒலேஸ்யா? ஏன் – கடைசி? நாம ஏன் பிரியணும்?"

ஒலேஸ்யா தனது கண்களை மூடினாள், ஓரிரு நிமிடங்களுக்குப் பேசவே இல்லை.

"நாம பிரிஞ்சாகணும், வான்யா," உறுதியோடு அவள் கூறினாள். "நான் ஓரளவுக்குக் கொஞ்சம் குணமான உடனேயே நாங்க புறப்பட்டுப் போயிருவோம். இதற்கு மேலே எங்களாலே இங்கே தங்கியிருக்க முடியாது..."

"எதுக்காவது நீ பயப்படுறீயா?"

"இல்லை. அன்பரே, எது வந்தாலும் சரி, எதற்கும் நான் பயப்படவில்லை. தவறு செய்யுறதுக்குச் சனங்க எதுக்காக அவசரப்படுறாங்க? ஒருவேளை உங்களுக்குத் தெரியாம இருக்கலாம்... அங்கே பிரெபிரோடில்... நான் அவுங்களை அச்சுறுத்தினேன்... அந்தளவுக்கு நான் கோபமும் அவமானமும் அடைந்தேன்... இப்ப நடக்கப் போற எதுக்காகவும் எங்களைக் குற்றம் சொல்லப் போறாங்க. கால்நடை செத்தாலும் சரி, ஒரு வீடு தீப்பிடிச்சாலும் சரி, நாங்க தான் குற்றம் சொல்லப் படுவோம். நான் சொல்வது சரிதானா, பாட்டி?" தனது குரலை உயர்த்தியபடி அவள் கேட்டாள்.

"நீ என்ன சொல்லிக் கொண்டிருந்தாய், என் செல்வமே? எனக்குக் கேட்கலே," பக்கமாக வந்து கொண்டும், காதைச் சுற்றி தனது கையைக் குவித்துக் கொண்டும் மனூய்லிகா முணுமுணுத்தாள்.

"அதாவது பிரெபிரோடில் நடக்கிற எந்தக் கெட்டதுக்கும் இப்ப அவுங்க நம்மைக் குத்தம் சொல்லுவாங்கன்னு நான் சொல்லிக் கிட்டிருந்தேன்."

"ஆக அவுங்க சொல்லுவாங்க, ஒலேஸ்யா, எல்லாத்துக்கும் நம்மைத்தான் குத்தம் சொல்லுவாங்க... நம்மை அமைதியா வாழ விட மாட்டாங்க, நமக்கு எதையும் செய்யு வாங்க, நாசமாப்போற முட்டாளுங்க... அப்ப என்னைக் கிராமத்தை விட்டே அவுங்க துரத்தீட்டாங்க – அதே மாதிரி விஷயந்தான்? சிறு பிள்ளைத்தனமான ஒருத்தியை நான் பயங்காட்டினேன், பிறகு அவள்

குழந்தை செத்துப் போச்சு அதற்கும் எனக்கும் சம்பந்தமில்லேன்னு கடவுளுக்குத் தெரியும். ஆனா அவுங்க என்னைக் கொல்லாத குறைதான், நாசமாப் போறவுங்க. அங்கேயிருந்து நான் ஓடும் போது என் மேலே கற்களை வீசினாங்க... உன்னைப் பாதுகாக்க மட்டுமே முயற்சி செஞ்சேன்– நீ அப்ப குழந்தையா இருந்தாய்." அவுங்க என்னை அடிக்கட்டும்,' எனக்கு நானே சொல்லிக் கொண்டேன். 'ஆனா ஓர் அப்பாவிக் குழந்தையை எதுக்காக அவுங்க தொந்தரவு செய்யணும்?..' அவுங்க காட்டு மிராண்டிங்க,தூக்கிலே போட லாயக்கான புறச்சமயிக் கூட்டம். அப்படிப்பட்டவுங்க அவுங்க!"

"ஆனா நீங்கள் எங்கே போக முடியும்? எங்கேயும் உங்களுக்குச் சுற்றமோ நட்போ கிடையாதே... அத்தோட, ஒரு புது இடத்திலே தங்குறதுக்கும் உங்களுக்குப் பணம் தேவைப்படுமே."

"நாங்க எப்படியாவது சமாளிப்போம்." அக்கறையின்றி ஓலேஸ்யா சொன்னாள். "பாட்டி கொஞ்சம் பணம் தோண்டி எடுப்பா, கொஞ்சத்தைப் புதைச்சு வச்சிருக்கா"

"அந்தப் பணத்தை நீ பாத்தியா?" படுக்கையிலிருந்து எழுந்தபடி, மனுய்லிகா எரிச்சலோடு சொன்னாள். "அது வெறுமனே கண்ணீரிலே நனைத்த ஓரிரு அற்பமான கோபெக்குகள்..."

"என்னைப் பற்றி என்ன, ஓலேஸ்யா? என்னைப் பற்றி நீ நினைக்கக் கூடவில்லையே!" துயரத்தோடு, அன்பற்ற கண்டிப்போடு கத்தினேன்.

அவள் எழுந்து உட்கார்ந்து, மனுய்லிகாவின் முன்னிலையால் திகைப்புறாமல், எனது தலையைத் தனது கைகளில் ஏந்தி, நெற்றியிலும் கன்னங்களிலும் பல முறை என்னை முத்தமிட்டாள்.

"வேறெதைக் காட்டிலும் உன்னைப் பற்றித்தான் நான் அதிகமா நினைத்துக் கொண்டிருக்கிறேன், என் அன்பரே. ஆனால் பாரு, சேர்ந்து வாழ்வதற்கு நாம கொடுத்து வைக்கலே... உனக்காக நான் சீட்டுப் போட்டுப் பார்த்தது நினை விருக்கா? அப்ப அது எனக்குச் சொன்ன மாதிரியே எல்லாம் நடந்து போச்சு. அதன் அருத்தம் நீயும் நானும் சந்தோஷமாச் சேர்ந்து வாழ்றதை விதி விரும்பலே என்பதாகும்.. அதற்காக இல்லாட்டா வேறு எதற்காகவும் நான் பயப்படுவேன்னு நீ நினைக்கிறாயா?"

"திரும்பவும் விதியைப் பற்றிப் பேசிக் கொண்டு," பொறுமையில்லாமல் கத்தினேன். "அதில் நம்பிக்கை வைக்க நான் விரும்பலே... விரும்பப் போவதுமில்லே!

"ஓ, இல்லை, இல்லை.. அதைச் சொல்லாதே," பயத்தினால் அவள்

செம்மணி வளையல்

கிசுகிசுத்தாள். “உனக்காகத்தான் நான் பயப்படுறேன், அன்பரே, எனக்காக இல்லே. அதைப் பற்றி நீ பேச ஆரம்பிக்காமல் இருப்பதே நல்லது.”

அது விதியுமில்லை. முரட்டுத்தனமுமில்லை, கொடிய சனங்களுக்குத் தொல்லை கொடுக்க முடியும் என்று உருக்குலையாத மகிழ்ச்சியின் சித்திரத்தை அவளுக்கு வரைந்து காட்டி அவளது கருத்தை மாற்றும் எனது முயற்சி வீணாயிற்று. ஓலேஸ்யா வெறுமனே எனது கைகளில் முத்தமிட வும், அவள் தலையை அலைக்கவுமே செய்தாள்.

“இல்லை, இல்லை... எனக்குத் தெரியும், எனக்கு அது தெரிகிறது,” என்று அவள் வலியுறுத்தினாள். “துயரப்படுவதைத் தவிர வேறொன்றும் இல்லை... இல்லவே இல்லை...”

அவளது மூடநம்பிக்கையான பிடிவாதத்தால் கலவரமும் குழப்பமுமடைந்து, அவளிடம் இறுதியாகக் கேட்டேன்:

“நீ எப்போது போகப் போகிறாய் என்பதையாவது குறைந்தது எனக்குச் சொல்வாயா?”

அவள் சிந்தித்தாள். பிறகு ஒரு மங்கலான புன்னகை அவளது உதடுகளைத் தொட்டது.

“நான் உனக்கு ஒரு சிறு கதை சொல்றேன். ஒரு நாள் ஓநாய் ஒன்னு காட்டு வழியா ஓடிக் கொண்டிருந்த போது ஒரு முயலைப் பார்த்தது. ‘உன்னைச் சாப்பிடப் போறேன். முயலே!’ என்றது. ‘என் மீது கருணை காட்டு, ஓநாயே,” முயல் கெஞ்சியது. ‘நான் வாழ விரும்புறேன், வீட்டிலே என்னுடைய குழந்தைகள் எனக்காகக் காத்துக் கிட்டிருக்காங்க!’ அது பேச்சை ஓநாய் கேட்கலே. பிறகு முயல் சொல்லியது: ‘சரி, கூடுதலா மூன்று நாளைக்கு என்னை உயிர்வாழ விடு. அந்த மாதிரிச் சாகிறது எனக்குச் சுலபமா இருக்கும்!’ ஓநாய் அதற்கு மூனு நாள் கொடுத்தது– அதை அது சாப்பிடலே, வெறுமனே அதன் மீது ஒரு கண் வைத்திருந்தது. ஒரு நாள் போச்சு, பிறகு இரண்டாவது, கடைசியா மூன்றாவது நாளும் போச்சு. ‘இப்பத் தயாரா இரு,’ என்றது ஓநாய் ‘நான் உன்னைச் சாப்பிடப் போறேன்.’ பிறகு முயல் பரி தாபமா கத்தத் தொடங்கியது:’ எதற்காக அந்த மூன்று நாட்களை எனக்குத் தந்தாய், ஓநாயே! நீ என்னைப் பார்த்த உடனேயே சாப்பிட்டிருக்க வேண்டும். அந்த மூன்று நாட்களுமே எனக்குச் சாவைவிட பயங்கரமானதா இருத்துச்சு!’ அந்த முயல் உண்மையைப் பேசியது, அன்பரே. நீயும் அந்த மாதிரி நினைக்கலே?”

தனிமையின் வெறுமையான எதிர்பார்ப்பால் ஆட்கொள்ளப்பட்டு நான் பேசவில்லை. திடீரென்று ஓலேஸ்யா படுக்கையில் அமர்ந்தாள், மிகவும் அக்கறையோடு காணப்பட்டாள்.

“சொல்லு, வான்யா..” அழுத்தத்தோடு பேசினாள்,

“நாம ஒன்றாக இருந்த போது நீ சந்தோஷமா இருந்தியா?”

“ஒலேஸ்யா! உன்னால எப்படிக் கேட்க முடியும்?”

“பொறு... என்னைச் சந்திக்காததற்காக நீ வருத்தப் பட்டாயா? நீ என்னோட இருக்கும் போது வேறு எந்தப் பெண்ணையாவது நினைத்தாயா?”

“ஒரு நிமிஷத்திற்கு இல்லே! உன்னுடைய முன்னிலையிலே மட்டுமல்ல, ஆனா நான் தனிமையிலே இருக்கிற போதும் தான், உன்னைத் தவிர வேறு யாரையும் நினைத்ததில்லே.”

“பொறாமைப்பட்டாயா? எப்போவாவது என்னோட சங்கடப்பட்டாயா? என் கூட இருந்த போது சலிப்படைந் தாயா?”

“இல்லவே இல்லை, ஒலேஸ்யா! இல்லவே இல்லை!”

அவள் தன்னுடைய கைகளை என் தோள் மீது போட்டு வருணிக்க முடியாத காதலுடன் என் கண்களுக்குள்ளாக உற்றுப்பார்த்தாள்.

“சரி, பிறகு, என் அன்பரே, மோசமாகவோ கோபத்தோடோ என்னைப் பற்றி ஒருபோதும் நினைக்க மாட்டாய்,” என்னுடைய கண்களில் எனது எதிர்காலத்தைப் படித்துக் கொண்டிருந்தது போல அத்தனை உறுதியோடு கூறினாள். “நாம பிரிஞ்ச பிறகு முதல்லே சந்தோஷமில்லாமல் உணர்வாய், ஓ, அந்தளவுக்கு மிகவும் சந்தோஷமில்லாமல்! நீ அழுவாய், உனக்கு எந்த அமைதியும் கிடைக்காது... பிறகு அது கடந்து மறைந்து போய் விடும். அதன் பிறகு துயரமில்லாமல் என்னைப் பற்றி நினைப்பாய், ஆனா லேசானதும் மகிழ்ச்சியானதுமான இதயத்தோடு.”

மறுபடியும் அவள் தலையணை மீது தனது தலையை வைத்தாள்.

“இப்பப் போகலாம், அன்பரே...” ஈனக்குரலில் அவள் கிசுகிசுத்தாள். “வீட்டுக்குப் போ அன்பரே... நான் கொஞ்சம் களைப்படைந்து போயிட்டேன். பொறு– எனக்கு ஒரு முத்தம் கொடு... பாட்டியைப் பற்றி பயப்பட வேணாம்... அவள் பொருட்படுத்த மாட்டாள். நீ பொருட்படுத்த மாட்டியே, பாட்டி?”

“சரி, சரி, முறையாச் சொல்லிக் கொள்,” என்று மனூய்லிகா காழ்ப்போடு சொன்னாள்.” என்னிடமிருந்து மறைக்கிறதுலே என்ன பயன்?.. நீண்ட காலமாகவே எனக்குத் தெரியும்...”

“எனக்கு முத்தம் தா, இங்கே, இங்கே... இங்கே,” தனது விரலைக் கண்களிலும், கன்னங்களிலும், வாயிலும் வைத்தபடி ஒலேஸ்யா கூறினாள்.

“ஒலேஸ்யா! நாம இனிமேல் சந்திக்கப் போவதில்லை என்பது போல

நீ எனக்கு விடைகொடுத்துக் கொண்டிருக்கிறாய்!" நடுக்குற்றுப் போய்க் கூறினேன்.

"எனக்குத் தெரியாது, அன்பரே. எதுவும் எனக்குத் தெரியாது. நல்லது, இப்பக் கடவுளோட போ. இல்லே. இன்னும் ஒரு விநாடி பொறு... உன் காதைக் கொண்டா... எதைப் பற்றி நான் கவலைப்படுறேன்னு உனக்குத் தெரியுமா?" அவளது உதடுகள் எனது கன்னத்தைத் தொட்டுக் கொண்டிருக்க, அவள் கிசுகிசுத்தாள். "உனது குழந்தை எதுவும் எனக்கில்லை என்பது தான். ஓ எனக்கிருந்தால் எத்தனை சந்தோஷப்பட்டிருப்பேன்!"

மனுாய்லிகா உடன்வர நான் வெளியே நடந்தேன். கூர்மையான ஓரங் கொண்ட கரிய மேகம் வானத்தின் பாதியை மூடி நின்றது, ஆனால் மேற்கில் மூழ்கியவாறு சூரியன் இன்னமம் பிரகாசித்துக் கொண்டிருந்தது. மேலும் அந்த ஒளிக்கற்றையிலும் முன்னோக்கி வந்து கொண்டிருந்த இருளிலும் வெளிச்சத்திலுமான கலப்பில் எதோ தீக்குறி இருந்தது. தனது கையால் கண்களுக்கு நிழல் மறைப்புச் செய்தபடி கிழவி மேலே பார்த்து, குறிப்பிடத்தக்கவாறு தலையை ஆட்டினாள்.

"பிரேபிரேடுக்கு மேலாக இடிப்புயல் வீசும்." என்று உறுதியோடு சொன்னாள். "அதுவுங்கூட, ஆலங்கட்டி மழை செய்யும்."

14

நான் கிட்டத்தட்ட பிரெபிரோடை அடைந்த போது தூசி மேகங்களை சுழற்காற்று கொண்டிருந்தது. மழையின் முதல் துளிகள் சிறிதாகவும் வலுவாகவும் கீழே இறங்கின.

மனுாய்லிகா சரியாகத்தான் சொல்லியிருக்கிறாள். இடிப்புயல், வெப்பமான, புழுக்கமான நாள் முழுக்கச் சேர்ந்து கொண்டு வந்து, பிரெபிரோடிற்கு மேலாக அசாத்தியமான சக்தியோடு வீசியது. மின்னல் பெரும்பாலும் இடை விடாது. வெட்டியது, எனது சன்னற் சட்டங்கள் அதிரிட்டு இடியின் முழக்கத்தோடு திரும்ப ஒலித்தன. மாலை எட்டு மணி வாக்கில் இடிப்புயல் ஓரிரு நிமிடங்களுக்குத் தணிந்தது, புதிய வலிமையோடு திரும்பவும் வீசுவதற்காக. திடீரென்று ஏதோ கூரையின் மீதும் அந்தப் பழைய சுட்டிடத்தின் சுவர்களின் மீதும் காதைச் செவிடாக்குவது போல அதிரிட்டது. நான் சன்னலுக்கு விரைந்தேன். மிகப் பெரிய ஆலங்கட்டிகள், வாதுமைக் கொட்டை அளவுக்கு, தரைக்கு மேலாகச் சடசடவென ஒலியெழுப்பிக் கொண்டும், பந்து போல எழும்பிக் கொண்டும் இருந்தன. வீட்டிற்கு அருகே வளர்ந்திருந்த மெல்பரி மரத்தைப் பார்த்தேன்– அது மொட்டையாக இருந்தது, அதனது எல்லா இலைகளுமே

ஆலங்கட்டிகளால் அடித்துச் செல்லப்பட்டு விட்டன... சன்னலுக்குக் கீழே இருளில், கதவுகளைச் சாத்துவதற்காக அடுப்படியை விட்டு ஓடி வந்து விட்ட யர்மோலாவினுடைய கருத்த உருவத்தைக் கண்டேன். அவனது தலையும் தோள்களும் அங்கியினால் மூடப்பட்டிருந்தன. ஆனால் அவன் மிகவும் தாமதித்து விட்டான். பனிக்கட்டியின் பெருந்துண்டு, கண்ணாடி சுக்கு நூறாகப் போகிற அளவுக்கு வலிமையோடு ஒரு பலகணிச் சட்டத்தின் மீது அடித்து, அதனது சில்லுகள் அறையின் தரை மீது விழுந்து சலசலத்தன.

களைப்பாக உணரவே, உடையைக் களையாமலேயே எனது படுக்கையின் மீது சாய்ந்தேன். அந்த இரவு நான் தூங்க முடியாமற் போகும் என்றும், காலை வரை செய்வதறியாது புரண்டு கொண்டிருக்கப் போகிறேன் என்றும் நினைத்தேன்; எனவே எனது உடைகளைக் கழற்ற வேணடாம் என்று முடிவு செய்தேன். ஆகவே அறையில் சலிப்பூட்டுகிற நடையினால் எனக்கு நானே ஓரளவுக்கு களைப்பு ஏற்படுத்திக் கொள்ள முடியும். ஆனால் மிகவும் விநோதமான விஷயம் நடந்தது: கணப் பொழுதுக்கு மட்டுமே நான் எனது கண்களை மூடியது போல எனக்குத் தோன்றியது. ஆனால் திரும்பவும் கண்களைத் திறந்த போது, பலகணிச் சட்டங்களின் ஓட்டைகள் வழியாகத் திரும்பவும் பிரகாசமான சூரியக் கதிர்கள், என்னற்ற பொன்னிறத் தூசிகள் அந்த ஒளியில் சுற்றிச் சுழல வந்து கொண்டிருந்தன.

தனது முகத்தில் ஆழ்ந்த கவலையும், பொறுமையற்ற எதிர்பார்ப்பும் கொண்ட தோற்றத்தோடு யர்மோலா எனது படுக்கைக்கு மேலாக நின்று கொண்டிருந்தான். நான் எழுவதற்காக அவன் நீண்ட நேரம் காத்துக் கொண்டிருந்திருக்க வேண்டும்.

“ஐயா,” எச்சரிக்கை ஒலிக்கும் குரலில் அவன் சொன்னான். “ஐயா, நீங்க இங்கிருந்து போயாக வேண்டும்...

எனது கால்களைக் கீழே தொங்கவிட்டு, ஆச்சரியத்தோடு அவனை உற்றுப்பார்த்தேன்.

“போகவா? எங்கே போக? எதற்காக? உனக்குப் பைத்தியம் பிடித்திருக்க வேண்டும்.

“இல்லை, எனக்குப் பிடிக்கவில்லை.” என்று அவன் எரிந்து விழுந்தான். “ஆலங்கட்டி மழை நேற்று ராத்திரி என்ன செய்ததென்று உங்களுக்குத் தெரியுமா? கிராமத்தைச் சேர்ந்த பாதிப் பேருடைய பயிருக்கு மேல் கீழே நசுங்கிப் போச்சு. எல்லாருடையதும் பாழாப் போச்சு. ஆக அவள் தொல்லை ஏற்படுத்திட்டா, நாசமாப் போற சூனியக்காரி!.. அவள் அழிஞ்சு தொலையட்டும்!”

நொடிப் பொழுதில் முதல் நாள் நடைபெற்ற எல்லாவற்றையும், சர்ச்சுக்கு அருகே ஓலேஸ்யா சப்தமிட்ட ஆபத்தையும் அவளது பயத்தையும் நினைத்துப்பார்த்தேன்.

“இப்போ சமூகம் முழுதுமே எழுந்தாச்சு,” யர்மோலா தொடர்ந்தான். “காலையிலிருந்து அவுங்க குடித்துக்கொண்டே இருந்தாங்க, இப்ப சத்தம் போடுறாங்க... உங்களைப் பத்தியும் கூட ஏதோ ஆபாசமான விஷயங்களைக் கத்திக் கிட்டிருக்காங்க, ஐயா... எங்க சனங்க எப்படிப்பட்டவுங்கன்னு உங்களுக்குத் தெரியுமா?.. அந்தச் சூனியக்காரிகளுக்கு ஏதாவது செஞ்சா, அது சரியாக் கேட்டுவிடும் அது நியாயமானது தான். ஆனா உங்களுக்கு, ஐயா, இந்த அளவுக்குத் தான் நான் சொல்ல முடியும்: உங்களாலே முடிந்த அளவுக்கு வேகமாப் போயிடுங்க.”

ஆக ஓலேஸ்யாவின் அச்சங்கள் உண்மையாகி விட்டன. அவளுக்கும் மனுய்லிகாவுக்கும் வரக் கூடிய ஆபத்தை நான் உடனடியாக எச்சரித்தாக வேண்டும். மிகுந்த அவசரத்தில் உடையணிந்து, முகத்தின் மீது கொஞ்சம் தண்ணீரைத் தெளித்துக் கொண்டு, அரை மணி நேரத்திற்குப் பிறகு சாத்தானின் மூலையை நோக்கி சுறுசுறுப்பான துள்ளுநடையில் சவாரி செய்து கொண்டிருந்தேன்.

சூனியக்காரியின் குடிசையை நெருங்க எனது கவலை தோய்ந்த எதிர்பார்ப்பு அதிகரித்ததாக உணர்ந்தேன். ஒரு புதிய, எதிர்பாராத துயரம் என் மீது விழப்போகிறது என்று எனக்கு நானே சொல்லிக் கொண்டிருந்தேன்.

மணற்சரிவு முடிந்ததிலிருந்து பாதை நெடுகிலும் நான் ஓடினேன். குடிசையின் சன்னல்கள் திறந்து கிடந்தன, கதவு அகலத் திறந்திருந்தது.

“கடவுளே! இங்கே என்ன நடந்துவிட்டது?” நான் கிசுகிசுத்தேன், உள்ளே கால் வைக்கையில் எனது இதயம் அமிழ்ந்தது.

குடிசை காலியாக இருந்தது. அவசரமாகப் புறப்படுகையில் எப்போதுமே காணப்படும் சோகக் குவியலாக உள்புறம் இருந்தது. தரையின் மீது குப்பைக் கூளங்கள் குவியலாகக் கிடந்தன, அதன் மூலையில் கட்டிலின் மரச்சட்டம் மொட்டையாக நின்றது...

எனது இதயம் கனமாகவும், கண்ணீருடனும் பொங்கி வழிய, வெளியே புறப்பட்டுச் செல்லவிருந்த போது, தெளிவாக வேண்டுமென்றே செய்தது போல, சன்னற் சட்டத்தின் மூலையில் பிரகாசமான பொருள் தொங்கியது என் கவனத்தை ஈர்த்தது. பலேசியெவில் ‘பவழம்’ என்று சொல்லப் படும் மலிவான சிவப்புப் பாசிமணிகளின் வளையம் ஒன்று இருந்தது; ஓலேஸ்யாவின், அவளது கனிந்த, பெருந்தன்மை மிக்க காதலின் நினைவுச் சின்னமாக எனக்கு விட்டுச் சென்ற ஒரே பொருள் அதுதான்.

காம்பிரீனுஸ்

1

இது தென் ருஷ்யாவில் ஆரவாரமிக்க துறைமுகப்பட்டினம் ஒன்றில் இருந்த பீர்க்கடையின் பெயர். சுறுசுறுப்பான தெரு ஒன்றில் அது இருக்கின்ற போதிலும், அடித்தளத்தில் அமைந்திருந்த அதனது அமைப்புக் காரணமாக அதைக் கண்டுபிடிப்பது ஒருவகையில் சிரமமானதாக இருந்தது. 'காம்பிரினுசி'ல் நன்கு அறிமுகமான, வழக்கமான வாடிக்கையாளன் கூட, அந்தப் புகழ்பெற்ற நிறுவனத்தை அடிக்கடி எப்படியோ தவறவிட்டு, திரும்பி வருவதற்கு முன்னர் இரண்டு அல்லது மூன்று பக்கத்துக் கடைகள் வரை நடந்து போய் விடுவான்.

பீர்க்கடைக்கு எந்த அடையாளமும் இல்லை. வாடிக்கையாளர்கள் அதற்குள்ளாக நடைபாதைத் தளத்திலிருந்து ஒரு குறுகிய, எப்போதுமே திறந்திருந்த கதவு வழியாக உள்ளே சென்றார்கள். அதற்குச் சமமான குறுகிய இருபது கற்படிகள் கொண்ட படிக்கட்டு – லட்சக்கணக்கான கனத்த காலணிகளால் மிதிபட்டு, உருக்குலைந்து போயிருந்தது— நுழைவாயிலிலிருந்து கீழே சென்றது. படிக்கட்டின் அடி பாகத்தைப் பார்த்திருந்த சுவரில், பீர் வடிப்பவர்களின் புகழ்பெற்ற புரவலராகிய மன்னர் காம்பிரீனுசின் கனம் தெரியுமாறு செதுக்கப்பட்ட பத்தடி உயரமுள்ள வர்ணந்தீட்டப்பட்ட உருவமானது இருந்தது. விறைத்துப் போன கடற்பாசித் தொகுதிகளினின்றும் கலைநயமற்று வெட்டப்பட்டது போலக் காணப்பட்ட அது கட்டாயம் ஒரு பொழுது போக்குக் கலைஞனின் முதற்படைப்பாக இருக்க வேண்டும், ஆனால் சிவப்பு மேல் கோட்டு, கீரி ரோமத்தாலான மேலங்கி தங்கக் கிரீடம் மற்றும் வெள்ளை நுரை பொங்க உயரமாச எழுந்திருத்த மிடாத்தொட்டி சந்தேகத்திற்கு எந்த இடமும் வைக்கவில்லை –இங்கே இவர், பீர் வடிப்பவர்களின் பெரும் புரவலராக இருந்தார்.

அந்த இடமானது இரண்டு நீண்ட ஆனால் மிகவும் தாழ்வான வளைவாக உருவாக்கப்பட்ட கூடங்களைக் கொண்டிருந்தது. தரையடிக் கசிவு எப்போதும் கற்சுவர்களின் கீழே சிறு தாரையாக வடிந்து கொண்டிருந்தது, அந்த இடத்திற்குச் சன்னல்களே இல்லாததால் பகலும் இரவும் எரிந்த வளிச்சுடர் விளக்குகளின் ஒளியில் மினுமினுத்தது. எனினும், வளைவுகளில் வியப்பூட்டுகிற சுவரோவியங்களின் சுவடுகள் இன்னமும் நுணுகிக் காணக் கூடியதாக இருந்தன. ஓர் ஓவியமானது பச்சை நிற வேட்டைச் சட்டைகளும், தொப்பிகளில் காட்டுச் சேவல் சிறகுகளும், தோளின் குறுக்காகத்

துப்பாக்கிகளும் கொண்ட மிகுதியாகக் குடித்திருந்த இளம் ஜெர்மானியர்களின் பெருங்குழுவைச் சித்திரித்தது. கூடத்தை நோக்கியவாறு, உயர்த்திய மிடாத்தொட்டிகளால் அவர்கள் எல்லாரும் வருபவர்களை வாழ்த்தினார்கள். அவர்களில் இருவர். இதன்றியும், இரண்டு தடித்த இளம் பெண்களின் – கிராம அருந்தகத்தில் மேசைப் பணிப் பெண்களாகவோ, ஒருவேளை, நேர்த்தியான விவசாயி ஒருவனின் மகள்களாகவோ இருக்கலாம் இடுப்பைப் பிடித்துக் கொண்டிருந்தார்கள். மற்றொரு சுவர் வண்ண ஓவியமானது பதினெட்டாம் நூற்றாண்டின் முதற் பகுதியில் மேல்வகுப்பினரின் பிக்னிக் ஒன்றைச் சித்திரித்தது; பவுடர் போட்ட பொய் முடிகளுடன் நாகரிகப்பாங்கு கொண்ட கோமகள்களும் பிரபுக்களும் பச்சைப் புல்வெளியில் செம்மறியாடுகளோடு துள்ளி விளையாடினார்கள்; அருகிலும், பரந்து நிற்கும் வில்லோ மரங்களின் கீழும், ஒரு குளத்தில் இருந்த அன்னங்கள் பெண்களாலும் அவர்களது மெச்சுகிறவர்களாலும் ஓயிலாக, உணவூட்டப்பட்டன. அடுத்த ஓவியம் உக்ரேனியக் குடிசை ஒன்றின் உட்புறத்தையும், மகிழ்ச்சிமிக்க உக்ரேனியர்கள் தங்கள் கைகளில் ஹோரில்கா* போத்தல்களுடன் நாடோடி நடனமாகிய கோபாக் ஆடியதையும் காட்டியது. இன்னும் தள்ளி, அவளவுக்கு மீறிக் கொழுத்த, சிவப்பு முகங்களும் தடித்த உதடுகளும் வெறுப்பூட்டுகிற மினுமினுக்கும் கண்களும் கொண்ட இரு ரோமரின் காமதேவர்கள் திராட்சை மற்றும் முருக்கட்டை இலைகளுடன் அலங்கரிக்கப்பட்ட ஒரு பீப்பாய் மீது உட்கார்ந்து கொண்டிருந்தார்கள். ஒரு வளைவினால் முதற் கூடத்தினின்றும் பிரிக்கப்பட்ட இரண்டானை கூடம், தவளை வாழ்க்கையிலிருந்து காட்சிகளைச் சித்திரித்தது: பச்சைநிறச் சதுப்பு நிலத்தில் தவளைகள் பிரைக் குடித்துக் கொண்டும், அடர்ந்த நாணற் புற்களிடையே தவளைகள் தட்டான்பூச்சிகளை வேட்டையாடிக் கொண்டும், நால்வர் கொண்ட குழு வாசித்துக் கொண்டும் இருந்தன. வெளிப்படையாகவே, சுவர்களை அலங்கரித்த ஓவியர் வெளிநாட்டவராக இருந்திருக்க வேண்டும்.

மேசைகளுக்குப் பதிலாக, கனமான ஓக் பீப்பாய்கள் மரத்தூள் அழுத்தமாகப் படிந்த தரையில் நின்றன; சிறு மிடாக்கள் நாற்காலிகளின் பணியைச் செய்தன. நுழைவாயிலின் வலது புறத்தில் தனிவான மேடையின் மேல் பியானோ ஒன்று இருந்தது. அங்கே, மெலிந்த, வழுக்கை விழுந்த, எப்போதுமே குடித்தும் மகிழ்ச்சியோடும் இருந்த, அருவருப்பான மனிதக் குரங்கைப் போலத் தோற்றமளித்த வயது சொல்ல முடியாத இசைப்பாடகன் சாஷ்கா–யூதன்,–ஒவ்வோர் இரவும் வாடிக்கையாளர்களுக்குக்

---

* ஹோரில்கா – உக்ரேனிய ஓத்கா. (ப–ர்.)

கிளர்ச்சியூட்ட வும், மகிழ்ச்சியூட்டவும் பல ஆண்டுகளாக வயலின் வாசித்து வந்திருக்கிறான். ஆண்டுகள் கடந்து செல்ல, தோல் சட்டை முன்கைப்பகுதி அணிந்த வெயிட்டர்களை அடுத்து மற்றவர்கள் வந்தனர்; அது போலவே உணவு வழங்குபவர்களும். பீர் விநியோகிப்பவர்களும், அருந்தகத்தின் உரிமையாளர்கள் கூட மாறிப்போய் விட்டார்கள். ஆனால் ஒவ்வொரு மாலையும் ஆறு மணிக்கு சாஷ்கா வித்தியாசமில்லாதபடி கைகளில் தனது வயலினுடனும், முழங்காலின் மேல் சிறிய வெள்ளை நாயுடனும் மேடையில் அமர்ந்திருப்பான். வெள்ளைக்குட்டி என்ற தனது சிறிய நாய் குழுவுடன் தான் குடித்திருந்த பீரினால் மிகுந்த சிரமத்தோடு அதிகாலை ஒரு மணி வாக்கில் அவன் 'காம்பிரீனுசை' விட்டுக் கிளம்புவான்.

எனினும், 'காம்பிரீனுசி'ல் இருந்த மற்றொரு நிரந்தரக் கதாபாத்திரம் — அருந்தகக்காரி திருமதி இவனோவா– பருத்து, வெளிறி, தனது நேரம் முழுவதையும் புழுக்கமான கீழறையிலேயே செலவிட்ட ஒரு வயதான பெண், கடல் மடுவில் உள்ள குகைகளில் வாழும் சோம்பேறித்தனமான வெளிறிய மீன்களை ஒத்துக்காணப்படுமாறு ஆகிவிட்டாள். மேல்தட்டு அறையிலிருந்து காப்டன் போல, அருந்தகத்தின் உயரமான இடத்திலிருந்து கொண்டு வெயிட்டர்களுக்கு உயசமில்லா தபடி உத்தரவிட்டாள், வாயின் வலது மூலையில் சிகரெட்டைப் பற்றியவாறு, முடிவில்லாது புகைத்த அவள், புகைக்கு எதிராகத் தனது வலது கண்ணைத் திருகிக்கொண்டாள். மிகச் சிலரே அவளது குரலைக் கேட்கும் வாய்ப்பைப் பெற்றார்கள். தலை குனிந்து அவளுக்கு வாழ்த்துத் தெரிவித்த அனைவருக்குமே அவள் எப்போதுமே ஒரே மாதிரி யான மலர்ச்சியற்ற புன்னகை செய்தாள்.

2

அந்தப் பெரிய துறைமுகம், உலகத்திலுள்ள பெரியனவற்றில் ஒன்று, எப்போதுமே கப்பல்களால் நெருக்கித் தள்ளப்பட்டது. கருத்து, துருப்பிடித்த ராட்சசப் போர்க்கப் பல்கள் அதற்குள்ளாக நின்றன. தூரக்கிழக்குச் செல்லக் கூடிய தப்ராவோல்னி கப்பற்கூட்டத்தின்* தடித்த குழாய்கள் கொண்ட மஞ்சள் நிற நீராவிக்கப்பல்கள் அங்கே சரக்கேற்றின. இரயிலில் வந்த சரக்குகளையோ, ஆயிரக்கணக்கான குற்றவாளிகளையோ நாள்தோறும்

* தப்ராவோல்னி கப்பர்கூட்டம் – பொதுமக்களால் விருப்பத்தோடு வழங்கப்பட்ட சந்தாத் தொகையைக் கொண்டு வாங்கப்பட்ட வணிகக் கப்பல்கள் (ருஷ்யனில் 'தப்ரா வோல்னி' என்பது 'தன் விருப்பத்தோடு' எனப் பொருள்படும்). இது ருஷ்ய – துருக்கிய போருக்கு முன்னர் 1878இல் மாஸ்கோவில் தொடங்கியது. அந்நேரத்தில், தப்ராவோல்னி கப்பற்படையின் நீராவிக் கப்பல்கள் ஒதேஸ்ஸா – தூரக்கிழக்கு மற்றும் ஒதேஸ்ஸா – பீட்டர்ஸ்பர்க் நீரிணைப்பு இவற்றிடையே பண்ணியாற்றின. (ப–ர்.)

அவை விழுங்கிக் கொண்டிருந்தன. வசந்தத்திலோ இலையுதிர்காலத்திலோ உலகின் ஒவ்வொரு மூலையினின்றும் வந்த நூற்றுக்கணக்கான கொடிகள் காற்றிலே படபடத்தன, காலையிலிருந்து மாலைவரை உத்தரவுகளும், உறுதி மொழிகளும் சாத்தியமான ஒவ்வொரு மொழியிலும் ஒலித்தன. கப்பல்களிலிருந்து எண்ணிக்கையற்ற பண்டசாலைகளுக்கும், திரும்பவும் கப்பல்களுக்கும் அசைந்திருந்த ஏணிகளில் சுமைதூக்கிகள் ஓட்ட மிட்டு வந்தார்கள்: கந்தை யுடுத்தியும் அநேகமாகத்திறந்து காட்டியும், குடிவெறியால் வீங்கிய முகங்களும் கொண்ட ருஷ்ய நாடோகள் அழுக்கடைந்த தலைப்பாகையும், முழங்கால் பக்கம் மிகப் பெரிதாகவும், கீழே பிடிப்பாகவும் இருந்த புடைத்துத் தொங்குகிற காற்சட்டைகளும் அணிந்த பழுப்பேறிய துருக்கியர்கள், மருதோன்றியால் சாயம் பூசப்பட்டு பிரகாசமான காரட் நிறத்திற்கு இருந்த தலை முடியும் நகங்களும் கொண்ட, கட்டை குட்டையான, தசைப் பற்றுள்ள பாரசீகர்கள். இரண்டு அல்லது மூன்று கப்பற் பாய் மரங்கள் கொண்ட இத்தாலிய மரக்கலங்கள் துறைமுகத்திற்கு அடிக்கடி வந்தன; தூய்மையாகவும், வெள்ளையாகவும், இளம் பெண்களுடைய மார்பகங்களைப் போல வட்டமாகவும் இருந்த அவற்றினுடைய வரிசையான பாய்களுடன் தொலைவினின்றும் பார்ப்பதற்கு அவை அழகாக இருந்தன. மேலும் இந்த வடிவமைந்த கலங்கள் கலங்கரை விளக்கிற்குப் பின்புறத்திலிருந்து பார்வைக்கு வந்தபோது – குறிப்பாக பிரகாசமான வசந்தகாலக் காலைகளில் – நீரில் அல்லாது, ஆகாயத்திலோ, தொடுவானத்திற்கு மேலோ மிதக்கும் அதிசயமான வெண்ணிற மனத்தோற்றங்கள் போலக் காணப்பட்டன. உயரமான உச்சி கொண்ட அனதோலியன் பாய்மரக் கப்பல்களும், செதுக்கு வேலைப்பாடுகளுடனும், கோமாளித்தனமான ஆபரணங்களுடனும் விநோதமான வர்ணங்களில் இருந்த திரபிஸோன்த் சிறுமரக்கலங்களும், கழிவுகள் முட்டை மேலோடுகள், தர்பூஸ் பழத் தோல்கள், வெண்ணிறக் கடற் பறவைக் கூட்டங்கள் இவற்றினிடையே துறை முகத்தின் பாசி படிந்த அழுக்கு நீரில் மாதக்கணக்கில் ஆடிக் கொண்டிருந்தன. எப்போதாவது கருப்புத்தார் பூசப்பட்ட பாய்களுக்குக் கீழே கொடிக்காக நைந்து போன துணியைக் கட்டிக் கொண்ட விநோதமான குறுகிய கப்பல்கள் இங்கே சென்றுவந்தன; இறங்குதுறையை வட்டமடித்து சிறிது சாய்ந்தவாறு முழு வேகத்தில் எந்தத் துறைமுகத்திற்கும் இத்தகைய கப்பல் சென்று, ஏச்சுகளுக்கும் அச்சுறுத்தல் களுக்கும் மத்தியில், குறிப்பற்ற ஓர் அலைதாங்கி நெடுகிலும் போய்ச்சேரும். அங்கே அதனது மாலுமிகள் – முற்றிலும் ஆடையற்ற, வெட்கமற்ற, அற்ப சனங்கள் – அடித்தொண்டையிலிருந்து பிதற்றிக் கொண்டிருந்தபோது, கிழிந்த பாய் களைக் கணக்கிட முடியா வேகத்தில் மடக்கி, கறை படிந்த, புதிர் வாய்ந்த அக்கப்பல் உடனடியாக உயிரற்றுப் போனது போல அமைதியாகிப் போகும்.

மேலும் விளங்காதவாறு, கருமையான ஓர் இரவில் தனது விளக்குகளை எரியவிடாமல். அது துறைமுகத்தினின்றும் தெரியாமல் வெளியேறும். இரவு முழுக்க கடத்தல்காரர்களின் சிறிய படகுகளால் வளைகுடா நிலறந்திருக்கும். தங்கள் இழுவையில் அகப்பட்டவைகளை மீனவர்கள் அண்மையிலிருந்தும் சேய்மையிலிருந்தும் கொண்டு வந்தனர்: வசந்தகாலத்தில்– சிறிய அன்சோவி மீன்கள், அவர்களுடைய படகுகளை நிரப்ப லட்சக்கணக்கில் தேவைப்பட்டன, கோடைக்காலத்தில் அருவருப்பான பினைசி மீன்கள், இலையுதிர்காலத்தில்– மாக்கரெல்கள், கொழுத்த பழுப்புநிற முல்லட்களும், ஆஸ்டர்களும், குளிர் காலத்தில் – அடிக்கடி மனிதர்களின் உயிரைப் பணயம் வைத்து, கடற்கரையிலிருந்து பல கிலோமீட்டர்களுக்கு அப்பால் பிடிக்கப்பட்ட நூற்றி அறுபது முதல் முந்நூற்றி இருபது கிலோ எடைகொண்ட பெலூகாகள்.

அந்த எல்லா ஆண்களுமே – பல்வேறு நாடுகளினின்றும் வந்த மாலுமிகள், மீனவர்கள், உலைக்காரர்கள். இளகிய மனம்படைத்த இளம் மாலுமிகள், துறைமுகத் திருடர்கள், எந்திரக்காரர்கள், வேலையாட்கள், டாக்கர்கள், படகுக் காரர்கள், சுமைதூக்கிகள், கடத்தல்காரர்கள் – எல்லாருமே இளைஞர்களாகவும், உடற் கட்டுடையவர்களாகவும் இருந்தனர், கடல் மற்றும் மீனின் கடுமையான மணத்தால் ஊறிப் போயிருந்தனர், கடின உழைப்பு என்ன என்பதை அவர்கள் அறிந்திருந்தனார், அன்றாடம் அபாயத்தை எதிர்நோக்கும் இனிமையையும் அச்சத்தையும் நேசித்தார்கள், வலிமையையும், துணிவையும் எதைவிடவும் அதிகமாக மதித்தார்கள், கடற்கரையில் முரட்டுத்தனமான சந்தோஷத்துடன் தாண்டு வதிலும், குடித்தலிலும், சண்டைகளிலும் ஆழ்ந்திருந்தார்கள். இரவு சாய்ந்த பிறகு, துறைமுகத்திலிருந்து குன்றின் உச்சி வரை செல்லக் கூடிய அப்பெரிய நகரத்தின் விளக்குகள், மின்னுகிற மந்திரக் கண்களைப் போல அவர்களை கவர்ச்சிக்கு ஆட்படுத்தி, ஏதோ புதியதும், மகிழ்ச்சியான தும், அவர்கள் இதுவரை அநுபவிக்காததுமான ஒன்று எப்போதுமே அவர்களை ஏமாற்றின.

நகரமானது துறை முகத்தோடு, சட்டத்தை மதிக்கின்ற குடிமக்கள் இரவு நேரத்தில் வருவதற்கு அஞ்சிய குறுகிய, சரிவான, வளைந்த தெருக்களால் இணைக்கப்பட்டிருந்தது. ஒவ்வொரு திருப்பத்திலும், உள்ளே இருந்த ஒரே ஒரு விளக்கின் மங்கலான வெளிச்சத்துடன் கூடிய, அழுக்கடைந்த, பின்னல் வலைச்சட்டப் பலகணிகள் கொண்ட மிக மலிவான தங்கிடங்கள் இருப்பதைக் காண முடிந்து. மேலும் ஏராளமாக இருந்த கடைகளில் தன்னுடைய சட்டையிலிருந்து மாலுமியின் பனியன் வரை எல்லாத் துணிகளையும் விற் கவோ, எந்த மாலுமியினுடைய உடையை வாங்கவோ முடியும். அதோடு எண்ணற்ற பீர்க்கடைகளும், அருந்தகங்களும், சாப்பாட்டுக் கடைகளும் எல்லா மொழிகளிலும் எழுதப்பட்ட எடுப்பான அடையாளங்களுடன்

இருந்தன, விலைமகளிர் விடுதிகள் அதிகமாக இருந்தன. பொதுவானதோ, சட்டபூர்வமற்றதோ, இரவில் அவற்றின் வாசற்புறங்களில் நிற்கும் அரைகுறை ஒப்பனையுடன் பெண்கள் கம்மிய குரலில் கடலோடிகளை அழைத்தார்கள். கிரேக்க காஃபி விடுதிகளில் வாடிக்கையாளர்கள் டோமினோவோ, சீட்டோ ஆடினார்கள், துருக்கிய காஃபிக் கடைகளில் புகைப்பிடிப்பதற்கான சுங்கான்கள் இருந்தன. மேலும் ஐந்து கோபெக் செலவில் ஒருவன் தூங்கிக் கொள்ளவும் முடிந்தது. சிறிய கீழைய அருந்தகங்களில் ஆமைகள், ஒட்டுச்சிப்பிகள், இறால்கள், சிப்பிகள், சுணவாய் மீன்கள் போன்றவையும் வேறு கடல் உயிரினங்களும் பரிமாறப்பட்டன. இறுக்கமாக மூடப்பட்ட கதவுகளின் பின்னே இருந்த அட்டாலிகளிலும் நிலவறைகளிலும், ஃபாரோ அல்லது பாக்கரா போன்ற சூதாட்டச் சீட்டுகளின் திருட்டு ஆட்டம் நடைபெற்றது, அடிக்கடி அவை குடலில் செருகப்பட்ட கத்தியுடனோ, உடைந்த மண்டையோட்டுடனோ முடிந்தன. சில வேளைகளில் மூலையை ஒட்டியிருந்த தனியறையில் திருடிய எந்தப் பொருளையும், வைர வளையல் முதல் வெள்ளிச் சிலுவை வரை, லியோன் வெல்வெட் முதல் மாலுமியின் சம்பிரதாய மேல்கோட்டு வரை ஒருவரால் விற்க முடிந்தது.

நிலக்கரித் தூசியால் கருத்துப் போன இந்தச் சரிவான குறுகிய தெருக்கள் எப்போதுமே இரவு சாய்ந்ததும் பசையாகவும், முடை நாற்றமுடையதாகவும் மாறியன, மனக்கிலியால் அவற்றிற்கு வியர்த்தது போலிருந்தது. அவை கழிவு நீர்க்கால்கள் போலவோ அழுக்குப்படிந்த குடல்கள் போலவோ இருந்தன, அவற்றின் வழியாக பெரிய சர்வதேச நகரமானது தன்னுடைய எல்லாச் சக்கைகளையும், எல்லாக் குப்பைகளையும், ஆபாசத்தையும், தீமையையும் கடலுக்குள்ளாகத் தள்ளி, அவற்றால் தண்ணிய உடம்புகளையும் சுத்த ஆன்மாக்களையும் விஷமாக்கியது.

அந்த மாவட்டத்தின் ஆரவாரமிக்க குடிவாழ்நர்கள், கண்ணாடிச் சட்டம் கொண்ட கடைப் பலகணிகள், பெரு மைக்குரிய நினைவுச்சின்னங்கள், மின் விளக்குகள், தார் படித்த நடைபாதைகள், வெண்ணிற வேலமரச் சாலைகள், கம்பீரமான போலீஸ்காரர்கள் இவற்றுடன் நாகரிகத் தோற்றங்கொண்ட, எப்போதுமே விழாக்கோலம் பூண்ட நகரத்திற்கு, தூய்மைக்கும் வசதிக்கும் வீறாப்புக்கொண்ட நகரத்திற்கு அபூர்வமாகத்தான் ஏறிச் சென்றார்கள். ஆனால் பாடுபட்டு உழைத்த தனது பணத்தை, எண்ணெய் படிந்த. விளிம்பு நைந்த ரூபிள் நோட்டுகளைத் தூக்கி எறிவதற்கு முன்னர், அவர்களில் ஒவ்வொருவரும் ‘காம்பிரீனுசு’க்குள் ளாகப் போவது என்பது கட்டாயம். இருட்டின் போர்வைக்குள், நகரத்தின் இதயப் பகுதிக்கு பாதை கண்டு செல்வதை இது குறிப்பதானாலும், வெகு காலத்திலிருந்து மதிக்கப்படுகிற மரபாக அது இருந்தது.

உண்மை, வாடிக்கையாளர்களில் அநேகம் பேர் புகழ் பெற்ற பீர் அரசனின் சிக்கலான பெயரைச் சொல்லியிருக்க முடியாது. சிலர் வெறுமனே சொல்வதுண்டு:

"சாஷ்காவுக்கு நாம் போகலாமா?"

மற்றவர் பதிலளிப்பர்:

"அருமை, ஐயா! அப்படியேயாகட்டும்."

பிறகு அவர்கள் எல்லாரும் ஒரே குரலில் சொல்வார்கள்:

"நங்கூரங்கள் தூக்க!"

துறைமுகம் மற்றும் கடலோடி மக்கள் மத்தியில் உள்ளூர் பிஷப் அல்லது ஆளுநரைவிட, சாஷ்கா மிகுந்த மரியாதையும் புகழும் பெற்றிருந்ததில் எந்த வியப்புமில்லை. அவனது பெயர் இல்லாவிட்டால், பிறகு அவனது உயிர்த்து டிப்புடைய குரங்கு முகமும் அவனது வயலினும் எப்பொழுதாவது, சிட்னி அல்லது பிளைமவுத்தில், நியூயார்க்கில், விளாதிவஸ்தோக்கில், கான்ஸ்டான்டிநோபிளில் அல்லது இலங்கையில் கருங்கடலின் எல்லாக் குடாக்களையும் ஒலிகளையும் பற்றிப் பேசாது, நினைவு கூராப்பட்டது என்ப தும், இவ்விடங்களில் எல்லாம் துணிவு மிக்க மீனவர்கள் மத்தியில் அவனது திறமையின் பல அபிமானிகள் இருந்தனர் என்பதும் உறுதி.

3

வழக்கமாக சாஷ்கா மற்ற எவரையும் விட முன்னதாக, ஒன்றிரண்டு எதிர்பாரா வாடிக்கையாளர்களைத் தவிர, 'காம்பிரீனுசு'க்கு வந்தான். கடந்த இரவு பீரின் நெடிய மணம் இரண்டு கூடங்களிலும் ஊடுருவிப் பரவி நின்றது, அங்கே புழுக்கமாக இருந்தது, ஏனெனில் பகல் நேரத்தில் அவர்கள் எரிவாயுவைச் சேமித்துக் கொண்டிருந்தார்கள். வெப்பமான ஜூலை மாத நாட்களில், கல் நகரமானது சூரிய ஒளியில் புழுங்கியது. தெருவில் எழுந்த இரைச்சலால் செவிடான போது, அங்கே அமைதியாகவும், குளுமையாகவும் இருந்தது.

சாஷ்கா பார் வரை நடந்து போய் திருமதி இவனோவாவை வாழ்த்தி, தனது முதலாவது பீர் குவளையைப் பருகுவான். சில வேளைகளில் அருந்தகக்காரி அவனிடம் கெஞ்சுவாள்:

"ஏதாவது வாசியுங்கள், சாஷ்கா. வாசிப்பீர்களா?"

"நான் என்ன வாசிக்கணும்னு விரும்புறீங்க. திருமதி இவனோவா?" பணிவோடு சாஷ்கா கேட்டான். அவன் எப்போதுமே அவளிடம் நேரிய பண்புடன் நடந்துகொண்டான்.

செம்மணி வளையல்

"உங்களுடைய ஏதாவது..."

தனது வழக்கமான இடத்தில், பியானோவுக்கு இடப்புறத்தில் அமர்ந்து, அபூர்வமான நீடித்த சோக இசைகளை வாசித்தான். நிலவறை மந்தமான அமைதிக்குள்ளாக மூழ்கிப் போயிற்று. எப்போதாவது மேலே நகரத்தினுடைய குரலடங்கிய உறுமலோ, தடுப்புக்குப் பின்புறம் சமையற் கட்டில் வேலையாட்கள் தட்டுகளாலும் கிளாசுகளாலும் கவனத்தோடு உரசிக் கொண்டதைத் தவிர. சாஷ்காவின் வயலின் யூதர்களுடைய துயரத்துடன் அழுதது, உலகத்தைப் போல அவ்வளவு பழமையான ஒரு துயரம், தேசிய இன்னிசையின் துயரப் பூக்களோடு நெய்யப்பட்டும், கோத்துப் பின்னப்பட்டும் இருந்தது. அந்த வைகறை மெல்லொளி நேரத்தில் விறைப்பான மோவாயுடன் கூடிய அவனது முகமும். குனிந்திருந்த தலையில் புருவங்களுக்குக் கீழிலிருந்து உறுத்துப்பார்த்துக் கொண்டிருந்த கண்களும் திடீரென்று சோகவடிவாக மாறின. 'காம்பிரீனுசி'ன் எல்லா வாடிக்கையாளர்களும் அறிந்திருந்த இளித்துக் கொண்ட, கண்சிமிட்டிய, ஆடிய சாஷ்காவின் முகத்துக்கு முற்றிலும் மாறுபட்டதாக இம் முகம் இருந்தது. சிறிய நாய் வெள்ளைக்குட்டி அவனது முழங்காலில் அமர்ந்திருந்தது. இசையுடன் சேர்ந்து ஊளையிடக் கூடாது என்பதை அது எப்போதோ பழகிப் போயிருந்தது. ஆனால் உணர்ச்சிக்கு ஆட்பட்ட துயரம், தேம்புதல் பழிக்கப்பட்ட இசை ஒலிகள் அதையும் மீறிப் பாதித்தது: அதிர்வுடைய கொட்டாவிக்காகத் தனது வாயை விரியத் திறக்கும், இளஞ்சிவப்பு நாக்கைப் பின்னுக்கு வளைத்துக் கொண்டு, கண நேரத்திற்கு அதனது சிறிய உடலும், கருமை நிறக் கண்கள் கொண்ட முகமும் படபடப்புடன் நடுங்கும்.

பிறகு கூடமானது நிறையத் தொடங்கியது, தையல்காரன் அல்லது கடிகாரக்காரனிடம் சில பகற்பொழுது வியாபாரத்தை முடித்துக் கொண்டு சாஷ்காவின் பக்கவாத் தியக்காரன் வந்து சேர்ந்தான், வெந்நீரில் இருந்த மசாலை இறைச்சியும், பாலாடைக் கட்டி அப்பங்களும் பார் கவுண்டரில் காட்சிக்கு வைக்கப்பட்டிருந்தன. மேலும், இறுதியில், எஞ்சிய வாயு விளக்குகள் பொருத்தப்பட்டன. சாஷ்கா மற்றுமொரு குவளை அருந்தி விட்டு, தனது துணைவனிடம் கூறினான்: "மே அணிவகுப்பு! ஒன்று, இரண்டு, மூன்று!" கொந்தளிப்பான அணிநடை இசை தொடங்கியது. அப்போதிலிருந்து அவனுக்குச் சிரமமான நேரமாக இருந்தது— சுணக்கின்றி புதிதாக வந்தவர்களுக்குத் தலை வணங்கினான், அவர்களில் ஒவ்வொருவனுமே தன்னை சாஷ்காவின் விஷேட நண்பனாகக் கருதிக் கொண்டு, சாஷ்கா தனக்கு வணக்கம் செய்ததை மற்றவர்கள் கவனித்தார்களா என்பதைப் பார்க்கப் பெருமையோடு பிற வாடிக்கையாளர் பக்கம் திரும்பினான். வாசிக்கும் போது சாஷ்கா ஒரு கண்ணை, பிறகு மற்றொன்றைச் சிமிட்டிக்கொண்டு,

218

தனது வழுக்கைத் தலையில் இருந்த நீண்ட சுரிப்புகளை உயர்த்திவிட்டுக் கொண்டு கேலி செய்கின்ற முறையில் உதடுகளைப் பிதுக் கிக்கொண்டு, எல்லாப் பக்கமும் பார்த்து முறுவலித்தான்.

பத்து அல்லது பதினோரு மணிவாக்கில் ‘காம்பரீனுஸ்’. ஒரே சமயத்தில் இரு நூறுக்கும் மேற்பட்ட வாடிக்கையாளர்களுக்கு பரிமாற முடிந்த அந்த இடம், நிரம்பி வழிந்தது. வந்திருந்த வாடிக்கையாளர்களில் அநேகமாகப் பாதிப்பேர் தலைக்குட்டைகள் அணிந்த பெண்களோடு வந்தார்கள். அந்த இடத்தில் கூட்டம் நெருக்கித் தள்ளிக் கொண்டிருப்பதையாரும் பொருட்படுத்தவில்லை, தனது கால் மிதிபடுகிறது அல்லது குல்லாய் நசுங்குகிறது அல்லது ற்சட்டையின் மீது பிறருடைய பீரைத் தெளித்ததை யாரும் பொருட் படுத்தவில்லை; யாராவது அதைக் குற்றமாகக் கருதினால், அதற்குக் காரணம் அவன் குடித்திருந்ததும், சண்டையிழுக்கத் துடிதுடித்ததுமேயாகும். நிலவறையின் ஈரமானது மங் கலாக மினுமினுத்து, தைல வண்ணத்தால் மூடப்பட்டிருந்த சுவர்களினின்றும் மிகவும் அதிகமாகச் சொட்டியது, கூட்டத்தினரின் நீர்வற்றச் செய்த மூச்சு, மேல் கூரையிலிருந்து, கனத்த, வெதுவெதுப்பான மழை போலக் கீழே விழுந்தது. ‘காம்பிரீனுசி’ல் கண்டிப்பான முறையில் குடித்து முடித்தவர் செய்வதற்கு இருந்த சுறுசுறுப்பான விஷயம் என்னவென்றால் இரண்டு அல்லது மூன்று வாடிக்கையாளர்கள் ஒன்றாக அமர்ந்து காலிப் போத்தல்களை அத்தனை விரைவாக மேசை மீது சேர்த்ததில், பச்சை கிளாஸ் காட்டின் ஊடாக அவர்களால் ஒருவரை ஒருவர் பார்த்துக்கொள்ளவும் முடியவில்லை.

மாலை நேரத்தின் உச்சத்தில் வாடிக்கையாளர்கள் முகங்சிவந்தும், தொண்டை கட்டியும், நனைந்தும் போய் விட்டனர். புகையிலைத் தூபம் கண்களைக் கொட்டியது. பொதுவான இரைச்சலில் ஒருவர் சொல்வதை மற்றவர் கேட்க வேண்டும் என விரும்பினால் மேசையின் குறுக்காக வளைந்துகொண்டு சுத்த வேண்டியிருந்தது. ஆனால் மேடை மீது அமர்ந்த சாஷ்காவின் சலிப்படையாத வயலின், புழுக்கத்திற்கும் வெப்பத்திற்கும் புகை, எரிவாயு மற்றும் பீர் இவற்றின் வாடைக்கும், துடுக்கான கும்பலின் கூக்குரலுக் கும் மேலாக அலைந்துகொண்டிருந்தது.

விரைவிலேயே, பீர், பெண்களின் நெருக்கம் மற்றும் வெக்கை இவற்றால் போதையுற்ற, வாடிக்கையாளர்கள் விருப்பமான பாடல் ஒன்றை ஒருவருக்கொருவர் கேட்க விரும்பினர். மங்கலான பார்வையோடும், நிச்சயமற்ற நட வடிக்கைகளோடும் இருந்த இரண்டு அல்லது மூன்று ஆட்கள் தொடர்ச்சியாக சாஷ்காவின் சட்டைக் கையைப் பிடித்து இழுப்பதும், அவன் வழியில் குறுக்கிடுவதுமாக இருந்தனர்.

“சாஷ்கா!.. சோகமான ஒன்றை நான் விரும்புகிறேன்... தயவுசெய்து எனக்... “–கேட்டுக்கொள்பவன் விக்கினான்– “எனக்காக வாசி!”

“இதோ நொடியில்,” சாஷ்கா திரும்பத் திரும்ப விரைவான தலையாட்டலுடன் சொல்லி, ஒரு வெள்ளி நாணயத்தைத் தனது காற்சட்டைப் பைக்குள்ளாக டாக்டரின் சாமர்த்தியத்தோடு ஓசையின்றி நழுவவிட்டவாறு கூறிவான். “இதோ நொடியில்.”

“உன்னால் இவ்வளவு மட்டமாக எப்படி நடந்து கொள்ள முடியும், சாஷ்கா? நான் உனக்குப் பணம் கொடுத்து விட்டேன், ‘ஒதேஸ்ஸாவுக்குக் கப்பலில் சென்றேன்’ என்பதை வாசிக்குமாறு உன்னை நான் இருபதாவது முறையாகக் கேட்கிறேன்.”

“இதோ நொடியில்...”

“ ‘வானம்பாடி’ வாசி, சாஷ்கா!”

“எனக்கு ‘மரூஸியா’ வேண்டும், சாஷ்கா!”

“இதோ நொடியில்...”

“ ‘மேய் – ப்– பன்’!” கூடத்தின் மறு மூலையிலிருந்து ஒருவன் கத்தினான். அந்தக் குரல் கட்டாயம் குதிரையைச் சேர்ந்ததாகத்தான் இருக்க வேண்டும்.

பொதுவான சிரிப்புக்கு மத்தியில் சாஷ்கா ஒரு சேவலைப் போல அவனிடம் கூவினான்:

“இதோ நொ–டி–யில்!”

ஓய்வே விட்டுக் கொள்ளாமல், உத்தரவிடப்பட்ட எல்லாப் பாடல்களையும் அவன் வாசித்தான். ஒவ்வொரு பாட்டையும் அவன் மனப்பாடமாக அறிந்திருந்தான் என்பது போலக் காணப்பட்டது. எல்லாப் பக்கங்களினின்றும் வெள்ளி நாணயங்கள் அவனது பைகளுக்குள்ளாக வழித்தன, ஒவ்வொரு மேசையிலிருந்தும் அவனுக்குப் பீர் குவளைகள் அனுப்பப்பட்டன. பாருக்குச் செல்வதற்கு அவன் தனது மேடையிலிருந்து கீழே இறங்கி வந்த போது, எல்லாப் பக்கங்களினின்றும் அணுகப்பட்டான்.

“சாஷ்கா, என் நண்பனே! இதோ ஒன்று...”

“இதோ உனக்கு, சாஷ்கா. கூப்பிடும் போது நீ ஏன் வரமாட்டேன் என்கிறாய்?”

“சா–ஷ்கா, வந்து கொஞ்சம் குடி பீ–ர்!” குதிரையின் குரல் அலறியது.

அங்கிருந்த பெண்களும், எல்லாப் பெண்களையும்போல கலைஞர்களைப் பாராட்டக் கூடிய சுபாவத்தோடு, ஆண்களுக்கு முன்னால் தங்களை விளம்பரப்படுத்திக் கொள்ள, செல்லங் கொஞ்சும் குரல்களில், வலிந்து வருவிக்கப்பட்ட சிரிப்புடன் அவனை அழைத்தார்கள்:

“சாஷ்கா அன்பே, எனக்காகவே நீ தனியாகக் குடிக்க வேண்டும்... மறுக்கக் கூடாது என்று உன்னைக் கெஞ்சிக் கேட்கிறேன். தயவுசெய்து ‘கூக்கூ நடக்கிறது’ வாசி.”

சாஷ்கா முறுவலித்தான், பல் இளித்தான், வலமும் இடமுமாகத் தலை வணங்கினான்; தனது கையை நெஞ்சோடு வைத்து அழுத்தி காற்று முத்தங்கள் அனுப்பினான், ஒவ்வொரு மேசையிலும் பீர் அருந்தி, திரும்பவும் பியானோவுக்குச் சென்றான். அங்கும் அவனுக்காகப் புத்தம் புதிய பீர் ஒரு குவளையில் காத்துக்கொண்டிருக்க. ‘பிரிதல்* அல்லது அதுபோல ஏதோ ஒன்றை வாசிக்க ஆரம்பித்தான். தனது பார்வையாளர்களை மகிழ்விப்பதற்காக, சில வேளைகளில் தனது வயலினை நாய்க்குட்டியைப் போலச் சிணுங்க வைத்தான், பன்றியைப் போல உறும வைத்தான், அல்லது எரிச்சலூட்டும் குரலில் இசையுடன் தேனீப் போல இரைச்ச லிட்டான். பலத்த சிரிப்புடன் பார்வையாளர்கள் அதனை வரவேற்றனர்.

வெப்பம் அதிகரித்தது. மேற் கூரை துளித்துளிதாகக் கொட்டியது, வாடிக்கையாளர்களில் சிலர் ஏற்கெனவே அழுது கொண்டும், தங்களது நெஞ்சுகளை அடித்துக் கொண்டும் இருந்தார்கள்; மற்றவர்கள் குருதி பாய்ந்த கண்களுடன், பெண்கள் காரணமாகவோ, முன்னைய குற்றங்களுக்காகவோ ஒருவரை ஒருவர் ஏசியபடி உரத்து வாதாடிக் கொண்டிருந்தார்கள். அதே வேளை அவர்களுடைய குடிமயக்கமற்ற இன்பத் தோழர்கள் அவர்களைத் தடுத்து நிறுத்த முயன்றார்கள். ஏதோ அதிசயத்தால் மட்டுமே பீப்பாய்கள், சிறுமிடாக்கள், கால்கள், பெட்டிகள் இவற்றிற்கிடையே பீர் குவளைளைத் தாங்கிய தங்களது கைகளை மேலாகத் தூக்கியவாறு பரிமாறுபவர்கள் தங்கள் வழியை அமைத்துச் செல்ல முடிந்தது. திருமதி இவனோவா, அதிகக் குருதிச் சோகையுடன், முன்னைக் காட்டிலும் கிளர்ச்சியற்றும், வாய்திறவாதவாறும், பாருக்குப் பின்னே இருந்த வாறு, புயல்நேரத்தில் கப்பலின் காப்டன் போல, பரிமாறு பவர்களுக்கு உத்தரவிட்டாள்.

ஒவ்வொருவரும் பாட விரும்பினார்கள். பீரினாலும், சொந்த நற்பண்பாலும், தனது இசை மற்றவர்களுக்குக்கொடுத்த முரடான மகிழ்ச்சியாலும் சமாதானமுற்ற சாஷ்கா எதையும் வாசிக்கத் தயாராக இருந்தான். அவனது வயலின் இசைக்கேற்ப மக்கள் ஒரே மாதிரியான இசைத் தொனியில் ஒருவனுக்கொருவன் அர்த்தமற்ற கண்டிப்போடு கண்களில் உற்றுப்பார்த்துக் கொண்டு, கரகரத்த, விறைப்பான குரலில் உரத்தக் கூச்சலிட்டார்கள்:

ஏன் நாம் பிரிந்தே இருக்க வேண்டும்?
ஏன் நாம் தனித்தே வாழ வேண்டும்?
இப்போதே மண முடிப்போம்.
எப்போதும் பிரியாதிருப்போம்.

இதற்கிடையே மற்றொரு குழு, வெளிப்படையாகவே எதிர் அணி போலக் காணப்பட்டது. தனக்கு விருப்பமான தொடர்பற்ற ஒரு பாடலை அலறியவாறு, முதல் குழுவின் குரல்களை மட்டுப்படுத்தப் பெரிதும் முயன்றது.

ஆசியா மைனரிலிருந்து ருஷ்யத் துறைகளில் மீன் பிடிப்பதற்காக வந்த கிரேக்கர்களை 'காம்பிரீனுஸ்' அடுத்தடுத்துச் சந்தித்தது. அவர்கள் தங்களது கீழையப் பாடல்களை வாசிக்கும்படி சாஷ்காவிடம் சொல்வார்கள் – கிளர்ச்சியற்ற, சலிப்பூட்டுகிற, இரண்டு அல்லது மூன்று இசைத் தொனிகள் கொண்டவை – மங்கலான முகங்களோடும் கொழுந்து விட்ட கண்களோடும் அவற்றை மணிக்கணக்காகப் பாட அவர்கள் தயாராக இருந்தார்கள். இத்தாலிய நாட்டுப்புறப் பாடல்கள், உக்ரேனிய 'தும்காக்கள்', யூதர் திருமண நடன இசைகள் போன்று இன்னும் பலவற்றை சாஷ்காவால் பாட முடியும். ஒரு நாள் நீக்ரோ மாலுமிகள் கூட்டமொன்று உள்ளே நுழைந்தது; மற்றவர்கள் பாடிக் கொண்டிருந்ததனால் அவர்களும் அது போலவே செய்ய வேண்டும் என்று உணர்ந்தார்கள். பாய்ந்து செல்கிற நீக்ரோ இன்னிசையை சாஷ்கா விரைந்து பிடித்துக் கொண்டான், பியானோவில் பக்கவாத்தியத்தைத் தேர்ந்தெடுத்து வாசிக்கவும் செய்தான்; பிறகு பழக்கமாக வருபவர்களின் எல்லையற்ற மகிழ்ச்சிக்கும் கேளிக்கைக்கும் ஏற்ப, ஆப்பிரிக்கப் பாடலின் அதி சயமான, மனம்போன போக்கில் தொண்டையில் ஒலிக்கின்ற ஒலிகள் அந்தக் கூடத்தில் கேட்டன.

சாஷ்காவுக்கு அறிமுகமான, உள்ளூர் பத்திரிகை நிருபர் ஒருவர் 'காம்பிரீனுசி'ன் புகழ்பெற்ற வயலின் வாசிப்போனைக் கேட்பதற்காக இசைப்பள்ளிப் பேராசிரியர் ஒருவர் வந்து கொண்டிருப்பதாகச் சொன்னார். ஆனால் சாஷ்கா அதை கவனித்து வேண்டுமென்றே தனது வயலினில் வழக் சுத்திற்கு மாறாக ஆட்டின் கத்தலையும், கதறலையும் வாசித்தான். வாடிக்கையாளர்கள் சிரிப்புடன் கர்ஜித்துக் கொண்டிருந்தார்கள், ஆனால் பேராசிரியரோ எரிச்சலோடு சொன்னார்.

"ஒரு கோமாளி."

தனது பீரை அருந்தி முடிக்காமலேயே அவர் வெளியேறினார்.

4

முற்றிலும் அடிக்கடி எடுப்பான பிரபுக்களும், குடிக்கிற ஜெர்மானிய வேடர்களும், கொழுத்த தேவதைகளும் தவளைகளும் தங்களுடைய சுவர்களிலிருந்து, 'காம்பிரீனுசை' தவிர வேறு எங்கும் அரிதாகக் காணக் கூடிய, அத்தகு கட்டற்ற, மட்டுமீறிய வெறியாடலைக் கண்கூடாகப் பார்த்தனர்.

உதாரணமாக, சற்றே விருப்பங்கொள்ளும் தடுமாற்றத்தில் ஒரே தடவையில் கிடைத்த பெரும் வேட்டைக்குப் பிறகு, குடிவெறியாட்டத்தில் இருந்த திருடர் கூட்டத்தினர், ஒவ்வொருவரும் ஒரு காமக்கிழத்தியுடன், ஒவ்வொருவரும் தொப்பியுடனும், மெருகிட்ட கருநிறத் தோல் காலணிகளுடனும், பண்பட்ட அருந்தக நடைமுறைகளோடும், அசட் டையான தோற்றத்தோடும் காணப்பட்டனர். அவர்களுக்காக சாஷ்கா விஷேடமான திருடர் பாடல்களைப் பாடுவான்: ' இப்போது நான் இழக்கப்பட்டவன்', 'மரூஸியா, நீ அழவில்லையா', 'வசந்தம் போய்விட்டதா' மற்றும் சில. அவற்றிற்குத் தகுதியற்று நடனமாடியதாக அவர்கள் கருதப்பட்டார்கள், ஆனால் அவர்களுடைய பெண் சிநேகிதிகள் – எல்லாருமே அழகும் இளமையும் வாய்த்திருந்தனர், அவர்களில் சிலர் குமரிப்பருவத்தில் இருந்தனர், – 'மேய்ப்பனு'க்கு அலறல்களுடனும், அதிகமான குதிங்கால் தட்டுதல்களுடனும் நடனமாடுவார்கள். பெண்களும் ஆண்களும் ஒரே மாதிரியே நிறையக் குடித்தார்கள், ஒரே தொல்லை என்னவெனில், திருடர்கள் எப்போதுமே தங்களது பழைய பணப் பூசல்களுக் கான பகைமையை முடித்துக் கொண்டார்கள், விலைப்பட்டிக்குப் பணம் செலுத்தாமலேயே நழுவிப் போக விரும்பினார்கள்.

ஓர் அதிருஷ்டமுள்ள மீன் பிடித்தலுக்குப் பிறகு மீனவர்கள் வருவார்கள்: முப்பது பேர் வரை அடங்கிய பெருங்கூட்டங்கள். முதிர்ந்த இலையுதிர்காலத்தில் சில வேளைகளில், சுமார் நாற்பதனாயிரம் மாக்ரெல் அல்லது சாம்பல் நிற முல்லட் நாள்தோறும் வலைகளில் பிடிபடும் போது கீர்த்திமிக்க வாரங்களாக இருந்தன. அந்நேரத்தில் மிகச்சிறிய பங்குதாரன் கூட இருநூறு ரூபிள்களுக்கும் மேலாகப் பெறுவான். எனினும், அதிகமாகத் தந்தது என்னவெனில் குளிர்காலத்தில் நிறையப் பிடிபட்ட பெலூகா தான்; ஆனால் அது மிகவும் கடினமான வேலையாக இருந்தது. கடற்கரையினின்றும் முப்பது முதல் நாற்பது கிலோமீட்டர்கள் வரை சென்று ஆண்கள் பாடுபட வேண்டியிருந்தது, இரவில், சில நேரங்களில் புயல்வீசும் காலநிலையில், படகை அலைகள் அடித்துச் செல்லும் போதும், துணிகள் மீதும், துடுப்புகள் மீதும் நீர் உடனேயே பனிக்கட்டியாக மாறும் போதும், இரண்டு அல்லது மூன்று நாட்களுக்கு ஆண்களைக் கடலுக்கு வெளியே தங்குமாறு காலநிலை வைக்கும் போதும். இருநூறு கிலோ மீட்டர்களுக்கு அப்பால், அனாபா அல்லது திரபிஸோன் தின் கடற்கரையில் ஒதுக்கித் தள்ளப்படும் வரை. ஒவ்வொரு குளிர்காலத்திலும் சுமார் பத்துப் பன்னிரெண்டு மீன்பிடிப் படகுகள் இழக்கப்பட்டன, துணிச்சல் மிக்க மீனவர்களின் உடல்கள் அந்நியக் கடற்கரைகளில் ஒதுங்கித் தள்ளும் வசந்தகாலம் வரை.

எனினும், அவர்கள் அநுகூலமாகவும் அதிருஷ்டகரமாகவும் கடலிலிருந்து திரும்பும் போது, தரையில் வாழ்வுக்கான ஓர் ஆர்வம் அவர்களைப் பற்றிக் கொள்ளும். இரண்டு அல்லது மூன்று நாட்களில் சில ஆயிரம் ரூபிள்கள் மிகவும் முரடான, செவிடாக்கும் வெறியாடலுக்காக வீண்செலவு செய்யப்படும். அருந்தகத்திற்கோ, வேறு ஏதேனும் மகிழ்வூட்டும் இடத்திற்கோ திரண்டு, எல்லா அந்நியர்களையும் வீசி எறிந்து, கதவுகளையும் சன்னல்களையும் சாத்தி, இரு பத்தி நான்கு மணி நேரமும் குடிப்பார்கள், காதல் செய்து உரத்த கூச்சலில் பாடுவார்கள், கண்ணாடிகளையும் கிண்ணங்களையும் தூளாக்குவார்கள், பெண்களையும், அடிக்கடி ஒருவர்க்கொருவரும் அடித்துக் கொள்வார்கள். எச்சில், சிகரெட் துண்டுகள். உடைந்த கண்ணாடித் துண்டுகள், ஒயினும் குருதியும் படிந்த இடங்கள் இவற்றிற்கிடையே. தூக்கம் தலை தூக்கி மேசை மீதோ, தரை மீதோ, கட்டில் மீதோ படுக்கின்ற வரை இவ்வாறு செய்வார்கள். இம்மாதிரி அவர்கள் பல நாட்களாக வெறியாடியும், சில நேரங்களில் இடத்தை மாற்றியும், சில நேரங்களில் அதே இடத்திலுமாகத் தங்குவார்கள். தங்களுடைய பணம் முழுவதையும், கடைசிச் செப்புக் காசு வரை குடிக்கவும் தின்னவும் செலவிட்ட அவர்கள், வெடித்துக் கொண்டிருந்த தலை களோடும், சண்டைகளின் அடையாளங்களைக் கொண்ட முகங்களோடும், குடிவெறிக்குப் பிறகு நடுங்கிக்கொண்டிருந்த உடல்களோடும் அமைதியாக, பச்சாத்தாபப்படுமாறும் இரங்கத்தக்கவாறும் தங்களது படகுகளுக்குச் செல்வார்கள், தங்களுடைய விருப்பமானதும், சபிக்கப்பட்டதுமான அத்தனை கடினமானதும், அத்தனை கிளர்ச்சியூட்டக் கூடியதுமான வேலையைத் திரும்பவும் ஏற்றுக்கொள்வதற்காக.

அவர்கள் ஒருபோதும் 'காம்பிரீனுசை'த் தவறவிட்டதில்லை. மிகப் பெரிய, கம்மிப் போன, குளிர்காலக் காற்று வீச்சினால் சிவந்திருந்த முகங்கள் கொண்ட அவர்கள் நீர்புகா மேற்சட்டைகளுடனும், தோல் காற்சட்டைகளுடனும், தொடை வரை வருகின்ற மாட்டுத்தோல் காலணிகளுடன் கடைக்குள்ளாகப் பலவந்தமாக நுழைவார்கள் — இதே மாதிரியான காலணிகளுடன் தான் அவர்களது கூட்டாளிகள் புயல்வீசும் இரவில் கடலின் ஆழ்த்திற்குள்ளாகக் கற்களைப் போலச் செல்வார்கள்.

சாஷ்காவின் மீதான மரியாதையால் அவர்கள் அந்நியர்களை வெளியேற்றுவதில்லை, எனினும் விரும்பியவாறு நடந்து கொள்வார்கள், கனமான குவளைகளைத் தரையில் போட்டு உடைப்பார்கள். அவர்களுக்காக தங்களுடைய மீனவர்களின் பாடல்களை, கடலின் ஓசைபோல, தயங்கியபயும், எளிமையுடனும் பாடல்களை சாஷ்கா பாடுவான், சக்தி மிக்க மார்புகளையும், காற்றில் அடிபட்ட தொண்டைகளையும் சிரமப்படுத்தி அவர்களும் ஒரே

குரலில் பாடுவார்கள். சாஷ்கா, அலைகளைப் பணிய வைத்த ஆர்பியசைப்* போலவும் அவர்களுக்குப் பயனளித்தான்; சில நேரங்களில் ஏதாவது மீன்பிடிப் படகின் பருமனான நாற்பது வயதுடைய தலைவன் – தாடி வைத்திருந்த, வெயில் மழையில் அடிபட்டும், முரட்டுத்தனமாகவும் இருந்த அவன் – பாடலின் துயரார்ந்த சொற்களை உச்சக் குரலில் பாடும்போது கண்ணீர் சிந்திவிடுவான்:

மீனவனாக ஏன் பிறந்தேன்?

பாவம், அதிருஷ்டமற்ற பையனாய் ...

சில நேரங்களில் கல் முகங்களுடன், தங்களது கனமான காலணிகளை ஒரே இடத்தில் மிதித்து அவர்கள் நடனமாடினார்கள். அவர்களுடைய உடல்களும், துணிகளும் மீனின் உப்பு மணத்தை அருந்தகம் முழுதும் பரப்பின. சாஷ்காவிடம் அவர்கள் மிகவும் தாராளமாக நடந்துகொண்டார்கள், நீண்ட நேரத்திற்குத் தங்களது மேசைகளை விட்டு அவனைப் போக விட மாட்டார்கள். அவர்களது வாழ்க்கை எவ்வளவு கடினமும், நம்பிக்கையற்றதுமாகும் என்பதை அவன் நன்கு அறிவான். மிகவும் அடிக்கடி, அவர்களுக்காக அவன் வாசித்த போது, ஒருவகையான மரியாதை மிக்க துயரம் அவனது இதயத்தை நிரப்பி நிற்கும்.

ஆனால் சரக்குக் கப்பல்களினின்றும் வந்த பிரிட்டிஷ் மாலுமிகளுக்காக வாசிக்கக் குறிப்பாக அவன் வேட்கை கொண்டிருந்தான். அவர்கள் ஒரே குழுவாக, தோளோடு தோள் சேர்ந்து வருவார்கள்– எல்லாருமே அருமையான இளைஞர்கள், விரிந்த மார்பும் பரந்த தோள்களும் கொண்டவர்கள், வெண்ணிறப் பற்களுடனும், செம்பவள நிறக் கன்னங்களுடனும், மகிழ்ச்சியும் துணிவும் கொண்ட நீல நிறக் கண்களுடனும் காணப்பட்டார்கள். தங்களது சட்டைகளைப் பிய்த்துக் கிழிப்பது போல உடல் தசைகளைப் பெற்றிருந்தார்கள், குட்டையான கழுத்தெழும்புகளினின்றும் எழுந்த நிமிர்ந்த சக்திமிக்க கழுத்துகளைக் கொண்டிருந்தார்கள். அவர்களில் சிலர் சாஷ்காவை அறிவார்கள், ஏனெனில் முன்னமேயே அந்தத் துறைமுகத்திற்கு அவர்கள் வந்திருந்தனர். அவனை அடையாளம் கண்டு, தங்களது வெண்ணிறப் பற்கள் நட்பு முறையில் மினுமினுக்க ருஷ்ய னில் 'வணக்கம்!' என்று வாழ்த்துவார்கள்

---

* ஆர்பியஸ் – பண்டைய கிரேக்கப் புராணத்தில் வரும் ஒரு பாத்திரம், கவிஞன் மற்றும் இசைஞன். இவனது நரம்பிசையானது விலங்குகளை மகிழ்விக்கக் கூடியது, மரங்களையும், பாறைகளையும் அசைக்கவல்லது, அவனது நரம்பிசையின் ஓசைக்குக் கடலின் ஓசை அமைதியாகிப் போனது. (ப–ர்.)

கட்டளைக்காசுக் காத்துக்கொண்டிராமல், சாஷ்கா 'பிரிட்டானியா, ஆள்' என்பதை வாசிக்கத் தொடங்குள்ள பெரும்பாலும் அவர்கள் அக்கணத்தில் அடிமைத்தளுநானல் நசுங்குண்டு ஒரு நாட்டில் இருக்கிறோம் என்ற உணர்வுடன். பிரிட்டனின் சுதந்திரத்திற்கு அந்தப் பாசுரத்திற்கு ஒரு சிறப்பான பெருமித்ததையும் வினைமுறையையும் அளிக்கும். தொப்பி அணியாது நின்று, அவர்கள் அருமையான இறுதிவரிகளைப் பாடுவார்கள்.

பிரித்தானியர் ஒருபோதும், ஒருபோதும்,
ஒருபோதும் அடிமைகளா வதில்லை!

அவர்கள் இவ்வாறு செய்த போது, மிகவும் கட்டுப்பாடற்று பக்கத்திலிருந்தவர்கள் கூட தங்களையும் அறியாமல் தொப்பிகளைக் கழற்றுவர்கள்.

ஒரு காது வளையமும், ஓரப்பட்டை போல தொண்டையிலிருந்து வளர்ந்திருந்த தாடியும் கொண்ட சுட்டமைப்பான படகின் பொறுப்பாளன், இரண்டு குவளை பீருடன் சாஷ்காவிடம் சென்று, விரியப் பல் இளித்து, நட்பு முறையில் அவன் முதுகைத் தட்டி, 'ஜிக்' என்ற நடனத்திற்கு வாசிக்கும்படி சொல்வான். கழிமகிழ்வு கொள்கிற இந்தக் கடலோடிகளுடைய நடனத்தின் முதல் சுரத்திலேயே ஆங்கிலேயர்கள் தங்களது இருக்கைகளினின்றும் குதித்தெழுந்து சிறு மிடாக்களையும், பீப்பாய்களையும் சுவர்களை ஒட்டி நகர்த்தி இடவசதி ஏற்படுத்துவார்கள். தோரணைகளாலும், மகிழ்ச்சி மிக்க புன்னகைகளாலும் மற்றவர்களையும் எழும்படி செய்வார்கள், எனினும், மிகவும் மெதுவாகச் செயல் படுபவனிடத்தில் மரபு முறைகளைப் பின்பற்ற மாட்டார்கள் – சிறு மிடாவை அவனுக்குக் கீழிருந்து செயலூக்கத் தோடு உதைந்து தள்ளுவார்கள். ஆனால் அம்மாதிரியான காரியத்தை மிக அபூர்வமாகத்தான் செய்தார்கள், ஏனெனில் 'காம்பிரீனுசி'ல் ஒவ்வொருவரும் நடனங் களை விரும்பினார்கள், 'ஜிக்' விருப்பமானதாக இருந்தது சாஷ்கா கூட, வாசிப்பதை நிறுத்தாதவாறு, நன்கு பார்க்க வேண்டும் என்பதற்காகத் தனது நாற்காலி மீது ஏறிக் கொள்வான்.

மாலுமிகள் ஒரு வட்டமாக நின்று, தங்களது கைகளை விரைவான தாளத்தோடு தட்டுவார்கள். அதே வேளை அவர்களில் இருவர் நடுவே செல்வர். கடலில் மாலுமிகளுடைய வாழ்க்கையை அந்நடனம் சித்திரித்தது. சுப்பல் புறப்படத் தயாராக இருக்கிறது, அன்று அருமையான நாள், எல்லாமே புத்தம் புதியதாக இருக்கிறது. நடனக்காரர்கள் நெஞ்சுக்கு மேல் கைகளைக் கட்டிக்கொண்டார்கள், தலைகளைப் பின்னுக்கு இழுத்துக்கொண்டு, உடல் அசைவற்று இருந்தாலும் கால்கள் உக்கிரத்தோடு தட்டிக்கொண்டிருந் தன . ஆனால் காற்று எழும்பி, கப்பல் சிறிது குலுங்கத் தொடங்குகிறது. இது

கடலோடிகளைக் களிமகிழ்வு கொள்ளச் செய்கிறது, நடனத் தோற்றமானது மேன்மேலும் சிக்கலானதாக, புதிரானதாக மாறுகிறது. பிறகு இளந்தென்றல் வீசுகிறது – மேல்தளத்தில் நடப்பது இப்போது அத்தனை சுலபமாக இல்லை–நடனமாடுபவர்கள் பக்கத்திற்குப் பக்கம் சற்று அசைந்தாடத் தொடங்குகிறார்கள். இறுதியாக ஓர் உண்மையான புயற்காற்று ஆரம்பிக்கிறது – மாலுமிகள் தூக்கி எறியப்படுகிறார்கள், காரியம் மிகவும் கண்டிப்பான தாகத் தோன்றத் தொடங்குகிறது. "எல்லாக் கைகளும் உயரட்டும், பாய்களை எடு!" நடனக்காரர்களின் கைகளும் கால்களும் வெளிப்படுத்தும் அசைவுகள் வெறுமையைக் காட்டின, அவர்கள் கப்பற் பாய்மரத்தைப் பிடித்து நிற்கும் கயிறுகளைப் பற்றி ஏறிக்கொண்டிருந்தனர், பாய்களை விரித்துக் கொண்டும், துணிகளைப் பாதுகாத்துக் கொண்டும் இருந்த அதே வேளை புயல் கப்பலை மேன்மேலும் வலுவாக அலைத்தது. "நிறுத்து– கடலிலே மனிதன்!" ஆபத்தில் உதவும் படகு கீழே இறக்கப்படுகிறது. அவர்களது தலைகளைத் தாழ்த்தி, தசைப்பற்றுடைய வெறுங் கழுத்துகளைக் கூராக்கிய நடனக் காரர்கள் முதுகுகளைக் குனிந்தும் நிமிர்ந்தும் துடுப்புகளை விரைந்து போட்டார்கள். ஆனால் புயல் கடந்து செல்கிறது, அலைவது மெல்லமெல்லக் குறைகிறது, வானம் தெளிவாகிறது, திரும்பவும் கப்பல் சாதகமான காற்றோடு மிதந்து சென்றது, திரும்பவும் நடனக்காரர்கள் அசைவற்ற உடல்களோடும், நெஞ்சின் மேல் கட்டப்பட்ட கைகளோடும் மகிழ்ச்சியுள்ள 'ஜிக்' நடனமாடினார்கள்.

நகரத்திற்கு அருகில் வசித்த ஜார்ஜியன் ஓயின் வடிக்கும் தொழிலாளர்களுக்காக சாஷ்கா எப்போதாவது 'லெஸ் கின்கா' வாசிக்க வேண்டியிருந்தது. அவனுக்குத் தெரியாத நடனங்களே இல்லை. நடனக்காரர்களில் ஒருவன் ஆட்டு மயிர்த் தொப்பியும், சிர்காஸியன் மேலங்கியும் அணிந்து, பீப்பாய்களுக்கு மத்தியில் சுழன்றாடி தனது கைகளைத் தலைக்குப் பின்னால் நீட்டிக் கொண்டு வந்த போது, அவனது நண்பர்கள் தாளத்தோடு கைதட்டியும், உரக்கக் சுத்தியும் தூண்டிய போது, "காஸ்! காஸ்! காஸ்!" என்று சாஷ்காவால் உற்சாகமாகக் கத்தாமல் இருக்க முடியவில்லை. சில நேரங்களில் அவன் மால்தேவியன் 'ஜோக்', இத்தாலிய 'திரன்தெல்லா', ஜெர்மன் மாலுமிகளுக்காக 'வால்ட்சு'ம் வாசித்தான்.

ஏதோ தருணத்தில் 'காம்பிரினுசி'ல் சண்டையிட்டுக் கொண்டார்கள், சில சண்டைகள் முற்றிலும் மூர்க்கத்தனமாக இருந்தன. ருஷ்யக் கப்பற்படை மாலுமிகளுக்கும், பிரிட்டிஷ் கடலோடிகளுக்கும் இடையே நடந்த சண்டையை விவரிக்கும் கதையைச் சொல்வதில் பழைய வாடிக்கையாளர்கள் பெரு விருப்புக் கொண்டிருந்தனர். அவர்கள் கைமுட்டி களாலும், முட்டிக்காப்புகளாலும், பீர் குவளைகளாலும் சண்டையிட்டார்கள், சிறுமிடாக்களைக்கூட ஒருவர் மீது ஒருவர் வீசிக்கொண்டார்கள். முதன்

முதலில் சண்டையை இழுப்பது, முதலாவதாகத் தங்களது கத்திகளைப் பயன் படுத்துவது ருஷ்யர்களுக்குப் பெருமை அளிப்பதாகாது என்று சொல்லப்படும். ஆங்கிலேயர்களை விட எண்ணிக்கையில் அவர்கள் மூன்று மடங்கு அதிகமாக இருந்தாலும், அரைமணி நேரச் சண்டைக்குப் பிறகு மட்டுமே பீர்கடையிலிருந்து அவர்களை வெளியேற்ற முடிந்தது.

குருதி சிந்துவது தவிர்க்க முடியாது எனத் தோன்றிய போது, மிகவும் அபூர்வமாக சாஷ்கா சச்சரவை நிறுத்துவான். சண்டை போடும் அணியினரிடையே சென்று, கிண்டல், முறுவலித்தல், முகஞ்சுளித்தல் செய்வான், உடனடியாக எல்லாப் பக்கங்களினின்றும் அவனை நோக்கிக் குவளைகள் நீளும்.

"ஒரு குவளை பிடி, சாஷ்கா!.. என்னோடு குடி சாஷ்கா, நொறுக்கு!"

ஒருவகையில் அந்த எளிய மக்களின் மூர்கத்தனமான உணர்ச்சிகளை எது தணித்தது எனில், சரிவான மண்டையோட்டின் கீழிருந்த அவனது கண்களினின்றும் மகிழ்வுடன் பளிச்சிட்ட பணிவும், குறும்புத்தனமும் மிக்க பார்வையேயாகும்? அல்லது அது அவனது திறமைக்கான ஒருவகையான மரியாதையா, ஏதேனும் நன்றி பாராட்டலா? மேலும், 'காம் பிரீனுசுக்கு வழக்கமாக வருகிறவர்களில் பலர், எப்போதுமே சாஷ்காவுக்குக் கடன் கொடுக்க வேண்டியிருந்தது. 'டெகோஹ்த்'. கடலிலும் துறைமுகத்திலும் பயன்பட்ட குறியீட்டுப் பேச்சில் முற்றிலும் காசே இல்லாமற் போவதைக் குறிக்கும் கடுமையான நாட்களில் சாஷ்காவை சிறு கடன்களுக்காக அவர்கள் அணுகினார்கள் அல்லது அருந்தகக்காரியிடம் கடனுக்குக் கேட்டார்கள். அவை ஒரு போதும் நிராகரிக்கப்பட்டதில்லை.

உண்மையில், அவன் தனது பணத்தை திரும்பப் பெற்ற தேயில்லை, கடன்காரர்கள் அவனுக்குத் தீங்கிழைக்க விரும்பினார்கள் என்பதல்ல, ஆனால் அவர்கள் மறந்துவிட்டார்கள் என்பதுவே காரணமாகும்; எனினும், மிகவும் களிமகிழ்வு கொள்கின்ற கணத்தில் இந்தக் கடன்காரர்கள் தான் அவனது பாடல்களுக்காகப் பத்து மடங்குப் பணம் அவனுக்குத் திருப்பிக் கொடுப்பார்கள்.

சில நேரங்களில் அருந்தகக்காரி அவனைக் கடிந்து கொண்டாள்:

"உங்களது பணத்தோடு நீங்கள் எந்தளவு கவனக்குறைவாக இருக்கிறீர்கள் என்பது வேடிக்கையானது."

அவன் அதற்குத் திருப்பிச் சொல்வான்:

"ஆனால், திருமதி இவனோவா! அதை என்னுடைய கல்லறைக்கு

நான் எடுத்துக் கொண்டு போக முடியாது! நாங்கள் போதுமானவற்றைப் பெற்றிருக்கிறோம், வெள்ளைக் குட்டியும் நானும். இங்கே வா, வெள்ளைக்குட்டி, வா, எனது நாய்க்குட்டியே.”

5

‘காம்பிரீனுஸ்’ தனக்கென்றே சொந்தமாகப் பிரபலமான பாடலைக் கொண்டிருந்தது.

போயர்ப் போரின்* போது மிகவும் பிரபலமாக இருந்த ‘போயர் அணிநடப்பு’ (அப்போதுதான் ருஷ்ய மற்றும் பிரிட்டீஷ் கடலோடிகளுக்கிடையே ஏற்பபட்ட புகழ்வாய்ந்த சண்டை நடந்ததாகத் தெரிகிறது) ஒவ்வொரு மாலையிலும் குறைந்தது இருபது முறையாவது வீரப்பாடலை சாஷ்காவுக்கு வாசிக்க வேண்டியிருந்தது. அவன் அதை முடித்த போது, குல்வாய்களை அலைத்து, மகிழ்ச்சிக் குரல்கள் எழுப்புவார்கள், மேலும் அலட்சியமானவர்களின் மீது மிகவும் ஒநேகமற்ற முறையில் அச்சந்தோன்றப் பார்த்துக்கொள் வார்கள். அது ‘காம்பிரீனுசி’ல் எப்பொழுதாவது ஒரு நல்ல அடையாளமில்லை

பிறகு பிரெஞ்சு – ருஷ்யன் ஒப்பந்தம் தொடர்பான விழாக்கள்** வந்தன மர்ஸேல்யேஸ்*** வாசிப்பதற்கான அனுமதியை ஆளுநர் சிடுசிடுப்போடு தந்தார். அதுவுங்கூட நாள் தோறும் கேடகப்பட்டது. ஆனால் ‘போயர் அணிநடப்பை’ப் போல அத்தனை அடிக்கடி அல்ல, மகிழ்ச்சிக் குரல்கள் இலேசாகவே இருந்தன. எந்தத் தொப்பியும் அலைக்கப் படவே இல்லை இதற்குக் காரணம், இதயத்தைத் தொடுகின்ற உணர்வுக்கான ஆதாரங்கள் இல்லை என்பது ஒருபுறம், மறுபுறம் ‘காம்பிரினுசி’ன் வாடிக்கையாளர்கள் ஒப்பந்தத் தின் அரசியல் முக்கியத்துவத்தை போதுமான அளவுக்குப் புரிந்துகொள்ளவில்லை என்பதுமாகும்; மேலும் ‘மர்ஸேல்யேசு’க்காக ஆர்ப்பரித்தவர்களும், மகிழ்ச்சிக் குரல் எழுப்பியவர்களும் எப்போதுமே அதே ஆட்கள்தான்

---

* இது 1899–1902இல் தென்னாப்பிரிக்காவில் நடந்த போரைக் குறிக்கிறது. சுதந்திர ஆரஞ்சுக் குடியரசையும், டிரான்ஸ்வாலையும் கைப்பற்றுவதற்காக கிரேட் பிரிட்டன் மேற்கொண்ட போர். போயர்கள் வீரத்தோடு போராடியும் தோல்வியடையவே, அந்தக் குடியரசுகள் பிரிட்டனின் காலனிகளாயின. (ப–ர்.)

** பிரெஞ்சுக் குடியரசின் ஜனாதிபதி லுபே 1902இல் ருஷ்யாவிற்கு வருகை தந்ததையும், பிரெஞ்சு–ருஷ்ய ராணுவம் மற்றும் அரசியல் உடன்படிக்கையின் பத்தாவது ஆண்டு விழாக் கொண்டாட்டங்களையும் இது குறிக்கும். (ப–ர்.)

*** மர்ஸேல்யேஸ் – பிரெஞ்சுக் குடியரசின் பாசுரம், பிரெஞ்சு பூர்ஷ்வாக்களின் புரட்சியின்போது (1789) எழுதப்பட்டது. (ப–ர்.)

ஒரு சமயம் அப்பத்துண்டு நடனத்தின் இன்னிசை சிறிது காலத்திற்கு நாகரிகமானதாக மாறியிருந்தது, தற்செயலாக வந்த ஒரு வாடிக்கையாளர், குடிமயக்கமுள்ள வியாபாரி, தனது கரடித்தோல் மேலங்கி, உயர்ந்த புதைமிதியடி மேலுறை, நரித்தோல் தொப்பி இவற்றைக் கழற்றாமலேயே பீப்பாய்களுக்கு மத்தியில் ஓர் இரவு கூட அதற்கு நடனமாடினார் ஆனால் இந்த நீக்ரோ நடனம் வெரு சிக்கிரத்திலேயே மறந்து போய்விட்டது.

பெரும் ஜப்பானியப் போர்* 'காம்பிரீனுஸ்' வாடிக்கை யாளர்களுடைய இதயத் துடிப்பை விரைவுபடுத்தியது பீப்பாய்களின் மீது பத்திரிகைகள் தோன்றத் தொடங்கின, ஒவ்வொரு மாலையிலும் போரைப் பற்றிய விவாதம் நடைபெற்றது. போதிய அறிவு பெறாத, அமைதியான ஆட்கள் அரசியல்வாதிகளாகவும், போர்த்திற வல்லுநர்களாகவும் மாறியிருந்தனர், ஆனால் அவர்களில் ஒவ்வொருவனும், தனது ஆன்மாவிற்குள்ளாக, தனக்காகவோ தனது சகோதரனுக்காகவோ, அடிக்கடி தனது நண்பனுக்காகவோ பயந்தான் அந்த நாட்களில் வலிமையான, கண்ணுக்குப் புல வாகாத, நீண்ட பங்குப் பணியையும், ஆபத்தையும், நாள் தோறும் சாவையும் சந்தித்த மக்களுக்கிடையே கொண்ட பிணைப்புத் தெளிவாக தெரியவந்தது.

ஆரம்பத்தில் ருஷ்யா வெற்றிபெறும் என்பதையாரும் சந்தேகிக்கவில்லை. சாஷ்கா எங்கிருந்தோ குரபாதகின் அணிநடப்பு** கிடைத்து, சுமார் இருபது இரவுகள் தொடர்ச்சியாக அதை ஓரளவு வெற்றியுடன் வாசித்துக் கொண்டான். ஆனால் ஓர் இரவு, "உப்புடைய கிரேக்கர்கள்" அல்லது "பின்டோஸ்கள்" என்று அறிமுகமாகியிருந்த பாலாக்லாவா மீனவர்களால் கொண்டு வரப்பட்ட ஒரு பாடலால் 'குரபாத்கின் அணிநடப்பு' நிரந்தமாகத் துரத்தப்பட்டது.

நாங்கள் ஏன் போர்வீர ரானோம்
தூரக் கிழக்கிற் கனுப்பப் பட்டோம்?
எங்கள் தவறாயிது
வளர்ந்து பெரியவனானது?

அப்போதிலிருந்து 'காம்பிரினுசி'ல் வேறு எந்தப் பாடல்களையும் விரும்பவில்லை மாலை முழுக்க ஒரே ஒரு கோரிக் எகத் திரும்பத்திரும்ப வந்தது

---

* இது 1904–05ஆம் ஆண்டைய ருஷ்ய–ஜப்பானியப் போரைக் குறிக்கிறது. (ப–ர்.)

** குரபாத்கின் அணிநடப்பு – ருஷ்ய – ஜப்பானியப் போரில் மார்ச் 1905 வரை ருஷ்ய ராணுவத்தின் கமாண்டராக இருந்த தளபதி அ.நி. குரபாத்தினைப் (1848–1925) போற்றி எழுதப்பட்ட பாடல். (ப–ர்.)

“அந்தத் துயரப் பாடலை எங்களுக்குத் தா, சாஷ்கா! பாலாக்லாவா சரக்கு! அந்தப் போர்வீரன் பாடல், உனக்குத் தெரியுமே...”

அவர்கள் பாடவும் அழவும் செய்வார்கள், வழக்கத்தை விட இரு மடங்கு குடிப்பார்கள், உண்மையில் ருஷ்யா முழுமையுமே அந்நேரத்தில் அப்படித்தான் செய்தது. ஒவ்வொரு இரவும் விடைபெற்றுக் கொண்டு போவதற்கு யாரோ வந்தார்கள். வீட்டுச் சேவலைப் போல வீண் பெருமையோடு நடப்பான், தனது தொப்பியை தரை மீது அடித்து ஒரே ஆளாக எவ்லா ஜப்பானியர்களையும் துரத்தியடிக்கப் போவதாக அச்சுறுத்தி, மனத்தைத் தொடுகிற பாடலுடன் கண்ணீர் மல்க முடிப்பான்.

ஒரு நாள் சாஷ்கா தனது வழக்கத்திற்கு மாறாக முன்ன தாகவே வந்தான். அவனுக்கு முதலாவது குவளை பீரை ஊற்றிக் கொடுத்த பிறகு, எப்போதும் செய்வது போல அருந்தகக்காரி அவனிடம் கூறினாள்:

“உங்களுடைய எதாவதை வாசியுங்கள், சாஷ்கா, வாசிப்பீர்களா?..”

திடீரென்று அவன் உதடுகள் முறுக்குண்டன. அவனது கையிலிருந்த குவளை நடுங்கியது.

“என்னவென்று உங்களுக்குத் தெரியுமா, திருமதி இவனோவா?” வியப்புறுவது போலச் சொன்னான் “அவர்கள் என்னை அழைக்கிறார்கள் போருக்கு.”

திருமதி இவனோவா கைகளை வலிந்து முறுக்கினாள்.

“நீங்கள் அப்படிச் சொல்லக் கூடாது, சாஷ்கா! நீங்கள் கேலிதான் செய்கிறீர்களா?”

“நான் கேலி பேசலே.” அதை மறுப்பது போல சாஷ்கா தலையை ஆட்டினான். “உள்ளதைத் தான் சொல்றேன் “

‘’ஆனால் உங்களுக்கு கூடுதல் வயதாகவில்லையா, சாஷ்கா? உங்களுக்கு என்ன வயதாகிறது?

அதற்கு முன்னர் இத்தகைய கேள்வியை எவரும் கேட்டதில்லை பீர்கடையின் சுவர்கள், பிரபுக்கள். உக்ரேனியர்கள், தவளைகள், நுழைவாயிலைப் பாதுகாக்கும் ஓவியமாக உள்ள அரசர் காம்பிரினுஸ் இவர்களைப் போல சாஷ்காவுக்கும் வயதாக வேண்டும் என்று எல்லாரும் கற்பனை செய்தார்கள்.

“நாற்பத்தி ஆறு.” சாஷ்கா சிந்தித்தான். “அல்லது ஒருவேளை நாற்பத்தி ஒன்பது நான் ஓர் அநாதை, “துயரத்தோடு தொடர்ந்து சொன்னான்.

“பிறகு ஏன் நீங்கள் இதை அதிகாரிகளிடம் போய்ச் சொல்லக் கூடாது?”

“நான் சொன்னேன். திருமதி இவனோவா.”

“அப்புறம்?”

“நல்லது, அவர்கள் என்னிடம் சொன்னார்கள் ‘வாயை மூடு, நாற்றமெடுத்த யூதனே. அட்டுப் பிடித்தவனே. அல்லது நாங்கள் உன்னை குளிர்ப் பெட்டியில் போட்டு விடுவோம்?” என் முகத்திலே அவர்கள் உதையட்டும்.”

அன்று மாலை ‘காம்பிரினுசி’ல் எல்லாருக்கும் இது தெரிய, பரிவு காரணமாக அவர்கள் சாஷ்காவுக்கு அவன் நிலை தடுமாறும் அளவுக்குப் பீர் வழங்கினார்கள். கிண்டல் செய்யவும், முகத்தைக் காட்டவும், தனது கண்களைச் சிமிட்டவும் முயன்றான். ஆனால் அவனது பணிவான, வேடிக் கையான கண்களிலிருந்து துயரமும் அச்சமும் காணப்பட்டன. கொதிகலன் உற்பத்தி செய்யும் வலிமை வாய்ந்த ஒரு தொழிலாளி, திடீரென்று சாஷ்காவிற்கு பதிலாக போகுக்குப் போக முன்வந்தான் இந்தக் கோரிக்கையின் முட்டாள்தனத்தை மல்க தின்றான். அந்த மனிதவைக் கட்டியணைத்து, அங்கேயே தனது வயலினை அவனுக்குப் பரிசளித்தான் வெள்ளைக்குட்டியை திருமதி இவனோவாவிடம் விட்டுவிட்டான்.

“திருமதி இவனோவா, தயவுசெய்து எனது சிறிய நாயைப் பார்த்துக்கொள்ளுங்கள் நான் திரும்ப வராது போகலாம், பிறகு அதைக் கொண்டுதான் நீங்கள் என்னை நினைவு வைத்துக்கொள்ள வேண்டிவரும் வெள்ளைக்குட்டி, என் சின்னஞ்சிறு நாயே! தனது தாடையை அது எங்கனம் நக்குகிறது பாருங்கள். நீ அற்பப் பிராணிட, உங்களிடம் வேறு ஒன்றைக் கேட்பதற்கு நான் விரும்புகிறேன். திருமதி இவனோவா. உரிமையாளர் எனக்குக் கொஞ்சம் பணம் தர வேண்டும் – தயவுசெய்து அதை வாங்கி, நான் உங்களுக்குத் தரப் போகும் முகவரிக்கு அனுப்பி வையுங்கள்... கோமெல் என்ற நகரில் எனக்கு ஒரு தாயாதி இருக்கிறான் – அவனுக்குக் குடும்பம் இருக்கிறது – பிறகு என்னுடைய அண்ணன் மகனுடைய விதவை ஜிமேரின்கா என்ற ஊரில் வசிக்கிறாள். அவர்களுக்கு ஒவ்வொரு மாதமும் நான் பணம் அனுப்பிக் கொண்டிருக்கிறேன்... இந்த வழியில்தான் நாங்கள் யூதர்கள் இருக்கிறோம். நாங்கள் எங்கள் உறவினர்களை விரும்புகிறோம். நான் ஓர் அநாதை, தனிக்கட்டை. போய்வருகிறேன். திருமதி இவனோவா.”

“போய்வாருங்கள், சாஷ்கா! பிரிவுக்காக நாம் ஒருவருக்கொருவர் முத்தம் கொடுத்துக் கொள்வோம். பல ஆண்டுகளாக நாம் ஒன்றாக இருந்து வந்திருக்கிறோம். மேலும் – தயவுசெய்து இதைத் தவறாக எடுத்துக் கொள் ளாதீர்கள் – உங்களுடைய நல் அதிருஷ்டத்திற்காக சிலுவை வைக்கிறேன்.”

செம்மணி வளையல்

சாஷ்காவின் கண்கள் ஆழ்ந்த துயரத்துடன் இருந்தன, ஆனால் இறுதியாக கோமாளித்தனமான வேடிக்கையை அவனால் சொல்லாமல் இருக்க முடியவில்லை.

"திருமதி இவனோவா, ருஷ்யனின் சிலுவைக்குறி என்னைச் செத்தவனாக்கும் என்று நீங்கள் நினைக்கவில்லையா?"

6

இப்போது 'காம்பிரீனுஸ்' தனிமையான. கைவிடப்பட்ட தோற்றத்தைக் கொண்டிருந்தது, சாஷ்காவும் அவனது வயலினும் இல்லாமல் அநாதையாக்கப்பட்டது போல இருந்தது. உரிமையாளர் மண்டோலின் வாத்தியம் வாசிப்பவர்களை ஒரு தூண்டிலாகப் பயன்படுத்த முயன்றார். அவர்களில் ஒருவன் சிவப்புப் பூனை மீசை மயிரும் பொய் மூக்கும் அணிந்து இசையரங்கு ஆங்கிலேயன் போல. கட்டம் போட்ட காற்சட்டையும், தனது காது வரை உயர்ந்த காலரையும் உடுத்திக் கொண்டு கிண்டல் பாடல்களை இழிந்த தோரணைகளுடன் பாடினான் ஆனால் நால்வர் இசைக்குழு முழுத் தோல்வியடைந்தது; உண்மையில், வாடிக்கையாளர்கள் கண்டனக் குரல் எழுப்பவோ, பஜ்ஜி துண்டுகளை இசை வாணர்கள் மீது வீசவோ செய்தார்கள். ஒரு முறை சாஷ்காவைப் பற்றி மரியாதையற்ற விமரிசனம் செய்ததற்காக அந்தப் பிரதானக் கோமாளி தென்திரவோ மீனவர்களால் நல்ல கசையடி கொடுக்கப்பட்டான்.

எனினும், பழக்கத்தால், துயரத்திற்கோ சாவிற்கோ இன்னமும் போரினால் அழைக்கப்படாத கடல் மற்றும் துறைமுகத்து வாலிபர்களை 'காம்பிரீனுஸ்' இன்னமும் அடிக்கடி சந்தித்தது. ஆரம்பத்தில் ஒவ்வொரு இரவிலும் சாஷ்காவின் பெயர் அடிபட்டது:

"சாஷ்கா இங்கே இருக்க வேண்டும் என விரும்புகிறேன்! பழைய இடம் அவனில்லாமல் அந்தளவு தனிமையில் இருக்கிறது..."

"ஆமாம்... இப்போது அவன் எங்கிருக்கிறானோ என்று ஆச்சரியப்படுகிறேன், அப்பாவி சாஷ்கா."

தொலைதூரத்து மஞ்சூரியன் நிலங்களில்...

யாரோ புதிய பாடலைத் தொடங்குவார்கள். பிறகு நின்று போகும். உணர்ச்சி வயப்பட்டுப் போவார்கள், மேலும் யாரோ திடீரென்று சொல்வார்கள்:

"காயங்களில் மூன்று வகை உண்டு. துளைப்பது, குத்துவது மற்றும் வெட்டுவது மேலும் உள்ளத்தைப் புண்படுத்து கிற காயங்களும் உண்டு."

நானோ வெற்றியுடன் வீடு திரும்புகிறேன்.

நீயோ ஓர் கையின்றி.

"புலம்புவதை நிறுத்து, நிறுத்துவாயா? சாஷ்காவிடமிருந்து ஏதேனும் செய்திகள் உண்டா, திருமதி இவனோவா? ஒரு கடிதம் அல்லது அஞ்சலட்டை?"

இப்போது ஒவ்வொரு இரவிலும் செய்தித்தாளை வாசிக்கின்ற பழக்கத்தை திருமதி இவனோவா கொண்டிருந்தாள், கை உயரத்திற்கு அதைப் பிடித்துக் கொண்டு, தலையைப் பின்னுக்குச் சாய்த்துக் கொண்டு, உதடுகளை அசைத்துக் கொண்டு படிக்கின்ற அதே வேளை வெள்ளைக்குட்டி அவளது தொடையில் அமைதியாக உறுமிக் கொண்டிருந்தது. அருந்தகக்காரி இப்போது உற்சாகமுள்ள காப்டனைப் போல காணப்படவில்லை. அவளது படகோட்டிகளின் அக்கறையற்ற தூக்கம் பிடித்த கும்பல் குறிக்கோளின்றி அருந்தகத்தைச் சுற்றி அலைந்து கொண்டிருந்தது.

சாஷ்காவின் விதி குறித்துக் கேட்கப்பட்ட போது, அவள் மெதுவாகத் தலையை ஆட்டுவாள்.

"எனக்கு எதுவும் தெரியாது... கடிதங்கள் எதுவும் இல்லை, பத்திரிகைகளும் அது பற்றி எதுவும் தெரிவிக்க வில்லை."

தனது மூக்குக் கண்ணாடியை அவள் மெதுவாகக் கழற்றி பத்திரிகையுடனேயே வெதுவெதுப்பான, சொகுசுவாய்ந்த வெள்ளைக்குட்டிக்கு அருகே வைத்துத் திரும்பிக்கொண்டு மெல்ல அழுவாள்.

சில சமயங்களில், சிறிய நாய்க்கு மேலாகக் குனிந்து கொண்டு, பரிவுமிக்க குரலில் கூறுவாள்:

"என்ன, வெள்ளைக்குட்டியே, எனது நாய்க்குட்டியே? எல்லாம் எப்படி இருக்கின்றன, எனது குட்டியே? எங்கே நமது சாஷ்கா? ஏய்? எங்கே உன்னுடைய எசமானன்?"

வெள்ளைக்குட்டியோ தனது எழிலார்ந்த சிறிய மூக்கை உயர்த்தி, தனது ஈரம்படிந்த கரு விழிகளைச் சிமிட்டி அப் பெண்ணோடு சேர்ந்து மென்மையாக விம்மத் தொடங்கும்.

ஆனால்... காலம் ஒவ்வொன்றையும் சாணை பிடித்து அடித்துக் கொண்டுபோயிற்று. மண்டோலின் வாத்தியம் வாசிப்பவர்களை அடுத்து பாலாலைக்கா வாசிப்பவர்கள், அதன் பிறகு நடனப் பெண்கள் கொண்ட ருஷ்ய–உக்ரேனிய பாடகர் குழு, இறுதியாக லியோஷ்கா என்ற அக்கார்டியன் வாசிப்பவன் மற்ற எவரையும் விட இவன் 'காம்பிரீனுசி'ல் தன்னை

நிலைநிறுத்திக் கொண்டான். தொழிலால் அவன் ஒரு திருடன், ஆனால் திருமணம் செய்து கொண்டதிலிருந்து அவன் நேர்மையான வழியில் செல்ல முடிவு செய்தான். ஏற்கெனவே பல அருந்தகங்களில் அவன் அறிமுகமாகி இருந்தான். ஆகவே இங்கே அவன் சகித்துக் கொள்ளப்பட்டான். உண்மையில், அவன் தான் சகித்துக் கொள்ளப்பட வேண்டியிருந்தது, ஏனெனில் 'காம்பிரீனுசி'ல் தொழில் மிகவும் மந்தமாக இருந்தது.

மாதங்கள் கடந்து– ஓராண்டும் ஓடியது திருமதி இவனோவாவைத் தவிர வேறு எவரும் சாஷ்காவை இப்போது நினைவு வைத்திருக்கவில்லை, அவளும் கூட அவன் பெயரைக் குறிப்பிட்ட மாத்திரத்தில் இப்போது அழுவதில்லை மற்றொரு ஆண்டும் கடந்தது. சிறிய வெள்ளை நாயினால் கூட சாஷ்கா கட்டாயம் மறக்கப்பட்டிருக்க வேண்டும்.

எனினும், சாஷ்காவின் அச்சங்களுக்கு மாறாக, சிலுவைக்குறி காரணமாக அவன் சாகாதது மட்டுமன்றி, ஒரு முறை கூட அவன் காயப்படுத்தப்படவில்லை. எனினும் அவன் மூன்று பெரிய சண்டைகளில் பங்கெடுத்து ஒரு சமயம் பட்டாளியனின் முன்னே ஃபுளூட வாசிப்பவனாகச் சேர்த்துக் கொண்ட வாத்தியக்குழுவோடு. சென்றான் வாஃபான் கோவில் போர்க் கைதியாகப் பிடிக்கப்பட்டான், போருக்குப் பிறகு ஒரு ஜெர்மன் நீராவிக்கப்பல் தனது நண்பர்கள் வேளை செய்ததும் கொந்தளிப்பானதுமான துறைமுகத்திற்கு அவனைக் கொண்டுவந்து சேர்ந்தது.

அவனுடைய வருகை காட்டுத் தீ போல எல்லாத் துறைகளுக்கும். அலைதாங்கிகளுக்கும், பணிமனைகளுக்கும் பரவியது... அந்த இரவு 'காம்பிரீனுசி'ல் அந்தளவுக்குக் கூட்டம் இருக்கவே, பலர் நிற்க வேண்டியதாயிற்று, பீர் குவளைகள் தலைக்கு மேலாக ஒரு கையிலிருந்து மற்றொரு கைக்கு மாறியது. மேலும் பல வாடிக்கையாளர்கள் பணங் கொடுக்காமல் போய்விடட போதிலும், முன்னர் எப்போதைக் காட்டிலும் வியாபாரம் சுறுசுறுப்பாக இருந்தது கொதிகலன் தயாசிப்பவன், தனது மனைவியின் சால்வையால் கவனமாகச் சுற்றிக்கொண்ட சாஷ்காவின் வயலினை எடுத்து வந்தான் இந்தச் சால்வையை அதிக பீருக்காக அவன் உடனே விற்றுவிட்டான் சாஷ்காவினுடைய கடைசிப பக்கவாத்தியக் காரன் எங்கிருந்தோ தோண்டி எடுக்கப்பட்டு உள்ளே அழைத்து வரப்பட்டான் லியோஷ்கா, முன்கோபமும் செருக்கும் கொண்டவன், தனது தளத்தில் நிற்க முயன்றான் ஒரு நாளைக்கு நான் பெற்றுக் கொண்டேன், எனக்கு ஒப்பந்தம் இருக்கிறது!" திரும்பத்திரும்ப பெருமை பேசினான் ஆனால் அவன் வெறுமனே தெருவுக்குள்ளாகத் தூக்கி எறியப்பட்டான். சாஷ்கா மட்டும் குறுக்கிடாது இருந்திருப்பானேயாகில் அவன் நசுக்குண்டு போயிருக்கக் கூடும்.

அநேகமாக சாஷ்கா அளவுக்கு ருஷ்ய–ஜப்பானியப் போரின் வேறு எந்த வீரனுக்கும் மனமார்ந்த, ஆர்வமூட்டும் வரவேற்பு அளிக்கப்படவில்லை! வலிமையான, மரத்துப் போன கைகள் அவனைப் பற்றி தரையிலிருந்து உயரே தூக்கி, மேற்கூரையில் மோதுகின்ற அளவுக்கு அத்தனை வலிமை யோடு சுழற்றி வீசின எரிவாயு விளக்குகளின் நாக்குகள் அணைந்து போகும் அளவுக்கு கூக்குரல்கள் செவிடாக்குவது போல இருந்தன, பணியில் இருந்த போலீஸ்காரன் சில முறை உள்ளே வந்து அவர்களிடம் கேட்டுக் கொள்ள வேண்டியிருந்தது. “சாதாரணமாகச் செய்யுங்கள் ஏனெனில் வெளியே இரைச்சல் மிகவும் அதிகமாக இருக்கிறது.”

அந்த இரவு சாஷ்கா ‘காம்பிரீனுசின் விருப்பான அத்தனை பாடல்களையும், நடனங்களையும் வாசித்தான் தான் கைதாகி இருந்த போது கற்றுக்கொண்ட ஜப்பானியப் பாடல்கள் சிலவற்றையும் வாசித்தான், ஆனால் பார்னையாளர்கள் அவற்றை விரும்பவில்லை. திருமதி இவனோவா, திரும்பவும் உயர்பெற்றது போலக் காணப்பட்ட, தனது காய்டனுடைய பாலத்தில் மகிழ்ச்சியோடு எழுந்தாள், வெள்ளைக்குட்டி சாஷ்காவின் முழங்கால்களின் மீது அமர்ந்து களிப்புடன் ஊளையிட்டது சில கணங்களில் வாசிப்பதை சாஷ்கா நிறுத்திய போது, எதோ அப்பாவி மீனவன், சாஷ்காவினுடைய அதிசயமான வருகையின் அருத்தத்தைச் சற்று முன்னர் புரிந்துகொண்டு, திடீரென்று மகிழ்ச்சிமிக்க வியப்பின் கூவுவான்:

“ஏன், சாஷ்கா திரும்பவும் வந்துவிட்டான்!”

அது பெருங்கூச்சலிடுகிற சிரிப்பையும், மகிழ்ச்சிமிக்க உறுதிமொழிகளையும் கொண்டுவரும். மறுபடியும் மக்கள் சாஷ்காவைப் பிடித்து, மேற்கூரைக்கு வீசியெறிவார்கள். கத்துவார்கள், குடிப்பார்கள், குவளைகளை உரசிக் கொள்வார்கள், ஒருவர் மீது ஒருவர் பீரைச் சிந்திக்கொள்வார்கள்

தான் இல்லாமற் போன காலத்தில் சாஷ்கா மாற்றம் கண்டதாகவோ, வயதானதாகவோ காணப்படவில்லை. காலமும் துயரமும் அவனது தோற்றத்தில் சிறிது அளவுதான் பாதிப்பை ஏற்படுத்தி இருந்தது. அந்தக் கடையின் புரவலரும் பாதுகாவலருமான செதுக்கப்பட்ட காம்பிரினுகடை யதைப் போல ஆனால், புறப்பட்டுப் போவதற்கு முன்னாள் அவன் கண்களில் காணப்பட்ட அச்சமும் கடுந்துயரமும், இப்போது மிகவும் ஆழமானதாகவும், குறிப்பிடத்தக்கதாகவும் இருப்பதை திருமதி இவனோவா அன்பு உள்ளங் கொண்ட பெண்ணின் உணர்வு நுட்பத்துடன் கவனித்தாள், சாஷ்கா, நான் எப்போதும் செய்வதைப் போல கண்சிமிட்டுவது. முன்தலையைச் சொறிவது போன்ற பழக்க நடவடிக்கை களைக் காட்டினான், ஆனால் அவன் பாசாங்கு செய்து கொண்டிருப்பதை திருமதி இவனோவா கண்டுகொண்டாள்.

7

போர் நடக்கவில்லை என்பது போலவும், சாஷ்கா கைதியாக நாகசாகிக்குக் கொண்டு செல்லப்படவில்லை என்பது போலவும் காரியங்கள் நடைமுறை வாழ்க்கைக்குத் திரும்பின. பெலூகா அல்லது சாம்பல் நிற முல்லட்டைப் பிடிப்பது வழமை போல உயரமான காலணிகள் கொண்ட மீனவர்களால் கொண்டாடப்பட்டது. திருடர்களுடைய பெண் சிநேகிதிகள் வழமையாக நடனமாடினார்கள், முன்னர் போல உலகின் எல்லாத் துறைமுகங்களினின்றும் கொண்டுவரப்பட்ட மாலுமிகளின் பாடல்களை சாஷ்கா வாசித்தான்

ஆனால் நிலையற்ற, கொந்தளிப்பான நேரங்கள் குறுக்கிட்டன. ஒருநாள் மாலை, எச்சரிக்கை மணி ஒலித்தது போல நகரம் முழுவதுமே இரைச்சலும் ஆரவாரமும் செய்யத தொடங்கியது வழமையற்ற நோத்தில் மக்கள் நிறைந்த தெருக்கள் இருளடையத் தொடங்கின சிறு வெண்ணிறத் துண்டுத்தாள்கள் ஒரு கையிலிருந்து மற்றொரு கையாக மாறின. அவற்றோடு ஒரு வாயிலிருந்து மற்றொரு வாய்க்குச் சென்ற ஓர் அற்புதமான சொல்லாகிய ‘சுதந்திரம்’ இந்த மாலையில் அளவில்லாதவாறு நாடு முழுக்க எதிரொலித்தது.

‘காம்பிரீனுசி’ன் நிலவறையைக் கூடச் சுடரொளிக்கச் செய்த பிரகாசமும் மகிழ்ச்சியுமிக்க நாட்கள் வந்தன. இப்போது அங்கே சென்றவர்களில் மாணவர்களும், தொழிலாளர்களும், இளம் அழகிய பெண்களும் இருந்தனர். மின்னுகிற கண்கள் கொண்ட ஆட்கள், தங்களுடைய வாழ்நாளில் ஏராளமானவற்றைப் பார்த்திருந்த பீப்பாய்களின் மீது ஏறி நின்று பேசுவார்கள் அவர்கள் பேசிய சொற்களில் எல்லாமே புரிந்துகொள்ளக் கூடியவாறு இல்லை ஆனால் பேச்சின் ஊடே எதிரொலித்த செறிவார்ந்த நம்பிக்கையும் பெரும் அன்பும் கேட்டுக கொண்டிருந்தவர்களின் இதயங்களிலே ஆர்வமுள்ள எதிரொலிப்பை ஏற்படுத்தின.

“சாஷ்கா, மர்ஸேல்யேஸ்! இப்போதே ஆடு! மாஸேம் – யேஸ்!”

இந்த முறை மர்ஸேல்யேஸ், பிரெஞ்சு –ருஷ்ய கொண்டாட்ட வாரத்தின் போது ஆளுநர் வெறுப்பாக அங்கீகரித்ததினின்றும் வித்தியாசப்பட்டது. சிவப்புக் கொடிகளை ஏந்திக் கொண்டவும், பாடல்களைப் பாடிக் கொண்டவும் மக்களின் கணக்கற்ற ஊர்வலங்கள் தெருக்களின் வழியாக சென்றன. சிவப்பு வண்ண நாடாக்களையும், சிவப்பு வண்ணப் பூக்களையும் பெண்கள் காட்சிக்கு வைத்தனர். முற்றிலும் அறிமுகமில்லாதவர்கள் சந்தித்து, திடீரென்று முறுவலிப்புடன் கைகளைக் குலுக்கினார்கள்...

ஆனால் திடீரென்று எல்லா மகிழ்ச்சியும், கடற்கரையில் குழந்தைகளின் காலடித் தடங்களை அடித்துச்செல்வது போல, மறைந்து போயிற்று

ஒரு நாள் துணை போலீஸ் கமிஷனர். கொழுத்த, தட்டையான சிறிய உருவங்கொண்டவன். "காம்பிரீனுசு க்குள் பாய்ந்தான், குழியினின்றும் துடி துடித்த கண்களோடும். நன்கு பழுத்த தக்காளியைப் போளச் சிவந்த முகத்தோடும்.

"என்ன? இங்கே யார் உரிமையாளர்?" என்று கரகரத்த குரலில் சுத்தினான். உரிமையாளரைக் கூப்பிடுங்க!

தனது வயலினைப் பிடித்தவாறு நின்ற சாஷ்காவின் மீது அவனது பார்வை விழுந்தது.

"நீ தான் உரிமையாளனா? நிறுத்து! என்ன? ஆக நீ தேசியகீதம் வாசிக்கிறாய், இல்லையா? இங்கே இனிமேல் தேசியகீதமே கூடாது!"

"இனிமேல் தேசியகீதமே இருக்காது. மாட்சிமைதங்கிய ஐயா." சாஷ்கா அமைதியாகப் பதிலளித்தான்.

துணைக் கமிஷனர் கருஞ்சிவப்பு நிறமாகி, தனது முன் விரலை சாஷ்காவின் மூக்குக்கு அருகில் அச்சுறுத்துகின்ற முறையில் அலைத்தான்:

"என்னவாயினும் கூடாது!"

"சரி, மாட்சிமைமிகுந்த ஐயா, என்னவாயினும் இருக்காது."

"புரட்சியை ஆரம்பிப்பது எப்படி என்பதை நான் உங்களுக்குக் காட்டுகிறேன்!"

பொதுவான சோர்வினை ஏற்படுத்தியவாறு துணை கமிஷனர் ஒரு குண்டைப் போல அருந்தகத்தை விட்டுப் பாய்ந்து சென்றான்.

நகருக்கு மேலாக இருள் படர்ந்தது. தெளிவற்ற, கவலைப்படுத்திய, அருவருப்பான வதந்திகள் பரவின மக்கள் எச்சரிக்கையோடு பேசினார்கள், தங்களைத் தாங்களே யார் வையால் காட்டிக்கொள்ள அஞ்சினார்கள், தங்களது சொந்த நிழல்களுக்கும், சொந்தச் சிந்தனைகளுக்கும் பயந்தார்கள். முதல் முறையாக நகரம் வடிகுட்டை பற்றி அச்சத் தோடு சிந்தித்தது அதன் காலடிக்குக் கீழாக மாறிக் கொண்டிருந்த, கீழ்மட்டத்தில் கடலுக்கருகே. மேலும் அதற்குள்ளாகப் பல ஆண்டுகளாக அதனது நச்சுத்தன்மைமிக்க மலமானது குவிந்து கொண்டே வந்தது இந்நகரம் தனது எடுப்பான கடைகளின் சன்னல்களை பலகைகளால் இறுக மூடியிருந்தது. பெருமைமிக்க நினைவுச் சின்னங்களருகே காவலர்களை நிறுத்தியிருந்தது. அழகான வீடுகளின் முற்றங்களில் பீரங்கிகள் அமைத்திருந்தது அது போல வெளிப்புறத்தில், முடை நாற்றமுடைய தொழுவங்களிலும், கசிகின்ற அட்டாலிகளிலும் கடவுளுடைய

தேர்ந்தெடுக்கப்பட்ட மக்கள் நடுங்கினார்கள், வேண்டினார்கள், அச்சத்தால் அழு தார்கள், ஏற்றங்கொண்டுள்ள விவிலியக் கடவுளால் கைவிடப்பட்ட மக்கள் இன்னமும் தங்களுடைய துன்பத்தின் அளவு கழிவுப் பொருள்களோடு வடிந்து போகவில்லை என்று நம்பிக்கொண்டிருந்தார்கள்.

கீழே, கடலருகே. இருண்ட குடல்கள் போலக் காணப்பட்ட தெருக்களில் ரகசிய வேலை நடத்து கொண்டிருந்தது அருந்தகங்கள். தேநீர் விடுதிகள், குறைந்த வாடகைக் கட்டிடங்கள் இவற்றின் கதவுகள் இரவு முழுக்கத் திறந்தே இருந்தன.

மறுநாள் காலை பக்ரோம்* ஆரம்பித்தது ஒரு நாள் பொதுவான மகிழ்ச்சியாலும், எதிர்காலச் சகோதரத்துவத் தின் வழிகாட்டுதவினாலும் நெகிழ்ந்து போயிருந்த, தெருக்களின் வழியாகப் பாடிக் கொண்டும், பெற்ற சுதந்திரத்தின் குறியீடுகளை எடுத்துக் கொண்டு சென்ற அதே மக்கள் இப் போது கொல்வதற்காகப் புறப்பட்டுக் கொண்டிருந்தார்கள் அவர்கள் சென்றது உத்தரவிடப்பட்டது காரணமல்ல, யூதர்களுக்கு எதிராக அவர்கள் கொண்ட காழ்ப்புக் காரணமல்ல அவர்களோடு அடிக்கடி நண்பர்களாக இருந்தனர் – அதுவும் லாபம் காரணமாக அல்ல, அது ஒரு வகையில் சந்தேகத் திற்குரியதாகவே இருந்தது, ஆனால் ஒவ்வொரு மனிதனிலும் வாழ்கின்ற அழுக்குப் பிடித்த, சூதுமிக்க சாத்தான். அவர்களது காதுகளுக்குள்ளாக கிசுகிசுத்துக் கொண்டிருந்தது. “போ, எல்லாமே தண்டிக்கப்பட முடியாது கொல்வதற்கு தடுக்கப்பட்ட ஆசை, வன்முறையின் பிரியர்கள், மற்ற மனிதனது உயிருக்கு மேலாகச் சக்தி.”

பக்ரோம் நாட்களின் போது சாஷ்கா நகரத்தைச் சுற்றி தொந்தரவு கொடுக்கப்படாமல், தனது கோமாளித்தன மான், தெளிவான யூத முகத்துடன் நடந்து சென்றான். உணர்ச்சியின் அசைக்க முடியாத துணிச்சலை அவன் பெற்றி குத்தான் அச்சத்திற்குப் பயப்படாத தன்மையானது, ஒரு மெலிந்த மனிதனைக் கூட உலகத்திலுள்ள எல்லாத் துப்பாக்கிகளைக் காட்டிலும் நன்றாகக் காப்பாற்றுகிறது. ஆனால் ஒரு நாள், திடீரென நழுவி வரும் பெரும் பனிப் பாறையாய் தெருவைத் துடைத்துக் கொண்டுவந்த கூட்டத் தினரிடமிருந்து தப்பிக்க முயற்சித்துக் கொண்டிருக்கையில் அவன் வீட்டுச் சுவர் ஒன்றை அழுத்திக்கொண்ட போது. சிவப்புச் சட்டையும் வெள்ளை முன்றானையுடனும் இருந்த ஒரு கற்கொத்தன் தனது கொத்துளியை அவன் மீது சுழற்றிக்கொண்டு எரித்து விழுந்தான்:

* பக்ரோம் –ருஷ்யாவில் யூதர்கள் மிகவும் பிற்போக்குவாத எதிர்ப்புரட்சி சக்திகளால் திட்டமிட்டு படுகொலை செய்யப்பட்ட நிகழ்ச்சி. (ப–ர்.)

“அழுக்குப் பிடித்தவன்! யூதனை அடியுங்கள்! அவன் ரத்தத்தின் நிறத்தை நாம் பார்க்கலாம்!”

ஆனால் யாரோ பின்னுக்கிருந்து அவன் கையைப் பற்றிப் பிடித்தார்கள்.

“நிறுத்து, நாசமாய்ப் போக–அது சாஷ்கா என்பதை நீ பார்க்கவில்லையா? அறிவு கெட்டவனே!..”

கற்கொத்தன் தயக்கம் காட்டினான் குடிவெறி மயக்கத் தின் மனத்தடுமாற்றமுள்ள அக்கணத்தில் யாரையும் கொல்வதற்கு அவன் தயாராக இருந்தான்– அவனது அப்பா அல்லது சகோதரி, பாதிரி அல்லது ஆர்தோடாக்ஸ் கடவுளைக் கூட, ஆனால் அதேயளவுக்கு, ஒரு குழந்தை போல. அதிகாரத் தொனியில் தனக்கு இடப்படும் எந்தக் கட்டளைக்கும் கீழ்ப்படியத் தயாராக இருந்தான்.

ஒரு பாமரனைப் போல அசட்டுத்தனமாகச் சிரித்து, காரித்துப்பி, சட்டைக்கை நுனியால் மூக்கைத் துடைத்துக் கொண்டான். ஆனால் திடீரென்று படபடத்த ஒரு சிறிய வெள்ளை நாய், நடுங்கியபடி வெதுவெதுப்பிற்காக சாஷ்காவை நெருங்கி நகர்ந்து கொண்டிருப்பதைக் கவனித்தான். விரைந்து கீழே குனிந்து அதனது பின்னங்கால்களைப்பற்றி மேலே தூக்கி, பரத்தியிருந்த கற்களுக்கு மேலாக அதன் தலையை வீசிவிட்டு ஓடத் தொடங்கினான். சாஷ்கா மௌனமாக அவனைப் பார்த்தான் அந்த மனிதன் முன்பக்கம் குனிந்திருந்த உடம்போடும், நீட்டி நின்ற கைகளோடும் காற்றுக்கு ஏங்கியவாயோடும். பைத்தியத்தால் உருண்டையாயும் வெள்ளையாயும் ஆன சகண்களோடும் தொப்பியில்லாமல் நெடுகிலும் ஓடிக் கொண்டிருந்தான்.

வெள்ளைக்குட்டியின் மூளை சாஷ்காவின் காலணிகளுக்கு மேலாகச் சிதறிக் கிடந்தது தனது கைக்குட்டையால் அவற்றை அவன் துடைத்தெறிந்தான்.

8

அடுத்து வந்த விநோதமான காலம் பக்கவாதத்தால் பாதிக்கப்பட்ட மனிதனுடைய தூக்கத்தைப் போல இருந்தது. பொழுது சாய்ந்த பிறகு நகர் முழுக்க எந்தச் சன்னலிலும் விளக்கு இல்லை ஆனால் அருந்தங்களின் விளம்பரப் பலகைகளும், சன்னல்களும் விளக்கொளியில் கொழுந்து விட்டன. வெற்றியாளர்கள் தங்களது வலிமையை முயற்சித்துக் கொண்டிருந்தார்கள், ஏனெனில் தண்டனையின்மையால் அவர்களுக்கு இன்னமும் நிறைய பசி தீரவில்லை. மஞ்சூரியன் மென்மயிர்த் தொப்பிகளையும், சட்டைப் பொத்தான் துவாரங்களில் புனித ஜார்ஜ் நாடாக்களையும் அணிந்து

கொண்ட ஏதோ கட்டுப்பாடற்ற மனிதர்கள் ஓர் உண்டிச் சாலையிலிருந்து மற்றொன்றாகச் சென்று, ருஷ்ய தேசிய கீதம் பாடப்பட வேண்டும் என்றும், அதற்கு ஒவ்வொருவரும் எழுந்து நிற்க வேண்டும் என்றும் இரக்கமற்ற முறையில் வற்புறுத்தினார்கள். அவர்கள் வீடுகளுக்குள் பலவந்தமாக நுழைந்து கொண்டும், படுக்கைகளுக்குள், அலமாரிகளுக்குள்ளாகத் துருவித் தேடிக்கொண்டும், வோத்கா, பணம், தேசியகீதம் இவற்றைக் கோரியவாறு, குடித்ததை ஏப்பமிட்டு காற்றை அசுத்தப்படுத்திக்கொண்டும் செல்வார்கள்.

ஒரு முறை அவர்களில் பத்துப் பேர் 'காம்பிரீனுசு'க்கு வந்து இரண்டு மேசைகளின் முன்னர் அமர்ந்தனர். முற்றிலும் கோபமூட்டும் முறையில் நடந்த அவர்கள் பரிமாறுப்வர்களிடம் பேசிய தொனி இறுமாப்புடையதாகவும் இருந்தது. அவர்களுக்கு முற்றிலும் அந்நியர்களாக இருந்த பக்கத்திலிருந்தவர்களின் தோள்களுக்கு மேலாகத் துப்பவோ, மற்றவர்களுடைய இருக்கைகளின் மீது தங்கள் கால்களைப் போடவோ, நாட்பட்டது என்று சொல்லி பீரைத் தரையில் ஊற்றவோ செய்வார்கள். அவர்களிடம் யாரும் குறுக்கிட வில்லை. அவர்கள் போலீஸ் ஏஜண்டுகளாக இருந்தார்கள் என்று எல்லாகும் தெரிந்து, பொதுமக்கள் தூக்கிலிடுபவர்களை எந்தளவு திகிலோடும், மனங்குழம்பிய விருப்போடும் கருதுவார்களோ அந்தளவுக்கு அவர்களைப் பார்த்தார்கள். அவர்களில் ஒருவன் கலகத்தலைவன் அவன் மோத்கா, சிவப்புத் தலை முடியும், வளைந்த மூக்கும், மூக்கினால் பேசும் குரலுங் கொண்ட யூதனாகிய அவன் பெயரீட்டு விழாவில் கிறிஸ்தவப் பெயர் சூட்டப்பட்டவன். நல்ல உடல் வலிமை வாய்ந்தவனாகக் கருதப்பட்ட அவன் ஆரம்பத்தில் திருடவாக இருந்து, விபச்சாரி வீட்டில் வேண்டாதவரை வேலையிலிருந்து நீக்குபவனாக மாறிப் பின்னர் காமத்தரகனாகவும், போலீஸ் ஏஜன்டாகவும் ஆனவன்.

சாஷ்கா 'பனிப் புயல்: வாசித்துக் கொண்டிருந்தான். திடீரென்று மோத்கா அவனது வலது கையைப் பற்றி. கூடத்தை நோக்கித் திரும்பிக் கத்தினான்:

“தேசியகீதம்! மக்களின் தேசியகீதம்! நமது வழிபாட்டிற்குரிய பேரரசரின் புகழுக்காக. சகோதரர்களே தேசிய தேம்!”

“தேசியகீதம் தேசியகீதம்!” மென்மயிர்த் தொப்பியணிந்த கயவர்கள் கூக்குரலிட்டார்கள்

“தேசியகீதம்! தனிமையான, உறுதியற்ற ஒரு குரல் மூலையினின்றும் வித்தியாசமாக அழைத்தது.

ஆனால் சாஷ்கா கையைப் பிடித்து இழுத்துக்கொண்டு அமைதியாகப் பேசினான்.

“இங்கு தேசியகீதங்கள் ஏதுமில்லை”

“என்ன?” என்று கர்ஜித்தான் மோத்கா “கீழ்படியாமலிருக்க நீ பயப்படவில்லையா? ஏன். அழுக்குப்பிடித்தயூதனே!”

சாஷ்கா, முன்னுக்குக் குனிந்தான். மோத்காவுக்கு மிக அண்மையில், தனது முகத்தைச் சுரித்துக்கொண்டும், தாழ்த்திய வயலினைச் சுரக்கடடையால் பிடித்துக்கொண்டும் கேட்டான்:

“உன்னைப் பற்றி என்ன?”

“என்னைப் பற்றி என்னவா?”

“நான் அழுக்குப்பிடித்த யூதன் என்றால், நீ யார்”

“நான் ஓர் ஆர்தடாக்ஸ் கிறிஸ்துவன்.”

“கிறிஸ்துவனா? எவ்வளவு பணத்திற்கு?”

‘காம்பிரீனுஸ்’ முழுவதும் சிரிப்பால் அதிர்ந்தது, அதே வேளை மோத்கா கோபத்தால் வெளிறிப்போய் தனது பங்காளிகள் பக்கம் திரும்பினான்.

“சகோதரர்களோ!” நடுங்குகின்ற, கண்ணீர் மல்கின்ற குரலில், மனப்பாடம் செய்திருந்த யாருடைய வார்த்தைகளையோ திரும்ப ஒப்புவித்தான். “எவ்வளவு காலத்திற்கு நாம். ஆட்சிக்கும் புனித சர்ச்சிற்கும் எதிரான யூதர்களின் அவமதிப்புகளைப் பொறுத்துக்கொள்ளப் போகிறோம்?..”

ஆனால் சாஷ்கா தனது மேடையில் எழுத்து, மோத்கா தன் முகத்தைப் பார்க்குமாறு செய்தான். அந்தக் கோமாளி, முகஞ்சுளிக்கின்ற சாஷ்காவால் அத்தனை அழுத்தமாகவும். அதிகார மனப்பான்மையோடும் பேச முடியும் என்பதை ‘காம்பிரீனுஸ்’ வாடிக்கையாளர் எவரும் ஒருபோதும் நம்பியிருந்திருக்க மாட்டார்கள்.

“நீ!” சாஷ்கா கத்தினான். “நீ நாய்க்குப் பிறந்தவனே! உன் முகத்தைக் காட்டு என்னிடம், கொலைகாரா... என்னைப் பார்!.. நல்லாப் பார்!”

எல்லாமே கண் இமைக்கும் நேரத்திற்குள்ளாக நடந்து விட்டன. சாஷ்காவினுடைய வயலின் உயரே எழும்பி விரைவாகக் காற்றிலே மின்னியது, ஒரு பெரும் ஓசையுடன் அதிர்ந்தது! மென்மயிர்த் தொப்பியுடன் இருந்த உயரமான ஆள் நெற்றியில் அடிவாங்கியதால் தள்ளாடினான் வயலின் சுக்கு நூறாயிற்று. சுரக்கட்டையைத் தவிர சாஷ்காவின் கையில் எதுவும் மிஞ்சவில்லை. இப்போது அதை அவன் வெற்றிப் பெருமிதத்தோடு கூட்டத்திற்கு உயரே தூக்கிப் பிடித்துக் கொண்டிருந்தான்.

“உ–த–வி, சகோதரர்களே!” கூவினான் மோத்தா.

ஆனால் அது மிகவும் கணங்கிவிட்டது. ஒரு வலிமைமிக்க சுவர் சாஷ்காவைச் சுற்றி வளைத்து நின்றது அதே சுவர் தான் மென்மயிர்த் தொப்பியணிந்த ஆட்களை வெளியே தெருவிற்குத் துரத்தியடித்தது.

எனினும், ஒரு மணி நேரம் கழித்து, தனது வேலையை முடித்து விட்டு, பீர்க்கடையினின்றும் சாஷ்கா வெளியேறிப்போன போது, சில ஆட்கள் அவனைத் தாக்கினார்கள். அவர்களில் ஒருவன் அவனது கண்ணில் தாக்கி விசில் அடித்து, ஓடி வந்துகொண்டிருந்த போலீஸ்காரனிடம் சொன்னான்:

“புல்லிவர்ட் நிலையத்திற்கு இவனை அழைத்துப்போ அரசியல் குற்றச்சாட்டின் பேரில் இதோ எனது அடையாள அட்டை.”

9

திரும்பவும் சாஷ்கா காணாமற் போய்விட்டதாகக் கருதப்பட்டது. பீர்க்கடையின் அருகிலுள்ள நடைபாதையில் இருந்து பார்த்த யாரோ இதை மற்றவர்களுக்கு அறிவித்தான் காம்பிரீனுசை ஆதரித்து வந்தவர்கள் அநுபவமுள்ள ஆடகள், புள்ளிவர்ட நிலைய அமைப்பு என்ன மாதிரியானது என்பதையும், போலீஸ் ஏஜண்டுகளினுடைய பழிவாங்கல் எத்தகையது என்பதையும் அவர்கள் அறிவார்கள்.

ஆனால் இந்த முறை சாஷ்காவினுடைய விதி, முதல் முறையைக் காட்டிலும் குறைவான ஆர்வத்தையே எற்படுத்தியது. வெரு சீக்கிரத்திலேயே அவனை மறந்துவிட்டனர். இரண்டு மாதங்களுக்குப் பிறகு அவனுடைய இடத்திலே கூவிக்காக வயலின் வாசிக்க ஒரு புதிய ஆள் நியமிக்கப்பட்டான் (இருக்கட்டும், அவன் சாஷ்காவின் மாணவனே).

சுமார் மூன்று மாதங்களுக்குப் பிறகு, வசந்த காலத்தின் அமைதியான ஒரு மாலை நேரத்தில், இசைவாணர்கள் ‘எதிர்பார்த்தல்’ எனப்படும் வால்ட்சை வாசித்துக் கொண்டிருந்த போது, யாரோ மெல்லிய நடுங்கிய குரலில் கத்தினான்:

“பாருங்கள், பையன்களே –சாஷ்கா!”

எல்லாரும் திரும்பி, மிடாக்களை விட்டு எழுந்தார்கள். ஆமாம். அது சாஷ்காதான், நிச்சயமாகத்தான், இரண்டாவது முறையாகச் சாவிலிருந்து எழுந்துவிட்ட அவன் ஆனால் இப்போது தாடி வைத்தும். அருவருப்பான தோற்றத்தோடும் இருந்தான் அவனிடத்தில் மக்கள் விரைந்துபோய், சூழ்ந்து நின்றுகொண்டு, அவனைப் பிடித்துத் தொங்கவும், அவளது கைக்குள்ளாக பீர் குவளைகளைத் திணிக்கவும் செய்தார்கள் ஆனால் திடீரென்று அதே குரல் கத்தியது:

“அவனுடைய கையைப் பாருங்கள், நண்பர்களே!” அமைதி நிலவியது, திருகிய போன, முரிந்தது போலக் காணப்பட்ட சாஷ்காவின் இடது கை முழங்கையானது அவன் உடலோடு சேர்த்து அழுத்திக் கொண்டிருந்தது வெளிப்படையாகவே அவனால் அதை வளைக்கவோ, நிமிர்த்தவோ முடியவில்லை. மேலும் விரல்கள் எக்காலத்திற்கும் அவனது மோவாயைத் தொட்டு நின்றன.

“என்ன அது, தோழனே?” ருஷ்யன் நிறுவனத்தை’ச் சேர்ந்த முடியடர்ந்த படகின் பொறுப்பாளன் இறுதியாகக் கேட்டான்.

“ஓ. இது ஒன்றுமில்லை...” என்று சாஷ்கா அக்கறையின்றி பதிலளித்தான். “சேதமுற்ற தசை நாண் அல்லது ஏதோ ஒன்று.”

“அது அப்படியார!..”

மற்றுமொரு இடைவெளி.

“ஆக ‘மேய்ப்பன் ‘ இப்போது இல்லை?” என்று படகின் பொறுப்பாளன் பரிவோடு கேட்டான்.

“மேய்ப்பன்?’ ” சாஷ்காவினுடைய கண்கள் விளையாட்டுத்தனமாக மின்னின “ஏய், நீயா!’’ என்று தனது வழமையான தொனியில் பக்கவாத்தியக்காரனைப் பார்த்துக் கத்தினான் “ ‘மேய்ப்பனைத்’ தொடங்கு! ஒன்று, இரண்டு, மூன்று!..”

பியானோ வாசிப்பவன் உணர்ச்சியால் தூண்டப்பட்டு, வாசிக்கத் தொடங்கினான், சந்தேகத்தோடு பின்னுக்குத் திரும்பிப் பார்த்தபடி ஆனால் அவனது வலது கையால் அது நன்றாக இருந்தது – சாஷகா பையிலிருந்து மனிதனது உள்ளங்கையளவு உள்ள ஒரு கருத்த, நீள் சதுரவடிவான கருவி ஒன்றை எடுத்துத் தனது வாயில் வைத்தான்: பிறகு, தனது உருக்குலைத்த, அசைக்கமுடியாத கை எந்தளவுக்கு அநுமதித்ததோ அந்தளவுக்குத் தனது உடம்பு முழுவதையும் இடது புறத்திற்கு வளைத்து, திடீரென்று மகிழ்ச்சி யோடு தடுக்க இயலாதபடி இன்னிசையோடு ‘மேய்ப்பனை’ வாசித்தான்.

“ஆ...கா... கா!” பார்வையாளர்கள் அதை மிகுந்த மகிழ்ச்சிமிக்க சிரிப்போடு வரவேற்றார்கள்.

“அவன் சரியான சாத்தான்!” என்று கத்திய படகின் பொறுப்பாளன், தானே வியப்புற்று, மூர்க்கத்தனமாக நடனமாடத் தொடங்கினான் வாடிக்கையாளர்கள் – ஆண்களும் பெண்களும் – அவனோடு சேர்த்துகொண்டார்கள் பரிமாறு பவர்கள் கூட, தங்களது கம்பீரமான தோற்றத்தைப் பாதுகாக்க முயன்றபோதிலும் சிரிப்போடு கால்களைத் தட்டித் தாளமிசைத்தார்கள்

திருமதி இவ்வோவா கூட தனது கடமைகளை மறந்து, உயிரோட்டமுள்ள நடனத்தின் தாளத் இற்கேற்ப தலையை ஆட்டி, தனது விரல்களை இலேசாக சுடக்கொடித்தாள்.

பழைய, நுண்துளைகளுள்ள காலத்தால் நைவுற்ற காம்பிரீனுஸ் தனது இமைகளைச் சுரித்துக் கொண்டு, தெருவிற்குள்ளாக மகிழ்ச்சியோடு பார்த்துக் கொண்டிருந்தது. மேலும் முடமாக்கப்பட்ட வளைத்து போன சாஷ்காவின் கைகளில் இருந்த இரங்கத்தக்க, போலிப் பெருமையற்ற ஊதல் பாடிக் கொண்டிருந்த தொனியானது துரதிரஷ்ட வசமாக இன்னமும் காம்பிரீனுரின் நண்பர்களுக்கோ, சாஷ்காவுக்கோ விளங்காததாக இருந்தது போலக் காணப்பட்டது.

“அது எல்லாம் சரி! ஒரு மனிதனை நீங்கள் நொண்டியாக்கவே முடியும். ஆனால் கலை உயிர் பிழைத்திருக்கவும் மற்ற எதையும் வெற்றிகொள்ளவும் செய்கிறது.”

1907

எமரால்டு

இணையற்ற புள்ளிகொண்ட கெச்சை நடை
ஆண் குதிரை ஹோல்ஸ்தமேருடைடி*
நினைவுக்கு இந்தக் கதை

1

நான்கு வயதுப் பொலி குதிரை எமரால்டு, அமெரிக்க மாதிரி உடலமைப்பு. சாம்பல் நிறமான, ஒரே மாதிரியான வெள்ளி–எஃகு நிறங்கொண்ட பெரிய பந்தயக் குதிரை. வழக்கம் போல நள்ளிரவில் தனது தனிக் கொட்டிலில் விழித்துக் கொண்டது. அதற்கு வலமும் இடமுமாக, இடை வழி எதிரிலும், மற்ற குதிரைகள் உலர்ந்த புல்லைத் தாளலயம் போல அசை போட்டுக் கொண்டிருந்தன, எழுச்சியுடன் ஓசைபட மென்று கொண்டிருந்தன, சில வேளை அவற்றின் மூக்குத் துளையைச் செத்தை இலேசாகத் தொட்ட போது எப்போதாவது மூக்கால் சீறின. பணியில் இருந்த குதிரைக்காரன் மூலையில் கிடந்த வைக்கோல் குவியலின் மீது குறட்டை விட்டுக் கொண்டிருந்தான். நாடகளின் மாற்றத்தைக் கொண்டும், அந்த விசேஷமான குறட்டை ஒலி களிலிருந்தும், அது வசீலி என்பது எமரால்டுக்குத் தெரியும். இளைஞனாகிய அவனைக் குதிரைகள் வெறுத்தன ஏனெனில் லாயத்தில் விரும்பத்தகாத வாடை பரப்பும் புகையிலையைப் புகைத்தான் அடிக்கடி குடிபோதையில் கொட்டில்களுக்கு வந்தான், குதிரைகளின் வயிற்றில் தனது முழங்காலால் முரட்டுத்தனமாகக் குத்தினான், அவற்றின் கண்களுக்கு மேலாகத் தனது முட்டியை அலைத்தான். கடிவாளத்தை முரட்டுத்தனமாக இழுத்தான். மேலும் எப்போதுமே குதிரைகளிடம் இயற்கையின்றி, 'உஸ்' என்று உரக்க ஒலித்த வாறு அச்சுறுத்தும்படி கத்தினான்.

கொட்டில் கதவு வரை எமரால்டு நடந்து சென்றது. தன்னுடைய சொந்தக் கொட்டிலுக்குச் சரியாக எதிர்ப்புறம் இன்னமும் முழுமையாக வளர்ச்சியடையாத இளம் கருப்பு ஷெகலீகா (சிங்காரி) என்ற பெண் குதிரை நின்று கொண்டிகுந்தது இருட்டில் அதனது உடலை எமரால்டால் பார்க்க முடியவில்லை. ஆனால் உலர்ந்த புல்லிலிருந்து அது அப்பால் தன்னை இழுத்துக் கொண்டு, தனது தலையைப் பின்னுக்குத் திரும்பிய போது, அதன்

---

* ஹோல்ஸ்தமேர் அல்லது கஜக்கோல் என்ற லேவ்தல்ஸ்தோயின் கதை, "சிறுகதைகளும் குறுநாவல்களும்", மாஸ்கோ, ராதுகா பதிப்பகம், 1984, என்ற தொகுப்பில் அடங்கியுள்ளது. (ப–ர்.)

பெரிய கண்ணிலிருந்து ஓரிரு நொடிகளுக்கு அருமையான ஊதா ஒளி வண்ணம் மின்னியது எமரால்டு நீண்ட பெருமூச்சு விட்டது. புலன்களால் உணர முடியாத. ஆனால் உணர்ச்சிக் கிளறும் அதனது தோவின் வாசனையை உணர்ந்து கொண்டு இலேசாகக் கனைத்தது. அந்தப் பெண் குதிரையும் விரைந்து திரும்பி. குரல் நடுங்குகிற பாசத்துடன் மருளும் மகிழ்ச்சிக்களைக் குரலெழுப்பியது.

அக் கணமே தனக்கு வலப் பக்கத்தில் பொறாமையுடைய கோபமான சுவாசத்தை எமரால்டு கேட்டது அது ஒனேகின், நகரத்துப் பந்தயங்களில் சில வேளையில் இன்னமும் ஓடிய வயதான, மிகுந்த கிளர்ச்சியுடைய பழுப்புநிறப் பொலி குதிரை இந்த இரண்டு பொளி குதிரைகளும் ஒரு மெல்லிய மரத்தடுப்பால் பிரிக்கப்பட்டிருந்தன. ஒன்றை ஒன்று பார்த்துக் கொள்ள முடியாது, ஆனால், வலப்பக்கத் தடுப்பின் விளிம்பில் தனது மூக்கை வைத்துக் கொண்டு, ஒனேகினுடைய விரைந்து மூச்சுக் காற்றை விடும் மூக்குத்துளையினின்றும் வந்து கொண்டிருந்த, சவைத்த உலர்புல்லின் வெதுவெதுப்பான மணத்தை எமரால்டு தெளிவாக நுகர்ந்தது... கோபம் அதிகரித்தபடி, அந்த இருட்டில் சற்று நேரத்திற்கு அவை ஒன்றையொன்று மூச்சு வலித்துக் கொண்டன. அவற்றின் காதுகளைத் தலைக்கு இணையாக வைத்துக் கொண்டன. தலைகள் வில் போல் வளைத்தன. திடீரென்று அவை இரண்டும் அலறி கனைத்தன. சிற்றத்தோடு நிலத்தை உதைந்தன.

“டேய் சனியனே. அசையாம இரு!” தூக்கக் கலக்கத்தோடு குதிரைக்காரன் உறுமினான், அவனது குரலில் வழக்கமான அச்சுறுத்தல் இருந்தது.

இரண்டு குதிரைகளும் மரத்தடுப்பிலிருந்து பின்னுக்குத் திடீரென்று இழுத்துக் கொண்டன. தங்கள் காதுகளை விறைப்பாக வைத்துக் கொண்டன. நீண்ட காலமாகவே அவை எதிரிகளாக இருந்து வந்தன. ஆனால் அழகான கருப்புப் பெண் குதிரை அதே லாயத்தில் மூன்று நாட்களுக்கு முன்னர் நிறுத்தப்பட்டதிலிருந்து சாதாரணமாக நடை பெறாத ஒன்று. பந்தயங்களுக்கு முன்னர் ஏற்படும் ஆரவாரத்தின் போது இட நெருக்கடி காரணமாக மட்டுமே இப்படி நிகழ்ந்திருக்கிறது அவற்றுக்கிடையே சில பெரிய சண்டைகள் இல்லாமல் ஒரு நாள் கூடக் கழிந்ததில்லை. குதிரை லாயத்திலும் பந்தயத்திடலிலும், குளத்திலும் அவை ஒவ்வொன்றும் சண்டைக்குச் சவால் விட்டுக் கொள்வதுண்டு ஆனால் தன்னுடைய உள்ளத்தில் எமரால்டு, அந்தத் தற்பாவித்தனமான பொலி குதிரையின் குறும்புச் சூழ்ச்சியுடைய அதனது கூரிய மணம், அதனது ஓர் ஒட்டகத்தினுடையதைப் போன்ற குரல்வளை, பெரிதும் துயரார்ந்த, ஆழப்பதிந்த கண்கள் எல்லாவற்றுக்கும் மேலாக அதனுடைய கல்போல உறுதிவாய்ந்த உடலமைப்பு, ஓட்டங்களாலும்

முன்னையச் சண்டைகளாலும் காலப் போக்கில் கட்டுறுதி வாய்ந்த உடல் இவற்றால், பெரிய குதிரையைக் கண்டு கொஞ்சம் பயந்தது.

தான் துளியும் அஞ்சவில்லை என்பது போலவும், மொத்தத்தில் எதுவுமே நடக்கவில்லை என்பது போலவும், தனக்குத்தானே பாவனை செய்து கொண்டு, எமரால்டு அப்பால் திரும்பி, தனது தலையை லாயத் தொட்டிக்குள்ளாகத் தாழ்த்தி. தனது மென்மையான, சுறுசுறுப்பு வாய்ந்த உதடு களால் உலர்புல்லைப் பிடுங்கத் தொடங்கியது. முதலில் அது புல்லிதழ்களை வெறுமனே சிறுகச் சிறுகக் கடிக்கவே செய்தது. ஆனால் அசை போடும் மணத்தால் சுவரப் பட்டு, உள்ளார் வத்தோடு உண்ணத் தொடங்கியது இதற்கிடையே மெது வான, மாறுபட்ட சிந்தனைகள் அதன் மனத்தில் முனைப் பின்றி ஏற்படலாயின. அந்தக் கணத்திற்கு முன்னரும் பின் வரும் அகலமாய் வாய் பிளந்து கொண்டிருந்த கருமையான பாதாளத்திற்குள்ளாக அவை மூழகிப் போவதற்கு முன்ன தாக. சுற்பனை நினைவுகளும், வாசனைகளும். ஒலிகளும் ஒருமித்து விரைந்தன.

"உலர்ந்த புல்,"அது நினைத்தது, முந்திய இரவு தனக்கு உலர்ந்த புல் தந்த தலைமைக் குதிரைக்காரன் நஸாரை நினைத்துப் பார்த்தது.

நஸார். நேர்மையான கிழவன். அவன் எப்போதுமே கருப்பு ரொட்டியில் வெதுவெதுப்பான மணத்திற்கும். ஓரளவு மதுவுக்கும் மோப்பம் பிடிப்பவன். அவனது செயல் பாடுகள் விரைவற்றதாகவும், மென்மையானதாகவும் இருக் கும். அவன் பொறுப்பில் இருக்கும் போது ஓடஸும் உலர்ந்த புல்லும் மிகவும் சுவையுடையதாகக் காணப்பட்டன குதி ரையைத் தேய்த்து விடுகையில், தாழ்ந்த குரலில், பாசத் தோடு கண்டிப்புடன் அவன் கூறுவதைக் கேட்பது இனிமை யாக இருந்தது ஆனால் ஒரு குதிரைக்கு மிக முக்கியமான ஏதோ ஒன்று அவனிடம் இல்லாதிருந்தது. மேலும் எப் பொழுதெல்லாம் அது பயிற்சிக்காக எடுத்துச் செல்லப்படு கிறதோ அப்பொழுதெல்லாம் நஸாரின் கைகள் நம்பிக்கை யில்லாமலும் சரியில்லாமலும் இருப்பதை அது உணர்ந்தது.

வசீளி அந்தக் குணத்தையும் பெறாதிருந்தான், குதிரை களைப் பார்த்து இரையவும், அவற்றை அடிக்கவும் செய் தாலும், அவன் ஒரு கோழை என்பதை அவை எல்லாமே அறிந்திருந்தன. அவனிடம் அவை பயப்படவில்லை. எந்த வகையிலும் அவனால் சவாரி செய்ய முடியாது–நழுவி னான், நிறையப் படபடப்புற்றான் மூன்றாவது குதிரைக் காரன், ஒற்றைக் கண்ணன், மற்ற இருவரையும் விட சிறந் தவன், ஆனால் அவன் குதிரைகளை விரும்பவில்லை. அவன் கொடூரமானவனாகவும், பொறுமையற்றவனாகவும் இருந் தான், அவனது கைகள் மரத்தைப் போல விறைப்பானதாக இருந்தன. நான்காவது

குதிரைக்காரன் அவனது பெயர் அந்திரியாஷ்கா – வெறுமனே ஒரு பையன் தான். அவன் குதிரைகளோடு பால் குடி மா றாக் கன்று போல விளையாடு வான் மேல் உதடடிலோ. மூக்குத் துளைகளுக்கு இடை யிலோ மறைவாய் அவற்றிற்கு முத்தமிடுவான்; ஒரு வகை யில் அது மிக மகிழ்ச்சியற்றது. மேலும் அற்பத்தனமானதும் கூட.

இதோ, அந்த உயரமான, மெலிந்த, கூன் விழுந்த ஆள், நன்கு மழித்த முகத்துடனும், தங்கப் பிடி போட்ட மூக்குக் கண்ணாடியுடனும் இருந்தவன்– ஐயையோ! அந்த மனிதனோ முற்றிலும் மாறுபட்டிருந்தான் மொத்தத்தில் அவன் புத்திசாலித்தனமும், வலிமையும், அச்சமின்மையும் கொண்ட ஒப்பற்ற ஒரு குதிரை போல இருந்தான் அவன் ஒரு போதும் கோயப்பட்டதில்லை. அவன் எப்போதும் சவுக்காலடித்ததுமில்லை, அதைக் கொண்டு அச்சுறுத்தியதும் இல்லை, அமெரிக்க ஒற்றைக் குதிரை வண்டியில் அவன் உட்கார்கிற போது, ஒவ்வொன்றையும் அறிந்த அவனது வலிமைமிக்க, புத்திசாலித்தனமான விரல்களுக்குக் கீழ்ப்படிவது. எவ்வளவு கிளர்ச்சியூட்டுவதாகவும், எவ்வளவு மேம் படுத்துவதாகவும், வியப்புறும் வண்ணம் மலைக்கத்தக்க தாகவும் இருக்கும் அவனால் மட்டுமே எமரால்டை மகிழ்ச்சி மிக்க, இணக்கமான நிலையை, அதனது உடலின் ஒவ்வொரு சதையும் விரைவான ஓட்டத்தில் வலிந்து செயல்படும் படி செய்யவும், மிகுந்த எளிமையும், மகிழ்ச்சியும் அடையும்படி செய்யவும் முடியும்.

மேலும் அக்கணமே எமரால்டு, பந்தயத் திடலுக்குச் செல்லும் சிறிய பாதையையும். அதன் நெடுகிலும் உள்ள ஒவ்வொரு வீட்டையும், ஒவ்வொரு கல்லையும் தனது மனக் கண்ணில் பார்த்தது. ஓடு தடத்தில் உள்ள மணல் உயர் காட்சி மேடை, ஓடுகின்ற குதிரைகள், பச்சைப் புற்கள் மற்றும் மஞ்சள் நாடா ஆகியவற்றைப் பார்த்தது. திடீரென்று, அன்றொரு நாள் பயிற்சி செய்து கொண்டிருந்தபோது ஒரு கணுக்காலைச் சுளுக்குண்டாக்கிக் கொண்டு, தற்போது நொண்டியாக இருந்த மூன்று வயது கருஞ்சிவப்புக் குதிரையை நினைவு கூர்ந்தது. அதைப் பற்றிச் சிந்திக்கையில் எமரால்டும் மனத்திற்குள்ளாகத் தானே சற்றுநொண்டி நடக்க முயன்றது.

எமரால்டின் வாய்க்குள்ளாகச் சென்ற உலர்ந்த புல்லின் சிறு தொகுதி வழமையற்று அருமையான வாசனை உடையதாக இருந்தது. எமரால்டு அதை முற்றாக அசை போட்டது, சற்று நேரத்திற்குப் பிறகு அதனை விழுங்கிய போது. வாடிவதங்கிய பூக்கள் மற்றும் நறும் சுவையுடைய உலர்ந்த புல் இவற்றின் நறுமணத்தை அதனால் உணர முடிந்தது. நிச்சயமற்ற, தொலை தூர நினைவு குதிரையின் மனத்தினூடாகப் பளிச்சிட்டது. அது புகை பிடிப்பவன் சில நேரங்களில் அநுபவிப்பது போன்ற ஒன்று – தெருவில் நின்று எப்போதாவது

அலெக்சாந்தர் குப்ரின்

புகைப்பிடிக்கும் போது, கண நேரத்தில் நினைவுக்கு வந்து போகும் – பழைய மாதிரி கவர்த்தாளுடன் கூடிய ஓர் அரையிருட்டு நடைக் கூடமும், அலமாரியில் உள்ள ஒரு தனி மெழுகுவர்த்தியும் அல்லது நீண்ட இரவுப் பயணம், வண்டியின் சிறிய மணிகளின் ஒழுங்கான ஒலி, இனிமையான அரைத்தூக்கம், அல்லது அருகிலுள்ள நீளமான வனம் குருடாக்கிற வெண்பளி, வேட்டை விலங்குகளின் அமளியும், முழங்கால்களை நடுங்கச் செய்கின்ற உணர்ச்சிமிக்க ஆர்வமோ – கண நேரத்திற்கு அப்போதைக்கு மறந்து போன உணர்வுகள் முன்னர் அந்தளவுக்கு கிளர்ச்சியூட்டுவதாக இருந்து, இப்போது நழுவுவதாகவும், அவனது ஆன்மாவின் வழியாகப் பரிவுடனும், துயரத்துடனும், மந்தமாகச் செல்வதாக இருந்தன.

இதற்கிடையே. அதுவரை கண்ணுக்குத் தெரியாதிருந்த லாயத்தொட்டிக்கு மேலிருந்த கருத்த சிறிய சன்னலானது சாம்பல் நிறமாக மாறத் தொடங்கி இருட்டில் மங்கலாகத் தெரிந்தது இப்போது குதிரைகள் சோம்பேறித்தனமாக உணர்ச்சியற்று அசை போட்டவாறு, ஒன்று மாறி ஒன்று பலமாகவும், வெதுவாகவும் பெருமூச்சு விட்டுக் கொண்டிருந்தன வெளியே ஒரு சேவல் அறிமுகமான குரலில் கூவிக் கொண்டிருந்தது. அது கணீரென்று கிளர்ச்சி மிக்கதாகவும். எக்காள முழக்கத்தின் ஆர்ப்பொலி போலவும் இருந்தது. அதன் பிறகு நீண்ட நேரத்திற்கு அண்மையிலும் சேய்மையிலும் சேவல்களின் கூவல் கேட்கப்பட்டது.

அதனது தலை கொட்டிலில் இருக்க, அதற்கு மயக்கத்தை. குறிப்பிட்டுச் சொல்ல முடியாத நினைவுகளின் எதிரொலியை ஏற்படுத்திய வித்தியாசமான மணத்தை எமரால்டு தனது வாய்க்குள்ளாக வைத்துக் கொள்ளவும் பெருக்கவும் முயன்றது. ஆனால் அதில் பயனின்றி, கவனமில்லாமலேயே சிறு துயிலில் ஆழ்ந்து போனது.

2

அதனுடைய கால்களும் உடலும் குற்றமில்லாதபடி அமைந்திருந்தன, ஆகவே அது எப்போதுமே, லேசாக இங்குமங்கும் அசைத்தவாறு நின்றபடியே தூங்கியது. சில நேரங்களில் அது திடீர் நடுக்குறும், பிறகு ஓரிரு நொடிகளுக்கு ஆழ்ந்த தூக்கமானது அரை குறைத் தூக்கமாகும்; ஆனால் சில நிமிட நேர ஆழமான தூக்கம் அதனுடைய ஒவ்வொரு தசையையும், நரம்புகளையும், தோலையும் களைப்பு நீக்கிப் புத்துணர்ச்சி கொள்ளச் செய்தது.

காலை விடியலுக்குச் சற்று முன்னர் எமரால்டு, அதன் கனவில் ஒரு வசந்தகால விடியற்காலையையும், பூமிக்கு மேல் இருக்கும் சிவந்த உதயத்தையும், தாழ் நிலத்து நறுமணமிக்க புல்வெளியையும் கண்டது. அந்தப்

251

புல் அத்தனை அடர்த்தியாகவும் வளமாகவும், புலர்காலைப் பொழுதின் இலேசான இளஞ்சிவப்பு நிறத்துடன் அத்தனை பிரகாசமாகவும் ஈர்த்துப் பற்றுகின்ற பசுமையாகவும் இருந்தது. எல்லாவற்றுக்கும் மேலாகப் பனித்துளி மின்னவும் சுடர் விடவும் செய்தது. மனிதர்களும் விலங்குகளும் மட்டுமே தங்களது இளமைப் பருவத்தில் இது போன்றவற்றைக் காண முடியும். இலேசான. உரமூட்டுகிற காற்றில் நறுமணங்களின் எல்லா வகைகளும் வியப்பு மிக்கத் துலக்கமாக வந்தன காலை நேரக்குளுமையின் ஊடாக, ஒரு கிராமப் புகைப் போக்கியிலிருந்து தெளிவாகக் காணக் கூடியவாறு வந்த நீலமான. ஒளிபுகும் புகைச் சுருள் மூக்கைத் துளைத்தது; புல்வெளியில் இருந்த ஒவ்வொரு பூவும் தனக்கெனச் சொந்த மணத்தைப் பெற்றிருந்தது. வேலிக்கப்பால் இருந்த தடம் விழுந்த ஈரமான சாலையில் பல்வேறு மணங்கள் ஒன்று சேர்த்து வீசின மக்களுடையதும், தார், குதிரைச் சாணம், தூசி இவற்றினுடையதும், கடந்து சென்ற பசுக்களினின்றும் வந்த புத்தம் புது பாலின் மணம், வேலியின் பிர்க்கம்புகளினின்றும் வந்த நறுமண மிக்க மரப்பிசின் வாசனை ஆகியனவும் வந்தன.

அப்போது ஏழு மாதக் குதிரைக்குட்டியாகிய எமரால்டு பின்புறக்கால்களை உதைந்தபடி தலை தாழ்வாகக் குனிந்திருக்க தான் தோன்றித்தனமாக வயலில் விரைந்தோடியது. அது காற்றைப் போல இலேசாக இருப்பது போலவும், தன் உடலின் நிறையை உணராதது போலவும் காணப்பட்டது அதனது கால்களுக்குக் கீழாக நறுமணமிக்க சாமந்திப் பூக்கள் விரைந்து மேலே மேலே, சென்று எங்கோ பின்னுக்கு ஓடும். அது சூரியனை நோக்கி நேராகப் பாய்ந்து சென்றது. அதனது காற்குழைச்சையும் கணுக்காலையும் விளாசி அடித்த ஈரப் புல் அவற்றைக் குளிரச் செய்து, ஈரமான புல்லின் பகுதிகள் பட்டு அதன் மேனியைக் கருப்பாகக் காட்டியது நீல வானம், பச்சைப் புல், பொன்னிறச் சூரியன், அருமையான காற்று, இளமையின் வெறி பிடித்த ஆனந்தப் பரவசம், வலிமை மற்றும் துடிப்பான ஓட்டம்!

மேலும் இதோ, குறுகிய, வலை தோய்ந்த, கொஞ்சு கிற. ஆர்வமுடைய கனைப்பைக் கேட்டது– ஆயிரக்கணக்கான பிற குரல்களுக்கு மத்தியில் தொலைவிலிருந்தே எப்போதும் அடையாளம் கண்ட சின்ன எமரால்டுக்கு மிக நன்றாக அறிந்த ஓர் அழைப்பு அது தனது பாதையில் திடீரென்று நின்று, கண நேரத்திற்குக் கேட்டது. அதனது தலை உயர்ந்து, அதனுடைய மெல்லிய காதுகள் அலைந்தும் அதனது குட்டையான மயிரடர்ந்த வால் ஒரு துடைப் பத்தைப் போல பின்னுக்குமாக இருந்தது. பிறகு அதனுடைய வடிவமைந்த, மெளிந்த, நீண்ட கால்கள் கொண்ட உடல் முழுவதும் குலுங்குவது போலச் சந்தத்தோடு கத்தி, தனது தாயிடம் பாய்ந்தது.

அதோ– எமரால்டின் தாய், எலும்புமயமான, பழைய எழுச்சியற்ற

பெண் குதிரைத் தனது ஈரமான மூக்கைப் புல்லினின்றும் உயர்த்தி தனது குதிரைக்குட்டியை விரைவாக, கவனமாக மோந்து பார்த்து, பிறகு ஏதோ அவசர மான வேலைக்கு விரைந்து செல்ல வேண்டி இருப்பது போல, திரும்பவும் தின்னத் தொடங்கியது. தனது நொசிவான கழுத்தை தாயின் வயிற்றுக்குக் கீழாகத் தாழ்த்திய குதிரைக் குட்டி, தனது தலையைத் திருப்பி, பின்னங்கால்களுக்கு இடையே வழக்கமான அசைவுடன் நுழைத்து, சற்றே சூடான், தொசிவான முலைக்காம்பினின்றும் பொங்கி வழிகின்ற, தனது வாய்க்குள்ளாக, சிறுக, வெதுவெதுப்பான நீர்த்தாரையாகச் சென்ற சற்று புளித்த பாலை ஆர்வத் தோடு குடித்தது, அது மேன்மேலும் குடித்தது, அதனால் நிறுத்த முடியவில்லை தாய் தனது பிட்டத்தை அப்பால் இழுத்துக் கொள்கின்றவரை, மேலும் அது குதிரைக்குட்டி யினுடைய இடுப்பைக் கடிக்கிற பாவனை செய்தது.

இப்போது லாயத்தில் போதுமான வெளிச்சம் இருந்தது. நீண்ட தாடி கொண்ட, முடை நாற்றமுடைய கிழட்டு ஆட்டுக்கடா, குதிரைகளின் தொழுவக் கூட்டாளி, உள்ளிருந்து ஓர் உத்தரத்தால் தடுக்கப்பட்டிருந்த கதவுக்குச் சென்று குதிரைக்காரனைத் திரும்பப் பார்த்துக் கதறத் தொடங்கியது வெறுங்காலுடன் இருந்த வசீனி, தனது கலைந்து போன தலையை பிறாண்டிக் கொண்டு, ஆட்டுக் சுடாவிடம் கதவைத் திறக்கச் சென்றான். அது சுறுசுறுப்பான, நீலநிறமான. சரியான இலையுதிர் காலக் காலை. திறந்த கதவின் நீள் சதுரவடிவம் உடனடியாக தொழுவத்திலிருந்து அலையாய் வீசுகிற வெதுவெதுப்பான ஆவியால் நிறைந்தது உறைந்த வெண்பனி மற்றும் சாய்ந்த இலைகளின் நுட்பமான மணம் தொழுவங்களுக்கு மேலாக மிதந்தது.

தங்களுக்கு ஓடஸ் கொடுக்கப் போகிறார்கள் என்பதை அறிந்த குதிரைகள், தொழுவக் கதவுகளின் முன் நின்று பொறுமையில்லாமல் மெல்லக் கனைத்தன. பேராசை பிடித்த, முரண்டு செய்யும் ஒனேகின் பலகையாலான தரையை உதைக்கவும், தொழுவக் கம்பியைக் கடிக்கவும், தலையை நீட்டவும், காற்றைப் பேராவலோடு விழுங்கவும், ஏப்பமிடவும் செய்தது எமரால்டு தனது முஞ்சியைக் கம்பிகளில் உரசியது.

மற்ற குதிரைக்காரர்கள் – மொத்தத்தில் அவர்கள் நான்கு பேர் இருந்தனர் – வந்து, உணவு டின்களிலிருந்து ஒவ்வொரு கவணையாக ஓடசை கொடுக்கத் தொடங்கினார்கள். கனமாகச் சரசரக்கின்ற ஓட்சை எமரால்டினுடைய கவணைக்குள்ளாக நஸார் கொட்டிய போது, அந்தக் கிழவனின் தோலுக்கு மேலாகத் தீவனத்தைப் பெற படபடப் போடு முயன்றது. அல்லது அவனது கைகளுக்குக் கீழே அதனது வெதுவெதுப்பான நாசிகள் அதிர்வுற்றன மென்மையான குதிரையின் ஆர்வத்தைக் குதிரைக்காரன் விரும்பினான், வேண்டுமென்றே நேரத்தை எடுத்துக் கொண்டு. கத்தியபடி முழங்கையால்

தொழுவத்தை மூடினான் அதே நேரத்தில் அவன் நல்ல நகைச் சுவையோடு முறுமுறுவலித்தான்:

“தே பாரு, இப்படிப்பட்ட பேராசை பிடித்த மிருகம் நீ... டேய் போடா கய்தே, காத்திரு... டே நாசமாப் போக. அடேயப்பா, உன் மூஞ்சியை இன்னும் திணிச்சா நாம் பார்ப்போம், திணிக்கிறதுக்கு உனக்கு நான் சொல்லித் தாரேன் பாரு.”

தொழுவத்திற்கு மேலாக இருந்த சிறிய சன்னலினின்றும் கீழ் நோக்கிக் கோணலான சதுரமான, மகிழ்ச்சியான சூரிய ஒளிக் கற்றை விழுந்தது. அதில் பலகணிச்சட்டத்தின் நீண்ட நிழல்களால் பிரிந்து, பொன் நிறத் தூசித் துகள்கள் லட்சக் கணக்கில் சுழன்றன.

3

வாசலில் அழைத்துச் செல்லப்பட்ட போது. எமரால்டு அப்போதுதான் ஓட்சை சாப்பிட்டு முடித்திருந்தது. இப்போது வெதுவெதுப்பாகவும், தரை ஓரளவுக்கு மென்மையாகவும் இருந்தது. ஆனால் லாயர் சுவர்கள் இன்னமும் உறைந்த பனியில் இருந்தன. இலாயத்தை விட்டு வெளியே புதிதாக வாரிக் கொட்டப்பட்ட சாணக் குவியல்கள் ஓர் அடர்ந்த நீராவியைக் கொண்டு வந்தது. மேலும் சாணத்தின் மீது மெல்ல நகர்ந்து சென்ற சிட்டுக் குருவிகள் தங்களுக்குள் பூசலிட்டுக் கொள்வது போல ஆர்வத்தோடு கிறீச்சிட்டன. வாசற் படிக்கு மேலாகக் கால் வைத்த போது, கதவு வழியில் தனது தலையைத் தாழ்த்திய எமரால்டு காரசாரமான காற்றை மகிழ்ச்சியோடு நீண்ட நேரம் உள்ளுக்குள் இழுத்து. பிறகு தலையையும் அதனது முழு உடம்பையும் ஆட்டி. உரத்துச் செறுமியது, மகராசனா இருஎன்று நவார் கண்டிப்போடு சொன்னான் எமரால்டால் நிலையாக நிற்க முடியவில்லை. சக்திவாய்ந்த அசைவுகளும். தனது கண்களுக்கும் நாசித்துவாரங்களுக்கும் உள்ளாக காற்று விரையும் கூச்ச உணர்வும், தனது இதயம் சூடாக அடித்துக் கொள்ளவும், ஆழ்ந்து சுவாசிக்கவும் விரும்பியது முனையில் கட்டப்பட்ட அது களைத்தது, தனது பின்னங்கால்களில் நடன மாடியது. கழுத்தை முறுக்கியது, தனக்குப பின்னால் நின்ற கருப்புப் பெண் குதிரையை வெண் படலத்தில் சிவப்பு நரம்புகள் தெரியும் பிதுங்கியுள்ள பெரிய கருத்த கண்ணைக் கோணலாகப் பார்த்தது.

சிரமப்பட்டு மூச்சு விட்டு, நஸார் தனது தலைக்கு மேலாகத் தண்ணீர் வாளியை உயர்த்தி, குதிரையின் பின்புறம் முன் முதுகிலிருந்து வால் வரை நீரை ஊற்றினான். இந்த உணர்வு எமரால்டுக்கு அறிமுகமானது தான்– அது வலிமை உண்டாக்கியது ஆனால் நடுங்கத்தக்கதாக இருந்தது. ஏனெனில் அது எப்போதுமே அத்தனை எதிர்பாரா முறையில் வந்தது தஸார் மேலும் தண்ணீரை மோத்து குதிரையின் விலாப்பசச்சங்கள், நெஞ்சு. கால்கள் மற்றும்

வாலுக்குக் கீழே இரைத்தான் ஒவ்வொரு முறை நனைத்த பிறகும் தனது மரத்துப் போன உள்ளங்கையைக் குதிரையின் மயிருக்கு மேலாகத் தடவி ஈரம் போக்குவான் திரும்பிப் பார்க்கையில் தனது சொந்த உயரமான, இலேசாகத் தளர்ந்து தொங்கிய பிட்டம் கருத்தும், சூரிய ஒளியில் பள பளத்ததையும் கண்டது.

அன்று பந்தய நாள் குதிரைகளைச் சுற்றி ஆரவாரத்தோடு வரும் குதிரைக்காரர்களின் படபடப்பு மிக்க ஆர்வத்தைக் கொண்டு குறிப்பாக எமரால்டு அதை அறிந்து கொண்டது. சில குதிரைகளின் காற்குழைச்சின் மீது தோலுறைகளை மாட்டினார்கள், பிற குதிரைகளின் கால்களைச் சுற்றி பட்டு நாடாக்களைச் சுற்றினார்கள் – காற்கட்டிலிருந்து கணுக்கால் வரை அல்லது முன்னங்கால்களைச் சுற்றி அகலமான மென்மயிர் மெத்தைகளைக் கட்டினார்கள் உயரமான இருக்கைகள் கொண்ட இலேசான அமெரிக்க இரு சக்கர ரேக்ளா வண்டிகள் கொட்டத்தினின்றும் வெளியே உருட்டிச் செல்லப்பட்டன: அவற்றினுடைய உலோகத்தாலான சக்கரக் குறுக்குக் கைகள் சூரிய ஒளியில் பிரகாசமாக மின்னின, அவற்றினுடைய சிவப்பு வெளி விளிம்புகள், சிவப்பு நுகக் கால்கள் புத்தம் புதிய வார்னிஷுடன் பளிச்சிட்டன.

இதற்குள்ளாக பந்தயக் குதிரைத் தொகுதியின் தலைமைக் குதிரையோட்டி, ஓர் ஆங்கிலேயன் அணுகி வந்த போது குதிரைக்காரன் இறுதியாக எமரால்டை துடைப்பத் தால் சுத்தம் செய்து, கம்பளிக் கையுறையுடன் துடைத்து விட்டான் குதிரைகளும் மனிதர்களும், ஒல்லியான மெலிந்த, சற்றுக் கூனிய, நீண்ட கைகள் கொண்ட இந்த மனிதனுக்கு மரியாதை செய்தனர், அஞ்சினர் நன்கு மழிக்கப்பட்ட, சூரிய ஒளியில் சுன்றிய முகத்தையும், உறுதியான. மெல்லிய வளைந்த, ஏளனம் செய்கிற உதடுகளையும் பெற்றிருந்தான் அவனது வெளிறிய நீல நிறக் கண்கள் நிதானமாகவும், அமைதியான தோற்றத்துடனும், தங்கப் பூண் போட்ட கண்ணாடி வழியாகப் பார்த்தன உயரமான கால ணிக்குள்ளாக இருந்த தனது நீண்ட கால்களை அகலமாகப் பரப்பி நின்று சுத்தம் செய்வதைக் கவனித்த அவன், சுருட்டை அசை போட்டவாறு, வாயின் ஓர் ஓரத்திலிருந்து மற்றொரு ஓரத்திற்கு மாற்றியபடி இருக்க அவளது கைகள் காற்சட்டைப் பைகளுக்குள்ளாக ஆழமாகத் திணித்துக் கிடந்தன. மென்மயிர் காலருடன் கூடிய சாம்பல் நிறை ஜாக் கெட்டும். நீண்ட நாற்கட்ட வடிவான உச்சியுடன் கூடிய கருப்புத் தொப்பியும் அணிந்திருந்தான் எப்போதாவது மணிச்சுருக்கமான விமரிசனத்தை நடுங்குகிற, சாதாரணக் குரலில் கூறுவான். உடனே எல்லாக் குதிரையாட்களும். வேலையாட்களும் அவன் பக்கம் தங்கள் தலைகளைத் திருப்புவார்கள், குதிரைகளும் தங்களது கால்களை அவன் பக்க மாக வலிந்திழுக்கும்.

எமரால்டை வண்டியில் பூட்டுவதை அவன் கண்கள் குறிப்பாகத் தொடர்ந்து கவனித்து வந்தன குதிரையினுடைய உடலை அதனது நெற்றி மயிரிலிருந்து குளம்பு வரை சோதனை செய்தால் நுணுகி ஆராய்கின்ற தரித்த நோக்கில் எமரால்டு தனது தலையைப் பெருமையாக உயர்த்தியது. தனது நொசிவான கழுத்தைத் திருப்பியது. அவனது மெல்லிய, ஒளி ஊடுருவ கூடிய காதுகளைப் பிறாண்டியது குதிரையோட்டி தானே வாருக்குக் கீழாகத் தனது விரலை வைத்து இறுக்க முயன்றான். பிறகு குதிரைக்காரர்கள் சாம்பல் நிற சிவப்பு ஓரங்கொண்ட லினன் துணிகளைக் குதிரைகளின் மீது போட்டார்கள். அந்தத் துணிகளின் ஓரங்கள் சிவப்புப் பட்டைகளையும், கண்களைச் சுற்றிய பகுதிகள் வட்டமாகவும், சிவப்பு எழுத்துகளையும் கொண்டிருந்தன இரண்டு குதிரைக்காரர்கள், நஸாரும் ஒற்றைக் கண் மனிதனும், எமரால்டின் கடிவாளத்தைப் பிடித்து அறிமுகமான பாதை வழியாக, பெரிய கல் வீடுகளின் இரு வரிசைகளுக்கு மத்தியில் பந்தயத்திடலுக்கு ஓட்டிச் சென்றார்கள் வழி கால் கிலோமீட்டருக்கு அதிகமில்லாத தூரத்தில் இருந்தது.

குதிரை மைதானத்தில் ஏற்கெனவே பல குதிரைகள் நின்றன. மேலும் அவை சாதாரணமாக ஓடுகின்ற திசையில் அதாவது கடிகாரமுள் திரும்ப ஓடுகின்றது போல–வட்டத்தைச் சுற்றி குதிரையோட்டிகள் அவற்றை மெதுவாக நடத்திச் சென்றார்கள் குதிரை மைதானத்தின் உள்வட்டத்தில் சிறியதும், வலிமையான கால்கள் கொண்ட உடன் ஓடும் குதிரைகளும் நின்றன. தனக்குப் பக்கத்தில் எப்போதுமே பாய்ந்து வரும் வெள்ளை ஆண் குதிரையை எமரால்டு உடனடி யாக இனம் கண்டு கொண்டது. மேலும் அந்த இரண்டு குதிரைகளும் நட்பு முறையிலான கனைப்புடன் ஒன்றையொன்று வாழ்த்திக் கொண்டன.

4

குதிரைப் பத்தயத்திடலில் மணி அடித்தது. எமரால்டின் மேலிருந்த துணியைக் குதிரைக்காரர்கள் அகற்றினார்கள். சூரியனைப் பார்த்துக் கண்ணாடிக்குக் கீழிருந்த கண்களைச் சிமிட்டியபடி, தனது நீண்ட மஞ்சள் நிற குதிரைப் பற்களைக் காட்டிக் கொண்டு, தனது கையுறைகளை மாட்டிய வாறு, அக்குவில் ஒரு சவுக்குடன் அந்த ஆங்கிலேயன் வத் தான் குதிரைக்காரர்களில் ஒருவன் எமரால்டினுடைய காலடிகள் வரை சென்ற வளமான வாலை ஒன்று சேர்ந்து, மெல்லிய நிறமுடைய நுனி கீழே தொங்குவதற்காக, கவனமாக அதை அமெரிக்க ரேக்ளா வண்டியின் இருக்கை மீது வைத்தான் மனிதனுடைய பளுவால் இலாகவமான ஏர்க் கால்கள் வேகமாகத் குலுங்கின எமரால்டு அவனது தோளுக்கு மேலாக ஒருக்கணித்துப் பார்க்கையில், குதிரை யோடடி, கால்களை ஏர்க்கால்கள் ஓரமாக நீட்டிப் பரப்பிய வாறு தனது பிட்டத்திற்குச் சற்று தள்ளி உடகார்ந்திருப்ப தைப் பார்த்தது வேண்டுமென்றே அவன் கடிவாளவார் களை மெதுவாகப் பிடித்து இழுத்து, குதிரைக்காரர்களிடம்

ஓரசைச் சொல்லை மொழிந்தான், அவர்கள் உடனே கடிவாள வார்களின் பிடியை விட்டார்கள் ஓட்டப்பந்தயத்தின் மகிழ்ச் சியை எதிர்பார்த்தவாறு முன்னோக்கித் தாவ எமரால்டு முயன்றது, ஆனால் வலுவான கைகள் அதனைத் தடுத்த தால் அது வெறுமனே தனது பின்னங்கால்களால் லேசாகக் குதித்து, கழுத்தை அசைத்து, குதிரை மைதானத்தின் வாயில் வழியாகக் குதிரைப் பந்தயத்திடலை நோக்கி வேகமற்ற பாய்ச்சலில் ஓடியது.

மஞ்சள் நிற மண் தூளப்பட்ட அகலமான ஓடு பாதை மரத்தாலான வேலி நெடுகிலும் ஓடி சுமார் ஒரு மைல் நீள முட்டை வடிவத்தை உருவாக்கியிருந்தது. மணம் ஒரு வகையில் ஈரமாகவும், நெருக்கமாகவும் இருந்தது. கால்களினுடைய அழுத்தம் அவற்றிற்கு எழும்புகின்ற உணர் வைத் தந்தது. குளம்புகளின் கூர்மையான தடங்களும். நேரான ஓடு பாதைகளும் ரப்பர்ச் சக்கரங்களும் ஒரு நாடா போன்ற வடிவத்தை ஏற்படுத்தியிருந்தன.

இங்கே தான் குதிரைப் பந்தயத்திடலின் உயர் காட்சி மேடை இருந்தது, தரையிலிருந்து, ஒல்லியான தூண் களால் தாங்கப்பட்ட கூரை வரை மக்கள் தொகுதியினர் குமுறிக் கொண்டும், முனகிக் கொண்டும் இருந்த இருநூறு குதிரைகள் நீளங்கொண்ட மரத்தாலான அமைப்பு கடி வாளவார்களின் இலேசான சுண்டினால், தனது காலடியை மாற்றிக் கொள்ள வேண்டும் என்பதைப் புரிந்து கொண்டு எமரால்டு நன்றியோடு சீறியது.

இப்போது அது ஓரே சீராக. விரைந்து செல்கிற துள்ளலில் ஓடியது, அதனது பின்புறம் அசையவில்லை, அதனது கழுத்து முன்னுக்கு நீட்டிக் கொண்டு இடப் புறக் கடிவாளத்தின் பக்கம் இலேசாகத் திரும்பியிருக்க, அதனது மூஞ்சி தள்ளிக் கொண்டிருந்தது எமரால்டின் தாவடிகள் வழக்கத்திற்கு மாறாக நீளமாக இருந்ததால், தொலைவிலிருந்து பார்க்க அது வேகமாக ஓடிக் கொண்டிருப்பது போலத் தெரியவில்லை; குதிரை அவசரமில்லாதவாறு தனது முன் அங்கால்களால் ஓடு களத்தை அளந்து கொண்டிருக்கிறது என்ற எண்ணத்தை ஏற்படுத்தியது இது உண்மையான அமெரிக்கப் பயிற்சி முறை குதிரைக்குச் சுவாசித்தலைச் சுலபமாக்கவும், காற்று எதிர்ப்பைப் பெருமளவு குறைக்கவும். ஓட்டத்திற்குப் பயனற்ற எல்லா அசைவுகளையும் தவிர்க்கவும் ஏற்பட்டது. விரைவான ஓட்டத்திற்கும் எடையற்ற பாய்ச்சலுக்கும், நீண்ட சுவாசத்திற்கும், நீளடியிட்டு ஓடுவதற்கும் குதிரையின் அழகைத் தியாகம் செய்து பிழைமற்ற ஓர் எந்திரம் போல அதனை இம்முறை மாற்றுகிறது.

இப்போது, இரு பந்தய ஓட்டங்களுக்கு இடையே, குதிரைகள் கதகதப்பூட்டப்பட்டன. அவற்றினுடைய சுவாசித்தலை ஒழுங்கு செய்வதற்காக இது எப்போதுமே செய்யப்பட்டது. அவற்றில் பல எமரால்டு ஓடிய அதே திசையில் வெளிவட்டத்தைச் சுற்றி, அல்லது உள் வட்டத்திற்குள்ளாக, எதிர் திசையில் ஓடிக்கொண்டிருந்தன. ஓர் உயரமான புள்ளியிட்ட சாம்பல் நிற,

சுத்தமான ஓரெல் நகரத்து இனக்குதிரை எமரால்டைக் கடந்து சென்றது; வளைந்த கழுத்துடனும், பறக்கின்ற வாலுடனும் மகிழ்ச்சியோடு சுற்றித்திரி கின்ற குதிரையைப் போல அது ஓடியது அவனுடைய தடித்த. அகன்ற மார்பு ஏற்கெனவே வியர்வையால் கருத்துப் போயிருந்தது. அதனது கொழுத்த இடுப்பு, அது முன்னங்கால்களைத் தூக்கி ஓடிய போது குலுங்கியது, அதனது மண்ணீரல் ஒவ்வொரு தாவு அடிக்கும் வெங்கல ஓசை எழுப்பியது.

பிறகு வடிவமான, நீளமான உடம்பு கொண்ட, கருத்த பிடரிமயிருடன் கூடிய பழுப்பு நிறக் கலப்பினப் பெண் குதிரை ஒன்று பின்னுக்கு ஒருங்கே வந்தது. எமரால்டுக்குப் பொருந்துகின்ற அதே அமெரிக்க முறையில் அது அருமையாகப் பயிற்சியளிக்கப்பட்டிருந்தது. அதனது குட்டையான, ஒழுங்காகக் கத்தரித்து விடப்பட்ட ரோமம் தசைநார்கள் அசைந்து கொண்டிருந்த போது மினுமினுத்தது. அவற்றினுடைய குதிரையோட்டிகள் எதையோ விவாதித்துக்கொண்டிருந்த போது, இரண்டு குதிரைகளும் சற்று நேரத்திற்கு அருகருகே ஓடின எமரால்டு பெண் குதிரையை மோப்பம் பிடித்தது, ஓடும் போது அதனுடன் விளையாட விருந்தது. ஆனால் ஆங்கிலேயன் அதற்கு விடவில்லை. அதுவும் எம்ரால்டு கீழ்ப்படிய வேண்டியிருந்தது.

ஒரு பிரமாண்டமான கருத்த பொலிருதிரை முழுப்பாய்ச்சலில் அவற்றை விரைந்து கடந்து மற்றொரு வழியில் போய்க் கொண்டிருந்தது, தலையிலிருந்து வால்வரை கட்டுத்துணியால் அது இறுக்கிக் கட்டப்பட்டிருந்தது அதனது இடது கை ஏர்க்கால் வலப் புறத்து ஒன்றைக் காட்டிலும் நான்கு அங்குல நீளம் அதிகம் நீட்டிக் கொண்டிருந்தது. அதனது உச்சிக்கு மேலாகப் பொருத்தப்பட்டிருந்த ஒரு வளையத்தின் வழியாக மேற்கட்டுப்பாட்டிற்காக எஃகுப் பட்டையானது பொருத்தப்பட்டிருந்தது, அது குதிரையினுடைய உணர்ச்சியுள்ள மூக்கைக் கொடுமையாகத் துளையிட்டது எமராள்டும் பெண் குதிரையும் ஏக காலத்தில் அதனைப் பார்த்து, அசாதாரணமான வலிமை, வேகம் மற்றும் திண்மைகொண்ட குதிரை என்ற வகையில் உடனடியாக அதைப் பாராட்டின. ஆனால் பெரிதும் அடம்பிடிக்கிற, குறும்புச் சூழ்ச்சியுடைய. கோபப்படக் கூடிய தன்மையைக் கண்டன கருப்புப் பொலி குதிரையை அடுத்து சிறிய சுறுசுறுப்பான சற்று சாம்பல் நிறமான குதிரை சென்றது. பக்கவாட்டில் பார்க்கின்ற போது அது நம்ப முடியாத வேகத்தில் ஓடிக் கொண்டிருக் கிறது என்று நினைக்கத் தோன்றும், ஏனெனில் அது தனது கால்களை அத்தனை விரைவாக இயக்கி, முழங்கால் மூட்டு களுக்கு மேலாக அத்தனை உயரத்தில் கால்களைத் தூக்கி, அத்தனை சுறுசுறுப்பாக, சிறிதாகவும், நல்ல வடிவத்துட னும் அமைத்திருந்த வளைந்த கழுத்துடன் ஓடியது. எமரால்டு இறுமாப்போடு அதனைப் பக்கப்பார்வை பார்த்து மட்டுமே. அதன் பக்கத்துக்கு ஒரு காதை ஆட்டியது.

குறுகிய, உரத்த கனைப்புப் போன்ற சிரிப்புடன் பேச்சை முடித்துக் கொண்ட மற்றொரு குதிரையோட்டி பெண் குதிரையின் கடிவாளத்தைத் தளர்த்தினான் அதைத் துள்ளு நடையில் சுதந்திரமாக ஓடவிட்டான். அது எமரால்டின் பக்கத்திலிருந்து எவ்வளவு முடியுமோ அவ்வளவு அமைதியாக, அதற்கெனச் சிறு முயற்சியும் அதற்குத் தேவைப்படாதது போல இழுத்துக் கொண்டு லகுவான பாய்ச்சலுடன் முன்னோக்கி ஓடியது.

ஆனால் அதே கணமே. மூஞ்சில் இருக்கிற ஒரு பெரிய வெண்ணிற பொட்டுடன் கூடிய, பாய்ந்து செல்கிற தீயைப் போலச் சிவப்பான குதிரை ஒன்று எமரால்டையும் பெண் குதிரையையும் பின்னுக்குத் தள்ளிக் கடந்தது அடிக்கடி. நீண்ட பாய்ச்சல்களுடன் அது விரைந்தது. மாறிமாறிக் கால்களை நீட்டித் தரையை அணைப்பது போலக் காணப்பட்டது. பிறகு அநேகமாகத் தனது முன்னங்கால்களையும் பின்னங் கால்களையும் உயரத்தில் ஒன்று சேர்த்தது. அதை ஓட்டிய வன் பின்புறம் உடகார்ந்து கொண்டிருப்பதை விட, படுத்துக் கொண்டிருந்தான் அவனது முழு நிறையுமே கடிவாளவாரின் மீது இருந்தது எமரால்டு கவலைப்பட்டு, அச்சமுற்று பக்கவாட்டில் ஒதுங்கியது ஆனால் நுடபமான முறையில் ஆங்கிலேயன் அதற்குக் கடிவாளமிட்டான் குதிரையினுடைய ஒவ்வொரு அசைவுக்கும் அத்தனை நொசிவாகவும். கூருணர்வுடையதாகவும் இருந்த அந்தக் கைகள் திடீரென்று இரும்பு போலக் கடினமாக உணர்ந்தன பந்தய மேடைக் கொட்டகைக்கு அருகே சிவப்புப் பொலிகுதிரை. இப்போது மற்றொரு எட்டுப் பாய்ந்திருந்தது. எமரால்டைத் திரும்பவும் தாண்டியது இன்னும் அது பாய்ந்து கொண்டிருந்தாலும், ஏற்கெனவே நுரை தள்ளி, ரத்தச் சிவப்பான கண்களுடன் இருந்தது. அதனது மூச்சு படபடப்போடு வந்தது. குதிரை யோட்டி, முன்னுக்குக் குனிந்து, தனது வலிமையெல்லாம் திரட்டி குதிரையின் முதுகில் சாட்டையால் அடித்தான் கடைசியில் குதிரைக்காரர்கள் வாயிற்புறம் அருகே, குதி ரையை இடைமறித்தார்கள், கடிவாளவார்களையும் கடிவாளத்தையும் பற்றி அதனை நிறுத்தினார்கள் ஒரே நிமி டத்துக்குள்ளாக அது சொட்டிக் கொண்டும், மூச்சுத் திணறிக் கொண்டும், நடுங்கிக் கொண்டும் இருந்தது அது பத் தயத் திடலிலிருந்து திரும்பக் கொண்டுவரப்பட்டது

எமரால்டு முழுப் பாய்ச்சலோடு மற்றொரு அரைத் தாண்டல் தாவி, ஓட்டத் தடத்தைக் குறுக்கிட்ட பக்கத்து செல்தடத்திற்குள்ளாகத் திரும்பி, குதிரை மைதானத்திற் குள்ளாக நடந்தது.

5

குதிரைப் பந்தயத்திடலில் மணி சில முறை அடித்தது. அவ்வப்பொழுது பத்தயக் குதிரைகள் திறந்த வாயிலில் மின்னல் வேகத்தில் விரைந்து ஓடும். மேடையின் மீது இருக்கக் கூடிய மக்கள் திடீரென்று சத்தம் போடவும்

கைதட்டவும் தொடங்குவார்கள் மற்ற குதிரைகளின் வரிசையோடு எமரால்டும் நஸாரின் அருகில் தனது தலையைத் தொங்கப் போட்டவாறு, லினன் துணியால் உறையிடப்பட்ட காதுகளை ஆட்டிக் கொண்டு சுறுசுறுப்பாக நடந்து செல்லும் பயிற்சியானது அதனுடைய நரம்புகள் வழியாகக் குருதியை மகிழ்வோடு பொங்கச் செய்தது. அதனது உடம்பு தளர்த்தும் குளிர்ச்சியும் அடைந்த போது. அதனுடைய சுவாசம் இன்னும் ஆழமானதாகவும், சுலபமானதாகவும் இருந்தது. இப்போது அதனது ஒவ்வொரு சதையும் மற்றொரு ஓட்டத் திற்கு வடித்தெடுக்கப்பட்டது.

அரை மணி நேரம் போலக் கடந்தது மணி மறுபடியும் அடித்தது. இந்த முறை குதிரையோட்டி அமெரிக்க ஒற்றைக் குதிரை வண்டி மீது தனது கையுறைகளைப் போட்டுக் கொள்ளாமல் ஏறினான். அவன் பெற்றிருந்த வெண்ணிறமான அகன்ற, மந்திரக் கைகள் எமரால்டுக்கு பாசத்தோடும் அச்சத்தோடும் உத்வேக மூட்டின.

குதிரைகள் தங்களுடைய பயிற்சிகளை முடித்து ஒவ்வொன்றாகக் குதிரை மைதானத்திற்குள்ளாகத் திரும்புகையில், ஆங்கிலேயன் மெல்ல நடைபோடடபடி பந்தயத்திடலுக்கு ஓட்டிவந்தான் ஓடு களத்தில் எஞ்சிய குதிரைகள் எமரால்டும். பயிற்சி ஓட்டத்தின் போது அது சந்தித்த பெரிய கருப்புப் பொலிகுதிரையும் தான் மேடைகளின் உச்சி யிலிருந்து அடிவரை ஆடகள் நிறைந்து, பிரகாசமான முகங்களும் கைகளும் ஒழுங்கற்று இங்குமங்குமாக ஒரே தொகுதியுடனும், பல்வண்ணப் புள்ளி கொண்ட குடைகளுடனும், பெண்களுடைய தலை அணிகளுடனும், நிகழ்ச்சி நிரல்களின் சின்னஞ்சிறு வெள்ளைத் தாள்களுடனும் காணப்பட்டது. தனது அடியை வேகப்படுத்தி, பந்தய மேடையைக் கடந்து விரைத்து ஓடுகையில், ஆயிரக்கணக்கான கண்கள் தன் மீது தறையப்பட்டிருப்பதாக எமரால்டு உணர்ந்தது, மேலும் அந்தக் கண்கள் தான் விரைந்து செல்வதையும், தனது வலிமையின் ஒவ்வொரு துளியைச் செலவிடுவதையும் தனது இதயத்தில் ஒவ்வொரு சக்திமிக்க துடிப்பை எதிர்பார்ப்பதை யும் முழுமையாக உணர்ந்தது இது அதனுடைய தசைகளுக்கு மகிழ்ச்சியான சுகத்தையும், போலியான நெருக்கத்தையும் தந்தது அதற்குத் தெரிந்த வெள்ளைப் பொலி குதிரை, தனது முதுகு மீது ஒரு பையனுடன் இதற்கு இணையாக வலப்புறத்தில் விரைவான பாய்ச்சலுடன் ஓடிக் கொண்டிருந்தது.

ஒரே சீரான, நிதானமான துள்ளளுடன் செல்கையில், அதனுடைய உடம்பு இடப்புறம் லேசாக நடுங்க, எமரால்டு ஒரு செங்குத்தான வளைவைச் சுற்றியது சிவப்பு வட்டத்துடன் இருந்த கம்பத்தை அது நெருங்குகையில் பந்தயத் திடலில் மணி சுருக்கமாக ஒலித்தது. ஆங்கிலேயன் தனது இருக்கையில் லேசாக மாறினான். திடீரென்று அவனது கைகள் இறுகின "இப்போது போ,

ஆனால் உனது வலிமையைக் காத்துக் கொள். இன்னும் நேரம் இருக்கிறது." இது தான் அவனது கைகள் எமரால்டுக்குச் சொன்னவை, நான் அதைப் புரித்து கொண்டதைக் காட்டுவதற்காக, நொடிப்பொழுது, எமரால்டு தனது மெல்லிய கூர்மையான காதுகளைப் பின்னுக்கு நீட்டி, திரும்பவும் அவற்றைக் கூர் மையாக நிறுத்தியது வெள்ளைக் குதிரை அதற்குப் பின்னால், சற்றே பின்னதாக, நிதானமாகப் பாய்ந்து வந்து கொண்டிருந்தது. தனது தோள்பட்டை எலும்பு முகட்டுக் கருகே மற்றொன்று மூச்சு விடுவதைக் கூட எமரால்டால் உணர முடிந்தது.

சிவப்புக் கம்பம் பின்னுக்குச் சென்றது, மற்றொரு செங்குத்து வளைவு இருந்தது, செல்தடம் நேராகச் சென்றது. இங்கே இரண்டாவது மேடை இருந்தது. அதில் இரைச்ச லிடுகின்ற ஒரு பெருங்கூட்டம் இருந்தது, மேலும் ஒவ்வொரு தாவு அடிக்கும் அது பெரிதாகிக் கொண்டே வந்தது "விரைவாக." "குதிரையோட்டி அதற்கு அநுமதியளித்தான். "விரைவாக. விரைவாக!" ஓரளவு தூண்டப்பட்டு, தனது வலியை அணைத்தையும் உடனே செலவிட வேண்டும் என்ற ஆர்வத்தை எமரால்டு உணர்ந்தது. "நான் செல்லலாமா என்று நினைத்தது "இல்லை இது மிகவும் சீக்கிரம் – பர பரப்புற்று விடவேண்டாம்." மந்திரக் கைகள் அதற்கு பதிலளித்தன "பிறகு."

இரண்டு ஆண் குதிரைகளுமே பரிசுக் கம்பங்களை ஒரே நொடியில் கடந்தன, மாறுபட்ட முனைகளில் அவை அவ்வாறு செய்தன என்பதைத் தவிர விறைப்பான எல்லைக் கோட்டு நூலின் லேசான தடையும், அதனது விரைவான தொடிப்பும் எமரால்டு தன் காதுகளைக் கணநேரத்திற்கு அசைக்கும் படி செய்தது. ஆனால் அதுபற்றி உடனே மறந்து விட்டது. அற்புதக் கைகளின் உள்நோக்கத்' திற்காகக் காத்திருந்தது. "கொஞ்சம் வேகமா! பதட்டமடைந்து விட வேண்டாம்! நிதானமாப் போ!" குதிரையோட்டி உத்தரவிட்டான். கருப்பு, அலைகின்ற மேடையானது வேகமாக மிதந்து சென்றது. இன்னும் சுமார் 30–40 மீட்டர்களே இருந்தன. அவர்களில் நால்வரும் எமரால்டு, சிறிய வெண்ணிறக் குதிரை, ஆங்கிலேயன் மற்றும் குட்டையான அங்கவடிகளில் நின்ற இலாயப் பையன், தனது குதிரையினுடைய கழுத்தைத் தழுவிக் கொண்டு ஒரே எண்ணத்தால், சக்திமிக்க வலிமையின் ஒரே அழகால், ஒரே தாள லயத்தால் உத்வேகம் பெற்று ஒரே இணக்கமான பந்தயக் குழுவாக மகிழ்ச்சியோடு இணைந்திருந்தனர் எமரால்டின் குளம்புகளின் அளவொத்த ஓசை ஒரே சீராக வந்தது பையனுடைய குதிரையும் அதைக் கூர்மையாக எதிரொலித்தது மற்றொரு திருப்பமும், மற்றொரு மேடையும் அவர்களைச் விரைந்தது. "நான் விரைவாகப் போகலாமா? எமரால்டு கேட்டது. "சரி," என்று கைகள் அதற்கு பதிலளித்தன. "ஆனால் பதற்றமடைந்து விடாதே."

இரண்டாவது மேடை வேகமாகக் கடந்தது. மக்கள் கத்திக்கொண்டிருந்து

எமரால்டைத் திசை திருப்பியது பர பரப்புற்று, கடிவாளவார்களின் உணர்வை இழந்து, சுலபத் தன்மை வாய்ந்த வலது காலை எடுத்து நான்கு பாய்ச்சல்கள் பாய்ந்தது. ஆனால் உடனடியாக கடிவாளவார்கள் இறுகி, அதன் வாயைக் கிழித்து, கழுத்தைக் கீழே முறுக்கி. வலப் புறத்திற்கு அதன் தலையைத் திருப்பியது. அது போக விரும்பிய வழியில் வலது காலைமிதித்து பாய்ந்து செல்வது அதற்குச் சிரமமானதாக இருந்தது. எமரால்டு கோபமுற்று தனது காலை மாற்ற மறுத்தது, ஆனால் குதிரையோட்டி அந்தக் கணத்தைத் திடுமெனப் பற்றி குதிரையைத் துள்ளலில் போகுமாறு செய்தான். மேடை ஏற்கெனவே மிகவும் பின்னுக்கு இருந்தது. எமரால்டு திரும்பவும் ஒழுங்குக்கு வந்தது. கைகளும் திரும்ப மென்மையாகவும், நட்பு முறையிலும் மாறின. தனது குற்றத்தை உணர்ந்து, எமரால்டு தனது துள்ளலை இரட்டிப்பாக்க விரும்பியது.இல்லை இன்னமும் நேரம் வரவில்லை." என்று மிகுந்த நகைச் சுலையோடு குதிரையோட்டி குறிப்பிட்டான். "அதைச் சரிக்கட்டுவதற்கு நமக்கு வாய்ப்புக் கிட்டும். பரவாயில்லை."

இவ்வாறாக, அதற்கு மேல் எந்த நழுவல்களும் இன்றி, முழுமையான இணக்கத்துடன் மற்றுமொரு பாதி சென்றார் ஆனால் கருப்புக் குதிரையும் அன்றைய தினம் மிக அருமையான நிலைமையில் இருந்தது எமரால்டு காரியத் தைக் கெடுத்துக் கொண்டிருந்த அதே வேளையில் அதை சுமார் ஆறு குதிரைகள் அளவுக்குச் சமமான தொலைவிற்கு முந்திச் செல்ல அதவால் முடித்தது ஆனால் இப்போது எமரால்டு அதை முந்திக் கொண்டிருந்தது. அவை கடைசிக்கு முந்திய கம்பத்தை அடைந்த போது தான் அதற்கு மூன்றே கால் நொடி முன்னதாக இருப்பதைக் கண்டது. "இப்போது நீ போகலாம் போ! குதிரையோடடி உத்தர விட்டான் எமரால்டு தனது காதுகளை நிமிர்த்தி, பின்னுக்கு ஒரே ஒரு பார்வை பார்த்தது ஆங்கிலேயனுடைய முகம் கடுமையான உறுதியோடு கொழுந்து விட்டுக் கொண்டிருந் தது. நன்கு மழிக்கப்பட்ட உதடுகள் பொறுமையின்மையின் முகச் சுழிப்பால் விரிந்து, அகன்ற மஞ்சள் நிறப் பற்களைக் காட்டின. "உன்னால் முடிந்தளவுக்குச் செய்" என்று உயர்த்திய கைகளால் கடிவாளங்களுக்கு உத்தரவிட்டான். "இன்னும், இன்னும்!" திடீரென்று ஆங்கிலேயன் நடுங்குகிற குரனில், சங்கின் ஒலியைப் போலக் கத்தினான், "ஓ...ய்...ய்!"

"சரி! சரி! சரி சரி!.." என்று பையன் ஓட்டத்தோடு பாடினான்.

இப்போது வேகத்தின் உணர்ச்சி உச்ச அளவுக்கு வந்து ஏதோ மெல்லிய உரோமத்தால் கட்டப்பட்டு எந்நேரத்திலும் முறிவது போல அச்சுறுத்திக் கொண்டிருந்தது. 'பட–பட–பட' என்று எமரால்டின் கால்கள் தரை மீது ஒரே மாதிரியாகத் தட்டின, 'பட–பட – பட' இது வெள்ளைப் பொலிகுதிரையிடமிருந்து வந்தது, அது எமரால்டுக்கு முன்னே சென்று கொண்டிருந்தது. தொய்வான

ஏர்க்கால்கள் ஓட்டத்தோடு அலைந்தன. குதிரையின் கழுத்தின் மேல் கிட்டத்தட்ட படுத்துக் கொண்டிருந்த பையன், பாய்ச்சலோடு மேலுங்கீழும் போய் வந்தான்.

எமரால்டைச் சந்திக்க விரைந்து வந்த காற்று அதனது காதுகளில் விசிலடிக்கவும். நீராவித் திவலைகளை அடிக்கடி வெளிவிட்ட மூக்குத் துவாரங்களில் இதமான உணர்ச்சியைக் கிளப்பவும் செய்தது. மூச்சு விடுவது இப்போது சிரமமானதாக இருந்தது. அதனது தோல் வெப்பத்தை உணர்ந்தது. தனது உடம்பு முழுவதையும் வளைவுக்குள்ளாக வளைத்து. கடைசி வளைவில் எமரால்டு ஓடியது. எதிர்வந்த மேடை உயிர்பெற்றுத் திகழ்ந்தது, ஆர்வமூட்டுகிற ஆயிரக்கணக்கான குரல்கள் அதனை ஊக்கப்படுத்தின. இதற்கு மேலும் துள்ளிச் செல்ல முடியவில்லை. எனவே பாய்ந்து செல்வதற்காக இருந்தது, ஆனால் பின்னாலிருந்த அற்புதமான கைகள் உடனடியாகக் கெஞ்சவும், உத்தரவிடவும், உணர்ச்சிகளை மட்டுப்படுத்தவும் செய்து கூறின: “பாய வேண்டாம், செல்லத் தம்பி! பாய வேண்டாமே! அதுதான். அதுதான், அதுதான்.” வெற்றிக் கம்பத்தை விரைந்து தாண்டியபோது பார்க்காதவாறு எமரால்டு கயிற்றை அறுத்தது. அந்த மேடையினின்றும் கூக்குரல்கள், சிரிப்பு, கைதட்டல்கள் நீர்வீழ்ச்சி போல வந்தன. நிகழ்ச்சி நிரலின் வெள்ளைத் தாள்கள், குடைகள், கைத்தடிகள், தொப்பிகள் ஆகியன அசைகின்ற முகங்களுக்கும் கைகளுக்கும் மத்தியில் மின்னின ஆங்கிலேயன் கடிவாளங்களை மெல்லக் கீழே விட்டான். அவனது அசைவுகள் எமரால்டுக்குக் கூறின: “முடிந்து விட்டது. நன்றி. செல்லத் தம்பி!” எமரால்டு தன்னைத்தானே முயற்சியுடன் கட்டுப்படுத்திக் கொண்டு நடக்கத் தொடங்கியது. அதே கணத்தில் கருப்புக் குதிரை பந்தயத் திடலின் எதிரான வெற்றிக் கம்பத்துக்குக் குறுக்காக ஏழு நொடிகள் பிந்தி வந்துகொண்டிருந்தது.

தனது மரமரத்துப் போன கால்களை மிகுந்த சிரமத்துடன் உயர்த்தி, ஆங்கிலேயன் ரேக்ளாவிலிருந்து கீழே பலமாகக் குதித்து, தனது வெல்வெட்டு இருக்கையைக் கழற்றி தராசுத் தட்டுகளுக்குத் தூக்கிச் சென்றான் குதிரைக்காரர்கள் ஓடிவந்து வியர்த்துக் கொட்டும் எமரால்டின் முதுகுக்கு மேலாக ஒரு துணியைப் போட்டு, குதிரை மைதானத்தை நோக்கி அதைக் கூட்டிச் சென்றார்கள். அதைத் தொடர்ந்து மக்களது பேராரவாரமும், நடுவரின் பெட்டியிலிருந்து நீண்ட மணி ஒலியும் கேட்டன. குதிரையின் மூஞ்சியினின்றும் சற்று மஞ்சள் நிறமான நுரை வடிந்து தரைமீதும், குதிரைக்காரர்களின் கைகளின் மேலும் விழுந்தது.

ஓரிரு நிமிடங்களுக்குப் பிறகு எமரால்டு, வண்டியிலிருந்து கழற்றப்பட்டு மேடையை நோக்கித் திரும்ப அழைத்துச் செல்லப்பட்டது. நீளமான மேலங்கியும், புதிய பளபளக்கும் தொப்பியும் அணிந்த உயரமான மனிதன்

– அவனைத் தன்னுடைய லாயத்திலே எமரால்டு அடிக்கடி பார்த்திருக்கிறது – அதனது கழுத்தில் தட்டிக் கொடுத்து, கொஞ்சம் சர்க்கரையை வாரியெடுத்து தனது உள்ளங்கையால் குதிரையின் வாய்க்குள்ளாகப் போட்டான். அந்தக் கூட்டத்தில் ஆங்கிலேயனும் முறுவலித்துக் கொண்டும், தனது முகத்தைச் சுரித்துக் கொண்டும், தனது நீண்ட பற்களைக் காட்டிக் கொண்டும் இருந்தான். எமரால்டின் மேலிருந்த துணி எடுக்கப்பட்டு, கருப்புத் துணியால் மூடப்பட்ட மூன்று கால் பெட்டியின் முன்பாக அது நிறுத்தப்பட்டது. அதற்குக் கீழே இருந்த மனிதன் சுறுசுறுப்பாக ஏதோ செய்து கொண்டிருந்தான்.

இதோ பிறகு மக்கள் மேடைகளை விட்டு இறங்கி விழுந்தடித்துக் கொண்டு கீழே வந்தார்கள் குதிரையைச் சுற்றிச் சூழ்ந்து, ஆரவாரம் செய்துகொண்டும், தங்களது கைகளை ஆட்டிக்கொண்டும், ஒருவரையொருவர் நோக்கித் தங்களது சிவந்துபோன கோபமுற்ற முகங்களைக் காட்டிக் கொண்டும் இருந்தார்கள். அவர்களது கண்கள் மின்னின. எதற்காகவோ அவர்கள் வன்மங் கொண்டு, எமரால்டினுடைய கால்களிலும், தலையிலும், விலாப்புறங்களிலும் தங்கள் விரல்களைக் குத்தினார்கள். அதனது முத்திரை பதித்திருந்த பிட்டத்தின் இடதுபுறத்தில் அவனது முடியைக் கசக்கிச் சுருட்டி, திரும்பவும் அவர்கள் ஒரேயடியாகக் கத்தினார்கள். “இது ஒரு மோசடிக் குதிரை, கள்ளக் குலுக்கு நடைக் குதிரை! இது எல்லாமே ஒரு ஏமாற்று, மோசடி! எங்க பணத்தைத் திருப்பிக் கொடு!” இவற்றைப் புரிந்துகொள்ளாமலே எமரால்டு இந்த வார்த்தைகளைக் கேட்டு, தனது காதுகளை இடைவிடாது அசைத்தது. “அவர்கள் எதைப் பற்றிப் பேசிக் கொண்டிருக்கிறார்கள்?” என்று வியப்போடு நினைத்தது. “நான் நன்றாக ஓடவில்லையா?” கண நேரத்திற்கு அதனது பார்வை ஆங்கிலேயனின் முகத்தின் மீது பதிந்தது. இந்தக் கடினமான, சற்று வஞ்சப்புகழ்ச்சியான முகம், எப்போதுமே அத்தனை அமைதியாக இருக்கக் கூடியது, இப்போது கோபத்தால் கழன்று எரிந்தது. மேலும் திடீரென்று ஆங்கிலேயன் தொண்டை கிழியக் கத்தித் தனது கையை வீசிக் கொடுத்த அடியின் ஓசையானது இரைச்சலின் ஊடாகக் கிளர்ச்சியின்றி ஒலித்தது.

6

எமரால்டு வீட்டிற்கு அழைத்து வரப்பட்டது; மூன்று மணி நேரங்கழித்து அதற்கு அவர்கள் ஓட்ஸ் கொடுத்தார்கள், மாலையில் கிணற்றடியில் அதற்கு அவர்கள் தண்ணீர் கொடுத்தபோது, வேலிக்கு அப்பால் பெரிய மஞ்சள் நிலா உயர்ந்துகொண்டு வந்ததைப் பார்க்க அது வெறுமையான அச்சத்தால் ஆட்கொள்ளப்பட்டது.

பிறகு சலிப்படைந்த நாட்கள் வந்தன.

பயிற்சிக்கோ, பந்தயத்திற்கோ அது இனி அழைத்துச் செல்லப்படவில்லை. ஆனால் ஒவ்வொரு நாளும் அந்நியர்கள் – பல அந்நியர்கள் – வருவார்கள், அவர்களிடம் அதனை வெளியே முற்றத்திற்கு அழைத்துச் சென்று, அங்கே அதனை பார்த்து, முற்றாகச் சோதித்தார்கள், அதனது வாய்க்குள்ளாகத் தங்களது விரல்களைத் திணிக்கவும், மாக்கல் கொண்டு அதனது தோலை உரசித் தேய்க்கவும், ஒருவருக்கொருவர் சத்தம் போட்டுக்கொள்ளவும் செய்தார்கள்.

பிறகு ஒரு பிந்திய மாலையில், தொழுவத்தை விட்டு, நீண்ட, ஆள் நடமாற்ற, கல் தெருக்களின் வழியாக, வெளிச்சமுள்ள சன்னல் கொண்ட வீடுகளைக் கடந்து இழுத்துச் செல்லப்பட்டதை நினைத்துப் பார்த்தது. அதன்பிறகு ரயில் நிலையம், கருத்த ஆடுகின்ற பாரவண்டி, களைப்பு, நீண்ட பயணத்தால் கால்கள் நடுங்குதல், இன்ஜின்களின் விசில்கள், சலசல ஒலி ஏற்படுத்தும் தண்டவாளங்கள், திணறடிக்கும் புகை மணம், அலைகின்ற லாந்தர் விளக்கின் மங்கலான வெளிச்சம் ஆகியன வந்தன. ஒரு ஸ்டேஷனில் அவர்கள் அதனை வண்டியை விட்டு இறக்கி நீண்ட நேரத்திற்கு அறிமுகமில்லாத பாதை நெடுகிலும், பரந்த பயிரற்ற இலையுதிர் கால வயல்கள், கிராமங்கள் இவற்றைக் கடந்து அறிமுகமில்லாத கொட்டிலுக்கு அழைத்துச் சென்று, மற்ற குதிரைகளினின்றும் தவிர்த்துத் தனியாகப் பூட்டினார்கள்.

ஆரம்பத்தில் அது ஓட்டப்பந்தயங்களை, ஆங்கிலேயனை வசீலியை, நஸாரை மற்றும் ஒனேகினை தொடர்ந்து நினைத்துப் பார்த்து வந்தது, அடிக்கடி அவர்களைத் தனது கனவுகளில் கண்டது. ஆனால் காலம் செல்லச் செல்ல எல்லாவற்றையும் மறந்துவிட்டது. யாரிடமிருந்தோ அது மறைத்து வைக்கப்பட்டது. அதனுடைய இளம், கட்டான உடல் நலிவுற்று, வேதனைப்பட்டு, சோம்பேறித்தனத்தால் மெலிந்துபோனது. அவ்வப்பொழுது புத்தம் புதிய அந்நியர்கள் அதனை நெருக்கித் தள்ளினார்கள். அதனைத் தடவி, தொந்தரவு செய்தார்கள், தங்களுக்குள் பூசலிட்டுக் கொண்டார்கள்.

சில நேரங்களில் திறந்த கதவின் வழியாக திறந்த வெளியில் மற்ற குதிரைகள் நடப்பதையோ ஓடுவதையோ எமரால்டு பார்க்க நேரிட்டது; பிறகு அது சீற்றத்தோடும் அவலத்தோடும் அவற்றுக்கு அழைப்பு விடுக்கும். ஆனால் கதவு உடனடியாகச் சாத்தப்படும், திரும்பவும் நேரம் துயரமானதாகச் செல்லும்.

கொட்டிலுக்குப் பொறுப்பாக இருந்தவன் பெரிய தலையும், சிறிய கருத்த விழிகளுடன் கூடிய தூங்கு மூஞ்சித் தோற்றமும், தட்டையான முகத்தில் சிறிய கருத்த மீசையும் கொண்டிருந்தான். எமரால்டைப் பற்றி அவன் அக்கறை எதுவும் எடுத்துக் கொள்ளவில்லை. எனினும், ஏதோ குறிப்பிட முடியாத சில காரணத்திற்காகக் குதிரை அவனை அச்சுறுத்தியது.

ஒருநாள் அதிகாலையில், எல்லாக் குதிரையாட்களும் இன்னமும் தூங்கிக் கொண்டிருந்தபோது, அந்த மனிதன் மெதுவாக, ஒரு சின்ன ஓசையின்றி நுனி விரல்களால் நடந்து எமரால்டின் கொட்டிலுக்குள்ளாக வந்து அதனது தொட்டியில் கொஞ்சம் ஓட்சைப் போட்டுவிட்டு வெளியேறினான். எமரால்டு ஓரளவுக்கு வியப்படையவே செய்தது. ஆனால், அதை எதிர்ப்பற்ற தன்மையில் ஏற்றுக்கொண்டது. ஓட்ஸ் இனிப்பாகவும், இலேசாகக் கசப்பாகவும் இருந்தது, நாக்கில் உறைப்பாக உணர்ந்தது. “எவ்வளவு வித்தியாசம்,'' என்று எமரால்டு நினைத்தது, “இத்தகு ஓட்சை நான் ஒருபோதும் சுவைத்ததில்லை.”

அதோ திடீரென்று அது லேசான வயிற்று வலியை உணர்ந்தது. அது வந்து போய்விட்டது, பிறகு திரும்பவும் வந்தது. நிமிடத்திற்கு நிமிடம் வலி கூடிக்கொண்டே போனது. இறுதியில் வலி பொறுக்க முடியாததாக மாறியது. எமரால்டு மந்தமாகப் புலம்பியது. தீப்பொறிச் சக்கரங்கள் அதன் கண்களுக்கு முன்னால் சுழன்றன. பக்க உறுப்பு திடீரென்று வலிமை குறைந்ததால் அதனது உடல் ஈரமாகி பொருபொருப்பாக மாறியது, அதனுடைய கால்கள் நடுங்கி, தரை மீது நிலைகுலைந்து, பிறகு ஆண் குதிரை விழுந்தது. திரும்பவும் அது எழுந்திருக்க முயன்றது. ஆனால், அதனால் செய்ய முடிந்ததெல்லாம் தனது முன்னங்கால்களோடு போராடியது தான், பிறகு அது பக்கவாட்டில் விழுந்தது. இரைச்சலிடுகின்ற சூறாவளிக் காற்று அதன் தலைக்குள்ளே அடித்தது; ஆங்கிலேயன் அதன் கண்களுக்கு முன்னால் தனது நீண்ட குதிரைப் பற்களோடு மிதந்தான். பலத்த கனைப்புடன் ஒனேகின் விரைந்து ஓடியது. அதனது குரல்வளை வெளியே துருத்திக் கொண்டிருந்தது. ஏதோ இனம் புரியாத சக்தி எமரால்டை இரக்கமில்லாதவாறு, கருத்த, குளிர்ந்த பள்ளத்திற்குள்ளாக இழுத்துச் சென்றது. அதனால் அதற்குமேல் அசைய முடியவில்லை.

திடீரென்று வலிப்புகள் அதன் கால்களையும், கழுத்தையும் வளைந்த முதுகையும் பிடித்துக்கொண்டன. அதனது எல்லா தோலின் ஊடாகப் படபடப்பு ஏற்பட்டது. அது உறைப்பான தோல்வாசனையை வெளிவிட்டது.

லாந்தர் விளக்கின் அலைகின்ற மஞ்சள் ஒளி அதனது கண்களில் கண நேரம் புண்படும்படி தெரிந்து, அதனது பார்வை குறையவே மறைந்து போயிற்று. அதனது காதில் தெளிவற்ற மனிதனின் முரடான கூச்சல் கேட்டது, ஆனால், விலாவில் உதைந்த குதிகாலை அதனால் உணரமுடியவில்லை. பிறகு எல்லாமே போய்விட்டன – நிரந்தரமாக.

1907

செம்மணி வளையல்

L. van Beethoven. 2 Son. (op. 2. No2).
Largo Appassionato.

1

ஆகஸ்டு மாத நடுவிலே, அமாவாசைக்கு முன்பாக, கருங்கடல் வடக்குக் கடற்கரைக்குச் சற்று விசித்திரமான, மோசமான பருவச் சூழ்நிலை திடீரென்று வந்தது. பனி மண்டலம் அந்த நிலத்தின் மீதும் கடலின் மீதும் சூழ்ந்திருந்தது. ஒரு வெறிபிடித்த காளையைப் போல பகலும் இரவும் அந்தப் பெரிய கலங்கரை விளக்கினுடைய சங்கு கர்ஜித்தது. அல்லது பிறகு, தண்ணீர்த் தூசி போல நுண்ணிய தன்மை வாய்ந்த மெல்லிய தூறல், காலை முதல் மறு காலை வரை தொடர்ந்து அழுத்தமாக விழுந்து, களிமண் பாதைகளையும். நடைபாதைகளையும், வண்டிகளும் வண்டித் தொடர்களும் நீண்ட நேரம் அழுந்திப் போகுமாறு, ஒரு சேற்றுமடுவாக மாற்றியது. அல்லது அதன்பிறகு ஒரு பயங்கரப் புயற்காற்று வடமேற்குத் திசையிலிருந்த ஸ்டெப்பி நிலத்திலிருந்து வீசத் தொடங்கியது; மர உச்சிகள் அசைந்தன. ஒரு பெரிய புயலிலே அலைகள் போல பெருமூச்சு விட்டன. யாரோ ஒருவர் கனமான காலணிகளோடு அதன் மீது வேகமாக ஓடியது போல, இரவு நேரத்தில் வீடுகளின் இரும்புக் கூரைகள் ஆரவாரம் செய்தன, சன்னல் சட்டங்கள் ஆடின, கதவுகள் பேரொலி எழுப்பின, புகைப் போக்கிகளில் பயங்கரமான ஊளைச் சத்தம் கேட்டது. கடலில் பல மீன் பிடிப் படகுகள் அவற்றினது திசைக் கூறுகளை இழந்துவிட்டன, அவற்றில் இரண்டு திரும்பி வரவே இல்லை; ஒரு வாரத்திற்குப் பிறகு அந்த மீனவர்களுடைய பிணங்கள் கரைக்கு அடித்துத் தள்ளப்பட்டன.

புறநகர்ப் பகுதி கடற்கரைத் தங்குமிடத்திலுள்ள மக்கள் – பெரும்பாலும் கிரேக்கர்களும். யூதர்களும். எல்லாத் தெற்கத்திக்காரர்களையும் போல, வாழ்க்கையிலே பிரியமும், மிகுதியான அச்சமும் கொண்டவர்கள் – வேகமாக நகருக்குத் திரும்பிக் கொண்டிருந்தார்கள். அந்த மணற்பாங்கான நெடுஞ்சாலை நெடுகிலும் பெருஞ்சுமைகளை ஏற்றிய பாரவண்டிகள் முடிவில்லாதபடி தொடர்ச்சியாகப் போய்க் கொண்டிருந்தன. அதில் பாய்கள்,

அலெக்சாந்தர் குப்ரின்

சோஃபாக்கள், பெட்டிகள், நாற்காலிகள், சலவைச் சட்டங்கள், சமவார்கள் போன்றவை மிகுதியாகச் சுமத்தப்பட்டிருந்தன. அத்தூறலின் தெளிவற்ற மென்துகில் வழியே அது பரிதாபகரமான பயங்கரமான காட்சியாக இருந்தது – மோசமான நிலையில் இருந்த மூட்டை முடிச்சுகள் அத்தனை அருவருப்பாகவும், அத்தனை கவர்ச்சியற்றும் பிச்சைக்காரத்தனமாகவும் காணப்பட்டன; வண்டிகளின் உச்சியின் மீது உட்கார்ந்து கொண்ட வீட்டு வேலைக்காரிகளும், சமையல்காரிகளும் இரும்புச் சாமான்கள், பாத்திரங்கள் அல்லது கூடைகள் போன்றவற்றைக் கைகளில் வைத்துக் கொண்டிருந்தார்கள். களைத்துப் பெருமூச்சு விட்ட குதிரைகளும் அவ்வப்பொழுது நின்றுவிட்டன. அவற்றினுடைய முழங்கால்கள் தடுமாறிக்கொண்டிருந்தன, விலாப் புறங்களில் வியர்த்துக் கொட்டின. கம்மிய குரலில் வசை சொல் கூறிக்கொண்ட வண்டியோட்டிகள் மழைக்குப் பாதுகாப்பாகத் தங்களைச் சுற்றிப் போர்த்திக் கொண்டார்கள். மிகவும் வருந்தத்தக்க காட்சியாக, மக்கள் கைவிட்டுப் போன வீடுகள், அழிக்கப்பட்ட பூப்படுக்கைகள், உடைக்கப்பட்ட கண்ணாடிகள். கைவிடப்பட்டுப் போன நாய்கள், மற்றும் சிகரெட்டுத் துண்டுகள், துண்டுத் தாள்கள், உடைந்த பாத்திரங்கள், அட்டைப் பெட்டிகள் மருந்துப் போத்தல்கள் போன்ற கூளங்களுடன் இப்போது காலியாக வெட்ட வெளியாக இருந்தன.

ஆனால் பருவச் சூழ்நிலை ஆகஸ்டு பின் பகுதியிலே திடீரென்று மாறியது. அப்போது அமைதி வந்தது, மேகமற்ற நாட்களும் வந்தன. ஜூலையில் இருந்ததைவிட சூரிய ஒளி வாய்ந்ததாகவும், மிகப் பக்குவம் வாய்ந்ததாகவும், நாட்கள் வந்தன. வறண்ட வயல்களில் குட்டையாக வெட்டப்பட்டிருந்த மஞ்சள் நிற அரிதாள் கட்டைகளின் மீது இலையுதிர் காலச் சிலந்தி நூல் மைக்கா போல மின்னின. மரங்கள் அவற்றினுடைய அமைதியைத் திரும்பப் பெற்று மிக அடக்கமாக இலைகளை உதிர்த்துக் கொண்டிருந்தன.

மேற்குடியினரின் தலைவரின் மனைவி இளவரசி வேரா நிக்கலாயெவ்னா ஷேயினா தனது புறநகர் வீட்டை விட்டு நீங்க முடியாமல் இருந்தாள்; ஏனெனில் அவளது நகரத்து வீட்டில் மராமத்து வேலைகள் இன்னமும் முடிவடையவில்லை. இப்போது அந்த இன்பகரமான நாட்களால், அமைதியாலும், தனிமையாலும், தூய காற்றாலும், தெற்கு நோக்கிக் கூட்டமாகப் பறந்து செல்கின்றபோது தந்திக் கம்பிகளின் மீதிருந்த சிட்டுக் குருவிகளின் கலகலப்பொலியாலும், கடற்கரையிலிருந்து மெதுவாக வீசிய, கொஞ்சுகின்ற உப்புக் கலந்த தென்றலாலும் பெருமகிழ்ச்சியடைந்தாள்.

269

2

மேலும், அன்றைய நாள் செப்டம்பர் பதினேழு – அவளுடைய பிறந்த நாளாகும். தனது குழந்தைப் பருவத்தினுடைய நெஞ்சார நேசித்த தூரமான நினைவுகளோடு அவற்றைத் தொடர்புப்படுத்தி அதை எப்போதுமே அவள் நேசித்து வந்திருக்கிறாள். ஒருவித அதிசயமான மகிழ்ச்சியை அது கொண்டு வரும் என்று எப்போதுமே அவள் எதிர்பார்த்தாள். காலையில் அவசர வேலை நிமித்தம் நகரத்திற்குப் புறப்படுவதற்கு முன்பு, அவளுடைய கணவன் பேரிக்காய் வடிவமுடைய முத்துக்களால் ஆன பிரகாசமான காதணிகள் உள்ள ஒரு பெட்டியை அவளுடைய இரவு மேசையின் மீது வைத்துச் சென்றார். அந்தப் பரிசு அவளது மகிழ்ச்சியான மனநிலையை மேலும் அதிகப்படுத்தியது.

அவள் வீட்டிலே தனியாக இருந்தாள். அவர்களோடு வழக்கமாக வசித்து வந்த, அவளுடைய திருமணமாகாத சகோதரன் நிக்கலாய், துணை அரசு வழக்குரைஞன், வழக்கு விசாரணைக்காக நகரத்திற்குப் போயிருந்தார். அவளுடைய கணவன் அவர்களுடைய நெருக்கமான ஓரிரு நண்பர்களைத் தவிர மற்றவர்களை அழைத்து வரவில்லை என்று உறுதி கூறியிருந்தார். அவளுடைய பிறந்தநாள் கோடைப் பருவத்தின் போது இருந்தது அதிருஷ்டமானது, ஏனெனில் நகரத்தில் ஒரு பெரும் விருந்திற்காக அவர்கள் அதிகமான பணம் செலவழிக்க வேண்டி வந்திருக்கும். அதேவேளை இங்கே செலவுகளை மிகக் குறைந்த அளவுக்குக் குறைத்துக்கொள்ள முடியும். சமூகத்தில் அவருடைய செல்வாக்கிற்கு மாறாக அல்லது அதன் காரணமாகக் கூட, வரவையும் செலவையும் சரிக்கட்டுவதற்கு இளவரசன் ஷேயினுக்குக் கஷ்டமாக இருந்தது. அவருடைய முன்னோர்களால் மிகப்பெரும் குடும்பச் சொத்து ஏறக்குறைய நாசமாக்கப்பட்டு விட்டது. அதேசமயத்தில் அவருடைய நிலை, வருமானத்திற்கு மேலாக வாழும்படி கட்டாயப் படுத்தியது; வரவேற்புக் கொடுத்தல், நன்கொடைகள் வழங்குதல், நன்கு ஆடையணிதல், குதிரைகளை வைத்துக்கொள்ளுதல் போன்ற பிற. இளவரசி வேரா, தனது கணவனிடம் வைத்திருந்த முந்தைய உணர்ச்சிகரமான அன்பு, ஓர் உண்மையான நீடித்த நட்பாக மாறியபோது, அவருடைய முழுமையான அழிவிலிருந்து காப்பாற்றுவதற்கு எல்லா முயற்சிகளையும் எடுத்துக்கொண்டாள். அதைப் பற்றி அவர் சந்தேகிக்காதபடி, அவளுக்கு வேண்டிய பல பொருள்கள் இன்றியே கழித்தாள், வீட்டு நிர்வாகத்தையும் முடிந்தளவுக்குச் சிக்கனமாக நடத்தினாள்.

விருந்து மேசைக்கான பூக்களைக் கவனமாக வெட்டிக்கொண்டு, அவள் இப்போது தோட்டத்திற்குள்ளாக நடந்து கொண்டிருந்தாள். அந்தப் பூ மெத்தைகள், வெறுமையாக வெட்டப்பட்டு புறக்கணித்த தோற்றத்துடன் இருந்தன. பல்வேறு வண்ணங்களில் இரட்டைத் தோற்றங்கள் அவற்றின் மிகச் சிறந்த நிலையைத் தாண்டிவிட்டன. ஆகவே தூர்கள் பாதி மலர்ச்சியாக இருந்தன, முட்டைக் கோசின் மணத்தைப் பரப்பிய மெல்லிய, பச்சை நெற்றுகளால் பாதிச் சுமையேற்றப்பட்டிருந்தன; ரோஜாப் புதர்களிலே, அந்தக் கோடையில் மூன்றாவது முறையாக மொட்டுகள் மலர்ந்து கொண்டிருந்தன, இன்னமும் கூட வளர்ச்சி குன்றிய மொட்டுகளும் மலர்களும் அதில் இருந்தன. ஆனால் தாலியாக்கள், போனீஸ்கள் மற்றும் சாமந்திகள் போன்ற பூக்கள் தங்களுடைய செருக்கு வாய்ந்த அழகால், சந்தடியற்ற காற்றில், புல் தன்மையோடு கூடிய சோகமான இலையுதிர் கால மணத்தை நிரப்பியபடி ஆர்ப்பரித்தன. தங்களுடைய செழுமையான காதலையும் மிகுதியாகப் பழுக்கக் கூடிய தாய்மைக் காலத்தையும் இழந்துவிட்ட மற்ற பூக்கள், வருங்கால வாழ்க்கைக்காக எண்ணிலடங்கா விதைகளை அமைதியாகக் கீழே போட்டுக் கொண்டிருந்தன.

இளவரசி வேராவின் சகோதரி ஆன்னா நிக்கலாயெவ்னா பிரியேஸ்ஸே அங்கு வந்து கொண்டிருக்கிறாள் என்பதை அறிவிக்கின்ற மோட்டார் காரின் ஒலி பக்கத்து நெடுஞ்சாலையில் கேட்டது. வீட்டுக்காரியங்களுக்கு உதவி செய்யவும், விருந்தினர்களை வரவேற்கவும் தான் வரவிருப்பதாக அன்று காலை அவள் தொலைபேசியில் தெரிவித்திருந்தாள்.

வேராவினுடைய கூர்மையான காது அவளை ஏமாற்றவில்லை. அவளது வருகையை எதிர்நோக்கி வெளியே சென்றாள். சில நிமிடங்கள் கழித்து ஒரு மிடுக்கான அடைப்பு வண்டி படலையில் வந்து நின்றது; மோட்டார் ஓட்டி நளினமாகக் குதித்து, கதவை வேகமாகத் திறந்தான்.

இரு சகோதரிகளும் மகிழ்ச்சியோடு முத்தமிட்டுக் கொண்டார்கள். இதமான அன்பு இளமை வயதிலிருந்தே அவர்களைப் பின்னிப் பிணைத்திருந்தது. அவர்களுடைய தோற்றத்திலே முற்றிலும் வேறுபட்டவர்களாக இருந்தார்கள். மூத்த சகோதரி வேரா தனது தாயை ஒத்திருந்தாள். அவள் ஓர் அழகான ஆங்கில நாட்டுப் பெண்; அவளுக்கு உயரமான, நளினமான உருவம், மென்மையான ஆனால் கடுமையும் கர்வமும் கலந்த முகம், நன்கு அமைக்கப்பட்ட ஆனால் சற்று பெரிய கைகள், கவர்ச்சிகரமான சாய்ந்த தோள்கள், பழைய நுணுக்க ஓவியங்களில் காணப்படுவது போன்ற உருவம். ஆனால் இளைய சகோதரி ஆன்னா தன் தந்தையின் மங்கோலியத் தன்மைகளைப் பெற்றிருந்தாள், ஒரு

தாத்தாரிய இளவரசன், அவருடைய தாத்தா பத்தொன்பதாம் நூற்றாண்டின் ஆரம்பத்தில் கிறிஸ்துவ மதத்தில் சேர்ந்துகொண்டார். அவருடைய மூதாதையர்கள் தமெர்லான் வழி வந்தவர்கள், அல்லது தைமூர்–லென்க், அந்தப் பெயரால்தான் அந்தக் கொலைகாரனை அவளது அப்பா பெருமையோடு அழைத்தார். தனது சகோதரியைவிட தலைக்குப் பாதி உயரத்தில் நின்று கொண்டிருந்த அவள் அகலமான தோள்களும், சுறுசுறுப்பும் வேடிக்கைத் தன்மையும் வாய்க்கப்பட்டிருந்தாள். மற்றவர்களைக் கேலி செய்வதில் விருப்பமுள்ளவள். குறிப்பிடும்படியாக மங்கோலிய வடிவமைந்திருந்தது அவளுடைய முகம்: தூக்கலாகத் தெரிந்த கன்ன எலும்புகள், கிட்டப்பார்வை காரணமாக அவள் தனது சுருங்கிய கண்களை அடிக்கடி சுருக்கிக் கொண்டு பார்ப்பது, கர்வமான தோற்றம், புலன் கவர்ச்சிவாய்ந்த வாய், குறிப்பாக இலேசாக முன்னுக்கு வந்து நிற்கக் கூடிய கீழ் உதடு ஆகியன. எனினும் ஓர் இனமறியாத மருட்சி தருகின்ற ஒரு கவர்ச்சி அவளது முறுவலிப்பிலே இருந்தது, அவளுடைய தோற்றங்களில் எல்லாம் ஆழமான பெண் தன்மை வாய்ந்திருந்தது, அல்லது அது மற்றவர்களுக்குப் பொய்யாக ஆசையூட்டும், நடிப்புக் காதல் புரிகிற தன்மையாக இருக்கலாம். அவளுடைய நயமான அழகுக் குறைவே பல ஆண்களை மிகவும் அடிக்கடி கவர்ந்தது, மேலும் அவளுடைய சகோதரியினுடைய உயர்குடித் தன்மையைவிட அது வலுவாகக் கவர்ந்தது.

பணக்காரனும், மதிநுட்பமற்றவனுமான ஒருவனுக்கு அவள் மணம் முடிக்கப்பட்டிருந்தாள். ஏதோ ஒருவகையான அறக்கட்டளைக் குழுவில் இருந்தாலும், கம்மர்ஜங்கர் மேற்குடியினரின் முதற் பிரிவு என்ற கௌரவப் பட்டம் பெற்றிருந்தாலும் அவர் சுத்தமாக எதுவும் செய்யவில்லை. தன் கணவனை அருவருப்போடு பார்த்தாள், ஆனாலும் அவருக்கு இரண்டு குழந்தைகள் பெற்றுத் தந்தாள், ஒரு பையன், ஒரு பெண்; அதற்கு மேல் குழந்தை பெறுவதில்லை என்று முடிவு செய்திருந்தாள். ஆனால் வேரா, குழந்தைகள் பெற்றுக்கொள்வதற்கு மிகவும் ஆசைப்பட்டாள், அவளுக்கு ஒன்றுமில்லை. மனநிலை திரிந்த நிலையில், தன் தங்கையினுடைய அழகான ஆனால் சோகை பிடித்த குழந்தைகளைக் கொண்டாடினாள். எப்போதுமே நல்ல நடத்தையும், பணிவும் கொண்ட அவர்கள், வெளிறிய மாப்போன்ற முகங்களையும், சணல் நிறமுடைய வளைந்த பொம்மை முடியும் பெற்றிருந்தார்கள்.

ஆன்னா எப்பொழுதுமே மகிழ்ச்சி நிரம்பிய கட்டுப் பாடின்மையையும், சபலத்தன்மை வாய்ந்த முரண்பாடுகளையும் பெற்றிருந்தாள். எல்லாத்

அலெக்சாந்தர் குப்ரின்

தலைநகரங்களிலும், ஐரோப்பாவின் நலவாழ்வுப் புகலிடங்களிலும் உள்ள மிகவும் கவலையற்ற காதல் விளையாட்டாளர்களிடம் சுலபமாகத் தன்னைக் கொடுத்துவிடுவாள், ஆனால் தன் கணவனுக்கு அவள் உண்மையில்லாதவளாக இருந்ததில்லை. எனினும் அவனை அவனது முகத்திற்கு நேராகவும், பின்னாலும் மிக வெறுப்போடு கேலி செய்வாள். அதிகச் செலவாளி; சூதாட்டம், நடனங்கள், புதிய மனப்பதிவுகள், பரபரப்பூட்டும் காட்சிகள் இவற்றில் பெரு விருப்புக் கொண்டிருந்தாள். வெளிநாடு போகும்போது சந்தேகத்திற்குரிய ஓட்டல்களுக்கு அடிக்கடி போவாள். அதேநேரத்தில் பொதுவாகப் பெருந்தன்மை உள்ளவளாகவும், ஆழ்ந்த உண்மையான மதப்பற்று கொண்டவளாகவும் இருந்தாள், ரகசியமாக கத்தோலிக்காக மாறியும் விட்டாள். அவளது இடை, மார்பகம், தோள்கள் அதிக அழகுடையனவாக இருந்தன. நாகரிகமோ. புதுநடைப் பாணியோ அநுமதிக்கின்ற எல்லைகளைத் தாண்டுகின்ற அளவுக்கு அவள் உடையில்லாமல் இருந்தாள். ஆனால் தாழ்ந்த உடையணியும்போது அவள் எப்போதுமே துறவிகள் அணியும் கனத்த அங்கி அணிந்து கொண்டாள் என்று அவர்கள் சொன்னார்கள்.

வேராவோ, அதற்கு மாறாக எல்லாரும் ஏற்கும் ஆதரவு நல்குகின்ற முறையில் மிகவும் கண்டிப்பான, பழக்க வழக்கங்களைக் கொண்டிருந்தாள், ஓர் அரசியைப் போலத் தனித்து நின்றாள்.

3

"என் சுடவுளே, இங்கே எவ்வளவு இனிமையாக இருக்கிறது! எவ்வளவு நன்றாக இருக்கிறது!" தன் சகோதரிக்குப் பக்கத்திலே அந்தப் பாதை வழியாக வேகமாகச் சின்ன அடியிட்டு நடந்து போனபோது ஆன்னா சொன்னாள். "அந்தச் செங்குத்தான மேட்டிற்கு மேலே உள்ள பெஞ்சில் நாம் சற்றுநேரம் உட்காரலாம், உனக்கு மறுப்பு இல்லை என்றால். நான் கடலைப் பார்த்து நீண்ட காலமாகி விட்டது. இங்கே காற்று அவ்வளவு அருமையாக இருக்கிறது — அது நமது இதயத்திற்கு மகிழ்ச்சியைத் தருகிறது. போன கோடையில், கிரீமியாவில் உள்ள மிஸ்ஹோரில் வியப்பூட்டுகிற கண்டுபிடிப்பு ஒன்றைச் செய்தேன். நுரைத் தண்ணீரில் என்ன வாசனை வருகிறதென்று உனக்குத் தெரியுமா? சற்றே கற்பனை செய்து பார் – நறுமண மலர்கள் போல மணக்கிறது."

வேரா பாசத்தோடு முறுவலித்தாள்.

"நீ எப்போதுமே விஷயங்களைக் கற்பனை செய்கிறாய்."

"இல்லை, நான் அப்படியில்லை. ஒருமுறை, நிலவொளி இளஞ்சிவப்பு

நிழலைக் கொண்டிருக்கிறதென்று நான் சொன்னபோது, எல்லாரும் என்னைப் பார்த்துச் சிரித்தார்கள். இது எனக்கு நினைவிருக்கிறது. ஆனால் சில நாட்களுக்கு முன்னர் என்னுடைய படத்தை வரைகின்ற கலைஞராகிய பரீத்ஸ்கி நான் சொன்னது சரி என்றும், கலைஞர்கள் அதை நீண்ட காலமாகவே அறிந்து வைத்திருப்பதாகச் சொன்னார்."

"அந்த ஓலியர் உனது சமீபத்திய மையமா?"

"உனக்கு எப்போது பார்த்தாலும் விசித்திரமான கருத்துகள் ஏற்படுகின்றன!" ஆன்னா சிரித்தாள். பிறகு கடலுக்குள் ஆழமாக ஒரு சுவராக முடிந்திருந்த மேட்டு நிலத்தினுடைய விளிம்புக்கு விரைந்து நடந்து சென்றாள். தலையைக் குனிந்து பார்த்தவள், திடீரென்று மிகுந்த அச்சத்தோடு கத்தினாள், பின்னுக்குத் திரும்பினாள், அவளது முகம் வெளுத்திருந்தது.

"ஐயோ, என்ன உயரம்!" அவளுடைய குரல் மிக மென்மையானதாகவும், நடுக்கமானதாகவும் இருந்தது. "இவ்வளவு உயர்ந்த நிலையிலிருந்து நான் பார்க்கின்றபோது ஒருவகையான இனிய அருவருப்பான நடுக்கத்தைத் தருகிறது... எனது கால்விரல்கள்கூட வலிக்கின்றன... இருந்தாலும், அதன் கவர்ச்சிக்கு உட்பட்டவளாக இருக்கிறேன்..."

மறுபடியும் கீழ்நோக்கிப் பார்ப்பதற்குத் தயாராக இருந்தாள், ஆனால் அவளது சகோதரி அவளைப் பின்னுக்கு இழுத்தாள்.

"கடவுள் பெயரால் சொல்கிறேன். ஆன்னா அன்பே! நீ அவ்வாறு செய்கிறபோது எனக்குக் கிறுகிறுப்பு வருவதாக உணர்கிறேன். உட்கார், உன்னைக் கெஞ்சிக் கேட்டுக் கொள்கிறேன்."

"சரி, சரி, நான் உட்கார்கிறேன்... ஆனால் அது எவ்வளவு அழகாக இருக்கிறது பார், எவ்வளவு உணர்ச்சியூட்டுவதாக இருக்கிறது பார் – இதையே முழுமையாக நம்மால் பார்க்கமுடியாது. கடவுள் நமக்காகச் செய்திருக்கக் கூடிய எல்லா அதிசயங்களுக்கும் நான் அவருக்கு எவ்வளவு நன்றியுடையவளாக இருக்கிறேன் என்பதை நீ அறிந்தால்!"

இருவருமே கண நேரம் சிந்திக்க ஆரம்பித்தார்கள். கடல், நீண்ட தூரம் கீழே அமைதியாக இருந்தது. பெஞ்சிலிருந்து கடற்கரையைப் பார்க்க முடியாது இருந்தது. அது அந்தக் கடலினுடைய கம்பீரத்தையும், பெருமையையும் உயர்த்தியது. அலைகளைக் குறிக்கக் கூடிய அந்த நீர்கற்றைகளைத் தவிர நீர் அமைதியாகவும், நட்புத்தன்மை வாய்ந்ததாகவும் இருந்தது. தொடுவானத்திலே அவை மிக அழுத்தமானதாக மாறின.

மீன் பிடிப் படகுகள், தெளிவாகத் தெரியாதபடி, கடற்கரையிலிருந்து மிகத் தொலைவிலில்லாது மென்மையான தண்ணீரிலே அமைதியாகத் தூங்கிய நிலையில் இருந்தன. இன்னும் சற்று தொலைவிற்கு அப்பால் முப்பாய் மரக் கப்பல் ஒன்று அடியிலிருந்து உச்சி வரை வெண்மையாக மூடப்பட்டு, வடிவமைந்த கப்பற்பாய்கள் காற்றினாலே புடைத்தபடி – நகராமல் ஆகாயத்தில் நிலைக்குத்தி இருப்பது போலக் காணப்பட்டது.

“நீ என்ன மனத்தில் வைத்திருக்கிறாய் என்பது தெரிகிறது,” என்று மூத்த சகோதரி சிந்தனையில் ஆழ்ந்தவளாகச் சொன்னாள். “ஆனால் ஒருவகையில் நீ நினைப்பது போல நான் கருதவில்லை. சுடலை முதன் முறையாக ஒரு நீண்ட இடைவெளிக்குப் பிறகு நான் பார்க்கின்றபோது அது எனக்குப் பரபரப்பூட்டி தடுமாற வைக்கிறது. இதற்குமுன் பார்த்திராத ஒரு தெய்விக விந்தையை நான் பார்த்துக் கொண்டிருப்பது போல உணர்கிறேன். ஆனால் அதற்கு நான் பழகிய பிறகு, அதனுடைய ஒரு மந்தமான வெறுமை என்னை அழுத்தத் தொடங்குகிறது... அதை நான் பார்க்கும்போது மனச் சலிப்படைகிறேன். அதை மறுபடியும் பார்க்காதிருக்க முயல்கிறேன். இது சலிப்பைத் தரும்.

ஆன்னா முறுவலித்தாள்.

“அது என்ன?” என்று சகோதரி கேட்டாள்.

“போன கோடையில்,” ஆன்னா மறைக்கும் பாங்கில் சொன்னாள், “யால்தாவிலிருந்து உச்–கோஷ் வரை நாங்கள் ஒரு பெரும் குதிரைச் சவாரிப் பயணம் மேற்கொண்டோம். அது காட்டுக்காரர்களுடைய வீட்டுக்கப்பால், அருவிகளுக்கு மேலே இருந்தது. முதலில் நாங்கள் பனிமூட்டத்திற்குள் சுற்றியலைந்தோம். அது மிக ஈரப்பதமாக இருந்ததால் எங்களால் தெளிவாகப் பார்க்க முடியவில்லை. ஆனால், பைன் மரங்களுக்கு இடையிலுள்ள செங்குத்தான பாதை வழியாக, மேன்மேலும் ஏறினோம். பிறகு அந்தக் காடு முடிந்தது. நாங்கல் மூடு பனியைத் தாண்டிவிட்டோம். ஒரு மலை உச்சியின் மேல் ஒரு குறுகிய பாதையையும் அதற்குக் கீழே ஒரு பள்ளத்தாக்கையும் கற்பனை செய்து பார். அந்தக் கிராமங்கள் தீப் பெட்டிகளை விடப் பெரியதாகத் தோன்றவில்லை. காடுகளும், தோட்டங்களும், ஒருவிதத்தில் புல்போலத் தோற்றமளித்தன. அந்த நிலவெளி முழுவதுமே வரைபடம் போலக் கீழே கிடந்தது. அதற்கும் கீழே அந்தக் கடல் ஐம்பது அல்லது நூறு மைல் தூரம் நீண்டு கிடந்தது. ஆகாயத்தின் நடுவில் தொங்கிக் கொண்டிருப்பதாகவும், பறக்கப் போவதாகவும் நான் கற்பனை செய்தேன். அது எவ்வளவு அழகாக இருந்தது. அது என்னை அவ்வளவு மெல்லிய நிலையில் உணரச் செய்தது!

அப்பக்கம் திரும்பி வழி காட்டியிடம் மகிழ்ச்சியோடு சொன்னேன்: 'நல்லது. செயீத் ஒக்லு, இது மிக அழகாக இருக்கிறதல்லவா?" அவனுடைய நாக்கால் 'கிளிக்' ஓசை எழுப்பிச் சொன்னான்: 'ஆமாம், அம்மையாரே. இவற்றோடு நான் எவ்வளவு சலித்துப் போனேன் என்பது உங்களுக்குத் தெரியாது. நான் அதை ஒவ்வொரு நாளும் பார்க்கிறேன்.' "

"உனது உவமைக்கு நன்றி," என்றாள் சிரிப்புடன் வேரா. "ஆனால் வட பகுதிக்காரர்களாகிய நாங்கள் கடலினுடைய கவர்ச்சியை ஒருபோதும் புரிந்துகொள்ள முடியாதென்று அழுத்தமாக நினைக்கிறேன். நான் காட்டை நேசிக்கிறேன். எங்களுடைய யெகோரொவ்ஸ்கொயே காட்டை உனக்கு நினைவிருக்கிறதா? அதனால் நாம் எங்ஙனம் சலிப்படைய முடியும்? பைன் மரங்கள்! என்ன பாசிகள்! வெள்ளைக் குமிழ் மணிகளுடன் சிவப்புப் பட்டால் பின்னல் வேலை செய்யப்பட்டது போல காணப்படும் நச்சுக் காளான்கள். அது அவ்வளவு அமைதியாகவும்... அவ்வளவு குளிர்த்தன்மை வாய்ந்ததாகவும் இருக்கிறது."

"எனக்கு எந்த வேறுபாடும் இல்லை. எல்லாம் எனக்குப் பிடிக்கும்,'' என்று ஆன்னா மறுதலித்தாள். "ஆனால் அனைத்திற்கும் சிறப்பாக என்னுடைய அக்காவைத்தான், எனது அன்புக்குரிய கூரறிவுடைய வேராவை எனக்குப் பிடிக்கும். நாங்கள் இரண்டு பேர்தானே இந்த உலகத்தில் இருக்கிறோம், உனக்குத் தெரியுமல்லவா?"

தனது கையைச் சகோதரியைச் சுற்றிப் போட்டுக் கொண்டு கன்னத்தோடு கன்னம் உரசினாள். திடீரென்று திடுக்குற்றாள்.

"ஆனால் நான் எவ்வளவு மடத்தனமாக இருக்கிறேன்! நாவலில் வரும் பாத்திரத்தைப் போல இங்கே நாம் உட்கார்ந்து இயற்கையைப் பற்றிப் பேசிக் கொண்டிருக்கிறோம். என்னுடைய அன்பளிப்பைப் பற்றி நான் முற்றிலும் மறந்துவிட்டேன். இதோ, பார். அது உனக்குப் பிடிக்காதோ என்று பயப்படுகிறேன்.

அவளுடைய கைப் பையிலிருந்து புதுமையாக பைண்டு செய்யப்பட்ட ஒரு சிறிய குறிப்பேட்டை எடுத்தாள்: பழைய நீல நிற வெல்வெட்டுப் பின்னணியில், காலத்தால் வெளிறிப் போன மிக நுண்மையான கோவையும் அழகுமிக்க அமைப்பும் வாய்ந்த ஒரு மங்கிய தங்கச் சரிகைச் சித்திர வேலைப்பாட்டுடன் சுற்றி வளைக்கப்பட்டிருந்தது. அது மிகவும் திறமை வாய்ந்த, நுட்பமான கலைஞனுடைய கடினக்கலை ஆக்கம். அந்தக் குறிப்பேடு

ஒரு தங்கச் சங்கிலியால் நூல் போல மெல்லியதாக இணைக்கப்பட்டிருந்தது. உள்ளே தாள்களுக்குப் பதிலாகத் தந்தத் தகடுகள் வைக்கப்பட்டிருந்தன.

"என்ன அழகு! பகட்டாக இருக்கிறது!" என்று சொல்லி வேரா தன் சகோதரியை முத்தமிட்டாள். "நன்றி இந்தச் செல்வத்தை நீ எங்கே பெற்றாய்?"

"தொன்மைப் பொருள்கள் உள்ள கடையில் பழைய குப்பைகளைக் கிளறுவதில் உள்ள எனது பலவீனம் உனக்குத் தெரியுமல்லவா? இந்த வழிபாட்டுப் புத்தகத்தை அப்படித்தான் கண்டேன். ஆபரணம் இந்த இடத்தில் சிலுவை மாதிரி எங்ஙனம் உருவம் அடைகிறது என்று பார். நான் இந்தப் பைண்டிங்கைத் தான் பார்த்தேன்; ஒவ்வொன்றையும்கூட பக்கங்கள், பிடிப்புகள், பென்சில் – நானே தான் நினைக்கவேண்டியதாக இருந்தது. என்னுடைய கருத்தை மல்லினேயிடம் விளக்குவதற்கு நான் முயற்சி செய்தாலும் எதை நான் விரும்புகிறேன் என்பதை அவனால் தெரிந்துகொள்ள முடியவில்லை. கொக்கிகள் முழு அமைப்பைப் போலவே செய்திருக்கப்பட வேண்டும் – மந்தமாகவும், பழைய தங்கத்தால் செய்யப்பட்டு நுண்மையாகச் செதுக்கப்பட்டு – ஆனால் அவன் என்ன செய்தானென்பது கடவுளுக்குத்தான் தெரியும். எனினும், இந்தச் சங்கிலி சுத்தமான வெனீசிய வேலைப் பாடமைந்தது. மிகப் பழையது."

பாராட்டுகின்ற முறையில் அந்த பிரமாதமான பைண்டிங்கை வேரா கையால் வருடினாள்.

"என்ன செழுமையான பழமை! இந்தக் குறிப்பேடு எவ்வளவு பழமையானது என்று வியக்கிறேன்." என்றாள்.

"நான் ஊகிக்கத்தான் முடியும். பதினேழாம் நூற்றாண்டின் பிற்பகுதியில் அல்லது பதினெட்டாம் நூற்றாண்டின் இடையில் அதன் காலம் இருக்க வேண்டும்..."

"எவ்வளவு விநோதமானது." என்றாள் வேரா வருந்தந்தோய்ந்த முறுவலிப்புடன் "மார்கியூசி டீ பாம்படோர்* அல்லது அரசி மரீ அன்டுவனேட் கைகளிலே பட்டிருக்கக் கூடிய பொருளை நான் என் கையிலே வைத்துக் கொண்டிருக்கிறேன்... ஓ, ஆன்னா, ஒரு வழிபாட்டுப் புத்தகத்திலிருந்து ஒரு பெண்ணினுடைய குறிப்பேட்டைத் தயாரிப்பது, அது உன்னைப் போலவே

---

*பாம்படோர் (1721–1769)–பிரெஞ்சு மன்னன் பதினைந்தாம் லூயிக்கு விருப்பமானவள், அரசு விவகாரங்களில் பெரும் செல்வாக்குப் பெற்றிருந்தாள். (ப –ர்.)

செம்மணி வளையல்

இருக்கிறது, சரி, நாம் உள்ளே போய் என்ன நடக்கிறது என்று பார்ப்போம்."

எல்லாப் பக்கங்களிலும் இசபெல்லா திராட்சைக் கொத்துகளின் பின்னல் அமைப்பினால் சூழப்பட்ட சதுரக் கல் பதிக்கப்பட்ட நீண்ட தாழ்வாரத்தைக் கடந்து அவர்கள் வீட்டிற்குள்ளே சென்றார்கள் கரும்பச்சை நிறத்தினிடையே ஸ்டாபெரியைப் போல மென்மையாக மணம் வீசிக் கொண்டு கனமாகத் தொங்கிக் கொண்டிருந்த கரிய வளமான கொத்துகள் சூரியனால் முலாம் பூசப்பட்டது போல இங்குமங்கும் மின்னியது. அந்தத் தாழ்வாரமானது பச்சை நிறமான அரை ஒளியில் தன்னை இழந்திருந்தது. அது அந்த இரு பெண்களுடைய முகத்திலும் ஒரு வெளிறிய பிரதிபலிப்பை உருவாக்கியது.

"விருந்து இங்கே தான் பரிமாறப்பட விருக்கிறதா?" என்று ஆன்னா கேட்டாள்.

"அப்படித்தான் முதலில் நினைத்திருந்தேன்... ஆனால் மாலைப் பொழுது இப்போது மிகவும் குளிராக இருக்கிறது. உணவுக் கூடமே சரியாக இருக்கும் என்று நினைக்கிறேன். ஆண்கள் இங்கே புகைப்பதற்கு வரக்கூடும்."

"பார்ப்பதற்குத் தகுதியான ஆட்கள் யாரும் வருவார்களா?"

"இன்னமும் எனக்குத் தெரியாது. நமது தாத்தாவை மட்டுந்தான் எனக்குத் தெரியும்."

"ஆ, செல்லத் தாத்தா! எவ்வளவு நன்றாக இருக்கிறது!" தனது கைகளைத் தேய்த்துக் கொண்டு ஆன்னா கத்தினாள். "ஆவரைப் பார்த்து எவ்வளவோ காலமாகிவிட்டது."

"வாஸ்யாவின் சகோதரியும் வந்து கொண்டிருக்கிறாள். பேராசிரியர் சிபேஷ்னிகவ் வருகிறார் என்று நினைக்கிறேன். நேற்று அறிவே குழம்பிய நிலையில் இருந்தேன். ஏனென்றால் அவர்கள் இருவருக்கும் நல்ல உணவு பிடிக்கும் என்பது உனக்குத் தெரியும் – தாத்தாவுக்கும் பேராசிரியருக்கும். ஆனால் இங்கோ நகரத்திலோ ஒரு சாமானும் கிடைக்காது, காதலுக்கும் கிடைக்காது காசுக்கும் கிடைக்காது. லுக்கா எங்கேயோ பறவைகள் கொண்டு வந்தான் ஒரு வேடுவனிடம் அவற்றைச் சொல்லியிருந்தான் – அவற்றிடத்தில் தனது திறமையை அவன் இப்போது பயன்படுத்திக் கொண்டிருக்கிறான். ஒப்பிட்டுப் பார்க்கையில் மாட்டிறைச்சி மோசமாக இல்லை. அந்தோ! தவிர்க்கமுடியாத வறுத்த மாட்டிறைச்சி! மிக அருமையான நண்டுகளும் நமக்கு இருக்கின்றன."

"நல்லது. பார்க்கப் போனால் அவ்வளவு மோசமாகத் தோன்றவில்லை.

278

கவலைப்படாதே. நமக்குள் பேசிக்கொள்வது என்றால், உனக்கே நல்ல சாப்பாடு என்றால் பிடிக்குந்தானே."

"ஆனால், இன்றைக்கு ஏதோ அரிய சாப்பாடு வைத்துக்கொள்வோம். இன்று காலையில் மீனவன் கடல் சேவல் ஒன்று கொண்டுவந்தான். நானே அதைப் பார்த்தேன். அது உள்ளபடியே ராட்சச மீன். பார்ப்பதற்கே பயங்கரமாக இருந்தது."

தன்னுடையதோ மற்றவர்களுடையதோ என்றில்லாமல், எதையுமே ஆர்வமாகத் துருவிப் பார்க்கக்கூடிய ஆன்னா, அந்த மீனை உடனடியாகப் பார்ப்பதற்கு விரும்பினாள்.

லுக்கா, நன்கு முகம் வழிக்கப்பட்ட உயரமான மனிதன், மரக்கட்டை எழில் விரிப்பில் நீர் கொட்டிவிடக் கூடாதென்று, வெண்மையான நீள் சதுர வட்டிலின் பிடிவளையை சிரமத்தோடு தூக்கிக் கொண்டு வந்தான்.

"பன்னிரெண்டரைப் பவுண்டு, மாட்சிமை தங்கிய அம்மையே," என்று, ஒரு சமையல்காரனுக்குரிய வித்தியாசமான கர்வத்தோடு கூறினான். "நாங்கள் அதைத் திரும்பவும் நிறுத்துப் பார்த்தோம்."

அந்த மீன் வட்டிலுக்கு மிகப் பெரிதாக இருந்தது. அதனது வாலைச் சுருட்டிக் கொண்டு கிடந்தது. அதனது செதிள்கள் தங்கத்தால் ஆனது போல இருந்தன. அதனது துடுப்பு பிரகாசமான சிவப்போடு இருந்தது. நீளமான விசிறி போன்ற சிறகுகள். அதனுடைய பெரிய தலையிலிருந்து தனித்து நிற்பது போலிருந்தது. அது இன்னமும் உயிரோடு இருந்தது. அதனுடைய செவுள்கள் இப்போதும் சுறுசுறுப்பாக வேலை செய்தன.

அந்த மீனின் தலையைத் தங்கை தனது சின்ன விரல்களால் எச்சரிக்கையோடு தொட்டாள். ஆனால் அது தன்னுடைய வாலால் அடித்தது. ஆன்னா கிறீச்சொலி எழுப்பியபடி கையைத் திரும்ப எடுத்துக் கொண்டாள்.

"அதைப் பற்றி நீங்கள் கவலைப்படாதீங்க, மாட்சிமை தங்கிய அம்மையே. எல்லாவற்றையும் நாங்கள் மிகச்சிறந்த முறையிலே ஏற்பாடு செய்கிறோம்." வேராவின் கவலையை நன்கு உணர்ந்தவனாகச் சமையல்காரன் கூறினான். இப்போதுதான் ஒரு பல்கேரியன் இரண்டு அன்னாசிப் பழங்கள் கொண்டு வந்தான். அவை ஓரளவு முலாம் பழங்கள் போல இருக்கின்றன. அதன் மணம் இனிமையாக இருக்கிறது. நான் உங்களைக் கேட்கலாமா. மாட்சிமை தங்கிய அம்மையே, உங்களுக்கு மீனுடன் என்ன இறைச்சிச் சாறு வேண்டும், தாத்தர் அல்லது போலந்துச் சாறு வேண்டும்? அல்லது வெறுமனே வெண்ணையில் உள்ள ரஸ்க்கா?"

“நீ விரும்பியபடியே செய். நீ போகலாம்!!” என்று இளவரசி உத்தரவிட்டாள்.

4

ஐந்து மணிக்குப் பிறகு விருந்தினர்கள் வரத் தொடங்கினார்கள். இளவரசன் வசீலி லிவோவிச் தன்னுடன் தனது விதவைச் சகோதரி லியூத்மீலா லிவோவ்னா துராசொவாவை அழைத்து வந்தார். தடிப்பாகக் காணப்பட்ட அந்தப் பெண் நல்ல குணம் வாய்ந்தவள், ஆனால் அபூர்வமாகத்தான் பேசினாள். வஸ்யூசோக் செல்வம் படைத்து, துடுக்குத்தனம் கொண்ட பரத்தன். அவனை நகரத்தில் எல்லாரும் அவனது வழக்கமான பெயரிலேயே அழைத்தார்கள். பாடவும், கவிதை இசைக்கவும் தெரிந்ததனால் அவன் தோழமைக்கேற்றவனாக இருந்தான். நடிகர் குழு, நாடகங்கள் மற்றும் நன்கொடைக் கடைகள் ஆகியவற்றை ஏற்பாடு செயவதற்கும் அவனால் முடியும். புகழ்பெற்ற பியானோ வாசிப்பவளான ஜென்னி ரெய்தர், இளவரசி வேராவினுடைய சிநேகிதி, ஸ்மோல்னி நிறுவனத்தைச் சேர்ந்தவள் அவள்; இளவரசனுடைய மைத்துனன் நிக்கலாய் நிக்கலாயெவிச் ஆகியோர் வந்தனர். அவர்களுக்குப் பிறகு ஒரு காரில் ஆன்னாவினுடைய கணவன், தடித்த, பருமனான பேராசிரியர் சிபேஷ்னிகவ், துணை ஆளுநர் வன் ஸேக் போன்றோரும் வந்தனர். கடைசியாக வந்தவர் ஜெனரல் அனோசவ். அவர் வாடகைக்கு அமர்த்தப்பட்ட ஓர் அழகான லான்டாவில் இரண்டு அலுவலர்கள் உடன்வர வந்தார்: வயதுக்கு மேல் தோற்றம் வாய்ந்தவராக இருந்த கர்னல் பனமரியோவ், மெலிந்து பித்த உடம்புடன், கடுமையான எழுத்து வேலையினால் தேய்ந்து போயிருந்தார்; ஹூஸ்ஸாரைச் சேர்ந்த லெப்டினெண்ட் பக்தீன்ஸ்கி தலைசிறந்த நடனக்காரரர் என்றும் விழாக்களின் தலைவர் என்றும் பீட்டர்ஸ்பர்க்கில் புகழ் பெற்றிருந்தார்.

ஜெனரல் அனோசவ், வெள்ளை முடிவாய்ந்த வயதான மனிதர், உயரமாகவும் கொழுத்தும் இருந்தார். கொஞ்சம் கனமான முறையில் படிக்கட்டிலிருந்து அடியெடுத்து வைத்து இறங்கினார். ஒற்றைக் கையால் பெட்டியின் கம்பியைப் பிடித்துக்கொண்டு இறங்கினார். வலது கையில் ரப்பரால் சுற்றப்பட்ட ஒரு தடி வைத்திருந்தார். சதையுடன் கூடிய மூக்குடன் பெரிய முரட்டுத்தனமான சிவந்த முகத்தைக் கொண்டிருந்தார். அவருடைய குறுகிய கண்கள் மூலம் பார்த்தார். அடிக்கடி ஆபத்தையும் சாவையும் நேருக்குநேர் சந்தித்த வெள்ளை மனிதர், சற்று இறுமாப்போடு மற்றவர்களை நோக்கினார். இரண்டு சகோதரிகளும், தூரத்தில் வரும்போதே அவரை அடையாளம் கண்டு கொண்டு லான்டோ வரை, அவரைச் சற்று நகைச்சுவையோடு கைகளிலே தாங்கிக்கொள்வதற்காக வேகமாக ஓடினார்கள்.

“நான் தான்... பிஷப் என்று நீங்கள் நினைப்பீர்கள்! என்று ஜெனரல் ஒரு நட்புக்கலந்த கம்மிய குரலில் சொன்னார்.

“தாத்தா, செல்லத் தாத்தா!'' என்று சற்று குற்றம் சொல்வது போல வேரா கூறினாள். “இவ்வளவு காலமும் உங்களை எதிர்பார்த்துக் கொண்டிருந்தோம். உங்களது தோற்றத்தை ஓரளவு பார்ப்பதற்குக் கூட எங்களை விடவில்லை.”

“நம்முடைய தாத்தா தெற்குப் பகுதியிலே எல்லா வெட்கத்தையும் விட்டு விட்டார்,” என்று சிரிப்புடன் கூறினாள் ஆன்னா. “உங்களுடைய ஞான மகளை நீங்கள் நினைக்காதது போல. நீங்களோ வந்து வெட்கமில்லாது நடந்து கொள்கிறீர்கள். எங்களை எல்லாம் முழுக்க மறந்து விட்டீர்கள்...”

மிடுக்கான தனது தலையைத் திறந்து காட்டிய ஜெனரல், சகோதரிகளின் கைகளிலே முத்தமிட்டார். பிறகு கன்னங்களில் முத்தமிடடார், மறுபடியும் கைகளிலே முத்தமிட்டார்.

“பொறுங்கள் பெண்களே என்னைத் திட்டாதீர்கள்...” என்றார், நீடித்த ஆஸ்துமா காரணமாக ஒவ்வொரு வார்த்தைக்கும் கொஞ்சம் மூச்சுக்காகத் தயங்கி, “என்னுடைய மரபுக்கேற்ப... அந்த மோசமான டாக்டர்கள்... எனது கீல்வாதத்திற்குக் கோடைக்காலம் முழுவதும் பண்டுவம் பார்த்துக் கொண்டிருந்தார்கள்... ஒரு வகையான பாகை வைத்துக்கொண்டு... அது எவ்வளவு மோசமாக மணக்கிறது. என்னை அவர்கள் போகவிடவில்லை. முதன் முதலில் வந்து பார்ப்பவர் நீங்கள்தான் நான் பார்க்கும்... உங்களைப் பார்ப்பதற்கு மிக்க மகிழ்ச்சி... எப்படியிருக்கிறீர்கள்? வேரா, இறந்துபோன அம்மாவைப் போலவே இருக்கிறாயே... பெயர் வைப்பதற்கு எப்போது நீ அழைக்கப் போகிறாய்?”

“அது ஒருக்காலும் இருக்காது என்று அஞ்சுகிறேன். தாத்தா...”

“நம்பிக்கையை இழக்காதே... அது இன்னமும் வரக்கூடும்... கடவுளை வேண்டிக்கொள்... ஆன்னா நீ சற்றும் மாறிப்போகவில்லை... அறுபது வயதிலும் இதே துடிதுடிப்புடன் இருப்பாய் போலிருக்கிறதே. பொறுங்கள், அந்தக் கனவான்களை உங்களுக்கு அறிமுகப்படுத்துகிறேன்.”

“கொஞ்சக் காலத்திற்கு முன்பு எனக்கு வாய்ப்பு இருந்தது!'' என்று தலை வணங்கிக்கொண்டு சொன்னார் கர்னல் பனமரியோவ்.

“நான் இளவரசிக்கு பீட்டர்ஸ்பர்க்கில் அறிமுகப்படுத்தப் பட்டேன்.'' ஹூஸ்ஸாரும் தொடர்ந்தார்.

"நல்லது, பிறகு, ஆன்னா, நான் உனக்கு லெப்டினெண்ட் பக்தீன்ஸ்கியை அறிமுகப் படுத்தட்டுமா. நாட்டியக் கலைஞர், சச்சரவிடுபவர், அதே சமயத்தில் ஒரு நல்ல குதிரைச் சவாரிக்காரர். எனதருமை பக்தீன்ஸ்கி, வண்டியிலிருந்து அந்தப் பொருளை எடு, வாருங்கள் பெண்களே... எங்களுக்குச் சாப்பிட என்ன தரப் போகிறாய். அன்புள்ள வேரா? வைத்தியப் பட்டினிக்குப் பிறகு... என்னை டாக்டர்கள் அப்படி வைத்தார்கள்... இராணுவப் பள்ளியை முடித்த இளம் அதிகாரியைப் போல எனக்குப் பசி இருக்கிறது."

காலஞ்சென்ற இளவரசர் மிர்ஸா–புலாட்–துகனோவ்ஸ்கிக்கு, ஜெனரல் அனோசவ் போர்த் தோழனாகவும் உற்ற நண்பனாகவும் இருந்தார். இளவரசருடைய சாவுக்குப் பிறகு அவருடைய மகள்களின் பால் அன்பையும் பாசத்தையும் காட்டினார். அவர், சின்னஞ் சிறுமிகளாக இருந்த காலத்திலிருந்தே அவர்களை அறிந்திருந்தார். உண்மையில், அவர் ஆன்னாவின் வளர்ப்புத் தந்தையாயும் இருந்தார். இன்றும் இருப்பது போல கே. நகரத்தின் மிகப் பெரிய, ஆனால் முற்றிலும் கைவிடப்பட்ட ஒரு கோட்டையில் ஆளுநராக இருந்தார், துகனோவ்ஸ்கியின் வீட்டிற்கு ஒவ்வொரு நாளும் வந்தார். குழந்தைகள் அவரை வழிபட்டார்கள். ஏனென்றால் அவர்களுக்குச் செல்லங் கொடுத்தார், பரிசுகள் கொடுத்தார். சர்க்கஸ் அல்லது அரங்குகளில் அவர்களுக்குத் தனி அறைகள் ஏற்பாடு செய்தார். மேலும் அவர் செய்வது மாதிரி வேறுயாரும் அவ்வளவு நன்றாக அவர்களுடன் விளையாட முடியாது. ஆனால் அவர்கள் மிகுதியாக விரும்பிய கதைகள் என்னவென்றால் ராணுவத்தின் போர் வினை ஈடுபாடுகள், போர்கள், வீரர்கள் வெட்ட வெளியில் இராத்தங்கல், வெற்றிகள். பின் வாங்குதல், சாவுகள் மற்றும் காயங்கள், கடுமையாகப் பனி உறைதல் – போன்றவற்றைப் பற்றியதாகும். இவை அதிகக் கலைச் சோடனை இல்லாத மெதுவான கதைகள், காவியம் போன்ற அமைதியானவை. மாலைத் தேநீருக்கும் குழந்தைகள் படுக்கைக்குச் செல்லும் கசப்பான நேரத்திற்கும் இடைப்பட்ட பொழுதில் இவை சொல்லப்பட்டன.

இந்தப் பழங்காலப் பகுதியான அவர் பிரம்மாண்டமான ஆனால் வியப்புக்குரிய ஓவியத் தன்மை வாய்ந்த உருவமாகத் தோன்றினார். அந்த எளிமையான ஆனால் ஆழமான உள்ளத்தைத் தொடுகிற அந்தப் பண்புகளை அவர் சேர்த்து வைத்திருந்தார். அவற்றை இன்று வரை இராணுவ அலுவலர்களிடம் அல்லாது தனிப்பட்டவர்களிடமே மிகுதியாகப் பார்க்க முடியும். அந்தத் தூய்மையான ருஷ்யக் குடியானவர்களின் பண்புகளை மொத்தமாகப் பார்க்கின்றபோது அவை உயர்வான ஒரு பண்பினை உருவாக்குகின்றன. அதுதான் நமது வீரனை, வெல்லப்பட முடியாதவனாக

மாத்திரமன்றி, ஒரு தியாகியாகவும் ஆக்குகிறது. கபடமற்ற எளிமையான நம்பிக்கை கொண்டிருந்தார். ஒரு தெளிவான, மகிழ்ச்சி கலந்த வாழ்க்கையைப் பற்றிய நன் நோக்கோடு. உறுதியான, இயல்பான துணிவு, சாவுக்கு முன்னால் பரிவு, வீழ்ந்தவன் மேல் பரிதாபம், எல்லையற்ற பெருமை. ஒரு வியப்பூட்டும் உடல், ஆன்மீக உயிர்ப்புத்தன்மை ஆகிய பண்புகளைப் பெற்றிருந்தார்.

போலந்துப் போருக்குப் பிறகு அனோசவ், ஜப்பானியர் சம்பந்தப்பட்டது தவிர மற்ற எல்லாப் போர்க்களத்திலும் பங்கு பெற்றிருக்கிறார். போருக்குப் போவதற்கு அவர் எந்த வகையிலும் தயங்கியதில்லை. ஒரு கால் அவர் அழைக்கப்படவில்லை என்றால், அம்மாதிரி பிரச்சினைகளுக்காக அவர் பொன் போன்ற விதி வைத்திருந்தார்: "சாவுக்கு ஒருபோதும் சவால் விடாதே –நீ அதற்கு அழைக்கப்பட்டால் ஒழிய." பிரம்பால் தனது வீரர்களை அடிக்க உத்தரவிடாததோடு மட்டுமல்லாது அவரும் எவரையும் அடித்ததில்லை போலந்து எழுச்சியின்போது, ரெஜிமெண்ட் கமான்டரின் தனிப்பட்ட ஆணைகள் இருந்தும் கூட, ஒரு கைதியின் கூட்டத்தைச் சுடுவதற்கு அவர் மறுத்தார். "உளவாளியாக இருந்தால் நான் அவனைச் சுடப்படச் செய்வது மாத்திரமல்லாது என் கையாலேயே அவனைக் கொல்வதற்குத் தயாராக இருக்கிறேன். ஆனால் இவர்களோ சிறைக் கைதிகள். இவர்களை என்னால் ஒன்றும் செய்யமுடியாது." எந்தவிதமான சவாலோ, வறட்டு வீரமோ இல்லாமல் தனது மேலதிகாரியைத் தனது தெளிவான, உறுதியான கண்களால் பார்த்துக்கொண்டு சாதாரணமாகவும், மரியாதையுடனும் அவர் சொன்னார். ஆணைகளை மீறியதற்காக அவரைச் சுடாமல் தனியே விட்டுவிட்டார்கள்.

1877– 1879ஆம் ஆண்டைய போரின்* போது, சரியான கல்வியறிவு இல்லாமல் இருந்தும்கூட – அவருடைய வார்த்தைகளிலே சொன்னால், அவர் "கரடி அகாடமியைத்" தான் முடித்திருந்தார் – மிக வேகமாக கர்னல் அந்தஸ்துக்கு உயர்ந்தார். டான்யூப்பையும், பால்கன் மலைகளையும் கடப்பதில் அவர் பங்கு பெற்றார். பல்கேரியாவில் குளிர்காலம் முழுவதும் ஷிப்கா மலையில் முகாமிட்டிருந்தார். பிலேவ்னா என்ற பல்கேரிய நகரம் மீது இறுதித் தாக்குதலைச் செலுத்தியவர்களுள் அவரும் ஒருவர். அவர் ஐந்து முறை காயப்படுத்தப்பட்டார், ஒரு முறை கடுமையாகக் காயமுற்றார். பயங்கரமான அத்தாக்குதலின் போது குண்டுச் சிதறல்களால் காயமடைந்தார் ஜெனரல் ரதேத்ஸ்கியும், ஸ்கோபெலெவும் அவரைத் தனிப்பட்ட முறையில் அறிவார்கள், மிகுதியான மதிப்பு வைத்திருந்தார்கள். "என்னை விட

*பால்கன் தீபகற்பம் குறித்து ருஷ்யாவிற்கும் துருக்கிக்கும் இடையே நடைபெற்ற போரைக் குறிப்பிடுகிறது.

மிகுதியான வீரம் வாய்ந்த ஓர் அதிகாரியை எனக்குத் தெரியும். அவர்தான் மேஜர் அனோசவ்." என்று ஸ்கோ பெலெவ் கூறியிருந்தார்.

அந்தக் குண்டுச் சிதறலினால் ஏறக்குறைய காது செவிடாகிப் போய்த் திரும்பினார்; பால்கன் அணிவகுப்பின்போது, பனி உறைவின் கடிப்பினால் அவருடைய பாதத்திலே மூன்று விரல்கள் வெட்டி எடுக்கப்பட்டிருந்தன. ஷிப்காவிலே அவருக்குக் கடுமையான கீல்வாதம் வந்துவிட்டது. இரண்டாண்டு அமைதிகாலப் பணிக்குப் பிறகு அவருக்குப் பதவி ஓய்வு தருவதற்கு முடிவு செய்யப்பட்டது, ஆனால் அதை அவர் எதிர்த்தார். டான்யூப்பைக் கடக்கும்போது அவர் காட்டிய துணிச்சலைக் கண்டிருந்த அந்தப் பகுதியினுடைய கவர்னர் அந்தச் சிக்கலான நேரத்தில் அவருடைய செல்வாக்கைப் பயன்படுத்தினார். பீட்டர்ஸ்பர்க் அதிகாரிகள் சிறப்பு வாய்ந்த கர்னலுடைய உணர்ச்சிகளைப் புண்படுத்துவதில்லை என்று முடிவு செய்து அவருடைய ஆயுள் காலம் முழுவதற்கும் கே. நகரத்தின் ஆளுநர் பதவி தர முடிவுசெய்தார்கள். அந்த வேலை மரியாதைக்குரியது என்பதோடு நாட்டுப் பாதுகாப்புக்குத் தவிர்க்க இயலாததாக இருந்தது.

நகரத்திலுள்ள ஒவ்வொருவருக்கும் அவரைத் தெரியும். அவருடைய குறைபாடுகள் பற்றியும், பழக்க வழக்கங்கள் பற்றியும், உடையணியும் முறைகளைப் பற்றியும் நல்ல நோக்கத்துடன் கேலி செய்வார்கள். எப்போதுமே அவர் போர்க்கருவிகளைத் தாங்கிச் செல்வதில்லை. காலத்திற்கு ஒவ்வாத உடைகளையும் தொப்பியையும் அவர் அணித்திருந்தார். வலது கையில் ஒரு பிரம்பையும், இடது கையில் காதுகேட்க உதவும் குழாயையும் எடுத்துச் செல்வார் அவர் எப்போதுமே இரண்டு கொழுத்த சோம்பலான முரட்டு நாய்களைக் கூட்டிச் செல்வார். முகவாய்க் கட்டைக்கு இடையே நாக்குகளைத் தொங்கப் போட்டபடி அவை இருக் கும் காலை உலாவுதலின் போது யாராவது தெரிந்தவர் களை அவர் சந்தித்தால், பல கட்டிடங்களுக்கு அப்பால் நடந்து செல்பவர்கள், அவர் உரத்த குரலில் பேசுவதையும்

அந்த நாய்கள் இணைந்து குரைப்பதையும் கேடசு முடியும். காதுகேளாத பலரைப் போல அவருக்கும் ஓபெரா மீது ஆழ்ந்த ஈடுபாடு உண்டு. சில சமயங்களில் காதல் பாட்டின் போது அவருடைய அதிகாரத்தன்மை வாய்ந்த குரல் அக் கூட்டத்தில் எதிரொளிக்கும்: "ஏன், அவர் அந்த மகிழ்ச்சி மிக்க சீ, நாசமாய்ப் போக! ஒரு கொட்டையைப் போல நசுக்கிறார்." அடக்கி வைக்கப்பட்ட சிரிப்பு அந்தக் கூடத் திலே வெடித்துச் சிதறும். ஆனால் ஜெனரல் எதையும் சந்தேகிக்க மாட்டார். ஏனென்றால் பக்கத்திலிருப்பவர் காதுக்குள்ளே ரகசியத்தை முணுமுணுப்பது போன்ற உணர்வில் இருப்பார்.

செம்மணி வளையல்

அவருடைய அலுவலகப் பணிகளிலே ஒரு பகுதியாக அவர் அடிக்கடி, நீண்ட மூச்சுவிடும் தனது நாய்களுடன், பாதுகாப்பு மனைக்குச் சென்று, கைது செய்யப்பட்ட அலு வலர்கள், ராணுவத் தொல்லைகளினின்றும் விடுபட்டு வசதி யாக ஓய்வெடுத்துக் கொண்டும், தேநீர் அருந்திக் கொண் டும் இருப்பவர்களைப் பார்ப்பார். அவர்கள் ஒவ்வொரு வரையும் எச்சரிக்கையோடு வினவுவார்: "உங்கள் பெய ரென்ன? உங்களைக் கைது செய்தது யார்? எவ்வளவு நாட் களாகின்றன? எதற்காக?" சில நேரங்கனில் வீரம் செறிந்த ஆனால் சட்டத்திற்குப் புறம்பாகச் செயல் புரிந்த அதி காரியைப் பாராட்டுவார் அல்லது வெளியே கேட்கும்படி யாக பலத்த குரலில் திட்டுவார். ஆனால் உரத்த பேச்சு முடிந்த பிறகு அதே மூச்சிலே அந்த அதிகாரி சாப்பிட்டு விட் டாரா என்றும், அதற்கு எவ்வளவு பணமாகிறது என்றும் கேட்பார். நேர்மை தவறியதற்காக, நீண்ட காலத் தடுப்புக் காவலுக்காக ஒரு மூலைப் பகுதியிலிருந்து அனுப்பப்பட்ட தனக்கென்று பாதுகாப்பு இல்லம் பெற்றிராத ஒரு லெப்டி னெண்ட் பணப்பற்றாக் குறையினால் பொதுப் பணத்தைச் சாப்பிட்டதை ஒத்துக் கொண்டது போன்ற நிகழ்ச்சிகளும் சில நேரங்களில் நடந்திருக்கின்றன அந்த ஏழைப் பிசாசுக்கு பாதுகாப்பு இல்லத்திலிருந்து நூறு கஜ தூரத்திற்கு அதிசு மில்லாத தனது வீட்டிலிருந்தே உணவு கொண்டு வருவதற்கு அனோசவ் உடனடியாக ஆணையிடுவார்

அந்தக் கே. நகரத்தில் துகனோவ்ஸ்கி குடும்பத்தோடு தெருக்கமாகப் பழக ஆரம்பித்தார். குழந்தைகளுடன் நெருங்கிய நட்பினையும் ஏற்படுத்திக் கொண்டார். அவர்களை ஒவ்வொரு மாலையிலும் பார்ப்பது கட்டாயத் தேவையாகிவிட்டது. சில சமயங்களில் அப்பெண்கள் எங்காவது வெளியே போயிருந்தாலோ, தனது அலுவலகப் பணிகள் காரணமாக அவரால் போக முடியாது போய் விட்டாலோ, கவர்னர் வீட்டினுடைய பெரிய அறைகளிலே மிகவும் பயங்கரமாகத் தனிமையை உணர்வார். ஒவ்வொரு கோடையிலும் அவர் விடுப்பு வாங்கிக் கொண்டு. கே. நகரத்திலிருந்து சுமார் நாற்பது மைல் தூரத்திலுள்ள யெகோரொவ்ஸ்கொயேவிலுள்ள துகனோவ்ஸ்கி எஸ்டேட்டிற்கு முழுமையாக ஒரு மாத காலத்தைச் செலவிடச் சென்றுவிடுவார்.

அவரிடம் குமைந்து கொண்டிருந்த பரிவும், அன்புக்கான அவருடைய ஏக்கமும் இந்தக் குழந்தைகள் பால் வேகமாகச் சென்றன, குறிப்பாகப் பெண் குழந்தைகள் பால். ஒரு போது அவர் திருமணமாகி இருந்தார். ஆனால் அது பற்றி நீண்ட காலத்திற்கு முன்பே மறந்து போய்விட்டார். போருக்கு முன்பு அவருடைய மனைவி சுற்றுப்பயணத்தில் இருந்த ஒரு நடிகரோடு ஓடிப் போய்விட்டாள். அவனது பட்டுச் சட்டையாலும், பூவேலைப் பாடு கொண்ட

சட்டையின் முன் கைப் பகுதியாலும் அவள் கவரப்பட்டாள். அவள் உயிரோடு இருந்தவரை அனோசவ் அவளுக்கு உதவிப் பணம் கொடுத்து வந்தார் ஆனால் அவளது கண்ணீர் கலந்த கடிதங்களும், தவறுதலை உணர்ந்த வருத்தக் காட்சிகளும் மாறாக அவளைத் திரும்பி வருவதற்கு அனுமதிக்கவில்லை. அவர்களுக்குக் குழந்தைகள் கிடையாது.

5

எதிர்பாராதவிதமாக. மாலை நேரமானது அமைதியாகவும் வெதுவெதுப்பாகவும் இருந்தது. மேல் தளத்திலிருந்த மெழுகுவர்த்திகள் ஒரே நிதானமான சுவாலைகளோடு எரித்தன. இரவு உணவு அருந்தும் போது இளவரசர் வசீலி லிவோவிச் கூட்டத்தினரை மகிழ்வித்தார் கதைகள் சொல்வதற்கு மிக அசாதாரணமான, விந்தையான திறன்படைத்தவராக இருந்தார். அந்தக் குழுவில் இருந்த ஒருவருக்கு ஏற்பட்ட நிகழ்ச்சியையாவது, மற்ற பொதுவான நண்பருக்கு நிகழ்ந்ததையாவது அவர் எடுத்துக் கொள்வார் ஆனால் அந்தளவு அலங்கரித்து நிகழ்ச்சியைக் கூறுகையில், அதைக் கேட்பவர்கள் தங்களுடைய விலாக்கள் நோகும்படி சிரிப்பார்கள் அன்று இரவு, செல்வமும் அழகும் வாய்ந்த பெண்ணை நிக்கலாய் நிக்கலாயெவிச் காதலுக்கு முயற்சி செய்த மோசமான நிகழ்ச்சி பற்றிய கதையைச் சொல்லிக் கொண்டிருந்தார். அதிலிருந்த ஒரே ஓர் உண்மையான விவரம் என்னவெனில் அவள் கணவன் அவளுக்கு மணவிலக்குத் தர மறுத்ததுதான் ஆனால் அந்த இளவரசர் மிகத் திறமையோடு உண்மையையும், கற்பனையையும் கலந்தார். கொஞ்சம் போலித் தற்பெருமையுடைய நிக்கலாய் தெருவின் வழியாகத் தன்னுடைய காலணிகளைக் கைக்குக் கீழே வைத்துக் கொண்டு, காலுறையுடன் நள்ளிரவில் நடந்து சென்றதைக் கூறினார் ஒரு மூலையில் அந்த இளைஞன் ஒரு போலீஸ்காரரால் நிறுத்தப்பட்டார். நீண்ட புயல் போன்ற விளக்கத்திற்குப் பிறகு தான் நிக்கலாய் தான் ஒரு துணை அரசு வழக்குரைஞர் என்றும், ஒரு திருடனல்ல என்றும் அவனை நம்ப வைக்க முடிந்தது. திருமணம் ஏறக்குறைய நிறைவேறியது போல இருந்தது. ஆனால் குறிப்பிட்ட முக்கியமான நேரத்தில் அக்காரியத்தில் பங்கு பெற்ற பொயச் சாட்சிக் குழு ஒன்று, சம்பள உயர்வு வேண்டி திடீரென்று வேலை நிறுத்தம் செய்து விட்டது. உண்மையாகவே அவர் கஞ்சனாக இருந்தபடியால், எல்லாவிதமான வேலை நிறுத்தங்களையும் கொள்கையளவில் நிக்கலாய் எதிர்த்து வந்ததனால், மேலும் சம்பளம் தருவதற்குத் திட்டவட்டமாக மறுத்து விட்டார். சட்டத்திலே உள்ள ஒரு பிரிவைச் சுட்டிக்காட்டினார். அதுவே மேல்நீதி மன்ற முறையீட்டிலும் உறுதிப்படுத்தப்பட்டது. பிறகு, வழக்கமான

ஒரு கேள்வியை "இங்கு உடகார்ந்திருக்கும் யாருக்காவது இந்த இரண்டு பேரும் திருமணத்தில் இணைவதற்கு உள்ள ஏதேனும் இடர்ப்பாடு பற்றித் தெரியுமா?" என ஒரு நீதிபதி கேட்டார். இதற்குக் கோபமூட்டப்பட்ட அந்தக் குழுவினர் ஒரே குரலில் பேசினார்கள் "ஆமாம். எங்களுக்குத் தெரியும் நாங்கள் நீதி மன்றத்தில் சான்றாக வழங்கியதெல்லாம் பொய். ஏனெனில் அரசு வழக்குரைஞர் எங்களை பயமுறுத்தலாலும், பலாத்காரத்தாலும் அச்சுறுத்தினார். எங்களைக் கட்டாயப்படுத்தினார். நாங்கள் அறிந்த வரை. இந்தப் பெண்ணின் கணவர், இந்த உலகத்திலேயே மிகவும் மரியாதைக்குரிய மனிதர் என்பதை. தேவதையைப் போல அன்பானவர் என்பதை மட்டுமே சொல்ல முடியும்."

இளவரசர் வசீலி திருமணக் கதைகளைச் சொல்ல ஆரம்பித்ததனால், ஆன்னாவினுடைய கணவர் குஸ்தவ் இவானவிச் பிரியேஸ்ஸேயைக் கூட விட்டு வைக்கவில்லை. அவருடைய திருமணத்திற்கு அடுத்த நாள் போலீசை அழைத்து, இளம் மணப்பெண்ணுக்கென்று சொந்தமாக பாஸ்போர்ட் இல்லாததால் அவளுடைய பெற்றோர் வீட்டிலிருந்து வெளியேற்றி சட்டப்படியான கணவனின் வீட்டில் அவளைக் கொண்டு வந்து வைக்க வேண்டும் என்றார் இந்தக் கதையின் ஒரே உண்மையான பகுதி திருமணமான முதல் சில நாட்களிலேயே ஆன்னா அடிக்கடி அவளுடைய நோய் வாய்ப்பட்ட தாயுடன் இருக்க வேண்டி இருந்தது என்பதுவேயாகும். ஏனெனில் வேரா தெற்கு நோக்கிப் போய்விட்டாள். குஸ்தவ இவானவிச் கவலையில் ஆழ்ந்து விட்டார்.

எல்லாருமே சிரித்தார்கள். ஆன்னா சுருக்கிய கண்களோடு புன்னகை செய்தாள். குஸ்தவ் இவானவிச் மகிழ்ச்சியால் வெடிச் சிரிப்புச் சிரித்தார். இறுகிய, பளபளக்கும் தோளோடு கூடிய அவருடைய மெலிந்த முகத்தில், கவனமாகக் கீழ் நோக்கி வாரிவிடப்பட்ட அடர்த்திக் குறைவான முடி, ஆழப்பதிந்த கண்கள், மிக மோசமான பற்கள் ஆகியன இருந்து, அது ஒரு மண்டையோட்டைப் போலக் காட்சியளித்தது. திருமணமான முதல் நாள் போலவே அவர் இன்னமும் ஆன்னாவை ஆராதித்தார்; அவளுக்கு அருகாமையில் எப்போதும் உட்காரவும். ரகசியமாக அவளைத் தொடுவதற்கும் முயன்றார், நாம் அவருக்காகப் பரிதாபப்படுமாறு ஒருவகையான முட்டாள் தனமான கவர்ச்சியோடு அவளையே சுற்றியலைந்தார்.

மேசையிலிருந்து எழுவதற்கு முன்னர் வேரா நிக்கலா யெவ்னா ஓர் எந்திரம் போல விருந்தினர்களை எண்ணினாள் பதிமூன்று பேர் இருந்தார்கள். அவள் சகுனங்களை நம்பினாள். ஆகவே அவள் தனக்குள்ளாகவே

அலெக்சாந்தர் குப்ரின்

சொல்லிக் கொண்டாள் "இது நல்லது இல்லை! முன்னதாகவே அவர்களை எண்ண வேண்டும் என்று நான் ஏன் நினைக்கவில்லை? வாஸ்யாவையும் குற்றம் சொல்ல வேண்டும் – அவர் தொலை பேசியில் எதையும் என்னிடம் சொல்லவில்லை."

ஷேயின் குடும்பத்தினர் அல்லது பிரியேஸ்ஸே குடும்பத்தினர் வீட்டிலே நண்பர்கள் கூடிய போது வழக்கமாக விருந் துக்குப் பிறகு போக்கர் விளையாடினார்கள் ஏனெனில் இரு சகோதரிகளும் அதிருஷ்டம் சம்பந்தப்பட்ட விளையாட்டுகளில் கேலி செய்யக் கூடிய அளவுக்குப் பிரியமாக இருந்தார்கள். உண்மையில், அந்த இரண்டு வீடுகளிலும் சில விதிகளை ஏற்படுத்தியிருந்தார்கள்: எல்லா விளையாட்டாளர்களும் குறிப்பிட்ட மதிப்புள்ள ஒரே எண்ணிக்கையுள்ள தந்தம் போன்ற டோக்கன்கள் கொடுக்கப்படுவார்கள். அவை விளையாடுபவர்களில் ஒருவரிடம் போய்ச் சேரும் வரையிலே விளையாட்டு நடத்தப்படும்; பிறகு அது நிறுத்தப்படும் மற்றவர்கள் தொடர வேண்டும் என்று எந்தளவுக்கு வற்புறுத்துகிறார்கள் என்பது பொருட்டல்ல. புதிய டோக்கன்களை கல்லாப்பெட்டியிலிருந்து எடுப்பது தவிர்க்கப்பட்டிருந்தது வேராவையும், ஆன்னாவையும் நிறுத்துவதற்கு இத்தகைய கடுமையான விதிகள் தவிர்க்க முடியாதன என்று அநுபவம் சொல்லியது. இருவரும் விளையாட்டின் போது நிறுத்த முடியாத அளவுக்கு மிகவும் பரபரப்படைந்து விடுவார்கள். ஒருபோதும் மொத்த இழப்பு இருநூறு ரூபிள்களுக்கு மிஞ்சியதில்லை.

இந்த முறையும் அவர்கள் விளையாடத் தயாராக இருந்தார்கள். விளையாடாத வேரா மேல் தளத்திற்குப் போவதற்குத் தயாராக இருந்தாள். அங்கே தேநீருக்காக மேசைகள் போடப்பட்டிருந்தன. புதிர்த்தன்மை வாய்ந்த தோற்றங் கொண்ட வேலைக்காரி அவளை வரவேற்பு அறையிலிருந்து திடீரென்று அழைத்தாள்.

"என்ன அது, தாஷா?" என்று இளவரசி வேரா எரிச்சலோடு கெட்டபடி, படுக்கையறையை ஒட்டியிருந்த அவளது சிறிய அறைக்குள்ளாக நுழைந்தாள் "என்னை ஏன் முட்டாள்தனமாக முறைத்துப் பார்க்கிறீர்கள்? அங்கே கைகளிலே என்ன வைத்திருக்கிறீர்கள்?"

வெள்ளைக் காகிதத்தில் அருமையாகச் சுற்றப்பட்டு ரோஜா நிற நாடாவால் கட்டப்பட்ட சின்னச் சதுரமான பொருளை மேசையின் மேல் தாஷா வைத்தாள்.

"இது என்னுடைய தவறல்ல. மாட்சிமை தங்கிய அம்மா. கடவுள் பெயரில்

289

சொல்கிறேன்." என்று அவள் வாய் தடுமாறினாள். "அவன் உள்ளே வந்து சொன்னான்..."

"யார் அவன்?"

"செய்தி கொணர்ந்த பையன் மாட்சிமை தங்கிய அம்மா."

"பிறகு?"

"சமையலறைக்குள் உள்ளே வந்து மேசையின் மீது இதை வைத்து 'இதை உங்கள் தலைவியிடம் கொடுங்கள்,' என்றான். 'அவர்களது கைப்படவே கொடுப்பதில் கவனமாக இருங்கள், என்றான். 'யாரிடமிருந்து?' என்று கேட்டேன் அது இங்கே எழுதியிருக்கிறது.' என்று சொல்லி விட்டுப் போய் விட்டான்."

"போய், அவனைத் திரும்பக் கூட்டிவாங்க"

"ஐயோ, என்னால் முடியாது. மாட்சிமை தங்கிய அம்மா விருந்தின் இடையே அவன் வந்தான். அப்போது உங்களைத் தொந்தரவு செய்ய எனக்குத் தைரியம் வரவில்லை. அரை மணி நேரத்திற்கு முன்புதான் இருக்க வேண்டும்.

"சரி, நீங்கள் போகலாம்."

கத்தரியை வைத்து நாடாவை வெட்டி முகவரி தாங்கிய காகிதத்தைக் குப்பைக் கூடையில் போட்டாள் வைர வியாபாரியினுடைய சிவப்புப் பூம்பட்டால் செய்யப்பட்ட ஒரு சிறு பெட்டியைப் பார்த்தாள். கடையிலிருந்து இப்போது தான் புதிதாக வந்திருக்க வேண்டும். நீலப்பட்டால் விளிம்பிடப்பட்டிருந்த மூடியை உயர்த்தினாள். கருப்பு வெல் வெட்டுக்குள் திணிக்கப்பட்டிருந்த நீள் உருண்டை வடிவான தங்க வளையல் ஒன்றினைப் பார்த்தாள். அதற்குள்ளாக அழகுற எண்கோண வடிவில் கவனமாக மடிக்கப்பட்டு எழுதப்பட்ட குறிப்பு இருந்தது. விரைந்து அந்தத் தாளை விரித்தாள். அந்தக் கையெழுத்து தனக்குத் தெரியும் என்று நினைத்தாள், ஆனால், பெண்ணாக இருந்ததால், தாளை ஒதுக்கி வைத்து விட்டு வளையலைப் பார்த்தாள்.

அது சுமாரான தங்கத்தால் செய்யப்பட்டிருந்தது மிகவும் கனமாக இருந்தது. ஆனால் உள்ளீடாக இருந்தது. வெளிப்புறத்தில் சாதாரணமாக மெருகிடப்பட்ட பொண்மணியால் பொறிக்கப்பட்டிருந்தது மையத்தில் ஓர் அதிசயமான சின்னப் பச்சைக் கல்லைச் சூழ்ந்து ஐந்து மிக உயர்வான பட்டையிடாச் செம்மணிகள் இருந்தன ஒவ்வொன்றும் பயறு அளவில் இருந்தது மின் விளக்கிற்குக் கீழே

அதிருஷ்டகரமாக அந்த வளையலைத் திருப்பிய போது. அந்தக் கற்களின் மென்மையாக, முட்டை வடிவம் வாய்ந்த மேற்பகுதிக்குக் கீழே அழகான சிவந்த விளக்குகள் திடீரென மின்னின.

"இது ரத்தம் போலிருக்கிறது!" என்று வேரா அச்சத்தோடு நினைத்தாள்.

பிறகு கடிதத்தை நினைவு படுத்திக் கொண்டாள். மிடுக் கான கையெழுத்தாக இருந்தது. அதில் இவ்வாறு எழுதப் பட்டிருந்தது:

"மாண்புமிகு இளவரசி வேரா நிக்கலாயெவ்னா!

உங்களுடைய பிரகாசமான, மகிழ்ச்சிமிக்க பிறந்த நாளில் பணிவோடு வாழ்த்தி இந்தத் தாழ்மையான காணிக்கையை உங்களுக்கு அனுப்புகின்ற உரிமையை எடுத்துக் கொள்கிறேன்."

"ஓ, அவன் அதே மனிதன்!" வெறுப்போடு தனக்குள்ளே சொல்லிக் கொண்டாள். ஆனால் அந்தக் கடிதத்தைக் கடைசி வரை படித்தாள்...

"நானே தேர்ந்தெடுத்த பரிசை உங்களுக்கு வழங்க எனக்குத் தைரியம் வந்திருக்காது. ஏனெனில் அதற்கு உரிமையோ, அழகுணர்வோ என்னிடம் இல்லை. வெளிப்படையாகச் சொன்னால் அதற்குரிய பணமும் இல்லை. மேலும் உங்களை அலங்கரிக்கின்ற அளவுக்கு இந்த உலகத்தில் ஒரு செல்வமும் கிடையாது என்று நினைக்கிறேன்.

"ஆனால் இந்த வளையல் என் கொள்ளுப் பாட்டிக்குச் சொந்தமானது. என்னுடைய காலஞ்சென்ற தாய்தான் கடைசியாக அணிந்தாள் பெரிய கற்களுக்கு மத்தியில் நீங்கள் ஒரு பச்சைக் கல்லைப் பார்ப்பீர்கள். இது மிக அபூர்வமான பச்சை மணிக்கல். எங்கள் குடும்ப மரபுப்படி இதை அணிகின்ற பெண்களை அவர்களது வருங்காலத்தை முன் கூட்டியே உணரும்படி இது செய்கிறது அமங்கல எண்ணங்களையும் வரவிடாது தடுக்கிறது. ஆண்களை பயங்கரச் சாவினின்றும் பாதுகாக்கிறது.

"எல்லாக் கற்களுமே சுவனத்தோடு பழைய வெள்ளி வளையலிலிருந்து மாற்றி வைக்கப்பட்டிருக்கின்றன. நீங்கள் உறுதியாக நம்பலாம், உங்களுக்கு முன்னர் ஒருவரும் இந்த வளையலை அணியவில்லை.

"கேலிக்குரிய இச்சிற்றணியை உடனே நீங்கள் தூக்கி எறியக் கூடும். அல்லது வேறு யாருக்கேனும் அன்பளிப்பாகத் தரக் கூடும்; உங்களது கைகள் அதைத் தொட்டன என்பதை அறிய மகிழ்ச்சி அடைவேன்.

"என் மீது கோபப்படா திருக்கும்படியாக நான் கெஞ்சிக் கேட்டுக்

செம்மணி வளையல்

கொள்கிறேன். ஏழாண்டுக்கு முன்பு ஒரு குமா ரிக்கு முட்டாள் தனமாகக் கடிதங்கள் எழுதத் துணிந்ததையும், அவற்றிற்கு பதிலை எதிர்பார்த்துக் கொண்டிருந்ததையும் நினைத்துப் பார்க்க வெட்கப்படுகிறேன். ஆனால் இன்றைக்கு உங்கள் பால் மிகுந்த மரியாதை கலந்த அச்சம், என் நிரந்தரமான ஆராதனைகள், ஓர் அடிமையினுடைய மிகப் பணிவான பக்தி இவற்றைத் தவிர என்னிடம் எதுவுமில்லை. நான் இப்போது செய்ய முடிந்ததெல்லாம் உங்களுக்கு நிரந்தர மகிழ்ச்சி கிடைக்க விரும்புவதும், நீங்கள் மகிழ்ச்சியாக இருந்தால் மகிழ்ச்சியடைவதுமே ஆகும் நீங்கள் உட்கார்ந்திருக்கக் கூடிய நாற்காலியை, நீங்கள் நடந்து போகின்ற தரையை, போகும் பாதையில் தொடும் மரங்களை, நீங்கள் பேசுகின்ற வேலைக்காரர்களை என் மனத் தில் ஆழ்ந்த உணர்வோடு வணங்குகிறேன். அந்த மனிதர்களின் மீதோ, பொருள்களின் மீதோ இனிமேல் பொறாமைப் பட மாட்டேன்.

"மறுபடியும் இப்படி ஒரு நீண்ட பயனில்லாத கடிதத்தோடு உங்களைத் துன்புறுத்தியதற்காக மன்னிக்கக் கேட்டுக் கொள்கிறேன்.

"சாகும் வரையும் அதன் பிறகும் உங்களுடைய பணிவான வேலைக்காரன்

கி. எஸ். ஜெ."

"இதை வாஸ்யாவிடம் காட்டுவோமா வேண்டாமா? அப்படியானால் எப்போது? இப்போதா விருந்தாளிகள் போன பிறகா? வேண்டாம். பிறகு செய்வதுதான் நல்லது –இப்போது இந்த அப்பாவி மனிதனைப் போல நானும் முட்டாள்தனமாகக் காணப்படுகிறேன்."

இப்படித் தனக்குள்ளாகவே இளவரசி வேரா விவாதித்துக் கொண்டிருந்த போது, ஐந்து ரத்தச் சிவப்பு ஒளிக் குள்ளே ஒளிர்ந்து கொண்டிருந்த ஐந்து செம்மணிகளினின்றும் அவளால் பார்வையை எடுக்க முடியவில்லை.

6

மிகுந்த சிரமத்தோடுதான் கர்னல் பனமரியோவ் போக்கர் விளையாடுவதற்குத் தூண்டப்பட்டார் அந்த விளையாட்டுப் பற்றித் தனக்கு ஒன்றும் தெரியாதென்றும், வேடிக்கைக்குக் கூடத் தான் அதை விளையாடியதில்லை என்றும், தான் சிரத்தை எடுத்துக் கொண்ட திறமையுள்ள ஒரே விளையாட்டு வின்ட்* என்றும் சொன்னார். கடைசியில் அதற்கு சம்மதித்தார்.

---

* வின்ட் – ருஷ்ய நாட்டுச் சீட்டாக வகை. (மொ-ர்)

ஆரமபத்தில் அவர்கள் அவருக்குச் சொல்லிக் கொடுத்து உதவ வேண்டியிருந்தது, ஆனால் விரைவிலேயே அந்த விளையாட்டின் விதிகளைக் கற்றுத் தேர்ந்தார். அரை மணி நேரத்திற்குள்ளாக எல்லாச் சீட்டுகளும் அவருக்கு முன்னால் குவித்து விட்டன.

“இது நியாயமில்லை!” என்று கேலியாகத் திட்டுவது போல ஆன்னா கூறினாள் “இந்தப் பரபரப்பில் எங்களுக்கும் கொஞ்சம் விட்டுக் கொடுத்திருக்கலாம்.”

விருந்தினர்கள் மூவரையும் – சிபேஷ்னிகள். கர்னல் மற்றும் மடத்தனமான, மரியாதைக்குரிய, மந்தமான ஜெர் மானியனான துணை ஆளுநர். எப்படி மகிழ்விப்பது என்று வேராவுக்குத் தெரியவில்லை. வின்ட் விளையாட்டை அவர் களுக்காகத் தயார் செய்தாள். நான்காவது ஆளாகக் கலந்து கொள்ளும் படி குஸ்தவ் இவானவிச்சை அழைத்தாள். தனது இமைகளைத் தாழ்த்தி ஆன்னா குறிப்பால் நன்றி சொன்னாள், அவளுடைய சகோதரி உடனே புரிந்து கொண்டாள். குஸ்தவ் இவானவிச் சீட்டு விளையாடுவதினின்றும் விலக்கப்பட்டால் ஒழிய அவருடைய மனைவியை மாலை நேரம் முழுக்கச் சுற்றிக் கொண்டே நிற்பார் என்பனத ஒவ்வொருவரும் அறிவார்கள். அவ்வாறு செய்யும் போது அவருடைய கெட்டுப் போன பற்களை முகத்திலே வெளில் காட்டி, தன்னை ஒரு முழுமையான நச்சரிப்பாளராகக் காட்டிக் கொள்வார்.

இப்போது காரியங்கள் நல்லபடியாக, சுலபமாகவும் உயிர்த்துடிப்புள்ள சூழ்நிலையில் நடந்தேறின. வஸ்யூசோக் ஜென்னி ரெய்தர் துணையோடு ஒரு தாழ்ந்த குரலில் இத்தாலிய நாட்டுப்புறச் சந்தப் பாடல்களையும், ரூபின்ஷ்தைன் எழுதிய கீழைய நாட்டுப் பாடல்களையும் பாடினார். அவரிடம் மெல்லிய ஆனால் இனிய குரல் இருந்தது. உணர்ச்சி ஏற்கும் பாங்குடையதாகவும், உண்மையானதாகவும் இருந்தது. ஜென்னி ரெய்தர், மிகவும் திறமை வேண்டுகிற பியானோ வாசிப்பவள், கூடவே இசைப்பதற்கு எப்போதும் தயாராக இருந்தாள், ஆனால் அந்தச் சமயத்தில் அவளை அவர் காதல் புரிவதாகச் சொல்லப்பட்டது.

மூலையில் இருந்த ஒரு சோஃபாவிலே உடகார்ந்து கொண்டு ஆன்னா. ஹூஸ்ஸாருடன் காதல் விளையாட்டை வெட்கங்கெட்டதனமாகச் செய்து கொண்டிருந்தாள். வேரா அப்பக்கம் நடந்து போய் கேட்டாள்.

“இல்லை, இல்லை, தயவு செய்து சிரிக்காதீர்கள்.” தனது குறும்புத்தனமான தாத்தார் கண்களை அந்த அதிகாரி மீது சுருக்கியபடி பார்த்துக் கொண்டு

மகிழ்ச்சியோடு ஆன்னா கூறினாள். “உண்மையில், ஒரு ஸ்குவார்டன் தலைவராக நிமிர்ந்து நடப்பது அல்லது ஓட்டப் பந்தயங்களில் தடைகளைக் கடந்து செல்வது ஒரு பெரிய காரியம் என்று நினைக்கிறீர்கள். ஆனால் எங்களுடைய தீரச் செயல்களைப் பாருங்கள். இப்போது தான் நாங்கள் குலுக்குச் சீட்டை முடித்திருக்கிறோம். அது சுலபமானதென்று நீங்கள் நினைக்கிறீர்களா? கேவலம்! அந்த இடம் மக்கள் நடமாட்டம் மிகுதியானதாகவும், புகையிலை வாசனை நிறைந்ததாகவும் இருந்தது சுமை தூக்குபவர்களும், வாடகை வண்டி ஓட்டுபவர்களும் இருந்தார்கள். மற்றவர்கள் யாரென்று கடவுளுக்குத்தான் தெரியும். அவர்கள் எல்லாருமே புகார்களையும், வருத்தங்களையும் சொல்லி என்னைத் தொந்தரவு செய்தார்கள்... நாள் முழுக்க கணநேர ஓய்வு கூட எனக்கு இல்லை. அது மட்டுமல்ல, உதவி எதிர்பார்க்கக் கூடிய நல்ல குடும்பப் பெண்களுக்காக இசை நிகழ்ச்சி இருக்கிறது. அதன் பிறகு தர்மத்திற்கான நாட்டியமும் இருக்கிறது...”

“அதிலே நீங்கள் எனக்கு மஸூர்கா நடனம் மறுக்கமாடடீர்கள் என்று நம்புகிறேன்.” லேசாக முன்னுக்குக் குனிந்து கொண்டும், நாற்காலிக்குக் கீழே தனது குதிங்கால்களால் ஓசை எழுப்பிக் கொண்டும் இருந்த பக்தீன்ஸ்கி கூறி னார்.

“நன்றி... ஆனால் சோகமான பிரச்சினை நமது குழந்தைகளுடைய இல்லந்தான். நான் என்ன சொல்கிறேன் என்பது உங்களுக்குத் தெரியும்– ஒழுக்கச் சீர்கேடான குழந்தைகளுக்கான ஓர் இல்லம்...”

“ஓ. அதுவா. அது ஏதோ வேடிக்கையாக இருக்கக் கூடும், இல்லையா?”

“போதும், ஐயா. இது போன்ற விஷயங்களுக்காகச் சிரிப்பதற்கு நீங்கள் வெட்கப்பட வேண்டும் ஆனால் சிக்கல் என்னவென்று உங்களுக்குத் தெரியுமா? பரம்பரையாக வந்த கெட்ட செயல்களாலும், கெட்ட உதாரணங்களாலும் கெடுக்கப்பட்ட ஆன்மாக்களைக் கொண்ட அந்த துரதிருஷ்டக் குழந்தைகளுக்குப் புகலிடம் தர நாங்கள் விரும்புகிறோம். அவர்களுக்கு வெதுவெதுப்பையும் ஆறுதலையும் தர விரும்புகிறோம்...”

“ஊகும்!”

“...அவர்களுடைய ஒழுக்கத்தைச் சீர்படுத்தவும், அவர்களிடையே கடமை உணர்வை ஏற்படுத்தவும்... என்னுடைய கருத்து புரிகிறதா? ஒவ்வொரு நாளும் நூற்றுக்கணக்கான, ஆயிரக்கணக்கான குழந்தைகள் எங்களிடம் கொண்டு வரப்படுகிறார்கள். ஆனால் அவர்களில் ஒன்று கூடக் கெட்ட

குழந்தை இல்லை! அந்தப் பெற்றோர்களிடம் அவர்களது குழந்தைகள் கெட்டவர்களா என்று கேட்டால், சங்கடப்படுவார்கள் – அதை உங்களால் கற்பனை செய்து பார்க்க முடிகிறதா? ஆகவேதான் இந்த இல்லம் தொடங்கப்பட்டு, அர்ப்பணிக்கப்பட்டிருக்கிறது. ஆனால் அதில் வசிக்கத்தான் ஒருவரும் இல்லை! இங்கு கொண்டுவரப்படக் கூடிய கெட்ட நடத்தையுள்ள ஒவ்வொரு குழந்தைக்கும் பரிசு வழங்கலாம் என்று யோசிக்கின்ற நிலைக்கு நாங்கள் வந்து விட்டோம்."

"ஆன்னா நிக்கலாயெவ்னா ." ஒருவகையான உட்பொருள் வாய்ந்த முனைப்போடு ஹஸ்ஸார் குறுக்கிட்டுச் சொன்னார். "எதற்காக நீங்கள் பரிசு வழங்குகிறீர்கள்? என்னை இலவசமாக எடுத்துக் கொள்ளுங்கள் என்னுகைள்? தன்மானத்தில் பெயரால் சொல்கிறேன். என்னை விட ஒரு கெட்ட குழந்தையை நீங்கள் பார்க்க முடியாது."

"நிறுத்துங்கள்! உங்களிடம் வினயமாகப் பேசவே முடியாது." அவள் கிளுக்கென்று சிரித்தாள், சோஃபாவில் திமிர்ந்து உட்கார்ந்து கொண்டாள். அவளது கண்கள் மின்னின.

ஓர் அகன்ற வட்டமான மேசையின் முன் உட்கார்ந்து கொண்டு, இளவரசர் வசீலி லிவோலிச் தனது சகோதரிக்கும். அனோசவுக்கும். தனது மைத்துனனுக்கும், தான் வரைந்த கேலிச் சித்திரங்கள் உள்ள குடும்ப ஆல்பத்தைக் காட்டிக் கொண்டிருந்தார். நால்வரும் இதயபூர்வமாகச் சிரித்துக் கொண்டிருந்தார்கள், படிப்படியாகச் சீட்டு விளையாடாத மற்ற விருந்தினர்களும் அவர்களைச் சூழ்ந்து உட்கார்ந்தார்கள்.

இளவரசர் வசீலியினுடைய அங்கதத்தன்மை வாயந்த கதைகளுக்கு இணைபகுதியாக அந்த ஓவியங்களின் தொகுப்பு இருந்தது ஓர் அசையாத அமைதியுடன். "துருக்கி, பல் கேரியா மற்றும் பிற இடங்களில் துணிவுமிக்க தளபதி அனோசவுடைய காதல் தீரச் செயல்களின் கதைகள்," "மோண்டே–கார்லோவில் இளவரசர் நிக்கலாய் புலாட்துகனோவ்ஸ்கியின் தீரச் செயல்" போன்ற பலவற்றை அவர் காண்பித்தார்.

"தாய்மார்களே, பெரியோர்களே, நான் உங்களுக்கு என்னுடைய அன்புச் சகோதரி லியூத்மீலா லிவோவ்னாவின் சிறு வாழ்க்கை வரலாற்றை இப்போது அறிமுகப்படுத்துகிறேன்." என்று சொல்லி தன் சகோதரியை கேலி செய்யும் பார்வையுடன் பார்த்தார்." முதற் பகுதி. குழந்தைப் பருவம். 'குழந்தை வளர்ந்து கொண்டிருந்தது. அவள் பெயர் லீமா.'"

அந்த ஆல்பத்தினுடைய பக்கம் சிறுமி ஒருத்தியின் உருவத்தைக் காட்டியது, வேண்டுமென்றே வரையப்பட்ட குழந்தைத்தனமான பாவனையுடன், அவளது முகம் பக்கத் தோற்ற வடிவத்துடன் அமைக்கப்பட்டிருந்தது,எனினும் இரண்டு கண்களுமே தெரிந்தன; அவளது ஸ்கர்டிற்குக் கீழே இரு உடைந்த கோடுகள் போல நீட்டிக் கொண்டிருந்தவை, அவளுடைய கால்களைப் பிரதிநிதித்துவப் படுத்தின, இரு கைகளில் விரல்களுமே விரிக்கப்பட்டிருந்தன.

“என்னை ஒருவரும் லீமா என்று அழைக்கவில்லை என்று ஒரு சிரிப்புடன் லியூத்மீலா லிவோல்னா கூறினாள்.

“இரண்டாம் பகுதி. முதற்காதல். அந்த மங்கைக்கு முன்னர் குதிரைப்படை வீரன் ஒருவன் முழங்காவிட்டு அமர்ந்து தனது சொந்தப் பாட்டு ஒன்றைப் படிக்கிறான். அபூர்வ அழகோடு கூடிய சில வரிகளை அது கொண்டிருந் தது:

உனது கவர்ச்சிமிகு கால்
ஓர் தெய்வீக அன்புப் பொருள்!

“இங்கேதான் அந்தக் காலினுடைய அசல் பிரதிபலிப்பு இருக்கிறது.

“இங்கே அந்தப் போர்வீரன் அப்பாவி லீமாவை அவளது பெற்றோர்களின் வீட்டை விட்டு ஓடிவருமாறு தூண்டு கிறான். இங்கே அவர்கள் ஓடுவதைப் பாருங்கள். இது ஒரு இக்கட்டான சூழ்நிலை கோபமுற்ற தந்தை தப்பியோடிய வர்களைத் தாண்டி வந்து விடுகிறார் பலஹூனமான இதயம் படைந்த அந்தப் போர்வீரன் இடர்ப்பாடான நிலையில் பணிவுமிக்க லீமாவைக் கைவிட்டு விட்டுப் போகிறான். இதோ:

உனது மூக்கிலே கவனமின்றி சுன்னமிட்டுக் கொண்டாய்
நம்மைப் பின்தொடர்பவர் நெருங்கி விட்டனர்..
அவர்களைத் தடுத்து நிறுத்த உன்னாலானதைச் செய்
அவ்வேளை நான் புதருக்குள் ஓடிப் போகிறேன்.

“மங்கை லீமா”வின் கதையை அடுத்து வந்த கதையின் தலைப்பு “இளவரசி வேராவும் காதல் மயக்கத்தில் ஆழ்ந்த தந்தியடிப்பவனும்”.

“இதயத்தைத் தொடுகின்ற இந்தப் பாடல் இதுவரை ஓவியங்களில் தான் இருக்கிறது.” என்று வசீலி ளிவோவிச் விளங்கினார்.”அந்த வாசகம் இப்போதுதான் உருவாகிக் கொண்டு இருக்கிறது.”

“ஒரு வகையில் இது புதியது.” என்றார் அனோசவ், “இதற்கு முன்னர் நான் பார்த்ததில்லை.”

“இதுதான் கடைசியாக வெளிவந்தது புத்தகச் சந்தைக்கு இது ஒரு புத்தம் புதிய செய்தி.”

வேரா அவரது தோளை மென்மையாகத் தொட்டாள்.

“தயவு செய்து, வேண்டாம்,” என்றாள்.

ஆனால் வசீலி லிவோவிச் அதைக் கேடகவில்லை. அல்லது அதை அத்தனை முக்கியமானதாக எடுத்துக் கொள்ளவில்லை.

“இது வரலாற்றுக்கு முந்திய காலத்தில் ஆரம்பித்தது. மே மாதத்தின் ஓர் அருமையான நாளிலே வேரா என்ற பெயருடைய நங்கை, இரு புறாக்கள் ஒன்றை ஒன்று முத்தமிடுவது போன்ற படம் வரையப்பட்ட கடிதம் பெற்றாள். இதோ அந்தக் கடிதம், அந்தப் புறாக்கள்.

“அந்தக் கடிதம் உணர்ச்சிகரமான காதலை வெளிப்படுத்துகிறது ஆனால் எல்லாவிதமான சொல் எழுத்தாக்க விதிகளையும் மீறியதாக இருக்கிறது. இம்மடல் இப்படி தான் தொடங்குகிறது: ‘ஓ, அழகிய இளம் பெண்ணே, நீ ஒரு கர்ஜிக்கின்ற தீப்பிழம்புகளை உடைய கடல் என் நெஞ்சிலே இருக்கிறது. உன் பார்வை என்னுடைய இம்சிக்கப்பட்ட ஆன்மாவை நச்சுப் பாம்பு போலப் பற்றிக்கொண் டிருக்கிறது.’ மேலும் அது போல கடிதத்தின் கடைசியில் அளவான கையெழுத்து இருந்தது.’ நான் ஒரு சாதாரண மான தந்தியடிப்பவன், ஆனால் என்னுடைய உணர்வுகளோ மிலார்டு ஜார்ஜுக்கு ஏற்றவை. என்னுடைய முழுப் பெயரைத் தெரியப்படுத்த நான் துணியவில்லை – அது மிகவும் நாகரிகமற்றது. எனது தலைப்பு எழுத்துகளை மட்டுமே நான் கையெழுத்திட முடியும். பி.பி.ஜெ. தயவு செய்து உங்கள் பதிலை அஞ்சலகத்திற்கு அனுப்புங்கள்.’ இதோ. தாய்மார்களே, பெரியோர்களே, அந்தத் தந்தியடிப்பவனுடைய படத்தை நீங்களே பார்க்கலாம். வண்ணக் கோலால் மிகத்திறம்பட செய்யப்பட்டது.

“வேராவினுடைய இதயம் குத்தித்துளைக்கப்பட்டது. (இதோ அவளுடைய இதயம்,இதோ அம்பு). ஆனால் நன்னடத்தையும், நற்பண்பும் வாய்ந்த அவள் அக்கடிதத்தைத் தனது மரியாதைக்குரிய பெற்றோர்களிடமும், தனது குழந்தைப் பருவ நண்பனிடமும், மண உறுதி செய்யப்பட்ட வனான வாஸ்யா ஷேயினிடமும் காட்டினாள். அவன் ஒரு கவர்ச்சிகரமான இளைஞன். இதோ பட விளக்கம். நேரமிருந்தால் ஓலியங்களுக்குக் கவிதை விளக்கங்கள் தரப்படும்.

“வாஸ்யா ஷேயின், தேம்பியழுதபடி, மண ஒப்பந்த மோதிரத்தை வேராவிடம் திருப்பிக் கொடுத்தான். ‘உனது மகிழ்ச்சியில் நான்

எந்தவகையிலும் குறுக்கே நிற்க மாட்டேன், என்றான்,' ஆனால், உன்னை நான் கெஞ்சிக் கேட்டு கொள்கிறேன். அவசரப்பட வேண்டாம். இறுதி முடிவு எடுப்பதற்கு முன்பு அது பற்றிச் சிந்தித்துப் பார்– அவனுடைய உணர்வுகளையும் உன்னுடைய உணர்வுகளையும் சோதித்துப் பார் குழந்தாய், வாழக்கையைப் பற்றி உனக்கு ஒன்றும் தெரியாது, எரிகின்ற சுவாலையை நோக்கிப் பறக்கின்ற பூச்சியைப் போல இருக்கிறாய் ஆனால் நான் – அந்தோ! கடுமையான. ஏமாற்றுகின்ற உலகை எனக்குத் தெரியும் தத்தியடிப்பவர்கள் கவர்ச்சிகரமானவர்கள். ஆனால் வஞ்சகர்கள் என்பதை நீ தெரிந்து கொள்ள வேண்டும். தங்களுடைய கர்வமூட்டும் அழகாலும், பொய் உணர்ச்சிகளா லும், அதன் பிறகு அவளைக் கொடுமையாகக் கைவிட்டு விடுகிற தன்மையாலும், அந்த அப்பாவிப் பெண்ணை ஏமாற்றுவது அவர்களுக்குச் சொல்ல முடியாத மகிழ்ச்சியைத் தருகிறது.'

"ஆறு மாதங்கள் சுழன்றோடின. வாழ்க்கைச் சுழலிலே தன்னைப் போற்றியவனை வேரா மறந்து விட்டு அழகான வாஸ்யாவை மணந்து கொண்டாள் ஆனால் தந்தியடிப்பவன் அவளை மறக்கவில்லை ஒரு நாள் அவன் ஒட்டடையடிப்பவனைப் போலத் தன்னை மறைத்துக் கொண்டு, புகைக்கரிக் கறையால் தன்னைக் கறைப் படுத்தியபடி, இளவரசி வேராவினுடைய தனி அறைக்கு வந்தான். ஒவ்வொரு இடத்திலும் தனது ஐந்து விரல்கள், மற்றும் இரு உதடுகள் இவற்றின் அடையாளங்களை விட்டுச் சென்றதை நீங்கள் காண முடியும்: கம்பள விரிப்புகள், தலையணைகள், சுவர்த்தாள், தரையில் கூட இருந்தது.

"பிறகு, ஒரு கிராமத்துப் பெண்ணைப் போல உடையணிந்து கொண்டு, நமது சமையல் அறையிலேயே பாத்திரங் கழுவுகின்ற வேலையை ஏற்றுக் கொண்டான். ஆனால் சமையல்காரன் லுக்கா அவன்பால் காட்டிய அளவு கடந்த விருப்பம் 'அவளை' ஓடும்படி செய்தது.

"இதோ, ஒரு பைத்தியக்கார விடுதியிலே அவன் சேர்ந்து கொண்டான். இதோ, ஒரு சந்நியாசியாக நீங்கள் அவனை இங்கே பார்க்கிறீர்கள் ஆனால் ஒவ்வொரு நாளும் தவறாமல் பாசமிக்க கடிதம் ஒன்றை வேராவுக்கு அனுப்பினான். தாளின் மீது அவனது கண்ணீர் படிந்த பகுதி பெருங்கறை யாகப் பரவியது.

"கடைசியில் அவன் செத்துப்போனான் ஆனால் சாவதற்கு முன்பு தனது சுண்ணீரால் நிரப்பிய ஒரு வாசனைத்தைல போத்தலையும், தந்தி அலுவலகப் பொத்தான்கள் இரண்டையும் வேராவுக்கு வழங்கிச் சென்றான்..

"தேநீர் சாப்பிடலாமா, சீமாட்டிகளே, சீமான் களே? என்று கேட்டாள் வேரா நிக்கலாயெவ்னா.

7

நீண்ட இலையுதிர் காலத்துச் சூரியன் மறைந்து கொண்டிருந்தது. தொடுவானத்தின் விளிம்பில் ஒரு நீல மேகத்திற்கும் பூமிக்கும் இடையில் குறுகலான, சிவந்த, மின்னுகின்ற கீறல் மறைந்து கொண்டிருந்தது. இப்போது மண்ணும் மரங்களும் வானமும் கண்ணுக்குத் தெரியாமல் போய்விட்டன. தலைக்கு மேலே பெரிய நட்சத்திரங்கள் இருளின் கருமையில் கண்ணிமைகளோடு ஒளிர்ந்தன. மெல்லிய தூணிலே மேலே செலுத்தப்பட்டிருந்த கலங்கரை விளக்கத்தினுடைய நீல நிறத்துண்டு ஆகாயத்தைத் தொட்ட போது, திரவம் போன்ற ஆனால் மங்கிய ஒளிவட்டமாகத் தெரிந்தது. மெழுகுவர்த்திகளுக்கு மேலாக இருந்த புகைப்போக்கி மூடிகளின் மீது விட்டில் பூச்சிகள் சிறகடித்தன. முன் தோட்டத்திலே புகையிலைச் செடியினுடைய நட்சத்திர வடிவமைந்த பூக்கள் அந்தக் குளுமையான இருளிலே கனத்த மணத்தை வெளிவிட்டன.

துணை ஆளுநரும், சிபேஷ்னிகவும், கர்னல் பனமரியோவும், ஜெனரலை அழைத்து வருவதற்காக டிராம் வண்டித் தொடரின் கடைசி நிலையத்தை அடைந்ததும், குதிரைகளைத் திருப்பி அனுப்புவதாக உறுதி சொல்லிவிட்டு வெகு நேரத்திற்கு முன்பே போய்விட்டார்கள் எஞ்சியிருந்த விருந்தினர்கள் தாழ்வாரத்தில் அமர்ந்திருந்தனர். ஜெனரல் அனோசவ் அவரது விருப்பத்திற்கு மாறாகத் தனது மேலங்கியை அணியும்படி செய்யப்பட்டார். அவருடைய கால்கள் வெதுவெதுப்பான போர்வையில் சுற்றப்பட்டிருந்தன. இரு சகோதரிகளுக்கும் இடையே அவர் அமர்ந்திருந்தார். அவருக்குப் பிடித்தமான 'பொம்மாடு' மது ஒரு போத்தலில் அவருக்கு முன்னே வைக்கப்பட்டிருந்தது. கனமான. அழுத்தமான ஒயினை மெல்லிய கிளாஸில் நிரப்பிக் கொண்டும். தீப்பெட்டியை அனுப்பிக் கொண்டும், தனக்காக பாலாடைக் கட்டியை வெட்டிக் கொண்டும் இருந்த அவருக்காகச் சகோதரிகள் ஆவலோடு பரிமாறினார்கள். வயதான ஜெனரால் மகிழ்ச்சி வெள்ளத்திலே மிதந்தார்.

"ஆமாம். இலையுதிர்காலம் வந்து கொண்டிருக்கிறது. இலையுதிர்காலம், மெழுகுவர்த்தி ஒளியைப் பார்த்துக் கொண்டும், சிந்தனையுடன் தலையை அசைத்துக் கொண்டும் அந்தக் கிழ ஜெனரல் கூறினார். "இலையுதிர்காலம். இதோ, நான் பொருள்களைச் சேகரிக்கத் தொடங்க வேண் டும். என்ன பரிதாபம்! இந்தக் கடற்கரை அருகிலே அமைதியோடும், எளிமையோடும் இருப்பது எவ்வளவு இதமாக இருக்கிறது..."

“ஏன், எங்களோடு அப்படிச் செய்ய முடியாது,தாத்தா?” என்றாள் வேரா.

“என்னால் முடியாது, என் அன்பே, என்னால் முடியாது. கடமை அழைக்கிறது... எனது விடுப்பு முடிந்து விட்டது... ஆனால் இப்படி நான் செய்கிறேன் என்றால் மிக நன்றாக இருக்குமே! பார், ரோஜாக்கள் எப்படி மணக்கின்றன! அதை இங்கிருந்தே என்னால் உணர முடிகிறது. கோடையில் இந்தப் பூக்களுக்கு ஒருவகையில் வாசனையில்லாமற் போய் விடுகிறது, வெள்ளை கருவேல் தவிர... அது மிட்டாயாக மணத்தது.”

வேரா இரண்டு சிறிய ரோஜாக்களை, ஒரு சிறிய குடுவையினின்றும் எடுத்தாள் –இளஞ்சிவப்பு நிறத்திலும் கருஞ்சிவப்பு நிறத்திலும் –ஜெனரலின் மேலங்கியின் பொத்தான் துவாரத்தில் அவற்றைச் சொருகினாள்.

“நன்றி. வேரா.” அந்தப் பூக்களை நுகர்வதற்காகத் தலையைக் குனிந்தார், அன்புள்ள வயதான மனிதருடைய நட்புக்கலந்த முறுவலிப்புடன் புன்னகை செய்தார்.

“புகாரெஸ்டில் நமது இருப்பிடத்தை நாம் எடுத்துக்கொண்டது எனக்கு நினைவு வருகிறது. ஒரு நாள் தெரு வழியாக நான் நடந்து போய்க் கொண்டிருந்த போது, ரோஜாக்களினுடைய சக்தி வாய்ந்த மணம் வந்தது. நான் நின்றேன், அழகுறச் செய்யப்பட்ட அத்தர் போத்தல் இரண்டு படைவீரர்களிடையே இருந்தது. அது முழுக்க ரோஜா எண்ணெய் இருந்தது. அவர்கள் ஏற்கெனவே தங்களது காலணிகளுக்கும், துப்பாக்கி விசைகளுக்கும் அந்த ரோஜா எண்ணெய் விட்டுத் துடைத்திருந்தார்கள். ‘நீங்கள் வைத்திருப்பது என்ன?’ என்று நான் கேட்டேன். ‘இது ஒரு வகையான எண்ணெய், ஐயா. இதில் சிறிதளவை எங்களுடைய கஞ்சியில் போட்டோம், ஆனால் அது நன்றாக இல்லை, நாக்கை என்னவோ செய்கிறது– ஆனால் மணம் நன்றாகத் தான் இருக்கிறது.’ அவர்களுக்கு நான் ஒரு ரூபிள் கொடுத் தேன், அவர்கள் மகிழ்ச்சியோடு அதை என்னிடம் கொடுத் தார்கள். அந்தப் போத்தல் பாதிக்கு மேல் நிரம்பவில்லை. ஆனால் குறைந்தது இருநூறு ரூபிள்களைப் பிடிக்கக் கூடிய அதன் அதிக விலையைக் கருதினேன். போர்வீரர்கள் முற்றிலும் மகிழ்ச்சியடைந்து சொன்னார்கள்: ‘இதோ மற்றொரு பொருள். ஐயா. ஒருவகையான துருக்கியப் பட்டாணி, அதைக் கொதிக்க வைக்க நாங்கள் மிகவும் சங்கடப் பட்டோம், ஆனால் அது வெறுப்புக்குரிய பொருள். மென்மையாகாது.’ அது காப்பிக் கொட்டை, ஆகவே நான் அவர் களிடம் சொன்னேன்: ‘அது துருக்கியர்களுக்குத்தான் நல்லது, ஆனால் போர்வீரர்களுக்கு அதனால் எந்தப் பயனும் இல்லை.’ அதிருஷ்டவசமாக

அவர்கள் எந்த அபினியையும் சாப்பிட்டிருக்கவில்லை. சில இடங்களில் அபினி மாத்திரைகள் மணலில் நசுக்கப்பட்டிருப்பதை நான் பார்த்தேன்."

"மறைக்காமல் சொல்லுங்கள், தாத்தா." என்றாள் ஆன்னா, "நீங்கள் போர்க்களத்தில் எப்போதேனும் பயத்தை அறிந்திருக்கிறீர்களா? நீங்கள் பயந்து போயிருக்கிறீர்கனா?"

"எவ்வளவு வேடிக்கையாகப் பேசுகிறாய், ஆன்னா நான் பயந்தேன். இது தெரிகிறது. நாங்கள் பயப்படவே இல்லை, குண்டுகளின் ஓசை, பூமியில் இனிமையான இசை என்று கூறுபவர்களைத் தயவு செய்து நம்ப வேண்டாம். பைத்தியக்காரர்களோ, தற்பெருமையடித்துக் கொள்பவர்களோ மட்டுந்தான் அப்படிப் பேச முடியும். எல்லாகும் பயப்படுவார்கள், சிலர் நடுக்கத்தோடு தங்களது கால்களை ஆட்டுவார்கள், மற்றவர்களோ அதைக் கட்டுப்படுத்திக் கொள்வார்கள். அச்சம் எப்போதும் ஒரே மாதிரியாக இருந்தாலும், பழக்கத்தால் அதை அமைதிப்படுத்திக் கொள்ள முடிகிறது; ஆகவே எல்லா வீரர்களும், துணிவான ஆட்களும், அது அப்படித்தான் ஆனால் ஒரு முறை சாவது போல பயந்து விட்டேன்."

"அது பற்றிச் சொல்லுங்கள், தாத்தா இரண்டு சகோதரிகளும் ஒன்று சேர்ந்தார் போலக் கெஞ்சினார்கள்.

தங்களுடைய சிறு பிராயத்திலே கேட்ட அதே போன்ற பெரு மகிழ்ச்சியுடன் அனோசவுடைய கதைகளை அவர்கள் அமைதியாகக் கேட்டார்கள். முற்றிலும் ஒரு குழந்தை போல ஆன்னா தனது முழங்கைகளை மேசை மீது பரத்தி வைத்துக் கொண்டாள், தனது குவிந்த கைகளிலே தனது மோவாயைத் தாங்கிக் கொண்டாள். அவருடைய அவசர மில்லாத, எளிய வர்ணனைகளில் ஒரு சுவர்ச்சிகரமான மயக் சும் இருந்தது. அவருடைய போர் நினைவுகளைப் பற்றிச் சொல்கின்ற போது அவர் பயன்படுத்திய புத்தகங்களிலி ருந்து எடுக்கப்பட்ட சொற்களும் உருவகங்களும் விசித்திர மானதாகவும், பாங்கில்லாததாகவும் இருந்தன. அருமை யாகக் கதை சொல்லக் கூடிய யாரோ ஒரு பழைய ஆளைப் போலப் போலியாகச் செய்கிறார் என்று நீங்கள் கருதி யிருக்கக் கூடும்.

"இது மிகவும் சின்னக் கதை." என்று தொடர்ந்தார் அனோசவ் "அது குளிர்காலத்தில் பல்கேரிய ஷிப்கா மலையில் நடைபெற்றது; அப்போது நான் குண்டதிர்ச்சிக்கு ஆளான பிறகு எங்களுடைய நிலவறையில் நாங்கள் நான்கு பேர் இருந்தோம். அப்போது தான் எனக்குப் பயங்கரமான நிகழ்ச்சி ஏற்பட்டது. ஒரு நாள் காலை நான் படுக்கையினின்றும் எழுந்த போது, நான்

யாக்கவ் இல்லை என்றும் நிக்கலாய் என்றும் கற்பனை செய்து கொண்டேன். என்னால் மனத்தை மாற்றிக் கொள்ள முடியவில்லை, முடிந்தளவுக்கு நான் முயன்றேன். என்னுடைய மனம் சீர்கேடாகிக் கொண்டு வருவதை உணர்ந்த நான், எனக்காகக் கொஞ்சம் தண்ணீர் கொண்டுவரும்படி கூச்சலிட்டேன். அதைக் கொண்டு தலையை நனைத்து, எனது நிதானத்தைத் திரும்பப் பெற்றுக் கொண்டேன்."

"அங்குள்ள பெண்களிடம் நீங்கள் எவ்வளவு வெற்றி அடைந்திருப்பீர்கள் என்பதை என்னால் கற்பனை செய்து பார்க்க முடிகிறது, யாக்கவ் மிஹாய்லவிச்," என்று பியானோ வாசிக்கக் கூடிய ஜென்னி ரெய்தர் கூறினாள். "உங்களுடைய இளமைக் காலத்தில் நீங்கள் மிகவும் அழகாக இருந்திருக்க வேண்டும்."

"ஓ. நமது தாத்தா இப்போது கூட அழகாகத்தான் இருக்கிறார்!" என்று ஆன்னா கத்தினாள்.

"நான் அழகாக இருக்கவில்லை." அமைதியான புன்னகையுடன் அனோசவ் கூறினார். "ஆனால் என்னை யாரும் வெறுத்தொதுக்கவில்லை. புகாரெஸ்ட் நகரத்திலே உள்ளத் தைத் தொடுகிற ஒரு நிகழ்ச்சி நடந்தது. நகரத்திற்குள்ளாக நாங்கள் அணிவகுத்துச் சென்ற போது, குண்டு மரியாதையுடன் முக்கியச் சதுக்கத்திலே மக்கள் எங்களை வரவேற் றார்கள், பல சன்னல்கள் சேதமடைந்தன. ஆனால் எங்கே கிளாஸ்களில் தண்ணீர் வைத்திருந்தார்களோ அங்கே சன் னல்கள் சேதமடையவில்லை. இதை இவ்வாறு தெரிந்து கொண்டேன் எனக்கு ஒதுக்கப்பட்ட விடுதிக்கு வந்த போது, ஒரு குட்டையான கூண்டைக் கண்டேன்; அதற்குள்ளாக புத்தம் புது நீருடன் பளிங்கு போன்ற போத்தல் இருந்தது; அந்தப் போத்தலுக்குள்ளாகச் சில பொன்னிற மீன்கள் நீந்திக் கொண்டிருந்தன; மீன்களுக்கு இடையே ஒரு கனேரியப் பறவை உட்கார்ந்து கொண்டிருந்தது. நீரில் ஒரு கனே ரியப் பறவை! நான் பெரிதும் வியப்புற்றுப் போனேன், ஆனால் அதைச் சோதிக்கையில்,அந்தப் போத்தல் ஆழமான அடிப்பகுதியைக் கொண்ட அகன்ற அடிப்பரப்புக் கொண்டிருப்பதைக் கண்டேன். ஆகவே அந்தக் கனேரியப் பறவையால் சுலபமாகப் பறக்கவும், பற்றிக் கொள்ளவும் முடிந்தது. அந்த விவகாரத்திற்குப் பிறகு நான் ஒரு நுண் ணிய புத்தியுள்ளவன் இல்லை என்று எனக்கு நானே சொல்லிக் கொள்ள வேண்டி வந்தது.

"நான் வீட்டிற்குள்ளாக நடந்து சென்றேன், அங்கே மிகவும் அழகான பல்கேரியப் பெண் ஒருத்தியைக் கண்டேன். என்னுடைய அநுமதிச் சீட்டை

அவளிடம் காட்டினேன். குண்டு வெடிப்பிற்குப் பிறகு வீட்டின் சன்னல் கண்ணாடி சேதமடையாமல் இருப்பது ஏன் என்று கேட்பதற்குள்ள வாய்ப்பைப் பயன்படுத்திக் கொண்டேன் அது தண்ணீர் காரணமாகத்தான் என்று அவள் என்னிடம் கூறினாள். அந்தக் கனேரியப் பறவை பற்றி என்னிடம் விளக்கினாள். நான் எவ்வளவு முட்டாளாக இருந்திருக்கிறேன்!.. நாங்கள் பேசிக் கொண்டிருந்த போது, எங்களுடைய கண்கள் சந்தித்தன, எங்களிடையே மின்சாரம் போல ஒரு தீப்பொறி பாய்ந்தது. இந்தப் பெண்ணிடத்தில் நான் முழுமூச்சாக. உணர்ச்சியோடும் மாற்ற முடியாதபடியும், காதலில் விழுந்து விட்டதாக உணர்ந்தேன்"

கிழவர் சற்று மூச்சு வாங்கிக் கொண்டார், கருப்பு ஒயினை மெதுவாகப் பருகினார்.

"ஆனால் அதை அவளிடத்தில் பிறகு நீங்கள் சொன்னீர்களா?" என்று பியானோ வாசிப்பவள் கேட்டாள்.

"ஊகும்... ஆமாம். ஆனால் அதை நான் வார்த்தைகளின்றி சொன்னேன் அது நடந்தது இப்படித்தான்..."

"எங்களைக் கன்னஞ்சிவக்க வைத்துவிட மாட்டீர்கள் என்று நம்புகிறேன். தாத்தா? கபடமாக முறுவலித்தபடி ஆன்னா குறிப்பிட்டாள்.

"இல்லவே இல்லை அந்த விஷயம் மரியாதைக் குரிய தாகவேதான் இருக்கிறது பாருங்கள். நகரத்து மக்கள் எல்லா இடங்களிலும் ஒரே மாதிரியான வரவேற்பைத் தர வில்லை புகாரெஸ்ட் நகர மக்கள் அலட்டிக் கொள்ளாமல் இனிமையாகப் பழகினார்கள். ஒரு நாள் நான் வயலின் வாசிக்கத் தொடங்கிய போது, தங்களது ஞாயிற்றுக் கிழமை உடைகளில் உடனடியாகப் பெண்கள் வந்து நடனமாடத் தொடங்கி விட்டார்கள். பிறகு அது அன்றாட வழக்கமாகி விட்டது

"அது போல ஒரு நாள் மாலை, நிலவு காய்ந்து கொண் டிருந்த போது, என்னுடைய பல்கேரியப் பெண் காணாமற் போய்விட்ட அந்தப் பாதை வழியாகச் சென்றேன். என் னைப் பார்த்ததும், உலர்ந்த ரோஜா இதழ்களைப் பொறுக்குவது போல பாவனை செய்தாள், ஒரு சாக்கு நிறைய அது சேகரிக்கப்பட்டிருந்தது. ஆனால் எனது கைகளை அவளைச் சுற்றிப் போட்டேன், எனது இதயத்திற்கு நெருக்கமாகப் பிடித்துக் கொண்டு சில முறை முத்தமிட்டேன்.

"அப்போதிலிருந்து, நிலவும் நட்சத்திரங்களும் வானில் தோன்றிய

செம்மணி வளையல்

உடனேயே, எனது அன்புக்குரிய காதலியை நோக்கி விரைந்து செல்வேன். அவளோடு இருந்த போது பகலின் கவலைகளை எல்லாம் மறந்து விடுவேன். நாங்கள் அங்கிருந்து புறப்படுவதற்குக் காலம் வந்த போது, இறவாக்காதல் என்று உறுதிமொழி எடுத்துக் கொண்டோம், பிறகு நிரந்தரமாகப் பிரிந்து விட்டோம்."

"அவ்வளவு தானா? என்றாள் லியூத்மீயா லிவோவ்னா ஏமாற்றத்துடன்.

"வேறு என்ன எதிர்பார்த்தீர்கள்? என்று ஜெனரல் கேட்டார்.

"இவ்வாறு சொல்வதற்கு என்னை மன்னிக்க வேண்டும். யாக்கவ் மிஹாயலவிச். ஆனால் இது காதலே அல்ல– இது வெறுமனே ஓர் இராணுவ அதிகாரியினுடைய முகாம் சாதனை போல இருக்கிறது."

"உண்மையில் எனக்குத் தெரியாது. இது காதலா வேறு (ஏதேனும் உணர்வா என்று."

"இல்லை, இது பற்றி நான் சொல்லவில்லை சொல்லுங்கள், உண்மையான காதலை நீங்கள் ஒருகாலும் அறிந்த இல்லையா? உங்களுக்குத் தெரியுமா, காதல் என்பது. நல்லது, சுருக்கமாகச் சொன்னால் தூய்மையும் புனிதத் தன்மையும், நிலைத்ததன்மையும். இந்த உலகம் சாராத ஒருவித அன்பாகும்... அப்படிப்பட்ட காதலை நீங்கள் எப் பொழுதேனும் அநுபவித்திருக்கிறீர்களா?"

"மனசாட்சியோடு என்னால் அப்படிச் சொல்ல முடியாது," என்று தனது நாற்காலியிலிருந்து எழுந்தபடி கிழவர் கூறினார். "நான் காதலிக்கவில்லை என்று தோன்றுகிறது. ஆரம்பத்தில், நேரமும் இல்லை: நான் இளைஞனாக இருந்தேன், அப்புறம் ஆனந்த விளையாட்டுகள், சீட்டாட்டம், பிறகு போர் வாழ்க்கையும், இளமையும், நல்ல உடல் நலமும் என்றென்றைக்கும் நீடிக்கும் என்பது போலவே காணப்பட்டது பிறகு நான் திரும்பிப் பார்த்த போது, ஐயோ! நான் ஏற்கெனவே ஒரு வயதான கிழவனாகி விட்டேன்... இப்போது, அன்புள்ள வேரா, இதற்கு மேல் என்னைத் தங்க வைத்து விட வேண்டாம் உங்கள் எல்லா ரிடமிருந்தும் விடைபெற்றுக் கொள்கிறேன் ஹூஸ்ஸார். என்று பக்தீன்ஸ்கியிடம் கூறினார், "இரவு வெதுவெதுப்பாக இருக்கிறது நாம் புறப்பட்டுப் போய் நமது வண்டியைச் சந்திக்கலாம்."

"நானும் உங்களோடு வருகிறேன், தாத்தா," என்றாள் வேரா.

"நானுந்தான்," என்றாள் ஆன்னா.

புறப்படுவதற்கு முன்னால் வேரர் தன் கணவனிடம் சென்று, அவரிடம் மெதுவாகச் சொன்னாள்:

“நீ அங்கே போய், பார்... என்னுடைய மேசையில் சிவப்புப் பெட்டி ஒன்று இருக்கிறது. அதற்குள்ளாக ஒரு கடிதம் இருக்கிறது. அதைப் படி”

8

ஆன்னாவும் பக்தீன்ஸ்கியும் வழியை முன் நடத்திச் சென்றார்கள். இருபது எட்டுகளுக்கு அப்பால் வேராவுடன் தோளோடு தோள் சேர்ந்தது போல ஜெனரல் அவர்களைப் பின் தொடர்ந்தார். முதல் ஓரிரு நிமிடங்களுக்கு இரவு அவ்வளவு கருமையாக இருந்தது. அந்த இருளுக்கு அவர்கள் பழகிக் கொள்வதற்கு முன்பு, தங்களுடைய கால்களால் தடவியபடி வழி கண்டு கொள்ள வேண்டி இருந்தது. தன்னுடைய வயதுக்கு மாறாக அனோசவ் வியக்கத்தக்கவாறு இன்னமும் கூர்மையான கண்பார்வை பெற்றிருந்ததனால் தன்னுடன் வருபவளுக்கும் உதவி செய்ய வேண்டி இருந்தது. அவ்வப்பொழுது அவருடைய பெரிய குளிர்ந்த கை, தனது கை மீது இலேசாக வளைந்தபடி இருந்த வேராவின் கையை அன்போடு தடவியது.

“அவள் ஒரு வேடிக்கையான பெண், அதுதான் லியூத் மீலா லிவோவ்னா.” என்றார் ஜெனரல் திடீரென்று தனது மனத்திற்குள்ளாகப் போய்க் கொண்டிருக்கும் சிந்தனைகளுக்கு உரத்த வடிவம் கொடுப்பது போலிருந்தது “என் வாழ்க்கையில் அடிக்கடி அதைப் பார்த்திருக்கிறேன்: ஒரு பெண் ஐம்பது வயதைத் தாண்டிய உடனேயே, குறிப்பாக அவள் விதவையாகவோ, முதுகன்னியாகவோ இருந்தால், யாருடைய காதலுக்காகவாவது ஏங்க ஆரம்பிக்கிறாள். ஒன்று உளவறிவாள், சிற்றின்ப எண்ணத்தில் திளைப்பாள், மற்றவர்களுடைய மகிழ்ச்சியை கவனித்துக் கொள்வதாக முன் மொழிவாள், அல்லது உயர்ந்த காதலைப் பற்றி தீம் பாகு போல மிகுதியாகப் பேசுவாள். ஆனால் நான் சொல்ல விரும்புகிறேன். ஒன்று: இந்தக் காலத்தில் மக்களுக்கு எப்படிக் காதலிப்பது என்றே தெரியவில்லை உண்மையான காதலை நான் பார்க்கவில்லை என்னுடைய காலத்திலும் அதைப் பார்த்ததே இல்லை!”

“அது எப்படி இருக்க முடியும், தாத்தா?” வேரா அவரது கையை மெதுவாக அழுத்தியபடி மறுதவித்தாள் “என்ன அவதூறு! நீங்களே திருமணம் ஆனவர் இல்லையா? அவ்வாறானால் நீங்களும் காதலித்திருக்க வேண்டும்.”

“இது ஒன்றையும் குறிப்பிடுவதாக இல்லை. அன்புள்ள வேரா. நான் எப்படித் திருமணம் செய்து கொண்டேன் என்பது உனக்குத் தெரியுமா? ஒரு நாள். ஒரு கனி போல இளம் பெண் இளமையும் புதுமையும் உடையவளாக இருந்தாள் என் அருகிலே அமர்ந்து கொண்டிருந்தாள் அவளுடைய மார்பு சட்டைக்குக் கீழே விம்மிப் புடைக்கும் அவள் தனது அழகிய நீள இமைகளைத்

தாழ்த்தி திடீரென்று நாணுவாள். அவளது கன்னங்கள் அத்தனை கவர்ச்சியாக இருந்தன. கழுத்துக் கூட வெண்மையாகவும், அப்பாவித் தனமாகவும் இருந்தன. அவளுடைய கைகள் விரைவான தாயும், வெதுவெதுப்பானதாயும் இருந்தன ஐயோ, கடவுளே! அவளது அப்பாவும் அம்மாவும் எங்களைப் பற்றி அஞ்சியொடுங்கினார்கள். கதவுக்கருகில் ஒட்டுக் கேட்டார்கள், என்னை ஒரு விதமாகப் பார்த்தார்கள் – உண்மையுள்ள நாய்களின் பார்வையைப் போல். நான் புறப்படுகின்ற போது ஒரு வகை விரைவான சிறு முத்தங்கள் கொடுத்துச் செல்வேன். தேநீர் வேளையின் போது அவளுடைய பாதம் என்னுடைய காலைத் தொடும். ஏதோ எதிர்பாராது நடப்பது போல... பிறகு எல்லாமே தயாராக இருக்கின்றன 'அன்புள்ள நிகீதா அந்தோனவிச், உங்களது மகளுடைய கையைக் கேட்பதற்காக வந்திருக்கிறேன். என்னை நம்புங்கள், அவள் தேவதை. நான் முடிப்பதற்கு முன்னேயே அவள் தந்தையினுடைய கண்கள் ஈரமாயின, அவர் என்னை முத்தமிடத் தொடங்கினார்... 'அன்புள்ள தம்பி! நீண்ட காலத்திற்கு முன்பே நான் ஊகித்தேன். சரி, கடவுள் உன்னையும் என் மகளையும் காப்பாராக... எங்களது கருவூலத்தை நன்கு பார்த்துக் கொள்...' மூன்று மாதங்களுக்குப் பிறகு அந்த தேவதைக் கருவூலம், கந்தலான ஆடையுடனும், வெறுங்காலில் மாட்டப்பட்ட காலணியுடனும், மெல் லிய தலைமுடி வாரப்படாமல். சுருள் காகிதங்களைப் போலத் தொங்கிக் கொண்டிருக்சு, வீட்டைச் சுற்றிப் போய்க் கொண்டிருந்தது. ஒரு சமையல்காரி மாதிரி சேவ கர்களுடன் சண்டையிட்டாள். இளம் அதிகாரிகளுடன் தன்னை ஒரு பைத்தியம் போல் ஆக்கிக் கொண்டாள், கொக்கரித்துக் கொண்டும் கண்களை உருட்டிக் கொண்டும் இருப்பாள் மற்றவர்கள் முன்னிலையில் ஏதோ காரணத்திற் காக எனக்கு 'ஜாக்' என்று பெயரைக் கொடுத்தாள். செய வாளி, சுபடதாரி. சோம்பேறி, பேராசை படைத்தவள். அவளுடைய கண்கள் எப்போதுமே அவ்வளவு நன்றியில் லாதது போலக் காணப்பட்டது இப்போது அது எல்லாமே முடிந்து விட்டது. அந்தக் கோரமான நடிகருக்கு நான் இன்னமும் நன்றியுடையவனாக இருக்கிறேன். நல்ல வேளை எங்களுக்குக் குழந்தைகள் ஏதுமில்லை..."

"நீங்கள் அவர்களை மன்னித்து விட்டீர்களா, தாத்தா?"

"மன்னிப்பது என்பது ஒரு தகுந்த வார்த்தையல்ல. எனது அருமை வேரா ஆரம்பத்தில் நான் ஒரு பைத்தியம் போலவே இருந்தேன் நான் பார்த்திருந்தால் அவர்களைக் கட்டாயம் கொன்றிருப்பேன். பிறகு முழு விஷயமுமே படிப் படியாக மறைந்து விட்டது அவமதிப்பைத் தவிர எதுவுமே எஞ்சவில்லை. ஆக நன்றாகவே இருந்தது. கடவுள் தேவையற்ற குருதிசிந்தலைத் தவிர்த்து

விட்டார். மேலும், பெரும் பாலான கணவன்களால் அடிப்பது போல விதியைக் காட்டப் பட்டேன் உண்மையிலேயே அந்த அருவருப்பான நிகழ்ச்சி இல்லாமல் இருந்திருந்தால் எனக்கு என்ன ஏற்பட்டிருக்கும்? ஓர் ஒட்டகம், இகழத்தக்க குருமட முதல்வர், பாதுகாவலர், கறவைப் பசு, ஒரு திரை, ஒருவகையான வீட்டுச் சாமான்... இல்லை! எல்லாமே நல்லதற்காகத்தான், சின்ன வேரா."

"இல்லையில்லை, தாத்தா, அந்தப் பழைய வருத்தம் இன்னமும் உங்களுடைய இதயத்திலே உறுத்திக் கொண்டே இருக்கிறது... மேலும் உங்களுடைய வருத்தமான அநுபவத்தை மக்கள் சமுதாயம் முழுமைக்கும் நீங்கள் விரிவு படுத்துகிறீர்கள். வாஸ்யாவையும் என்னையும் எடுத்துக் கொள்ளுங்கள். எங்கள் திருமணம் துக்ககரமானது என்று உங்களால் சொல்ல முடியுமா?"

அனோசவ் நீண்ட நேரம் பேசவில்லை.

"எல்லாம் சரிதான்... உங்களுடைய மாதிரி ஒரு விதி விலக்கானது என்று நாம் கூறிக் கொள்வோம்..." என்றார் அவர் விருப்பமின்றி "ஆனால் பெரும்பாலும் மக்கள் எதற்காகத் திருமணம் செய்து கொள்கிறார்கள்? பெண்ணை எடுத்துக் கொள்வோம். அவள் தனியாக இருப்பதற்கு வெட் கப்படுகிறாள், குறிப்பாக அவளது தோழிகளுக்குத் திருமணம் ஆன பிறகு குடும்பத்தில் ஒரு பாரமாக இருப்பது தாங்க முடியாத ஒன்று. குடும்பத்தின் தலைவியாக இருக்கவும் சுதந்திரத்தை அநுபவிக்கவும் அவள் விரும்புகிறாள். பிறகு தேவை ஏற்படுகிறது–ஒட்டு மொத்தமான உடற் தேவை – தாய்மைக்காக, தனக்கென்று சொந்தமாக ஒரு கூட்டைத் தயாரிப்பதற்காக. ஆண்களுடைய நோக்கங்கள் வேறானவை முதலாவதாக, அவர்கள் தங்களுடைய திருமணமாகாத வாழ்க்கை. தங்கள் அறைகளின் ஒழுங்கற்ற தன்மை, விடுதிச் சாப்பாடுகள், அசுத்தம், சிகரெட் துண்டுகள் கிழிந்த அல்லது இணைசேராத சில்லரைத் துணிமணிகள், கடன்கள், சம்பிரதாயமற்ற நண்பர்கள் மற்றும் இது போன்றவை களால் களைத்துப் போய் விடுகிறார்கள். இரண்டாவதாக, குடும்பத்தில் வசிப்பது உடல்நலமானதென்றும், மிகச் சிக்கனமானதென்றும் உணர்கிறார்கள். மூன்றாவதாக, அவர்கள் இறந்த பிறகு அவர்களில் ஒரு பகுதி அவர்களது குழந்தைகளிடத்திலே விடப்படும் நிலைபேற்றின் மருட்சி என்று நினைக்கிறார்கள். நான்காவதாக, மாசுமறுவற்ற தன்மையின் கவர்ச்சி, எனது விவகாரத்தில் உள்ளது போல. சில சமயங்களில் வரதட்சிணை பற்றிய கருத்தும் இருக்கிறது. ஆனால் காதல் எங்கே இருக்கிறது? ஆர்வமற்ற, தன்னைத் தியாகம் செய்யக் கூடிய காதல், எந்த வெகுமதியையும் எதிர்பாராத காதல் எங்கே? 'சாவைவிடக் காதல் சக்தி வாய்ந்ததென்று' சொல்லப்படுகிறது,

எங்கே அது? எந்த முயற்சியும் தேவையில்லாது, ஆனால் எந்த வீரத்தையும் செய்ய வேண்டும் என்ற வெறுமையான மகிழ்ச்சி, உயிரைக் கொடுத்துத் தன்னைத் தியாகியாக்கிக் கொள்ள வைக்கும் அந்தக் காதலைச் சொல்கிறேன். பொறு,பொறு, வேரா, திரும்பவும் உன் வாஸ்யாவைப் பற்றி என்னிடத்தில் பேசப் போகிறாயா? என்னை நம்பு, நான் அவனை விரும்புகிறேன். அவன் சரியாகத்தான் இருக்கிறான் அவனது காத லைப் பேரழகு நிறைந்த ஒளியோடு வருங்காலம் காட்டும் என்று யாருக்குத் தெரியும். ஆனால் என்ன வகையான காதலைப் பற்றி நான் பேசிக் கொண்டிருக்கிறேன் என்பதை புரிந்து கொள். காதல் ஒரு துன்பக் கதையாக இருக்க வேண்டும். உலகத்தில் மிகப் பெரிய ரகசியமாக இருக்க வேண்டும்!

அதைக் கட்டாயம் பாதிக்கக் கூடிய ஆறுதல்களோ, மதிப்பீடுகளோ, சமரசங்களோ இல்லை..

அப்படிப்பட்ட காதலை எப்போதேனும் நீங்கள் பார்த்திருக்கிறீர்களா, தாத்தா?" என்று வேரா மென்மையாகக் கேட்டாள்.

"இல்லை," என்று கிழவர் உறுதியுடன் பதிலளித்தார். "இதற்கு மிகவும் நெருங்கி வரக்கூடிய இரண்டு சம்பவங்களை தான் அறிவேன். ஆனால் அவற்றில் ஒன்று முட்டாள் தனத்தால் உந்தப் பட்டது, மற்றது... வந்து... ஒரு வகையான புளித்த விஷயம்... முற்றிலுமாக மடமை வாய்ந்தது. நீ விரும்பினால் அவை பற்றி என்னால் சொல்ல முடியும் அது நீண்ட நேரம் பிடிக்காது."

"தயவு செய்து சொல்லுங்கள், தாத்தா."

"சரி. எங்களுடைய டிவிஷனில் ஒரு ரெஜிமெண்டல் கமாண்டர் (ஆனால் எங்களுடைய ரெஜிமெண்டில் அல்ல), அவருக்கு ஒரு மனைவி இருந்தாள் அவள் எலும்புத் தோலுமாக இருந்தாள் என்பதை உன்னிடம் நான் சொல்லியாக வேண்டும். சிவப்புத் தலை முடியும், நீண்ட கால்களும், ஒல்லியான தோற்றமும், பெரிய வாயையும் பெற்றிருந் தாள்... ஒரு பழைய மாஸ்கோ வீட்டிற்குப் பூச்சுப் பூசியது போல அவளுடைய முகத்திலே ஒப்பனை இருந்தது. ஆனால், இவ்வளவுக்கும் நிறைய உணர்ச்சி, கர்வம், மக்கள் பால் வெறுப்பு, வேறுபட்ட தன்மைகள் மேல் விருப்பம் போன்ற தன்மைகளைப் பெற்ற ஒரு வகையான ரெஜிமெண்டல் மெஸ்ஸாலினாவாக* இருந்தாள். போதை மருந்துக்கும் அடிமையாகி இருந்தாள்

"ஒரு நாள் இலையுதிர் காலத்தில் எங்களுடைய ரெஜி மெண்டிற்கு ஒரு

புதிய இளைய அதிகாரி, இராணுவப் பள்ளி யிலிருந்து புத்தம் புதியவனாக, அநுபவமற்ற இளைஞனாக அனுப்பி வைக்கப்பட்டான். ஒரு மாதத்திற்குப் பிறகு அந்த வயதான குதிரை அவனைத் தன்னுடைய கட்டை விரலுக்குக் கீழே வைத்திருந்தாள். அவன் தான் அவளுடைய பணியாள், அவளுடைய அடிமை, அவளுடைய அமரத்துவமான நடன சகா. அவளுடைய விசிறி மற்றும் கைக்குட்டையை அவன் தூக்கிக்கொண்டு போவது வழக்கம். அவளுடைய குதிரைகளை இழுத்து வருவதற்காக, தனது மெல்லிய மேலங்கி தவிர வேறு எதுவுமில்லாமல் பனியில் வெளியே சென்று உறைந்து போனான் வயதாள், அநுபவமுள்ள, பேராசை மிக்க பரத்தையின் காலடியில் அப்பாவி இளைஞன் தனது முதற்காதலை வைத்தது மிகவும் பயங்கரமானது. மிகுதியான தாக்குதல் இன்றி தப்பிக்க முயன்றால் கூட, அவளை இழந்து விட நீங்கள் தயாராக இருக்க வேண்டும். வாழ்க்கைக்காக அவன் குறியீடு செய்யப்படுகிறான்.

“கிறிஸ்துமசின் போது அவனிடத்தில் அவள் சலிப்படைந்து விடடாள் ஏற்கெனவே தான் அறிந்திருந்த பழைய காதலர்களில் ஒருவனிடம் அவள் திரும்பிப் போனாள். ஆனால் அவளின்றி அவனால் இருக்க முடியவில்லை. அவளை ஒரு நிழல் போலத் தொடர்ந்தான் கிழிந்து கந்தலாகிப் போனான். எடையையும் நிறத்தையும் இழந்தான் உயர்ந்த அலங்காரச் சொற்களிலே சொல்வதானால் ‘சாவு அவனது புருவத்தைக் குறித்தது’. அவன் மீது பயங்கரமாகப் பொறாமைப்பட்டான். அவளது சன்னலுக்குக் கீழே இரவெல்லாம். அவன் நின்று கொண்டிருப்பது வழக்கம் என்று அவர்கள் சொன்னார்கள்.

“வசந்த காலத்தில் ஒரு நாள் ரெஜிமெண்டில் ஒரு வகையான வெளிப்புற விருந்துக்கு ஏற்பாடு செய்தார்கள். அவளையும் அவனையும் எனக்கு நேரடியாகவே தெரியும். ஆனால் அது நிகழ்ந்த போது நான் அங்கில்லை. அத்தகைய நிகழ்ச்சிகளில் நடப்பது போல நிறையக் குடித்தார்கள் இரவு கவிழ்ந்த பிறகு அவர்கள் ரயில் பாதை வழியாகத் திரும்பத் தொடங்கினார்கள். திடீரென்று சரக்கு இரயில் வருவதைப் பார்த்தார்கள். ஒருவகையான செங்குத்துச் சரிவில் அது ஊர்ந்து கொண்டு வந்தது. விசில் சத்தத்தைக் கேட்டார்கள். அக்கணத்தில், அந்த என்ஜினுடைய முகப்பு விளக்குத் தெரிய ஆரம்பிக்கவுமே அவள் திடீரென்று அவ னுடைய காதுக்குள்ளே முணுமுணுத்தாள். ‘என்னைக் காதலிப்பதாகச் சொல்லிக் கொண்டிருக்கிறீர்கள். ஆனால் நீங்களாகவே இந்த ரயிலுக்குக் கீழே விழும்படி நான் உங்களிடம் கூறினால் அதைச் செய்ய மாட்டீர்கள் என்று உறுதியாகத் தெரியும். அவன் ஒரு வார்த்தை கூட பதில் பேசவில்லை. அதே கணம் ரயிலுக்குக் கீழே

வேகமாகப் பாய்ந்தான். தான் இரண்டாக வெட்டுண்டு போகும்படி, சரியாக முன்பின் சக்கரங்களுக்கு இடையே விழ அவன் திட்டமிட்டிருந்தான் என்று அவர்கள் சொன்னார்கள். ஆனால் யாரோ ஒரு மடையன் அவனைப் பின்னுக்கு இழுத்து அப்பாள் நள்ள முயன்றான். போதுமான வலிமை வாய்ந்தவனாக இல்லை. அந்த இளம் அதிகாரி இரு கைகளையும் நீட்டியபடி தண் தண்டவாளத்தில் பாய்ந்தான். அவை வெட்டப்பட்டன."

"ஐயோ, என்ன பயங்கரம்!" என்று வேரா வியந்துரைத் தாள்.

"அவன் இராணுவப் பணியிலிருந்து விலக வேண்டி நேரிட்டது அவனுடைய தோழர்கள் அவனது பயணத்திற்காகக் கொஞ்சம் பணம் சேகரித்தார்கள். அவளையும், அந்த முழு ரெஜிமெண்டையும் பழிகூறிக் கொண்டு வாழ்ந்த அந்நகரத்தில் அவனால் தங்க முடியாது போய் விட்டது. அதுதான் அந்த அப்பாவி இளைஞனுடைய முடிவு... மிகக்கெட்ட முறையில் அவன் பிச்சைக்காரனாகிப் போனான். அதன் பிறகு பீட்டர்ஸ்பர்க்கில் கடற்கரையில் எங்கோ பனிக்காலத்தில் செத்து உறைந்து போனான்.

"இரண்டாவது சம்பவமும் முற்றிலும் பரிதாபத்திற் குரியதாகும். இளமையோடும், அழகோடும் இருந்தாள் என்பதைத் தவிர முன்னைய கதையில் கூறப்பட்ட பெண்ணைப் போலவே இருந்தாள். அவளுடைய நடத்தை முழுதும் வெறுக்கத்தக்கதாகவே இருந்தது. ஒருவருக்கொருவர் கள் எத்தனமாக நடபுக்கொள்வதை குடும்ப விவகாரம் போலக் கருதிய எங்களுக்கே அவளது நடத்தை அதிர்ச்சியைத் தந்தது. ஆனால் அவளது கணவன் அதைப் பற்றிக் கவலைப் படவில்லை. அவன் ஒவ்வொன்றையும் அறியவும், பார்க்கவும் செய்தான். ஆனால் நிறுத்துவதற்கு ஏதும் செய்ய வில்லை அவனுடைய நண்பர்கள் அவனுக்குக் குறியீடு காட்டினார்கள். ஆனால் அவர்களை அப்பால் வெறுத்து ஒதுக்கி விட்டான். 'வேண்டாம்... அதை நிறுத்தி விடுங்கள்... அது என்னுடைய பிரச்சினையல்ல, என்னுடைய விஷயமல்ல... நான் வேண்டுவதெல்லாம் லேனா மகிழ்ச்சியாக இருக்க வேண்டும் என்பதுதான்!..' அத்தகைய ஒரு முட்டாள்!

"முடிவில், கம்பெனியிலிருந்த ஒரு துணைநிலைத் தலைவனாகிய லெப்டினெண்ட் விஷ்னியகோவுடன் அவள் மிகத் தீவிரமாகத் தன்னைச் சம்பந்தப் படுத்திக் கொண்டாள். அந்த மூவரும் இரண்டு கணவன்களுடன் இணைந்த திருமண வாழ்க்கையிலே வாழ்ந்தார்கள். அதுதான் உலகிலே சட்ட பூர்வமான திருமண முறை போலும். பிறகு எங்களது ரெஜிமெண்ட முன்னணிக்குச் செல்ல ஆணை பிறப்பிக்கப்பட்டது. எங்களது பெண்கள்

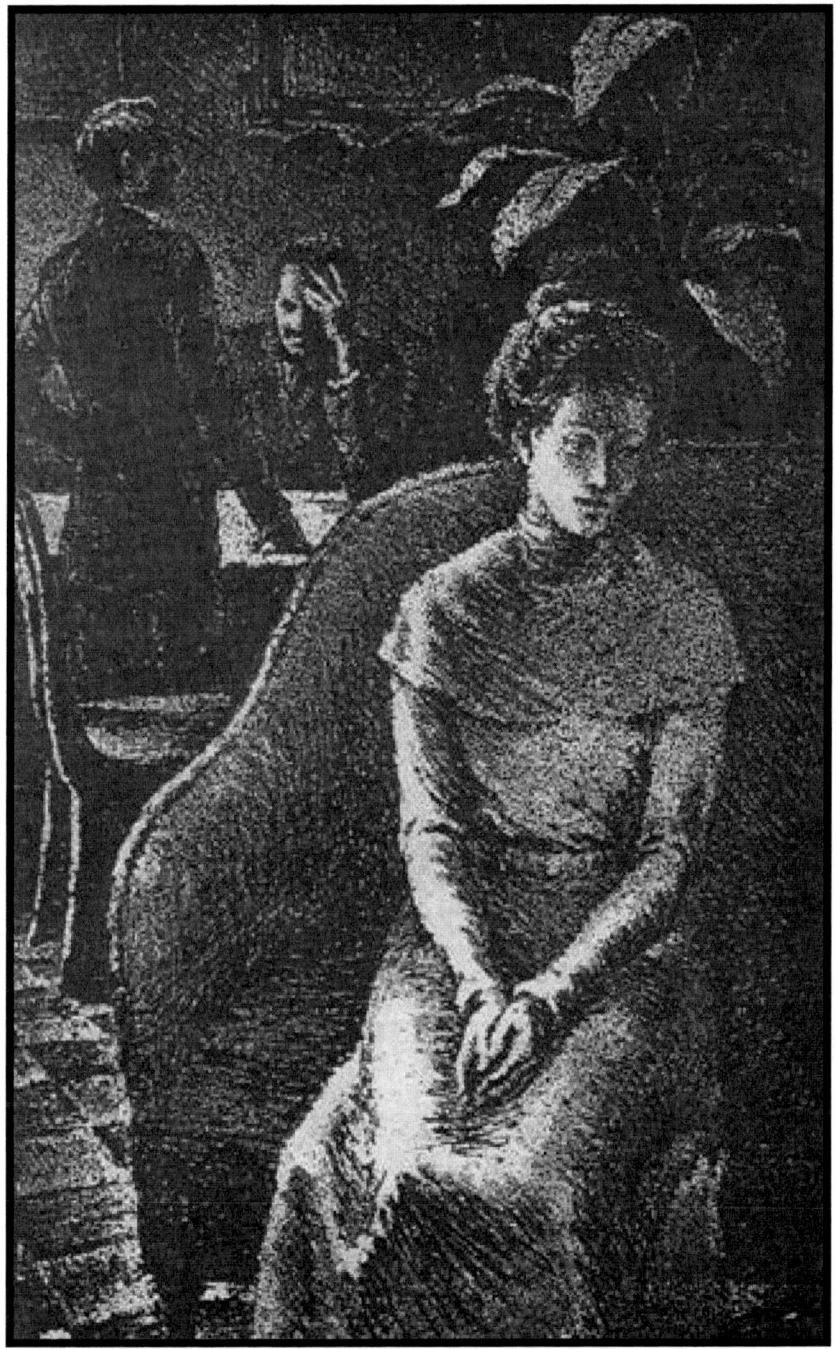

விடை கொடுத்து அனுப்பினார்கள். அது போலவே அவளும் செய்தாள் ஆனால் அது உண்மையில் மிகவும் அருவருப்பாக இருந்தது அவள் கணவனிடம் அவ்வளவாகப் பார்வையைச் செலுத்தவில்லை, வேறொரு காரணம் இல்லாவிட்டாலும் வருகை தர வேண்டும் என்பதற்காக வந்தது போலிருந்தது. ஒரு கெட்டுப் போன சுவற்றிலுள்ள படர்கொடி போல அந்த லெபடினெண்ட் மீது அவள் சாய்ந்து கொண்டாள் ஒரு கணப் பொழுது கூட அவனை அகலாது இருந்தாள் வழியனுப்புகிற முறையில் நாங்கள் ரயிலில் உட்கார்ந்து புறப்பட்ட போது, அவன் கணவனை நோக்கிக் கத்தினாள்: 'வலோத்யாவை நன்கு பார்த்துக் கொள்! அவனுக்கு ஏதாவது நிகழ்ந்தால் நான் வீட்டை விட்டு வெளியே போய் விடுவேன் திரும்பி வர மாட டேன். குழந்தைகளை என்னோடு எடுத்துக் கொள்வேன்.

"ஒருவேளை நீ அந்தக் காப்டனை ஒரு பேதை என்று நினைக்கக் கூடும்? ஒரு ஜெல்லி மீனா? ஒரு பேடியார் இல்லவே இல்லை. அவன் தைரியமான வீரன். செலோனியை கோரியில் துருக்கியக் களக்காப்பரணுக்கு எதிராக ஆறு முறைத்தனது கம்பெனியை நடத்திச் சென்றான். அவனுடைய இருநூறு ஆட்களில் பதினான்கு பேர்தான் தப்பித்தார்கள். அவன் இரு முறை காயப்படுத்தப்பட்டான். ஆனால் மருத்துவமனைக்குப் போவதற்கு மறுத்து விட்டான். அவன் அப்படிப்பட்ட ஆள். வீரர்கள் அவனை வழிபட்டார்கள்.

"ஆனால் அவன் என்ன செய்ய வேண்டும் என்று அவள் சொல்லியிருந்தாள் ... அவனுடைய லேனா!

"ஆகவே ஒரு பணிப் பெண்ணைப் போல அல்லது ஒரு தாய் போல அந்தக் கோழையையும், சோம்பேறி மடையன் விஷ்னியகோவையும் முகாமில் இரவிலே மழையிலும் சகதியிலும் தனது பெரிய மேலங்கியிலே மூடிக் கொள்வான். அவன் ஓய்வெடுத்துக் கொண்ட போதோ, சூதாட்டச் சீட்டு விளையாடும் போதோ அவனுக்காக கருங்கை தோண்டும் வேலையில் மேற்பார்வை செய்வான். விஷ்னியகோவுக்காக இரவிலே புறக்காவல் நிலையங்களைப் பரிசோதிப்பான் யரோஸ்லாவல் நாட்டுப்புறப் பெண் தன்னுடைய முட்டைக் கோசுகளை வெட்டுவது போல நமது பாதுகாவல் ஆட்களைத் துருக்கியர்கள் வெட்டி வீழ்த்திய சமயத்தில் அப்படிச் செய்தான். அப்படிச் சொல்வது ஒரு பாவம், ஆனால், என்னுடைய கௌரவத்தின் பெயரால் சொல்கிறேன். விஷ்னியகோல் சன்னிக் காய்ச்சலால் மருத்துவமனையில் இறந்து விட்டான் என்று கேட்டவுடன் எல்லாரும் மகிழ்ச்சியடைந் தோம்..."

"பெண்கள் எப்படி, தாத்தா? காதலிக்கின்ற பெண்களை நீங்கள் சந்திக்கவே இல்லையா?"

“ஏன், நான் சந்தித்திருக்கிறேன், வேரா நான் மேலும் சொல்கிறேன்: காதல் உள்ள ஒவ்வொரு பெண்ணும் மிக உயர்ந்த ஆளுமைத்தன்மை அடைவதற்குத் தகுதி படைத்தவள் என்பது எனக்கு உறுதி. அவள் முத்தமிட ஆரம்பித்த நேரத்திலிருந்து, தழுவுகிற, தன்னை இழக்கிற நேரங்கள் வரை அவள் ஒரு தாய் தான் என்பது உனக்குத் தெரிய வேண்டும். அவள் காதலிக்க ஆரம்பித்து விட்டால், வாழ்க்கையின் முழு அர்த்தம் இந்தப் பிரபஞ்சம் தான்! ஆனால் காதல் அருவருக்கத்தக்கத் தோற்றங்களை அடைந்து விட்டால், ஒரு வகையில் அன்றாட வசதிக்கேற்ப, அற்பத்தனமான வடிவங்களுக்குத் தாழ்ந்து போய் விட்டால் அதற்கு அவள் பொறுப்பில்லை. பழிக்கப்பட வேண்டியவர்கள் ஆண்கள் தான். ஏனெனில் இருபதிலேயே அவர்கள் சலித்துப் போய் விடுகிறார்கள். கோழிக்குஞ்சு உடலும், முயலினுடைய நெஞ்சும் இருக்கிறது அழுத்தமான ஆசைகள், வீரச் செயல்கள், காதலின் மென்மையும் வழிபாடும் அவர்களுக்கு முடியாது. உண்மைக் காதல் ஒரு காலத்தில் இருந்தது என்று கூறுகிறார்கள். இல்லையென்றால் உலகத்தின் மிக உயர்ந்த மனங்களும், ஆன்மாக்களும் – கவிஞர்கள், நாவலாசிரியர்கள், இசைவாணர்கள், கலைஞர்கள் – கனவுகண்டதும் ஆசைப்பட்டதும் அது தானே? சமீபத்தில் மனோன் லெஸ்கோ மற்றும் வீரன் டெ கிரியே கதையை நான் படித் தேன்... அது என் கண்களில் நீரை வரவழைத்தது... உள்ள படியே அப்படிச் செய்தது. உண்மையில் சொல்லு, ஒவ்வொரு பெண்ணும் அவளுடைய நெஞ்சின் ஆழத்திலே ஒரே மனத்துடன், எதையும் மன்னிக்கக் கூடிய, எதையும் தாழ்ந்து பணிவோடு தன்னைத் தியாகம் செய்யக் கூடிய அன்பு கொண்ட காதலுக்காகக் கனவு கண்டதில்லையா?

“ஆமாம். அப்படித்தான், தாத்தா...”

“அது இல்லையென்றால் தான் பெண்கள் வஞ்சம் தீர்த்துக் கொள்கிறார்கள். இப்போதிலிருந்து சுமார் முப்பது ஆண்டுகளில் அதைப் பார்ப்பதற்கு நான் உயிரோடு இருக்க மாட்டேன். அன்புள்ள வேரா, நான் சொல்வதை நினைவு வைத்துக்கொள். இப்போதிலிருந்து முப்பது ஆண்டுகளில் உலகத்தியே பெண்கள் இணையற்ற சக்தியினைக் கைவரப் பெறுவார்கள் இந்திய தெய்வங்களைப் போல அவர்கள் ஆடையணிவார்கள். அடிமைகளைப் போல ஆண்களைக் காலடியிலே மிதிப்பார்கள் அவர்களுடைய எல்லை கடந்த ஆசைகளும், உணர்வுகளும் ஆண்களுக்குச் சோகமான சட்டங்களாக மாறிவிடும். ஏனெனில் பல சந்ததிகள் காலம் வரை நாங்கள் காதலைப் போற்றவும் வழிபடவும் முடியாத வர்களாகி விட்டோம். அதற்கு இது ஒரு பழிவாங்குதலாகும். உனக்கு அந்த விதி தெரியும்: செயலும் எதிர்ச்செயலும் சமத்தன்மைக்கும் எதிர்த்தன்மைக்கும் இணையானவை.”

சற்று நேரம் அவர் நிறுத்தினார், பிறகு திடீரென்று கேட்டார்:

“சொல்லு, வேரா, உனக்குச் சங்கடமில்லாமல் இருந்தால், அந்தத் தந்தியடிப்பவன் பற்றி இன்று இரவு இளவரசன் வசீலி நமக்குச் சொன்ன கதை என்ன? அதிலே எவ்வளவு உண்மை, அவருடைய அலங்காரச் சோடனை எவ்வளவு?”

“உள்ளபடியே நீங்கள் தெரிந்து கொள்ள விரும்புகிறீர்களா, தாத்தா?”

“சொல்வதை நீ சிரமமாக எடுத்துக் கொண்டால். வேரா, ஏதாவது ஒரு காரணத்திற்காக நீ சொல்ல வேண்டாம் என்றால்....”

“இல்லவே இல்லை. மகிழ்ச்சியோடு சொல்வேன்.”

தனது திருமணத்திற்கு இரண்டாண்டு காலத்திற்கு முன்பாகத் தொடர்ந்த அந்தப் பேராவல் கொண்டவனைப் பற்றி ஜெனரலிடம் விவரமாகச் சொல்ல ஆரம்பித்தாள்.

அவள் அவனைப் பார்த்ததே இல்லை பெயரைக் கூடத்தெரியாது. கி. எஸ். ஜெ. என்று மட்டுமே கையொப்பமிட்டு அவளுக்கு எழுதியிருந்தான். ஏதோ ஓர் அலுவலகத்தில் குறிப்பிட்டிருந்தான்–தந்தி எழுத்தர் என்று ஒரு முறை அலுவலகம் பற்றி ஒரு வார்த்தை கூடச் சொல்லவில்லை. அவளுடைய நடவடிக்கைகளை மிக நெருக்கமாகக் கவனித்து வந்திருக்கிறான் என்பது தெளிவு ஏனெனில் அவனது கடிதங்களிலே, அந்த மாலைப் பொழுதை அவள் எங்கே செலவிட்டாள் என்பதையும், எந்தக் குழுவில் இருந்தாள் என்பதையும், எப்படி உடையணிந்திருந்தாள் என்பதையும் மிகச் சரியாகக் குறிப்பிட்டிருந்தான் முதலில் அவனது கடிதங்கள், முற்றிலும் சரியாக இருந்தாலும், கொஞ்சம் ஆபாசமாக ஒலித்தன. ஆனால் ஒரு முறை அவள், பைத்தியக்காரத் தனமான உணர்ச்சிவயப்பட்ட காதலால் தன்னை இதற்கு மேலும் அலைக்கழிக்க வேண்டாம் என்று அவனுக்கு எழுதினாள். (அதோடு, தாத்தா, இதை எங்கள் ஆடகளிடம் சொல்லாதீர்கள் இது யாருக்கும் தெரியாது) அதன் பிறகு அவன் காதலைப் பற்றி எழுதுவதே இல்லை, மாறாக ஈஸ்டர், புத்தாண்டு மற்றும் அவளது பிறந்த நாள் போன்ற குறிப்பிட்ட நிகழ்ச்சிகளில் மட்டுமே வாழ்த்துக்களை அனுப் பினான். இளவரசி வேரா மேலும் ஜெனரலிடம், அந்த ரகசியப் பாராட்டு நரிடமிருந்து அன்று வந்த விசித்திரக் கடிதத்தில் உள்ளதை வரிக்கு வரியாகச் சொன்னாள் .

“ஆமாம்,” என்று கடைசியாக ஜெனரல் இழுத்தார் “ஒருவேளை அவன் குழப்பமானவனோ, வெறி பிடித்தவனோ யாருக்குத் தெரியும்? ஒருவேளை,

பெண்கள் கனவு காண்கிற ஆனால் ஆண்கள் வராத அப்படிப்பட்ட காதலால் உனது வாழ்க்கைக் குறுக்கிடபபடுகிறதோ என்னவோ நிற்க, நமக்கு முன்னே விளக்குகள் நகர்ந்து கொண்டிருப்பதை நீ பார்க்கிறாயா? அது எனது வண்டியாகத்தான் இருக்க வேண்டும்.”

அதே நேரம் அவர்களுக்குப் பின்புறத்தில் காரின் ஓசை கேட்டது. சக்கரங்களினால் தடம் ஏற்படுத்தப்பட்டு, பாதை பிரகாசமாகச் சுடர் விட்டெரிவது போல பிரகாசித்தது. குஸ்தவ் இவானவிச் ஓட்டி வந்தார்.

“உன்னுடைய பொருள்களை நான் எடுத்து வந்திருக்கிறேன், ஆன்னா, உள்ளே வா,” என்றார். “உங்களை வீடு வரை நான் அழைத்துச் செல்லலாமா, ஜெனரல் அவர்களே?”

“வேண்டாம். நன்றி, என் நண்பரே,” என்று ஜெனரல் சொன்னார். “எனக்கு இந்தக் கார் பிடிக்காது. அது செய்வதெல்லாம் அலைப்பதும் குலுங்குவதும் தான், அதில் எந்த மகிழ்ச்சியும் இல்லை. நல்லது. இரவு வணக்கம், அன்புள்ள வேரா நான் அடிக்கடி வந்து கொண்டிருப்பேன்.” என்ற அவர் வேராவின் நெற்றியிலும் கைகளிலும் முத்தமிட்டார்.

சுற்றிலும் விடை பெற்றுக் கொண்டிருந்தார்கள் வேரா நிக்கலாயெவ்னாவை அவளது நகர்ப்புறமனை படலை வரை அழைத்துச் சென்றார் பிரியேஸ்ஸே பிறகு ஒரு வட்ட மடித்து, கர்ஜிக்கிற, புகை தள்ளுகின்ற தனது காரில் இருட்டுக்குள்ளாக மறைந்தார்.

9

ஒரு கசப்பான உணர்வோடு இளவரசி வேரா தாழ்வாரத்தில் காலடி வைத்து வீட்டிற்குள் போனாள் சற்றுதூரத்தில் அவளுடைய சகோதரன் நிக்கலாயின் உரத்த குரலைக் கேட்டாள் அவருடைய மெலிந்த உடல் குறுக்கும் நெடுக்குமாக அறைக்குள் உலாவிக் கொண்டிருப்பதைப் பார்த்தாள். வசீலி லிவோவிச் சீட்டு விளையாடும் மேசையின் முன் அமர்ந்திருந்தார். ஒரு சுண்ணக் கோலால், பச்சை நிறத் துணியில் அவர் கோடுகள் வரைந்த போது. அவருடைய பெரிய தலையில் வெட்டப்பட்டிருந்த முடி, கீழே தாழ்ந்து கிடந்தது.

“இதை எப்போதோ செய்திருக்க வேண்டும்!” என்று நிக்கலாய எரிச்சலோடு சொன்னார் கண்ணுக்குத் தெரியாத ஒரு பாரத்தை இறக்குவது போல, தனது வலது கையைப் பாவனை செய்து கொண்டார். “அந்த முட்டாள் தனமான கடிதங்களுக்கு ஒரு முற்றுப் புள்ளி வைக்கப்பட வேண்டும்

என்பது நீண்ட காலத்திற்கு முன்பே உறுதியாகத் தெரிந்தது நான் அதை உன்னிடம் சொன்னபோது வேரா உன்னுடைய மனைவியாகவில்லை. சிறு குழந்தைகளைப் போல அவற்றில் சிரிக்கத்தக்கது எதுவோ அதை மட்டுமே பார்த்துக் கொண்டு அவள் அதனை வேடிக்கையாக எடுத்துக் கொண் டிருக்கக் கூடாது. இங்கே வேராவே இருக்கிறாள்... வசீலி லிவோவிச்சும் நானும் உங்களுடைய பைத்தியக்காரனைப் பற்றிப் பேசிக் கொண்டிருந்தோம், வேரா. அந்தக் கடிதப் போக்குவரத்து திமிரானதாகவும், அருவருக்கத்தக்கதாக வும் இருக்கிறதென்று நான் கருதுகிறேன்."

"இதில் கடிதப் போக்குவரத்தே கிடையாது." ஷேயின் ஆர்வமற்றுக் குறுக்கிட்டுச் சொன்னார். "அவன் ஒருவன் தானே கடிதம் எழுதினான்."

அப்போது வேரா நாணினாள். ஒரு பெரிய விசிறியின் நிழலில் கிடந்த சோஃபா மீது அமர்ந்தாள்.

"நான் வருந்துகிறேன்." என்றார் நிக்கலாய் நிக்கலா யெலிச், கண்ணுக்குத் தெரியாத கணத்த பொருளைக் கீழே வீசினார். அது அவருடைய நெஞ்சிலிருந்து கிழித்தெறிவது போல இருந்தது.

"நீ எதற்கு அவனை என்னுடையவன் என்று சொன்னாய் என்பது எனக்குத் தெரியவில்லை." தன் கணவனுடைய பக்க பலத்தினால் மகிழ்ச்சியடைந்தவளாகக் கூறினாள் வேரா. "அவன் உனக்கு எவ்வளவு வேண்டியவனோ, அவ்வளவு தான் எனக்கும்..."

"சரி. நான் மீண்டும் வருத்தத்தைக் கூறிக் கொள் கிறேன் .. சுருக்கமாக, நான் சொல்ல விரும்பியது என்ன வென்றால், அவனுடைய மடத்தனத்திற்கு நாம் முடிவு கட்ட வேண்டும். நாம் வெறுமனே சிரித்து, நகைச்சுவைப் படங்களை வரைகின்ற ஒரு கட்டத்தைத் தாண்டி இந்த விஷயம் போய்க் கொண்டிருக்கிறது என்று நினைக்கிறேன்... என்னை நம்புங்கள், நான் எதற்குக் கவலைப் படுகிறேன் என்றால் வேராவினுடைய பெருமையும், வசீலி லிவோவிச். உன்னுடைய பெருமையும் சம்பந்தப்பட்டது இது."

"நீ மிகவும் மிகைப்படுத்துகிறாய் என்று நினைக்கிறேன். நிக்கலாய்." என்று பதிலளித்தார் ஷேயின்.

"ஒருகால் நான் அப்படிச் செய்யலாம்... ஆனால் நகைக்கக் கூடிய நிலையில் உங்களை நீங்களே ஆக்கிக் கொள்ளும் ஆபத்து இருக்கிறது."

"எப்படி என்று எனக்குத் தெரியவில்லை." என்றார் இளவரசர்.

"பார், இந்த முட்டாள்தனமான வளையல் தான்..." நிக்கலாய் மேசையிலிருந்து சிவப்புப் பெட்டியை உயர்த்தினார், உடனே அதை வெறுப்போடு கீழே எறிந்தார்." இந்த ராட்சசப் பொருள் நமது வீட்டில் இருந்தாலோ அதை வெளியே தூக்கி எறிந்தாலோ தாஷாவுக்கு அன்பளிப்புச் செய்து விட்டாலோ... பிறகு, முதற்காரியமாக பி.பி.ஜெ. தனக்கு அறிமுகமானவர்களிடமோ நண்பர்களிடமோ இளவாசி வேரா நிக்களாயெவ்னா ஷேயினா அப்படிப்பட்ட பரிசுகளை ஏற்றுக் கொண்டதாக அவன் தம்பட்ட மடித்துக் கொள்ள முடியும். இரண்டாவதாக, இந்த முதல் வாய்ப்பு மேற்கொண்டு சுரண்டுவதற்கு அவனுக்கு ஊக்கமளிக்கும் நாளைக்கு அவன் வைர மோதிரம் அனுப்பலாம், அடுத்த நாள் முத்துக் கழுத்தாரம் அனுப்பலாம். அதன் பிறகு. தாம் அறிந்த வகையில், கையாடல் செய்ததற்காகவோ ஏமாற்றியதற்காகவோ அவன் கூண்டிற்குள் நிறுத்தப்படலாம். அதற்கு சாட்சியம் அளிப்பதற்கு இளவரசர். இளவரசி ஷேயின்கள் அழைக்கப்படுவார்கள். ஒரு நல்ல காட்சி தானே. இல்லையா?"

"இல்லை, வளையல் கட்டாயம் திருப்பி அனுப்பப்பட வேண்டும்! "வியப்புற்றார் வசீலி லிவோவிச்

"நான் கூட அப்படித்தான் நினைக்கிறேன்." வேரா ஏற்றுக் கொண்டாள். "எவ்வளவு சீக்கிரம் முடியுமோ அவ்வளவு நல்லது ஆனால் நாம் அதை எப்படிச் செய்யப் போகிறோம்? நமக்குப் பெயரோ முகவரியோ தெரியாதே."

"ஓ. அது குழந்தை விளையாட்டு!" நிக்கலாய் நிக்கலா யெவிச் அக்கறையின்றி பதில் சொன்னார். "இந்த பி.பி ஜெ. உடைய பெயர் முதலெழுத்துத்தான் நமக்குத் தெரியும்... அது என்ன, வரா?

"கி எஸ் ஜெ."

"மிகவும் நல்லது. மேலும், அவன் எங்கோ வேலை பார்க்கிறான் என்பதும் நமக்குத் தெரியும். அது போதுமானது. நாளை நான் நகர அட்டவணையை எடுத்து இந்த முதலெழுத்து உள்ள மனிதன் அதிகாரியா எழுத்தரா என்பதைக் கண்டுபிடித்து விடுகிறேன். எதோ காரணத்தினால் என்னால் கண்டுபிடிக்க முடியவில்லை என்றால், துப்பறியும் ஆளை அழைத்துத் தேடிப்பார்க்க உத்தரவிடுவேன். ஏதாவது சிரமம் ஏற்படும் போது, அவனுடைய கையெழுத்து உள்ள இந்தத் தாளை வைத்துக் கொள்கிறேன். சுருக்கமாகச் சொன்னால், நாளை இரண்டு மணிக்குள், அந்த ஆசாமியினுடைய சரியான பெயரையும் முகவரியையும் அவன் எப்போது உள்ளே இருப்பான் என்பதையும் நான் அறிந்து விடுவேன் அதன் பிறகு அவனுடைய வளையலைத் திருப்பிக்

கொடுப்பது மாத்திரமல்ல, அவன் மறுபடியும் தான் உயிர் வாழ்தலை நமக்கு நினைவுபடுத்தாதபடி பார்த்துக் கொள்கிறேன்."

"நீ என்ன செய்யப் போகிறாய்?" என்று இளவரசர் வசீலி கேட்டார்.

"என்னவா? ஆளுநரைப் பார்க்கப் போகிறேன்."

''இல்லை ஆளுநரை வேண்டாம். அவரோடு நாம் என்ன நிபந்தனைகள் வைத்திருக்கிறோம் என்பது உனக்குத் தெரியும்... நம்மை நாமே கேலிக்குரியவர்களாக்கிக் கொள்வோம்."

"அது சரி. போலீஸ் தலைமையதிகாரியிடம் நான் போகிறேன். அவர் எனது கிளப் நண்பர். அந்த ரோமியோவை அவர் அழைத்து, அவனது மூக்கிற்குக் கீழே விரலை வைக்கட்டும். அதை எப்படிச் செய்வார் என்று உனக்குத் தெரியுமா? ஒரு மனிதனுடைய மூக்கிற்குப் பக்கத்தில் அவர் தனது விரலைக் கொண்டு வருவார் ஆனால் தனது கையை அசைக்க மாட்டார். விரலை மாத்திரமே அசைப்பார் 'இதை என்னால் பொறுத்துக் கொள்ள முடியாது, ஐயா!' உரத்த குரலில் சொல்வார்."

"கேவலம்! போலீசோடு விருப்பார்வத்தோடு தொடர்பா!" என்றாள் வேரா, முகத்தைச் சுழித்தபடி.

"நீ சொல்வது சரி, வேரா," என்று இளவரசர் ஒத்துக் கொண்டார். "இதற்குள்ளாக வெளியாட்களை இழுக்காமல் இருப்பது நல்லது வதந்திகளும், பழிச் சொற்களும் பரவும். நமது நகர் எப்படிப்பட்டதென்று நமக்கு நன்றாகத் தெரியும் கண்ணாடிக் கூண்டிற்குள் வசிப்பது போல. அந்த... இளைஞனிடம் நானே போவது நல்லதென்று நினைக்கிறேன்.. கடவுளுக்குத்தான் தெரியும், அவன் அறுபது வயதுக்காரனாக இருக்கவாம். அவனிடத்தில் வளையலை ஒப்படைத்துவிட்டு, ஒரு பேச்சும் அவனுக்குக் கொடுத்து விட்டு வருகிறேன்."

"நானும் உன்னோடு வருகிறேன," என்று நிக்கலாய் நிக்கலாயெவிச் குறுக்கிட்டுச் சொன்னார். "நீ மிகவும் மென்மையானவன். அவனிடம் பேசுவதை என்னிடம் விட்டு விடு... இப்போது, என் நண்பர்களே," தனது கடிகாரத்தை வெளியே இழுத்துப் பார்த்தார். "என் அறைக்குச் செல்வதற்காக நீங்கள் மன்னிக்க வேண்டும். என்னால் நிற்க முடியவில்லை நான் பார்க்க வேண்டிய இரு வழக்குகள் இருக்கின்றன."

"எப்படியோ அந்த துரதிருஷ்ட மனிதனுக்காக நான் வருந்துகிறேன்," என்றாள் வேரா தயக்கத்துடன்.

"அவனுக்காக வருத்தப்படக் காரணம் இல்லை!" நிக்கலாய் கதவுப் பக்கம்

திரும்பியபடி மறுதலித்தார் "நமது வர்க்கத்தைச் சேர்ந்த யாராவது ஒருவர் அந்த வளையலையும் கடிதத்தையும் அனுப்பியிருந்தால் இளவரசர் வசீலி ஒரு சவாலே விட்டிருப்பார். அல்லது அவர் செய்யாவிட்டாலும், நான் செய்திருப்பேன். பழைய காலமாக இருப்பின் அவனைச் சவுக்கால் அடிக்கச் செய்திருப்பேன். நாளை எனக்காக உன் அலுவலகத்தில் காத்திரு, வசீலி லிவோவிச் நான் தொலைபேசி மூலம் பேசுகிறேன்."

10

ஆபாசமான மாடிப்படி எலிகள், பூனைகள், மண்ணெண்ணெய் மற்றும் நீர்நனைப்பு வாடையடித்தது. ஆறாவது மாடியை அவர்கள் அடைவதற்கு முன்பே இளவரசர் வசீலி விவோவிச் நின்றார்.

"கொஞ்ச நேரம் காத்திரு," என்று மைத்துனனிடம் கூறினார். "நான் மூச்சு வாங்கிக் கொள்கிறேன் ஓ நிக்கலாய், நாம் இங்கு வந்திருக்கக் கூடாது..."

அவர்கள் இன்னும் இரண்டு மாடி ஏறினார்கள். மாடியின் எண்ணைக் கண்டுபிடிப்பதற்கு முன்பாக நிக்கலாய் நிக்கலா யெவிச் இரண்டு தீக்குச்சிகளை ஏற்றி வைக்க வேண்டிய அளவுக்கு அது இருட்டாக இருந்தது.

அவர் மணி அடித்தார். ஒரு கனமான, வெண்முடி வாய்ந்த. சாம்பல் நிறக் கண்களும், கண்ணாடி அணிந்தவளுமான ஒருத்தி பதில் சொன்னாள். ஒரு வகையான வியாதி காரணமாக அவள் இலேசாக முன்னோக்கிக் குனிந்து வளைத்திருந்தாள்.

"திரு. ஜெல்த்கோவ் உள்ளே இருக்கிறாரா?" என்று கேட்டார் நிக்கலாய் நிக்கலாயெவிச்.

அந்தப் பெண்ணினுடைய கண்கள் ஒருவரிடமிருந்து மற்றவருக்கு மாறிமாறி அச்சத்தோடு பார்த்தன. இரண்டு ஆண்களுடைய மரியாதைக்குரிய தோற்றமும் ஊக்கந்தருவது போலக் காணப்பட்டது.

"ஆமாம். உள்ளே வாருங்கள்." பின் பக்கம் நகர்ந்து கொண்டு அவள் கூறினாள். "உங்களது இடது புறத்தில் முதலாவது கதவு."

புலாட்–துகனோவ்ஸ்கி மூன்று முறை மெதுவாகவும், உறுதியாகவும் கதவைத் தட்டினார். ஏதோ சலசலப்பு உள்ளேயிருந்து வந்தது. அவர் மீண்டும் கதவைத் தட்டினார்.

"உள்ளே வாருங்கள்." ஒரு மென்மையான குரல் பதிலளித்தது.

அந்த அறையின் கூரை மிகவும் உயரம் குறைவானதாக இருந்தது,

ஆனால் அகலமாக இருந்தது. ஏறக்குறைய சதுர வடிவத்தில் இருந்தது. அதனுடைய இரண்டு வட்டச் சன்னல்களும் கப்பற் சாளரம் போன்றே காணப்பட்டன. கொஞ்சமாக வெளிச்சத்தை உள்ளே விட்டது. உண்மையில், அது சரக்குக் கப்பலினுடைய உணவு அறை போல இருந்தது. சுவர்களில் ஒன்றுக்கு எதிராக, ஒரு குறுகலான கட்டில் கிடந்தது. மற்றொன்றிற்கு எதிராக அகலமான சோஃபா, அருமையான ஆனால் அழுக்கடைந்த தெக்கின் சமுக்காளத்தால் மூடப்பட்டிருந்தது. நடுவே வண்ண உக்ரேனியத் துணியால் பரப்பப்பட்ட மேசை ஒன்று கிடந்தது.

முதலில் பார்வையாளர்களால் உள்ளிருந்தவனுடைய முகத்தைப் பார்க்கமுடியவில்லை, ஏனெனில் அவன் தனது முதுகை வெளிச்சத்திற்கு வைத்து நின்று கொண்டிருந்தான். குழப்பத்தில் தனது கைகளைத் தேய்த்துக் கொண்டிருந்தான். அவன் உயரமானவனாகவும், ஒல்லியானவனாகவும், நீண்ட சில்க் போன்ற முடியுடன் காணப்பட்டான்.

“நீங்கள் திரு. ஜெல்த்கோவ் தானே, நான் தவறாகப் புரிந்துகொள்ளவில்லை என்றால்?” என்று நிக்கலாய் நிக் கலாயெவிச் ஆணவத்தோடு கேட்டார்.

“ஆமாம். அதுதான் என் பெயர். உங்களைச் சந்திப்பதில் மகிழ்ச்சியடைகிறேன்.”

தனது கையை துகனோவ்ஸ்கியை நோக்கி நீட்டிக் கொண்டு இரண்டு எட்டுகள் எடுத்து வைத்தான். ஆனால் வரவேற்பு அறிகுறியை கவனிக்காதது போல நிக்கலாய் நிக்கலாயெவிச், ஷேயின் பக்கமாகத் திரும்பிக் கொண்டார்.

“நாங்கள் தவறாகப் புரிந்துகொள்ளவில்லை என்று சொன்னேன்.”

ஜெல்த்கோவினுடைய ஒல்லியான, நடுக்குறும் விரல்கள் அவனுடைய பழுப்பு நிற ஜாக்கெட்டினுடைய முன் பகுதியில் பொத்தான்களை மாட்டியபடியும், கழற்றிய படியும் மேலும் கீழும் போய் வந்தன. கடைசியில் பெரு முயற்சி செய்தபடி, சோஃபாவைச் சுட்டிக்காட்டி, ஆபாசமாகத் தலை வணங்கிக் கொண்டு. “அமருமாறு வேண்டிக்கொள்கிறேன்.” என்றான்.

இப்போது அவன் முழுப்பார்வைக்கு வந்துவிட்டான். மிகவும் வெளிறியபடி, பெண்ணினுடைய முகத்தைப் போன்றும், நீலக் கண்களுடனும், பிடிவாதம் பிடித்த குழந்தை போல பிளவுற்ற முகவாயுடனும், முப்பதிலிருந்து முப்பந்தைந்து வயதிற்குப்பட்டவன் போலக் காணப்பட்டான்.

“நன்றி,” அவனை ஆழ்ந்த அக்கறையுடன் பார்த்துவிட்டு இளவரசர் ஷேயின் கூறினார்.

அலெக்சாந்தர் குப்ரின்

"நன்றி," என்று நிக்கலாய் நிக்கலாயெவிச் பிரெஞ்சு மொழியில் சுருக்கமாகப் பதில் அளித்தார். இருவரும் நின்று கொண்டிருந்தார்கள். "எங்களுக்கு ஓரிரு நிமிடங்கள்தான் பிடிக்கும். இவர் இளவரசர் வசீலி விவோவிச் ஷேயின், இந்த மாவட்டத்திலுள்ள உயர்குடியினரின் தலைவர் என் பெயர் மிர்ஸா-புலாட் - துகனோவ்ஸ்கி. நான் ஒரு துணை அரசு வழக்குரைஞன். நாங்கள் உங்களோடு பேசக்கூடிய பெருமைக்குரிய விஷயம் இரண்டு பேருக்கும் சம்பந்தப்பட்டது. அல்லது இன்னும் சரியாகச் சொன்னால், அது இளவரசர் மனைவி சம்பந்தப்பட்டது, அவள் எனது சகோதரியும் கூட."

முற்றிலும் அதிர்ச்சியுற்றபடி ஜெல்த்கோவ் சோஃபாவில் சாய்ந்தான். ஒருவாராகத் திக்கித்திக்கிப் பேசினான்: "தயவு செய்து உட்காருங்கள், கனவான்களே." ஆனால், ஏற்கெனவே அதைச் சொல்லிவிட்டோம் என்பது நினைவு வந்தவனாய் குதித்தான், சன்னலுக்கு வேகமாகச் சென்றான். தலைமுடியை அலங்கோலமாக்கியபடி, திரும்ப வந்தான். திரும்பவும் தனது நடுங்கிய விரல்களால் பொத்தான்களைப் போட்டுக் கொண்டும், இலேசாகச் சாயம் பூசப்பட்ட சிவப்பு மீசையை இழுத்து விட்டுக் கொண்டும், முகத்தைத் தொட்டுக் கொண்டும் இருந்தான்.

"நான் உங்கள் பணிக்காகக் காத்திருக்கிறேன், மாண்புமிகு ஐயா," என்று உள்ளடங்கிய குரலில், கெஞ்சும் பார்வையுடன் வசீலி லிவோவிச்சைப் பார்த்துக் கூறினான்.

ஆனால் ஷேயின் பதில் பேசவில்லை. நிக்கலாய் நிக்கலா யெவிச் தான் பேசினார்.

"முதலாவதாக, உங்களுக்குச் சொந்தமான ஒன்றை நான் திருப்பித் தரணும்," என்றவர் தனது பையிலிருந்து ஒரு சிவப்புப் பெட்டியை எடுத்து அதைக் கவனமாக மேசையின் மீது வைத்தார். "நிச்சயமாக, இது உங்களுடைய சுவைக்குப் பெருமை சேர்க்கக் கூடியது, ஆனால் மிக உண்மையாகக் கேட்டுக் கொள்வது, இதுபோன்ற வியப்புகளை இனிமேலும் எங்கள் மீது திணிக்கவேண்டாம் என்பதுதான்."

"தயவு செய்து என்னை மன்னியுங்கள்... நான் மிகவும் தவறு செய்துவிட்டது எனக்குத் தெரியும்," என்று ஜெல்த் கோவ் கிசுகிசுத்தான், முகஞ்சிவந்து போன அவன் தனது கண்களைக் கீழ் நோக்கித் தாழ்த்தினான். "உங்களுக்குக் கொஞ்சம் தேநீர் வேண்டுமா?"

"பாருங்கள், திரு ஜெல்த்கோவ்," நிக்கலாய் நிக்கலாயெவிச் தொடர்ந்தார், ஜெல்த்கோவின் கடைசி வார்த்தைகளை அவர் செவிமடுக்காதது

321

போலக் காணப்பட்டது. "நீங்கள் ஒரு சரியான ஆள் என்பதையும், ஓர் உண்மையான பெரியமனிதன் என்பதையும், எதையும் இரு முறை சொல்லத் தேவையில்லாதவர் என்பதையும், பார்க்க நான் மிகவும் மகிழ்ச்சியடைகிறேன். ஒரு முறையான ஒப்பந்தத்திற்கு நாம் வர முடியும் என்று நம்புகிறேன். நான் தவறாகப் புரிந்துகொள்ளவில்லை என்றால், கடந்த ஏழு அல்லது எட்டு ஆண்டுகளாக நீங்கள் இளவரசி வேரா நிக்கலாயெவ்னாவைத் தொடர்ந்து வருகிறீர்கள் என்று நினைக்கிறேன்?"

"ஆமாம்." ஜெல்த்கோவ் மெதுவாகப் பதில் பேசினான், அச்சத்தோடு தனது கண் இமைகளைத் தாழ்த்திக் கொண்டான்.

"ஆனால் இதுவரை உங்களுக்கு எதிராக எந்த நடவடிக்கையையும் நாங்கள் எடுக்கவில்லை, எங்களால் அப்படி முடியும் என்பதையும், உண்மையில், அப்படிச் செய்திருக்க வேண்டும் என்பதையும் நீங்கள் ஒப்புக் கொள்கிறீர்களா?"

"ஆமாம்."

"ஆமாம். ஆனால் உங்களுடைய கடைசிச் செயல் மூலம். இந்தச் செம்மணி வளையலை அனுப்பியதன் மூலம் எங்களுடைய பொறுமையின் எல்லையை நீங்கள் தாண்டி விட்டீர்கள் புரிந்து கொள்கிறீர்களா? எல்லை. எங்களது முதலாவது யோசனை இந்த விஷயத்தை அதிகாரிகளிடம் தெரிவிப்பது என்பதை நாங்கள் மறைக்கவில்லை. ஆனால் நாங்கள் அவ்வாறு செய்யவில்லை. அதைச் செய்யவில்லை என்பதற்காக நான் மகிழ்ச்சியடைகிறேன் – நான் மறுபடியும் சொல்கிறேன் – நீங்கள் மரியாதைக்குரிய மனிதர் என்பதை நான் உடனே கண்டு கொண்டேன்."

"நான் உங்கள் மன்னிப்பை கோருகிறேன். நீங்கள் சொன்னது என்ன?" ஜெல்த்கோவ் திடீரென்று கேட்டுவிட்டுச் சிரித்தான். "இந்த விஷயத்தை அதிகாரிகளிடம் சொல்வதாக இருந்தீர்கள்? நான் உங்களைச் சரியாகப் புரிந்து கொண்டேனா?"

தனது கைகளைச் சட்டைப் பைகளுக்குள்ளாக விட்டு, வசதிப் படுத்திக் கொண்டு அந்தச் சோஃபாவின் மூலையில் அமர்ந்தான். சிகரெட் பெட்டியையும், தீப்பெட்டியையும் எடுத்து, ஒரு சிகரெட்டைப் பற்ற வைத்தான்.

"ஆக இந்த விஷயத்தை அதிகாரிகளிடம் சொல்ல இருந்ததாக நீங்கள் சொன்னீர்கள்? உட்கார்ந்திருப்பதற்காக நீங்கள் என்னை மன்னிப்பீர்களா, இளவரசரே?" என்று ஷேயினிடம் கூறினான். "நல்லது, சொல்லுங்கள்."

அலெக்சாந்தர் குப்ரின்

நாற்காலியை மேசைக்கு மேசைக்கு அருகிலே இழுத்துப் போட்டுக் கொண்டு இளவரசர் உட்கார்ந்தார். புதிரான ஆர்வத்தால் உந்தப்பட்டு, அந்த அபூர்வமனிதனின் முகத்தை உன்னிப்பாய் கவனித்தார்.

"அந்த நடவடிக்கையை எந்த நேரத்திலும் எடுப்பது எங்களுக்குச் சாத்தியமானது, அன்பரே." நிக்கலாய் நிக்கலா யெவிச் கொஞ்சம் கர்வத்தோடு தொடர்ந்தார். "அந்நியர் குடும்பத்தில் குறுக்கிட்டு..."

"உங்களிடம் குறுக்கிட்டுச் சொல்ல விரும்புகிறேன்..."

"இல்லை, நான் உங்களிடம் குறுக்கிட்டுச் சொல்ல விரும்புகிறேன்..." துணை அரசு வழக்குரைஞர் கத்தினார்.

"நீங்கள் விரும்புவது போல, மேலே பேசுங்கள் நான் கேட்டுக் கொண்டிருக்கிறேன். ஆனால் இளவரசர் வசீலி லிவோவிச்சிடம் சில வார்த்தைகள் சொல்ல விரும்புகிறேன்."

துகனோவ்ஸ்கி பக்கம் அக்கறை காட்டாதபடி அவன் பேசினான்.

"இது எனது வாழ்க்கையில் மிகவும் சிக்கலான நேரம். எந்தவிதமான நடைமுறை வழக்கமும் இன்றி நான் பேச வேண்டும்... நான் சொல்வதைக் கேட்கிறீர்களா?"

"நான் கேட்டுக் கொண்டிருக்கிறேன்," என்றார் ஷேயின். "மெதுவாக, நிக்கலாய், தயவு செய்து," துகனோவ்ஸ்கி கோபமாகப் பார்ப்பதைப் பார்த்ததும் பொறுமையில்லாமல் சொன்னார். "ஆமாம்?"

சில விநாடிகளுக்கு ஜெல்த்கோவினுடைய மூச்சுத் திணறியபடி வந்தது, திடீரென்று வார்த்தை வெள்ளத்தைப் பொழிந்து தள்ளினான். முகவாய்க்கட்டையை மட்டும் வைத்துக்கொண்டு பேசினான். அவனுடைய உதடுகள் இறந்தவனுடையதைப் போல பயங்கரமாக வெளிறிப் போயும், தடிப்புற்றுப் போயும் இருந்தன.

"இத்தகைய வார்த்தைகளைப் பயன்படுத்துவது... சிரமமானது... அதாவது உங்கள் மனைவியை நான் காதலிக்கிறேன் என்று சொல்வது. ஆனால் ஏழாண்டு கால நம்பிக்கை இழந்த, எந்த நடிப்புத் தன்மையும் இல்லாத எனது காதல் ஓரளவு எனக்கு உரிமையைத் தந்திருக்கிறது. முதலில் வேரா நிக்கலாயெவ்னா இன்னமும் திருமணம் ஆகாதவளாக இருந்தபோது முட்டாள்தனமான கடிதங்களை அவளுக்கு எழுதினேன், அவற்றிற்கு பதில் எழுதுவாள் என்று எதிர்பார்த்தேன் என்பதை ஒப்புக்கொள்கிறேன். வளையலை

323

செம்மணி வளையல்

அனுப்பியது தான் எனது இறுதி நடவடிக்கை என்பதையும், இது அதைவிட முட்டாள்தனமானது என்பதையும் ஒப்புக்கொள்கிறேன். ஆனால்... உங்கள் கண்களையே நேராகப் பார்க்கிறேன், என்னை நீங்கள் புரிந்துகொள்வீர்கள் என்று உணர்கிறேன். அவளைக் காதலிப்பதை நிறுத்துவது எனது சக்திக்கு அப்பாற்பட்டதென்று நினைக்கிறேன்... சொல்லுங்கள், இளவரசரே... இந்த முழுச் செயலையும் நீங்கள் வெறுப்பதாக வைத்துக் கொள்ளுங்கள், இந்த உணர்ச்சியை நிறுத்துவதற்கு நீங்கள் என்ன செய்வீர்கள் என்பதை எனக்குச் சொல்லுங்கள்? நிக்கலாய் நிக்கலாயெவிச் ஆலோசனை சொன்னது போல என்னை இன்னொரு நகரத்திற்கு அனுப்புவீர்களா? ஆனால் அங்கேயும், இங்கே நான் செய்வது போல வேரா நிக்கலாயெவ்னாவைக் காதலிக்கத்தான் செய்வேன். என்னைச் சிறையில் போடுவீர்களா? ஆனால், அங்கேயும் கூட, நான் உயிரோடு இருப்பதை அவளுக்கு நினைவு கூர்வதற்கான வழிகளைக் கண்டுபிடிப்பேன். ஆக ஒரே தீர்வு – சாவு தான்... நீங்கள் அதுபோல விரும்பினால், அதை நான் எந்த வடிவத்திலும் ஏற்றுக் கொள்கிறேன்."

"விஷயத்தைப் பேசுவதை விடுத்து, உணர்ச்சி கலந்த நாடகத்தில் நாம் ஆழ்ந்துவிட்டோம்." தனது தொப்பியை அணிந்தபடி நிக்கலாய் நிக்கலாயெவிச் கூறினார். "இந்த விஷயம் மிகத் தெளிவாக இருக்கிறது: ஒன்று நீங்கள் இளவரசி வேரா நிக்கலாயெவ்னாவை சித்திரவதை செய்வதை நிறுத்த வேண்டும். அல்லது, நீங்கள் செய்யவில்லை என்றால், நாங்கள் எங்களது தகுதிக்கும், செல்வாக்கிற்கும் ஏற்றபடி உள்ள நடவடிக்கையை எடுக்க வேண்டி வரும்."

ஆனால் ஜெல்த்கோவ், அவர் சொல்வதைக் கேட்டாலும், அவர் பக்கமாக அவ்வளவாகத் திரும்பவில்லை. மாறாக அவன் இளவரசர் வசீலி லிவோவிச்சிடம் கேட்டான்:

"உங்களை விட்டுப் பத்து நிமிடம் போவதைப் பொறுத்துக்கொள்ள முடியுமா? இளவரசி வேரா நிக்கலாயெவ்னாவிடம் தொலைபேசியில் நான் பேசப் போகிறேன் என்பதை ஒப்புக் கொள்கிறேன். அந்த உரையாடல்களிலே எவ்வளவு முடியுமோ அவ்வளவை உங்களிடம் திருப்பிச் சொல்வேன் என்று உறுதி கூறுகிறேன்."

"ஆகட்டும்," என்றார் ஷேயின்.

தனது மைத்துனருடன் தனிமையில் விடப்பட்ட நிக்கலாய் நிக்கலாயெவிச் கத்தத் தொடங்கினார்.

“இது சரிப்படாது,” என்றார். அவரது வலது கை வழக்கம் போல அவரது நெஞ்சிலிருந்து கண்ணுக்குத் தெரியாத ஏதோ ஒன்றை எடுத்து கீழே வீசியது. “இது சரிப்பட்டே வராது. இந்தக் காரியத்தை நான் கவனித்துக் கொள்கிறேன் என்று உன்னிடம் எச்சரித்திருக்கிறேன். ஆனால் அவனது உணர்ச்சிகளை விரிவுபடுத்துவதற்கு நீ வாய்ப்புத் தந்துவிட்டாய். எல்லாவற்றையும் நான் இரண்டே வார்த்தைகளில் சொல்லியிருப்பேன்.”

“பொறு,” என்றார் இளவரசர் வசீலி லிவோவிச், “கண நேரத்தில் எல்லாமே தெளிவாகிப் போகும். முக்கியமானது என்னவென்றால், ஏமாற்றுவதற்கோ, வேண்டுமென்றே பொய் சொல்லுவதற்கோ இயலாத ஒரு மனிதனுடையதைப் போன்று அவன் முகம் இருப்பதாகக் கருதுகிறேன் ஆனால் காதலித்தால் அது அவனது தவறா? இன்னமும் மக்களால் விளக்கம் கூறாது இருக்கக்கூடிய காதல் போன்ற ஓர் உணர்ச்சியை உன்னால் எப்படிக் கட்டுப்படுத்த முடியும்?” சிந்தனையோடு அவர் நிறுத்தினார். பிறகு தொடர்ந்தார்: “அந்த மனிதனுக்காக நான் வருத்தப்படுகிறேன். மேலும் ஓர் ஆத்மாவினுடைய பிரம்மாண்டமான துன்பியல் நாடகத்தைப் பார்த்துக் கொண்டிருப்பதாக நான் உணர்கிறேன். ஒரு கோமாளியைப் போல என்னால் நடத்துகொள்ள முடியாது.”

“தரங்கெட்ட நிலை என்று நான் அழைக்கிறேன்,” என்றார் நிக்கலாய் நிக்கலாயெவிச்.

பத்து நிமிடங்களுக்குப் பிறகு ஜெல்த்கோவ் திரும்பி வந்தான் அவனுடைய கண்கள் சிந்தப்படாத கண்ணீர் நிரம்பியது போல ஒளியுடனும், ஆழமாகவும் காணப்பட்டன. நல்ல நடைமுறைகளை அவன் முற்றிலும் மறந்துவிட்டான் என்பது தெளிவாகத் தெரிந்தது. ஒரு பெரிய மனிதனைப் போல நடந்துகொள்வதையும் நிறுத்தி விட்டான். மீண்டும் ஒருமுறை மிக நுட்பமான உணர்வாற்றலால் அந்தக் காரணத்தை இளவரசர் ஷேயின் உணர்ந்து கொண்டார்.

“நான் தயாராக இருக்கிறேன்,” என்றான். “நாளை முதல் என்னிடமிருந்து எதுவும் கேள்விப்படமாட்டீர்கள். உங்களுக்கு, நான் செத்தவனைப் போலத்தான். ஆனால் ஒரே ஒரு நிபந்தனை – நான் இதை உங்களிடம் சொல்கிறேன், இளவரசர் வசீலி லிவோவிச் – நான் பணத்தைக் கையாடி விட்டேன், எந்த வகையிலும் இந்த நகரத்தை விட்டு நான் பறந்து சென்றாக வேண்டும். இளவரசி வேரா நிக்கலாயெவ்னாவுக்கும் கடைசிக் கடிதம் எழுதுவதற்கு என்னை அநுமதிப்பீர்களா?”

“இல்லை. அது முடிந்துவிட்டது என்றால், முடிந்துவிட்டது தான். கடிதங்கள் கூடாது!” என்று கத்தினார் நிக்கலாய் நிக்கலாயெவிச்.

“சரி, நீங்கள் எழுதலாம்,” என்றார் ஷேயின்.

“அப்பச்சரி,” என்றான் ஜெல்த்கோவ் ஆணவத்தோடு புன்னகை செய்தபடி. “என்னைப் பற்றி நீங்கள் எதுவும் கேட்க மாட்டீர்கள், என்னைப் பார்க்கவும் மாட்டீர்கள். இளவரசி வேரா நிக்கலாயெவ்னா என்னுடன் பேசுவதற்கே விரும்பவில்லை. ஏதோ சந்தர்ப்பத்திலேனும் அவளைப் பார்ப்பதற்கு – உண்மையில், அவள் பார்க்காத அளவில் – இந்த நகரத்தில் நான் தங்கி இருக்கலாமா என்று கேட்டபோது, அவள் சொன்னாள்: ‘முழு விவகாரத்திலும் நான் எவ்வளவு சலித்துப் போய்விட்டேன் என்பதை நீங்கள் மட்டும் அறிந்தால். தயவுசெய்து உங்களால் எவ்வளவு முடியுமோ அவ்வளவு சீக்கிரமாக நிறுத்துங்கள்.’ ஆகவே, நான் முழுப் பிரச்சினையையும் நிறுத்துகிறேன். என்னால் முடிந்தளவுக்குச் செய்துவிட்ந்தாக நான் கருதுகிறேன். இல்லையா?”

மாலையில் புறநகர் மனைக்குத் திரும்பிய வசீலி விவோவிச், ஜெல்த்கோவிடம் தான் மேற்கொண்ட சந்திப்புப் பற்றிய முழு விவரத்தையும் தன் மனைவியிடம் கூறினார். அப்படிச் செய்வதை அவர் கடமை என்று உணர்ந்தது போல தோன்றியது.

வேரா கவலையடைந்தாள், ஆனால் வியப்படையவோ மனங்குழம்பவோ இல்லை. பிறகு அந்த இரவில், அவளுடைய கணவன் அவளது படுக்கைக்கு வந்தபோது, அவள் திடீரென்று சுவர்ப்பக்கம் திரும்பிச் சொன்னாள்:

“என்னைத் தனிமையில் விடு – அந்த மனிதன் தன்னைத் தானே சாகடித்துக் கொள்ளப் போகிறான் என்று எனக்குத் தெரியும்.”

11

இளவரசி வேரா நிக்கலாயெவ்னா எப்போதும் செய்தித்தாள்களைப் படிப்பதில்லை, ஏனெனில், முதலாவதாக அவை அவளுடைய கைகளைக் கறைப்படுத்தின, இரண்டாவதாக, தற்காலத்தில் பயன்படுத்துகிற மொழியின் தலையும் காலும் புரிவதேயில்லே.

ஆனால் விதி விரும்பியது போலும், இந்தச் செய்தியைத் தாங்கிவந்த பத்தி இருந்த பக்கத்தை அவள் திறக்க வேண்டும் என்பது போல:

“ஒரு புதிரான சாவு. கட்டுப்பாட்டுக் குழுவில் ஓர் ஊழியனான கி.எஸ். ஜெல்த்கோவ், நேற்று இரவு ஏழு மணி வாக்கில் தற்கொலை செய்து கொண்டான். விசாரணையின்போது கிடைத்த சாட்சியத்தின்படி, அவனுடைய சாவு கையாடலால் உந்தப்பட்டிருக்கிறது. அதற்கான குறிப்பை அவன் விட்டுச்

சென்றிருக்கிறான். சாட்சியங்கள் அளித்த சான்றுகளைக் கொண்டு, அவன் தன் கைகளாலேயே இறந்து போனான் என்பது உறுதிப்படுத்தப்பட்டது. ஆகவே சாவுக்குப் பிந்திய அறுவைச் சோதனை வேண்டாம் எனத் தீர்மானிக்கப்பட்டது.''

"இது வருகிறதென்று நான் ஏன் உணர்ந்தேன்? இந்த மாதிரியான சோக முடிவு? அது என்ன: காதலா பைத்தியக்காரத்தனமா?" என்று வேரா நினைத்தாள்.

அன்று முழுவதும் மலர்த்தோட்டத்திலும், பழத்தோட்டத்திலும் உலாவினாள். நிமிடத்திற்கு நிமிடம் வளர்ந்து கொண்டிருந்த கவலை அவளை அமைதியற்றவளாக்கிற்று. அவளுடைய எண்ணமெல்லாம், அவள் ஒருபோதும் பார்த்தேயிராத, தெரியாத மனிதனாகிய – கேலிக்குரிய பி.பி. ஜெ. மீது பொருத்தப்பட்டிருந்தது.

"யாருக்குத் தெரியும்? ஒருவேளை உண்மையாக, தன்னைத் தியாகம் செய்கின்ற, உண்மையான அன்பு உன் வாழ்க்கையில் குறுக்கிட்டிருக்கலாம்," என்று அனோசவ் சொன்னதை அவள் நினைவு கூர்ந்தாள்.

ஆறு மணிக்கு தபால்காரன் வந்தான். இந்த முறை வேரா நிக்கலாயெவ்னா, ஜெல்த்கோவின் கையெழுத்தைப் புரிந்துகொண்டாள். தன்னைப் பற்றி அவள் எதிர்பார்த்ததற்கு மேலாக அதிகமான மென்மையோடு கடிதத்தைப் பிரித்தாள்.

இது தான் ஜெல்த்கோவ் எழுதியிருந்தது:

"இது என்னுடைய தவறன்று, வேரா நிக்கலாயெவ்னா, கடவுள் எனக்கு, மிகுதியான ஒரு மகிழ்ச்சியைப் போல, உங்கள் பால் காதலை அனுப்பியிருந்தார். அரசியல், அறிவியல், தத்துவம் அல்லது மனிதனுடைய எதிர்கால மகிழ்ச்சி இப்படி எதிலுமே ஈடுபாடு இல்லாதவனாக இருந்தேன். எனக்கு வாழ்க்கை உங்களை மட்டிலுமே மையமாகக் கொண்டிருக்கிறது. மன உலைவு ஆப்புப் போல உங்கள் வாழ்க்கைக்குள்ளாக என்னைத் திணித்து விட்டுக் கொண்டதாக இப்போது உணர்கிறேன். உங்களால் முடியுமானால் அதற்காக என்னைத் தயவுசெய்து மன்னித்துவிடுங்கள். இன்று நான் புறப்படுகிறேன். திரும்பவும் வரவே மாட்டேன். என்னை நினைவுபடுத்துவதற்கு உங்களிடம் இனி எதுவும் இராது.

"நீங்கள் உயிரோடு இருக்கிறீர்கள் என்பதற்காகவே நான் உங்களுக்குப் பெரிதும கடமைப்பட்டிருக்கிறேன். என்னை நானே சோதித்துக் கொண்டேன்:

அலெக்சாந்தர் குப்ரின்

இது ஒரு நோய் அன்று என்பதையும் ஒரு பித்தனுடைய ஆட்டி வைப்பு அன்று என்பதையும் நானறிவேன் – ஏதோ காரணத்திற்காக இந்தக் காதலைப் பரிசாகத் தர கடவுள் என்னைத் தேர்த்தெடுத்திருக்கிறார்.

"உங்களுக்கும், உங்கள் சகோதரன் நிக்கலாய் நிக்கலா யெவிச்சிற்கும் நான் பைத்தியக்காரத்தனமாகத் தோன்றியிருக்கலாம். நான் புறப்படுகையில் ஆனந்தத்தோடு சொல்கிறேன்: 'உன்னுடைய பெயர் புனிதப்படுத்தப்படட்டும்.'

"எட்டு ஆண்டுகளுக்கு முன்னால் உங்களை ஒரு சர்க்கஸ் கொட்டகையிலே பார்த்தேன். அடுத்த நொடியே எனக்கு நானே சொல்லிக் கொண்டேன்: நான் அவளைக் காதலிக்கிறேன், ஏனெனில் பூமியில் அவளைப் போல எதுவுமில்லை, அவளைவிட மேலானதாக எதுவுமில்லை, மிருகமில்லை, செடியில்லை, நட்சத்திரம் இல்லை. ஏனெனில் அவளைவிட அழகாக எந்த மனிதரும் இல்லை. இந்த உலகத்தின் முழு அழகுமே உங்களிடையே உருவகிக்கப்பட்டிருப்பது போல எனக்குத் தோன்றியது...

"நான் என்ன செய்திருக்க முடியும்? வேறு ஒரு நகரத்திற்கு ஓடுவதா? ஆனால் எனது நெஞ்சம் எப்போதுமே உங்களுக்கு அருகிலேயே, உங்களுடைய காலடியிலேயே இருக்கிறது. ஒவ்வொரு நிமிடமும் உங்களைப் பற்றிய சிந்தனைகளாலும், உங்களைப் பற்றிய கனவுகளாலும், ஓர் இனிய வெறியோடு அது நிறைகிறது... அதற்காக நான் மிகவும் வெட்கப்படுகிறேன். அந்த முட்டாள்தனமான வளையல் – சரி, அதைத் தடுக்க முடியவில்லை; அது ஒரு தவறுதான். உங்களுடைய விருந்தினர் பால் ஏற்படுத்தியிருக்கக் கூடிய உணர்ச்சியை என்னால் கற்பனை செய்ய முடிகிறது.

"இப்போதிலிருந்து பத்து நிமிடங்களில் நான் புறப்பட்டுப் போய் விடுவேன். இந்தக் கடிதத்தின் மீது அஞ்சல்தலை ஒட்டவும். இதைப் பெட்டிக்குள்ளாகப் போடவுமே எனக்கு நேரமிருக்கிறது. ஏனெனில் மற்ற எவரையும் இதைச் செய்யச் சொல்லாமல் இருப்பதற்காக. தயவு செய்து இந்தக் கடிதத்தை எரித்துவிடுங்கள். நான் இப்பொழுது தான் அடுப்பை மூட்டியிருக்கிறேன், என் வாழ்க்கையில் மிக உயர்வாக இருந்ததை எல்லாம் எரித்துக் கொண்டிருக்கிறேன்: உங்களது கைக்குட்டை, அதை நான் திருடினேன் என்பதை ஒப்புக்கொள்கிறேன். பிரபுக்கள் சபையில் நடனவிருந்தின்போது அதனை ஒரு நாற்காலி மீது நீங்கள் விட்டுச் சென்றீர்கள். உங்களுடைய குறிப்பு – ஓ, அதை நான் எங்ஙனம் முத்தமிட்டேன்! – எதில் எழுதக் கூடாது என்று தடுத்திருந்தீர்களோ அதில், ஒரு கலைப் பொருட்காட்சி நிகழ்ச்சி நிரலை, நீங்கள் ஒருமுறை கையில் வைத்திருந்து, நுழைவாயில் பகுதியில்

செம்மணி வளையல்

ஒரு நாற்காலி மீது மறந்து வைத்துவிட்டுப் போனது... அது முடிந்துவிட்டது. எல்லாவற்றையும் நான் அறுத்துக்கொண்டு விட்டேன், ஆனால் இன்னமும் நான் நம்புகிறேன், மிகவும் நம்பிக்கையோடு உணர்கிறேன், நீங்கள் என்னை நினைப்பீர்கள் என்று. அப்படி நீங்கள் நினைத்தால் – நீங்கள் மிகுந்த இசைத் தன்மை வாய்ந்தவள் என்பது எனக்குத் தெரியும், ஏனெனில் பீத்தோவான் இசை நிகழ்ச்சிகளின்போது உங்களை அடிக்கடி பார்த்திருக்கிறேன் – நீங்கள் என்னைப் பற்றி நினைத்தால் தயவுசெய்து வாசியுங்கள் அல்லது யாரையாவது வாசிக்கச் சொல்லுங்கள், Sonata D-dur No2, op.2.

"எனது கடிதத்தை எப்படி முடிப்பதென்று வியக்கிறேன். எனது இதயத்தின் ஆழத்திலிருந்து நான் உங்களுக்கு நன்றி சொல்கிறேன். ஏனெனில் நீங்கள்தான் எனது வாழ்க்கையில் ஒரே மகிழ்ச்சியாய், எனது ஒரே ஆறுதலாய், எனது ஒரே சிந்தனையாய் இருந்தீர்கள். கடவுள் உங்களுக்கு மகிழ்ச்சியைக் கொடுப்பாராக, உங்களுடைய அற்புதமான ஆன்மாவை எதுவும் மறைக்காமலும், சாதாரணமான எதுவும் பாதிக்காமலும் இருக்கட்டும். உங்கள் கைகளை நான் முத்தமிடுகிறேன்.

கி.எஸ்.ஜெ."

தன் கணவனிடம் சென்றாள். அழுகையால் கண்கள் சிவந்தும், உதடுகள் வீங்கியபடியும், அவரிடம் கடிதத்தைக் காட்டியபடி சொன்னாள்:

"உன்னிடமிருந்து எதையும் மறைக்க நான் விரும்பவில்லை, ஆனால் நமது வாழ்க்கையில் ஏதோ மிக பயங்கரமானது நடந்துவிட்டது என்ற உணர்வு எனக்கேற்பட்டிருக்கிறது. நீயும் நிக்கலாய் நிக்கலாயெவிச்சும் இந்த விஷயத்தை சரியான முறையில் கையாளவில்லை என்பது போலத் தோன்றுகிறது."

இளவரசர் ஷேயின் ஆழ்ந்த கவனத்தோடு கடிதத்தைப் படித்தார். கவனமாக அதை மடித்தார். நீண்ட அமைதிக்குப் பிறகு சொன்னார்:

"இந்த மனிதனுடைய உண்மையை நான் சந்தேகிக்கவில்லை. மேலும் என்ன, அவன் உன்பால் வைத்திருந்த உணர்வுகளைப் பகுத்துப் பார்ப்பதற்கு உரிமை இருப்பதாக எனக்குத் தோன்றவில்லை."

"அவன் இறந்துவிட்டானா?" வேரா கேட்டாள்.

"ஆமாம், அவன் இறந்துவிட்டான். அவன் உன்னைக் காதலித்தான் என்றும் ஆனால் பைத்தியம் இல்லை என்றும் நினைக்கிறேன். எல்லா நேரத்திலும் அவனை நான் கவனித்தேன். ஒவ்வொரு இயக்கத்தையும், அவன் முகத்தில்

ஒவ்வொரு மாற்றத்தையும் பார்த்தேன். நீ இல்லாமல் அவனுக்கு வாழ்க்கையே இல்லை. ஒரு பயங்கரமான சோகத்தைப் பார்த்துக் கொண்டிருப்பது போல நான் உணர்ந்தேன், செத்துப்போன மனிதன் ஒருவனிடம் செயல் தொடர்பு கொண்டிருப்பது போல ஏறக்குறைய உணர்ந்தேன். பார், வேரா, எப்படி நடந்துகொள்ள வேண்டும் என்பதோ, என்ன செய்வது என்பதோ எனக்குத் தெரியவில்லை..."

"இங்கே பாரு, வாஸ்யா." அவள் குறுக்கிட்டாள். "அவனைப் பார்ப்பதற்காக நான் நகரத்திற்குச் சென்றால் அது உனக்கு வருத்தமளிக்குமா?"

"இல்லை, இல்லை, வேரா, தயவுசெய்து போ. நானே போவதற்கு விரும்புகிறேன், ஆனால் நிக்கலாய் முழு விஷயத்தையும் குழப்பிவிட்டான். நான் அருவருப்பாக உணர்வேனோ என்று பயப்படுகிறேன்."

12

வேரா நிக்கலாயெவ்னா தனது வண்டியை லூத்தரன்ஸ் கயா தெருவினின்றும் இரண்டு பிளாக்குகள் தள்ளி நிறுத்தினாள். சிரமமின்றி ஜெல்த்கோவின் குடியிருப்புப் பகுதியைக் கண்டுபிடித்தாள். அதே சாம்பல் நிறக் கண்ணுள்ள வயதான கிழவியைச் சந்தித்தாள். அவள் சற்று தடித்துக் காணப்பட்டாள். வெள்ளிப் பூண் போட்ட சுண்ணாடி அணிந்திருந்தாள் முதல் நாள் கேட்டது போலவே கேட்டாள்: "நீங்கள் யாரைப் பார்க்க விரும்புகிறீர்கள்?"

"திரு. ஜெல்த்கோவ்," என்றாள் இளவரசி.

அவளுடைய உடையலங்காரம், அவளது தொப்பி, கையுறைகள், ஒருவகையில் கண்டிப்பான குரல் விட்டுக் காரியைக் கவர்ந்தன. அவள் பேசத் தொடங்கினாள்.

"தயவு செய்து உள்ளே வாருங்கள், உங்களுக்கு இடது பக்கத்தில் முதல் வாசல், அதோ... அது தான்... நம்மை விட்டு விரைவாகப் பிரிந்து விட்டார் சரிதான், அவர் பணத்தைக் கையாடல் செய்துவிட்டார் என்று இருக்கட்டும். அது பற்றி அவர் என்னிடம் சொல்லியிருக்க வேண்டும் கல்யாணம் ஆகாதவர்களுக்கு அறைகளை வாடகைக்கு விட்டு நாங்கள் அதிகப் பணம் சம்பாதிப்பதில்லை என்பது உங்களுக்குத் தெரியும். ஆனால் அது அறுநூறு அல்லது எழு நூறு ரூபிள் பற்றிய விஷயமாக இருந்தால் அவருக்காக நான் கொடுத்திருக்க முடியும் நீங்கள் அவரை அறிந்திருந்தால், அம்மா, எவ்வளவு அருமையான மனிதர் அவர், என்னுடைய வீட்டில் எட்டு ஆண்டுகளாக அவர் குடியிருந்தார். ஆனால் அவர் என் மகனைப் போல இருந்தார்.'

பாதையில் ஒரு நாற்காலி கிடந்தது, வேரா அதன் மீது சாய்ந்து விழுந்தாள்.

“இறந்து போன உங்களுடைய குடியிருப்பாளருடைய சிநேகிதி நான்,” என்றாள். தனது வார்த்தைகளைக் கவனமாகத் தேர்ந்தெடுத்துப் பேசினாள். “அவருடைய கடைசி நிமிடங்களைப் பற்றி ஏதாவது சொல்லுங்கள். என்ன சொன்னார், என்ன செய்தார்.”

“அவரைப் பார்க்க இரண்டு கனவான்கள் வந்தார்கள். அம்மா, அவரோடு நீண்ட நேரம் பேசினார்கள். எஸ்டேட்டில் அவருக்கு மேலாளர் வேலை தர அவர்கள் முன்வந்த தாக பிறகு அவர் என்னிடம் கூறிவார். பிறகு தொலை பேசிக்கு ஓடினார், அத்தனை மகிழ்ச்சியோடு திரும்பி வந்தார். அதன் பிறகு அந்த இரு கனவான்களும் சென்றார்கள், ஆனால் அவர் உட்கார்ந்து ஒரு கடிதமெழுதத் தொடங்கினார். பின்னர் அந்தக் கடிதத்தைத் தபாலில் சேர்க்க வெளியே சென்றார், பிறகு நாங்கள் ஏதோ விளையாட்டுத் துப்பாக்கியினுடைய ஓசையைக் கேட்டோம். அது பற்றி நாங்கள் பொருட்படுத்தவில்லை. அவர் எப்போதுமே ஏழு மணிக்குத் தேநீர் சாப்பிடுவார். லுக்கேர்யா, வேலைக் காரப் பெண். அவருடைய கதவைத் தட்டுவதற்காகச் சென்றாள். ஆனால் அவர் பதில் பேசவில்லை. திரும்பத் திரும்பத் தட்டினாள் நாங்கள் கட்டாயமாகக் கதவைத் திறக்க வேண்டியதாயிற்று, அங்கே அவர் செத்துக் கிடத்தார்”

“அந்த வளையலைப் பற்றி எனக்கு ஏதாவது சொல்லுங்கள்,” என்று உத்தரவிட்டாள் வேரா நிக்கலாயெவ்னா. “ஐயோ, அந்த வளையல்–நான் சுத்தமாக மறந்து போய் விட்டேன் அது பற்றி உங்களுக்கு எப்படித் தெரியும்? கடிதத்தை எழுதுவதற்கு முன்னால் அவர் என்னிடம் வந்து கேட்டார்: ‘நீங்கள் கத்தோலிக்கா?’ நான் ‘ஆமாம்’ என்றேன். பிறகு அவர் சொன்னார் ‘உங்களிடத்திலே நல்ல வழக்கமிருக்கிறது’–அது தான் அவர் சொன்னது– புனித மரியாள் உருவத்தில் மோதிரங்கள், கழுத்தாரங்கள் மற்றும் வெகுமதிகளைத் தொங்கவிடுகின்ற அருமையான வழக்கம். உங்களுடைய தெய்வ பீடத்தின் மீது இந்த வளையலைத் தயவு செய்து தொங்கவிட மாட்டீர்களா?’ என்றார். நான் உறுதி தந்தேன்.”

“அவரைப் பார்ப்பதற்கு என்னை அநுமதிப்பீர்களா?” என்றாள் வேரா.

“கட்டாயம், அம்மா, அதோ கதவு. இடது புறத்தில் முதலாவது அறுவைக் கூடத்திற்கு இன்று அவரைத் தூக்கிக் கொண்டு போக விருக்கிறார்கள், ஆனால் அவருக்கு ஒரு சகோதரர் இருக்கிறார், கிறிஸ்துவப் புதையலுக்கு அநுமதி கேட்டிருக்கிறார். தயவு செய்து வாருங்கள்”

தனக்குத்தானே தைரியப்படுத்திக் கொண்டு வேரா கதவைத் திறந்தாள் அந்த அறையில் நறுமணம் கமழ்ந்தது, மூன்று மெழுகு வர்த்திகள் எரிந்து கொண்டிருந்தன. மேசையின் மீது ஜேல்த்கோவ் கிடத்தி வைக்கப்பட்டிருந்தான். அவனுடைய தலை மிகத் தாழ்வான பலத்தில் கிடத்திவைக்கப்பட்டிருந்தது– யாரோ ஒருவர் வேண்டுமென்றே அதைக் கீழிருந்து அந்த மென்மையான தலையணையை அழுத்திக் கொண்டிருப்பது போலக் காணப்பட்டது, ஏனென்றால் ஒரு பிணத்திடமிருந்து அது எந்தவிதமான வேறுபாட்டையும் காட்டவில்லை. அவனுடைய மூடிய கண்கள் மிக ஆழ்ந்த துயரத்தை வெளிக் காட்டின, அவனுடைய உதடுகள் ஓர் இன்பகரமான, அமைதியான புன்னகையில் நிலைத்திருந் நிலை தன வாழ்வினின்று பிரிகின்ற போது, வாழ்க்கையின் முழு ராசியத்தையும் விளங்க வைத்த இனிய ஆழ்ந்த புதுமையை அது உணர்த்துவது போல இருந்தது. அதே அமைதியான வெளிப்பாட்டை பூஷ்கின், நெப்போலியன் அகிய இரு இயாகிகளுடைய அடைவுருவில்தான் பார்த்திருக்கிறாள்.

“உங்களைத் தனியாக விட வேண்டும் என்று விரும்புகிறீர்களா, அம்மா?” என்று கிழவி கேட்டாள். அவளுடைய குரலிலே மிகவும் நெருக்கமான தொனி இருந்தது.

‘‘ஆமாம், பிறகு உங்களைக் கூப்பிடுகிறேன்.” என்றாள் வேரா. தனது ஜாக்கெட பையிலிருந்து ஒரு பெரிய சிவப்பு ரோஜாவை உடனே எடுத்தாள். பிணத்தின் தலையைத் தனது இடது கையால் இலேசாக நிமிர்த்தி வலது கையால் அந்த மலரை அவனது கழுத்திற்குக் கீழே வைத்தாள். அக்கணத்தில் ஒவ்வொரு பெண்ணும் கனவு காண்கின்ற அந்தக் காதல் அவளைத் தாண்டிப் போய் விட்டதை உணர்ந்தாள். ஜெனரல் அனோசவ் சொன்னதை நினைவு கூர்ந்தாள், பெரும்பாலும் தீர்க்க தரிசனத்தோடு, நிரந்தரமான, முழுமையான காதல். இறந்தவனுடைய நெற்றியிலிருந்த முடியை ஒதுக்கி விட்டு, நெற்றியை கைகளால் பிடித்தாள். அவனுடைய உணர்ச்சியற்ற ஈரமான நெற்றியில் தனது உதடுகளால் ஒரு நீண்ட அன்பு கலந்த முத்தமிட்டாள்.

அவள் புறப்படும் போது வீட்டுக்காரி நன்றி கலந்த குரலில் அவளிடம் பேசினாள்:

“அம்மா, வெறுமனே ஆர்வத்தோடு வந்த மற்றவர்களைப் போல நீங்கள் அன்று என்பது தெரிகிறது. சாவதற்கு முன்னால் திரு. ஜெல்த்கோவ் என்னிடம் கூறினார்: ‘நான் சாக நேர்ந்தால், என்னைப் பார்ப்பதற்காக ஒரு சீமாட்டி வருவாள், அவளிடம் பீத்தோவானுடைய சிறந்த படைப்பு

என்று சொல்லுங்கள்...' எனக்காக இங்கே எழுதித் தந்திருக்கிறார். இதோ. பாருங்கள்..."

"அதைக் காட்டுங்கள்," என்றாள் வேரா நிக்கலா யெவ்னா, உடனே அவளுக்கு கண்ணீர் பெருக்கெடுத்தது.

"தயவு செய்து என்னை மன்னியுங்கள்—இந்தச் சாவு என்னை அந்தளவுக்கு அதிர்ச்சியடைய வைத்துவிட்டது, ஆகவே என்னையே என்னால் கட்டுப் படுத்திக் கொள்ள முடியவில்லை."

அறிமுகமான கையினால் எழுதப்பட்ட வார்த்தைகளை அவள் படித்தாள்: "L. van Beethoven. Son. No.2, op.2 Largo Appassionato".

13

வேரா நிக்கலாயெவ்னா வீட்டிற்கு மாலையில் காலந்தாழ்த்தி வந்தாள். தனது கணவனையோ சகோதரனையோ காணாதது குறித்து மகிழ்ச்சியடைந்தாள்.

எனினும், பியானோ வாசிப்பவள் ஜென்னி ரெய்தர் அவளுக்காகக் காத்துக் கொண்டிருந்தாள், தான் பார்த்தது. கேட்டது பற்றிக் கலக்க முற்றிருந்த வேரா அவளை நோக்கி விரைந்து போய், அவளது பெரிய அழகான கைகளை முத்த மிட்ட போது அழுது விட்டாள்

"தயவு செய்து எனக்காகக் கொஞ்சம் இசைப்பாயாக. ஜென்னி, உன்னைக் கெஞ்சிக் கேட்டுக் கொள்கிறேன்." அவள் உடனே அறையை விட்டு வெளியேறி பூத்தோடடத்தில் கிடந்த ஒரு பெஞ்சின் மீது அமர்ந்தாள்.

ஜெல்த்கோவ் என்ற விசித்திரமான பெயருள்ள மனிதன் கேட்டுக் கொண்டபடி சோனடாவின் அந்தப் பகுதியையே ஜென்னி வாசிப்பாள் என்று ஒரு கணம் கூட அவள் சந்தேகிக்காது இருந்தாள்.

மேலும் அது இவ்வாறு நிகழ்ந்தது. அந்த முதல் சுரத்திலிருந்தே அதனது அபூர்வக் கலையாக்கத்தை வேரா புரிந்து கொண்டாள். அவளது ஆன்மா இரண்டாகப் பிளப்பது போலிருந்தது. ஆயிரம் ஆண்டுகளுக்கு ஒரு முறை வரக் கூடிய தன்மை வாய்ந்த ஒரு பெரும் காதல் தன்னைக் கடந்து போய் விட்டதை அவள் நினைத்தாள். ஜெனரல் அனோசவினுடைய வார்த்தைகளை நினைவுகூர்ந்தாள். பீத்தோவானின் எல்லாப் பாடல்களினும் குறிப்பாக இந்தப் பாடலைத் தான் கேட்கும்படி ஜெல்த்கோல் எதற்காகச் செய்தார் என்று அவள் வியந்தாள். சொற்கள் அவளது மனத்திலே அவைகளாகவே பின்னிக்

கொண்டன. அவை தெய்வ வழிபாட்டுக் கவிதைகளைப் போல இருந்தன அவை ஒவ்வொன்றுமே கீழ்க்கண்ட சொற்களோடு முடிந்தன : "உன்னுடைய பெயர் புனிதப்படுத்தப்படட்டும்."

"மென்மையான ஒலிகளால் தன்னைப் பணிவோடும். ஆனந்தத்தோடும். சித்திரவதைக்கும் துன்பத்திற்கும், சாவுக்கும் ஆட்படுத்திக் கொண்ட வாழ்க்கையை நான் இப்போது உனக்குக் காட்டுகிறேன் குற்றச்சாட்டு, வருத்துதல் அல்லது புறக்கணிக்கப்பட்ட காதலின் வேதனை எதுவும் எனக்குத் தெரியவில்லை உனக்கு நான் வேண்டுகிறேன். 'உன்னுடைய பெயர் புனிதப்படுத்தப்படட்டும்.'

"ஆமாம், துன்பத்தையும், குருதியையும், சாவையும் நான் முன் உணர்கிறேன் ஆன்மாவை விட்டுப் பிரிவது உடலுக்கு மிகச் சிரமமானது என்று உணர்கிறேன் ஆனால் அழகிய, உணர்ச்சி பூர்வமான, மென்மையான காதலே, உன்னை நான் போற்றுகிறேன் 'உன்னுடைய பெயர் புனிதப் படுத்தப்படட்டும்

"உன்னுடைய ஒவ்வொரு காலடியையும், ஒவ்வொரு புன்னகையையும், ஒவ்வொரு தோற்றத்தையும், உனது கால டியின் ஓசையையும் நினைத்துப் பார்க்கிறேன். என்னுடைய இறுதி நினைவுகள் ஓர் இனிய சோகத்தில், மென்மையான அழகான சோகத்தில் மூடப்பட்டிருக்கின்றன ஆனால் உனக்கு நான் துயரத்தை ஏற்படுத்த மாட்டேன் நான் தனிமையில் போகிறேன், அமைதியாக, ஏனெனில் அது தான் கடவு ளினுடையதும், விதியினுடையதுமான விருப்பமாகும் 'உன் னுடைய பெயர் புனிதப்படுத்தப்படட்டும்.'

"என்னுடைய மரண நேர இறுதியில் உனக்கு மாத்திரம் வழிபடுகிறேன். எனக்கும் வாழ்க்கை அழகானதாக இருந்திருக்கலாம். முணுமுணுக்க வேண்டாம். என் இனிய நெஞ்சே, முணுமுணுக்க வேண்டாம் என்னுடைய ஆன் மாவோ சாவை அழைக்கிறது. என் நெஞ்சத்திலே உனக்கான புகழ்ச்சி நிறைந்து கிடக்கிறது: 'உன்னுடைய பெயர் புனிதப்படுத்தப்படட்டும்.'

"உனக்குத் தெரியாது – உனக்கோ உன்னைச் சூழ்ந்து இருப்பவர்களுக்கோ– நீ எவ்வளவு அழகானவள் என்று. கடிகார மணியடிக்கிறது நேரமாகிறது. வாழ்க்கையை விட்டுப் பிரிகின்ற சோகமயமான நேரத்தில் நான் இன்னமும் பாடுகிறேன் – உனக்குப் புகழ் உண்டாகட்டும்.

"இதோ வருகிறது, எல்லாவற்றையும் வெல்லும் சாவு, ஆனால் நான் கூறுகிறேன் – உனக்குப் புகழ் உண்டாகட்டும்."

செம்மணி வளையல்

தனது கைகளை அந்தக் கருவேல் மரத் தண்டைச் சுற்றிப்போட்டுக் கொண்டு, தனது உடலை அழுத்திக் கொண்டு வேரா நிக்கலாயெவ்னா அழுது கொண்டிருந்தாள். மரம் மென்மையாக அசைந்தது. அநுதாபப்படுவது போல, காற்று மெல்ல வீசி இலைகளில் சலசலத்தது. புகையிலைச் செடியின் வாசனை மிகவும் கூர்மையாக இருந்தது. இதற்கிடையே, மிகச் சிறந்த அந்த இசை, அவளது துயரத்திற்கு மறுமொழி கூறுவது போலத் தொடர்ந்தது:

"அமைதியாக இரு, என் இனியவளே, அமைதியாக இரு. என்னை நினைவிருக்கிறதா உனக்கு? உன்னைத் தான்? நீ தான் எனது இறுதி, எனது ஒரே காதல் அமைதியாக இரு. நான் உன்னோடு இருக்கிறேன் என்னை நினைப்பாய் நான் உன்னை நினைப்பேன். ஏனெனில் நீயும் நானும் ஒரு வரையொருவர் கணப்பொழுது மட்டுமே காதலித்தோம். ஆனால் நிரந்தரமாக என்னை நினைவிருக்கிறதா உனக்கு? உன்னைத் தான்? இதோ, உனது கண்ணீரை உணர்கிறேன் அமைதியாக இரு தூக்கம் அவ்வளவு இனிமையானது. எனக்கு அவ்வளவு இனிமையானது."

இப்பகுதியைப் பாடி முடித்ததும், ஜென்னி ரெய்தர் அறையை விட்டு வெளியே வந்தாள். பெஞ்சில் அமர்ந்தபடி கண்ணீரில் மூழ்கி இருந்த இளவரசி வேராவைப் பார்த்தாள்.

"என்ன விஷயம்?" அவள் கேட்டாள்.

வேராவினுடைய கண்கள் மின்னிக் கொண்டிருந்தன. இருப்புக் கொள்ளாத படியும், அமைதி குலைந்த படியும் அவள் ஜென்னியினுடைய முகத்தை, உதடுகளை, கண்களை முத்தமிட்டபடி கூறினாள்:

"எல்லாம் சரிதான், இப்போது அவர் என்னை மன்னித்து விட்டார். எல்லாம் சரிதான்."

1910